ഗ്രീൻ ബുക്സ്

ഷെർലക്ഹോംസ് കഥകൾ

സർ ആർതർ കോനൻ ഡോയൽ (1859-1930)

1859 മെയ് 22ന് ബ്രിട്ടനിലെ എഡിൻബറോയിൽ ജനനം.
ആർതറിന് പിതാവുമായുള്ള ബന്ധം എന്നും സംഘർഷം
നിറഞ്ഞതായിരുന്നു. പിതാവിന്റെ മുൻകോപവും
സാമ്പത്തിക പരാധീനതകളും യൗവ്വനദശയെ കാര്യമായി
സ്വാധീനിച്ചു. അതുകൊണ്ടുതന്നെ മാതാവുമായുള്ള
ഹൃദയബന്ധം ദൃഢമാകുകയും ചെയ്തു. അമ്മ കഥ പറയുന്ന
രീതികളും കഥകളിലൂടെ മനസ്സിൽ ഉയിർത്ത ജീവിത
സങ്കീർണ്ണതകളും ആർതറിനെ ഒരു കഥാകൃത്താകാൻ
കുറച്ചൊന്നുമല്ല സഹായിച്ചത്. പഠന ശേഷം എഡിൻബറോ
സർവകലാശാലയിൽനിന്ന് മെഡിക്കൽ ബിരുദം നേടിയെങ്കിലും
മറ്റു മേഖലകളിലായിരുന്നു ഡോയലിനു താത്പര്യം.
മെഡിക്കൽ ബിരുദം കിട്ടിയ അവസ്ഥയെ 'licensed to kill' എന്ന്
വളരെ നർമ്മത്തോടെ ആർതർ വിശേഷിപ്പിക്കുകയുണ്ടായി.
ശ്രദ്ധേയമായ ചരിത്ര നോവലുകളും ശാസ്ത്ര നോവലുകളും
അദ്ദേഹം എഴുതിയെങ്കിലും പ്രശസ്തനാക്കിയത് ഷെർലക്ഹോംസ്
കഥകളാണ്. 1887ൽ എഴുതിയ ചോരക്കളം (a study in scarlet) ആണ്
ആദ്യനോവൽ. പുറമെ എഴുപതോളം ഷെർലക്ഹോംസ് കഥകളും
നാലു നോവലുകളും മറ്റ് ചരിത്രശാസ്ത്ര രചനകളും
അദ്ദേഹത്തിന്റേതായുണ്ട്. എഴുത്തിനു പുറമേ പേരുകേട്ട സ്പോർട്സ്
താരവുമായിരുന്നു.ഇംഗ്ലണ്ട് ക്രിക്കറ്റ്-ഫുട്ബോൾ ടീം അംഗം.
ഓട്ടമത്സരം, ബില്യാർഡ്സ്, ഗുസ്തി എന്നിവയിൽ പ്രാവീണ്യം നേടി.
മഹാലോകയുദ്ധകാലത്ത് നാവികസേനയ്ക്കുവേണ്ടി ലൈഫ് ജാക്കറ്റ്
രൂപകല്പന ചെയ്തുകൊടുത്തു. അവസാന കാലങ്ങളിൽ
സങ്കീർണ്ണമായ മരണാനന്തര ജീവിതം, ആദ്ധ്യാത്മിക പഠനം
എന്നിവയിൽ ഡോയൽ കൂടുതൽ താത്പര്യം
കാണിക്കുകയുണ്ടായി. 1930 ജൂലൈ ഏഴിന് നിര്യാതനായി.

ബി. നന്ദകുമാർ: 1952-ൽ പാലക്കാട് ജില്ലയിലെ വടവന്നൂരിൽ ജനനം.
ഫെഡറൽ ബാങ്കിൽ ഉദ്യോഗസ്ഥനായിരുന്നു.
2012 ജൂൺ മാസത്തിൽ വിരമിച്ചു.

മേൽവിലാസം: *ശരണ്യ, ടി.കെ.വി. നഗർ, ബാങ്ക് കോളനി,
കൽമണ്ഡപം, പാലക്കാട് – 678 001.*
ഇമെയിൽ: bnku52@yahoo.com, മൊബൈൽ: 9447962433

To Dear Nanu
By
നന്ദൻ. 27/2/15

ഷെർലക്ഹോംസ് കഥകൾ

സർ ആർതർ കോനൻ ഡോയൽ

വിവർത്തനം:

ബി. നന്ദകുമാർ

ഗ്രീൻ ബുക്സ്

green books private limited
little road, ayyanthole, thrissur- 680 003
ph: 0487-2361038
website: www.greenbooksindia.com
e-mail: info@greenbooksindia.com

(malayalam)
sherlok holmes kathakal
(story)
by
arthur conan doyle

translated by
b. nandakumar

first published september 2012
reprinted september 2014
copyright reserved

cover design : rajesh chalode

printed in india
repro india ltd

branches:
thrissur 0487-2422515
palakkad 0491-2546162
kannur 0497-2763038

isbn : 978-93-80884-91-2

കഥകൾ

മഞ്ഞനിറമുള്ള മുഖം

വായനക്കാർ ഒരുപക്ഷേ അദ്ഭുതപ്പെടുന്നുണ്ടാവാം, ഷെർലക്ഹോംസ് എന്ന എന്റെ സുഹൃത്തിന്റെ വിജയഗാഥകൾ മാത്രമാണല്ലോ ഞാൻ എപ്പോഴും എഴുതുന്നതെന്നും പല സംഭവങ്ങളിലും പരാജയങ്ങൾ ഒഴിവാക്കി വിജയങ്ങൾ മാത്രമാണല്ലൊ, പ്രതിപാദിച്ചുപോവുന്നതെന്നും! ഇതിലടങ്ങിയിരിക്കുന്ന സത്യം വെളിപ്പെടുത്താതെ വയ്യ. അദ്ദേഹത്തെ പോലൊരു ബഹുമുഖപ്രതിഭ ഇത്രയും അദ്ഭുതങ്ങൾ കുറ്റാന്വേഷണ ലോകത്ത് കാണിക്കുന്നുവെങ്കിൽ അതിൽ അവിശ്വസനീയമായി എന്തിരിക്കുന്നു? മറ്റൊരു തരത്തിൽ പറഞ്ഞാൽ അദ്ദേഹം പരാജയപ്പെട്ടിടത്ത് ആരുംതന്നെ വിജയിക്കാറില്ല. എന്നാൽ മുഴുവനുമായി പരാജയപ്പെട്ട അരഡസൻ കഥകളെങ്കിലും എന്റെ നോട്ടുപുസ്തകത്തിലുണ്ട്. 'മ്യൂസ്ഗ്രേവിലെ ആചാരങ്ങൾ' എന്ന പ്രശസ്ത ഡയറിയിൽനിന്ന് രസകരമായ ഒരു കഥയാണ് ഇവിടെ ഓർത്തെടുക്കാൻ പോകുന്നത്.

വ്യായാമം ഹോംസിന് പ്രിയപ്പെട്ടതായിരുന്നുവെങ്കിലും വ്യായാമത്തിനുവേണ്ടിയുള്ള വ്യായാമം എന്ന കാഴ്ചപ്പാടിനോട് അദ്ദേഹത്തിന് വെറുപ്പായിരുന്നു. എത്ര വേണമെങ്കിലും ശരീരംകൊണ്ട് അധ്വാനിക്കുവാൻ അദ്ദേഹം തയ്യാറായിരുന്നു. പക്ഷേ, പ്രയോജനമില്ലാത്ത അധ്വാനത്തിൽ അദ്ദേഹം വിശ്വസിച്ചിരുന്നില്ല. നല്ലൊരു ബോക്സറായിരുന്നു ഹോംസ്. ബോക്സിങ്ങ് പക്ഷേ, എതിരാളികൾക്കു മുന്നിൽ മാത്രമേ പുറത്തെടുക്കൂ. പ്രവൃത്തിയിൽ വ്യാപൃതനായാൽ അക്ഷീണനും സദാ ജാഗരൂകനുമായിരുന്ന അദ്ദേഹം ലഘുവായ ഭക്ഷണക്രമം പാലിച്ചിരുന്നു. സ്വഭാവരീതികൾ ലളിതവുമായിരുന്നു. ഇടയ്ക്കല്പം കൊക്കെയ്ൻ കഴിക്കുന്ന ശീലമുള്ളതൊഴിച്ചാൽ ഡ്രിങ്ക്സും പുകവലിയും നിർബന്ധമായിരുന്നില്ല. കേസുകൾ കിട്ടാതെ വരുമ്പോഴും രസകരമായി ഒന്നും ചെയ്യാനില്ലാതെ വരുമ്പോഴും മാത്രമേ ഹോംസ് കൊക്കെയ്ൻ ഉപയോഗിച്ചിരുന്നുള്ളൂ.

അങ്ങനെയിരിക്കെ വസന്താരംഭത്തിലെ ആകർഷകമായ ഒരു ദിവസം ഞങ്ങൾ ഒരുമിച്ച് പാർക്കുവരെ നടക്കാനിറങ്ങി. 'എൽമം' വൃക്ഷങ്ങളുടെ ഉണരാൻ വിടരുന്ന നാമ്പുകളും, 'ചെസ്നട്ട്' വൃക്ഷങ്ങളിൽ അഞ്ചിതളായി വിടരാൻ വെമ്പൽകൊള്ളുന്ന മുകുളങ്ങളുടേയും കാഴ്ച, ആസ്വദിച്ച്

മണിക്കൂറുകളോളം ചുറ്റിക്കറങ്ങി നടക്കുമ്പോൾ പരസ്പരം അധികം സംസാരിച്ചില്ല. ബേക്കർസ്ട്രീറ്റിൽ തിരിച്ചെത്തിയപ്പോൾ സമയം അഞ്ചു മണി കഴിഞ്ഞിരുന്നു.

"അങ്ങയെ കാത്ത് ഒരാൾ ഇവിടെ കാത്തിരുന്നിരുന്നു." വാതിൽ തുറന്ന ഉടൻ പയ്യൻ പറഞ്ഞു.

എന്നെ ചോദ്യരൂപത്തിൽ നോക്കി ഹോംസ് പറഞ്ഞു–

"സവാരികൊണ്ട് കിട്ടിയത് അതാണ്. എന്നിട്ടയാൾ പോയോ?"

"ഉവ്വ് സർ."

"നീ അയാളോട് ഇരിക്കാൻ പറഞ്ഞില്ലെ?"

"ഉവ്വ് സർ, അയാൾ കുറേനേരം കാത്തിരുന്നു."

"എത്രനേരം?"

"അരമണിക്കൂറോളം കാത്തിരുന്നു. അയാൾ വെപ്രാളം കാണിച്ചു കൊണ്ടിരുന്നു. ഇരുന്നിട്ട് ഇരിപ്പുറയ്ക്കുന്നുണ്ടായിരുന്നില്ല. അവസാനം അയാൾ പുറത്തിറങ്ങി ആക്രോശിച്ചു – എന്താണ് ഇയാൾ ഇനിയും വരാത്തതെന്ന്. കുറച്ചു നേരം കൂടി കാത്തിരുന്നാൽ മതിയാകുമെന്ന് ഞാൻ പറഞ്ഞിട്ടും അയാൾ അനുസരിച്ചില്ല."

"എനിക്കാകെ മനംപുരട്ടുന്നു. ഞാൻ പുറത്തിറങ്ങി നിൽക്കാം." എന്നൊക്കെ ആദ്യം പറഞ്ഞു. പിന്നെ "ശരി, ഞാൻ ഉടനെ വരുന്നുണ്ട്" എന്നും പറഞ്ഞ് അമർത്തിച്ചവിട്ടി അയാൾ പോയി."

"സാരമില്ല. നിന്റെ ഭാഗത്ത് തെറ്റൊന്നുമില്ല." ഹോംസ് അകത്തു കയറി.

"എന്നാലും അത് പ്രതീക്ഷിച്ചതല്ല മി. വാട്സൺ. കേസ്സില്ലാതെ കുഴഞ്ഞുനില്ക്കുകയായിരുന്നു ഞാൻ. അയാളുടെ പെരുമാറ്റം കേട്ടിട്ട് കൊള്ളാവുന്ന ഒരു കേസ്സായിരുന്നു എന്ന് തോന്നുന്നു. അല്ലാ, ആ മേശപ്പുറത്ത് ഒരു പുതിയ പൈപ്പു കാണുന്നുണ്ടല്ലോ. അയാൾ മറന്നുവെച്ചതാകണം! ഇതാണ് 'അംബർ' എന്നറിയപ്പെടുന്ന പൈപ്പ്. ഇതിന്റെ കുഴൽ വളരെ നീളമുള്ളതാണ്. കണ്ടില്ലെ? ലണ്ടനിൽ മുഴുവനായി തന്നെ ഒറിജിനൽ അംബർ പൈപ്പുകൾ വിരലിലെണ്ണാവുന്നതേയുള്ളൂ. ഇതിന്റെയകത്ത് ഈച്ച വീണാൽ അത് ഭാഗ്യം തരുമത്രെ. അതുകൊണ്ട് ഡ്യൂപ്ലിക്കേറ്റ് അംബറും ഡ്യൂപ്ലിക്കേറ്റ് ഈച്ചകളുംവരെ ഇപ്പോൾ കച്ചവടരംഗത്തുണ്ട്. ഏതായാലും അയാൾ എത്രമാത്രം അസ്വസ്ഥനായിരിക്കണം, ഇത് മറന്നുവെക്കുവാൻതക്കവണ്ണം."

"ഇത് അത്ര വിലമതിക്കുന്നുണ്ടെന്ന് താങ്കൾക്ക് എങ്ങനെ മനസ്സിലായി?" ഞാൻ ചോദിച്ചു.

"വളരെ നിസ്സാരം – ഈ പൈപ്പിന് എന്ത് വിലവരും – ഏറിയാൽ ഏഴു ഷില്ലിങ്ങ്. നോക്കൂ ഇത് രണ്ടുതവണ നന്നാക്കിയിട്ടുണ്ട്. ഒരു തവണ

മരത്തിലും പിന്നെ അംബറിലും. ഓരോ തവണയും നന്നാക്കുമ്പോൾ വെള്ളി കെട്ടിയതായും കാണാം. ഇത്രയും പണംമുടക്കി ഇതിന്റെ വാങ്ങിയ വിലയേക്കാൾ കൂടുതൽ ചിലവാക്കി, ഇത് നന്നാക്കണമെങ്കിൽ തീർച്ചയായും അയാൾ ഇതിനെ എത്ര വിലമതിക്കുന്നുവെന്ന് ഊഹിക്കാ വുന്നതേയുള്ളൂ."

"ഇനിയും എന്തെങ്കിലുമുണ്ടോ?" പൈപ്പ് വീണ്ടും തിരിച്ചും മറിച്ചും നോക്കുന്ന ഹോംസിനോട് ഞാൻ ചോദിച്ചു.

രസകരമായി പൈപ്പ് കൈയിലെടുത്ത് ഉയർത്തി, ഒരു എല്ലിൻകഷണ ത്തിന്റെ വിവിധഭാഗങ്ങളെ വിശദീകരിക്കുന്ന ഒരു പ്രൊഫസറുടെ ലാഘവ ത്തോടെ ഹോംസ് പറഞ്ഞു. "പൈപ്പ് ഒരുവന്റെ വ്യക്തിത്വവിശേഷണ ങ്ങളിലേക്ക് ചിലപ്പോൾ വെളിച്ചം വീശിയെന്ന് വരാം. വാച്ചുകൾ, ബൂട്ട്‌ലേ സുകൾ എന്നിവപോലെതന്നെ പൈപ്പും അതുപയോഗിക്കുന്ന ഉടമ സ്ഥന്റെ സ്വഭാവത്തെ വിളിച്ചോതുന്ന പലതും സൂചിപ്പിച്ചെന്നിരിക്കും. ഈ പൈപ്പിന്റെ ഉടമസ്ഥൻ കരുത്തനാണ്. ഇടതുകൈയനാണ്, തികച്ചും അശ്രദ്ധസ്വഭാവമുള്ളയാൾ –" ഇങ്ങനെ പോകുന്നു അയാളുടെ വിശേ ഷണങ്ങൾ. ഹോംസിന്റെ സ്വതസിദ്ധമായ ശൈലിയിൽ വിവരണം തുടർന്നു. 'ഇടയ്ക്ക് എന്നെ ശ്രദ്ധിക്കുന്നുണ്ടായിരുന്നു; എനിക്ക് മനസ്സി ലാവുന്നുണ്ടോ എന്നറിയാൻ.' നിസ്സംഗനായി ഞാൻ ചോദിച്ചു.

"ഏഴു ഷില്ലിംഗിന്റെ പൈപ്പ് വലിക്കുന്നവർ സമ്പന്നനാകണമെ ന്നുണ്ടോ?"

"എട്ടു പെൻസ് വിലവരുന്ന 'ഗ്രോസ് വെനർ' പുകയിലയാണ് ഇതിലു പയോഗിച്ചിരിക്കുന്നത്." പൈപ്പിലെ അവശേഷിച്ച പുകയില കൈയിലിട്ടു കൊണ്ട് ഹോംസ് പറഞ്ഞു. "ഇതിന്റെ പകുതിവിലയ്ക്കും തരക്കേടി ല്ലാത്ത പുകയില കിട്ടുമെന്നിരിക്കെ, ഇത്രയും വിലകൂടിയത് ഉപയോഗി ക്കുന്നതും അയാൾ സമ്പന്നനാണെന്ന് വിളിച്ചോതുന്നു."

"മറ്റു സൂചനകൾ?"

"അയാൾ വിളക്കിൽനിന്നോ ഗ്യാസ് ജെറ്റിൽനിന്നോ ആണ് പൈപ്പ് കത്തിക്കുന്നത്. നോക്കൂ, ഈ പൈപ്പിന്റെ ഒരുവശം കരിഞ്ഞിരിക്കുന്നത്. സാധാരണ തീപ്പെട്ടികൊള്ളികൊണ്ടാണെങ്കിൽ ഇങ്ങനെ പൈപ്പ് കരി യുകയില്ല. മാത്രമല്ല, കരിഞ്ഞത് മുഴുവൻ പൈപ്പിന്റെ വലതുവശത്താണ്. അതുപയോഗിക്കുന്ന ആൾ ഒരു ഇടതുകൈയനാണ് എന്ന് ഇതിൽനിന്നും അനുമാനിക്കാം. നിങ്ങൾതന്നെ ഈ പൈപ്പ് ഒന്ന് വിളക്കിനടുത്തേക്ക് കാണിച്ചുനോക്കൂ. ഇടതുവശമായിരിക്കും നിങ്ങൾ നാളത്തിന്റെയടു ത്തേക്ക് നീട്ടുക. വല്ലപ്പോഴും ഒരിക്കൽ തിരിച്ചും സംഭവിക്കാം. പക്ഷേ, എല്ലായ്പോഴും അങ്ങനെ സംഭവിക്കില്ല. ഇത് പക്ഷേ, എല്ലായ്പോഴും വലതുവശം തന്നെയാണ് കത്തിയിരിക്കുന്നത്. പൈപ്പ് കത്തിച്ചുപിടിച്ച് ഉടഞ്ഞുപോയ ഈ സ്ഥലവും നോക്കൂ – ആൾ നല്ല ദൃഢശരീരിയും

പല്ലിന് ബലമുള്ള ആളുമാണെന്ന് ഇതു സൂചിപ്പിക്കുന്നു. ശ്രദ്ധിക്കൂ! ആരോ ഗോവണികയറിവരുന്നുണ്ട്. അയാൾതന്നെ ആയിരിക്കും. എങ്കിൽ രസകരമായ പലതും ഇനിയും നമുക്കറിയാൻ കഴിഞ്ഞേക്കും."

ഒരു നിമിഷം കഴിഞ്ഞില്ല. അപ്പോഴേക്കും ഉയരംകൂടിയ ഒരു ചെറുപ്പക്കാരൻ വാതിൽ തുറന്ന് കടന്നുവന്നു. ഇരുണ്ട് ചാരനിറമുള്ള സ്യൂട്ട് ധരിച്ചിരുന്നു. സുമുഖനാണ്. പ്രായം മുപ്പതിനോടടുത്ത് തോന്നും. കൈയിൽ തവിട്ടുനിറമുള്ള ബാഗും കരുതിയിരുന്നു.

"ക്ഷമിക്കണം." അമ്പരപ്പോടെ അയാൾ പറഞ്ഞുതുടങ്ങി. "ഞാൻ വാതിൽക്കൽ മുട്ടിയിട്ടു വേണമായിരുന്നു, അകത്ത് കടക്കാൻ. അതോ ഞാൻ മുട്ടിയോ?" പാതി ഉറക്കത്തിലെന്നപോലെ നെറ്റിത്തടം തടവിക്കൊണ്ട് അയാൾ കസേരയിലേക്ക് വീണു.

"താങ്കൾ ഉറങ്ങിയിട്ടുതന്നെ രണ്ടുമൂന്നു ദിവസമായി എന്നു തോന്നുന്നു." ഹോംസ് പറഞ്ഞുതുടങ്ങി.

"കഠിനമായ ജോലിയേക്കാൾ വേഗം തളർത്തുക രണ്ടുമൂന്ന് ദിവസത്തെ ഉറക്കമില്ലായ്മയാണ്. എനിക്ക് താങ്കളെ സഹായിക്കാൻ കഴിയുമോ?"

"തീർച്ചയായും ഞാൻ താങ്കളുടെ ഉപദേശം തേടി വന്നതാണ്. എന്റെ ജീവിതം ആകെ താറുമാറായിരിക്കുന്നു."

"ഞാനൊരു കൺസൾട്ടിംഗ് ഡിറ്റക്ടീവ് ആവണമെന്നാണോ താങ്കൾ ആഗ്രഹിക്കുന്നത്?"

"അതു മാത്രമല്ല, എനിക്ക് താങ്കളുടെ വിലയേറിയ അഭിപ്രായവും അറിയണം. വിവേകവും പരിചയസമ്പത്തുമുള്ള അങ്ങുതന്നെ വേണം ഇനി എന്തുചെയ്യണമെന്ന് എനിക്കു പറഞ്ഞുതരാൻ."

ഒരു പൊട്ടിത്തെറിയുടെ രൂപത്തിൽ, മുറിഞ്ഞ വാക്കുകളിലൂടെ അയാൾ പറഞ്ഞുതീർത്തു. അയാളുടെ ഉള്ളിൽ വേദന വിങ്ങിനില്ക്കുന്നതായി തോന്നി.

അയാൾ പറഞ്ഞു- "വളരെ പ്രയാസമുള്ള കാര്യമാണ്. കുടുംബകാര്യങ്ങൾ അന്യരോട് പറയാൻ ആരും ഇഷ്ടപ്പെടാറില്ല. പക്ഷേ, എനിക്ക് എന്റെ ഭാര്യയെക്കുറിച്ച് പരിചയമില്ലാത്ത നിങ്ങൾ രണ്ടുപേരോടും സംസാരിക്കേണ്ടിവന്നിരിക്കുകയാണ്. ഒരു വല്ലാത്ത പെരുമാറ്റമാണ് എന്റെ ഭാര്യയുടേത്. ഞാനെന്റെ ക്ഷമയുടെ ആഴം കണ്ടുകഴിഞ്ഞു. നിങ്ങൾ എന്നെ സഹായിച്ചേ പറ്റൂ."

"പ്രിയപ്പെട്ട മിസ്റ്റർ ഗ്രാന്റ് മൺറോ!" ഹോംസ് സംബോധന ചെയ്തതും സന്ദർശകൻ കസേരയിൽനിന്നും ചാടിയെഴുന്നേറ്റു.

"എന്ത്? എന്റെ പേരെങ്ങനെ മനസ്സിലായി?"

"നിങ്ങൾ അജ്ഞാതനായിരിക്കുവാൻ ഉദ്ദേശിക്കുന്നുവെങ്കിൽ ഒന്നുകിൽ തൊപ്പിയിൽ പേരെഴുതാതിരിക്കണം; അല്ലെങ്കിൽ കുറഞ്ഞത് അത് എന്റെ മുന്നിലേക്ക് തിരിച്ചുവെക്കാതെയിരിക്കാനെങ്കിലും ശ്രദ്ധിക്കണമായിരുന്നു. ഞാൻ പറയാൻ തുടങ്ങിയത് മറ്റൊന്നുമല്ല. ഈ മുറിയിലിരുന്ന് ഞാനും എന്റെ സുഹൃത്തും ഇത്തരം രഹസ്യകഥകൾ ധാരാളം കേട്ടിരിക്കുന്നു. കഴിയുന്നത്ര പേർക്ക് മനസ്സമാധാനം നല്കാനും ഞങ്ങൾക്കു ഭാഗ്യമുണ്ടായിട്ടുണ്ട്. സമയം വളരെ വിലപ്പെട്ടതായതുകൊണ്ട് വൈകാതെ കാര്യത്തിലേക്കു കടക്കൂ."

ഞങ്ങളുടെ സന്ദർശകൻ വീണ്ടും നെറ്റി തടവുന്നുണ്ടായിരുന്നു. ആകെ അസ്വസ്ഥനായി തോന്നിച്ച അയാൾ എല്ലായ്പോഴും വേദനകൾ പുറത്തു കാണിക്കുന്നതിനേക്കാൾ ഉള്ളിൽതന്നെ സൂക്ഷിക്കാനാണ് ശ്രമിച്ചുകൊണ്ടിരിക്കുന്നതെന്ന് തോന്നും. പിന്നെ പെട്ടെന്ന് എന്തോ പറയാൻ ഉറച്ചതുപോലെ പറഞ്ഞുതുടങ്ങി.

"മി. ഹോംസ്, ഞാൻ വിവാഹിതനായിട്ട് മൂന്നു വർഷമായി. ഏതൊരു ദമ്പതികളേയുംപോലെ വളരെ ഐക്യത്തോടെയും സ്നേഹത്തോടെയുമാണ് ഞാനും ഭാര്യയും കഴിഞ്ഞുപോന്നത്. ഞങ്ങളുടെ വാക്കിലും ചിന്തയിലും എന്തിന് പ്രവൃത്തിയിൽപോലും ഒരു ഭിന്നതയില്ലായിരുന്നു. കഴിഞ്ഞ തിങ്കളാഴ്ച മുതൽ കാര്യങ്ങൾ ആകെ മാറിത്തുടങ്ങിയിരിക്കുന്നു. ഞങ്ങൾക്ക് തമ്മിൽ വലിയ ഒരകൽച്ച ഉണ്ടായിരിക്കുന്നു. ഒരു വഴിയാത്രികയെപ്പോലെ എന്റെ ഭാര്യ എനിക്ക് അപരിചിതയായിരിക്കുന്നു. ഇതിനുള്ള കാരണം എനിക്കറിയണം."

വീണ്ടും അയാൾ നിർത്താതെ പറഞ്ഞുകൊണ്ടിരുന്നു.

"എനിക്ക് ഒരു പ്രത്യേക കാര്യം പറയാനുണ്ട്. 'എഫി' എന്നെ സ്നേഹിക്കുന്നുവെന്ന കാര്യത്തിൽ എനിക്ക് ലേശംപോലും സംശയമില്ല. ഞങ്ങളുടെ സ്നേഹത്തിന് ഒരു കോട്ടവും തട്ടിയിട്ടില്ല. അവൾ ആത്മാവും ശരീരവുംകൊണ്ട് എന്നെ സ്നേഹിക്കുന്നുണ്ട്. എനിക്കതറിയാൻ കഴിയുന്നുണ്ട്. എനിക്ക് അനുഭവപ്പെടുന്നുമുണ്ട്. ഒരു സ്ത്രീയുടെ സ്നേഹം പുരുഷന് എളുപ്പം തിരിച്ചറിയാവുന്നതേയുള്ളൂ. എന്നാൽ ഞങ്ങൾക്കിടയിൽ കടന്നുകൂടിയിട്ടുള്ള ഈ രഹസ്യം എന്താണെന്നറിയാതെ എനിക്ക് സമാധാനമില്ല."

"ഇനിയെങ്കിലും കാര്യത്തിലേക്കു കടക്കൂ മൺറോ."

അല്പം അക്ഷമയോടെ ഹോംസ് പറഞ്ഞു.

"എഫിയുടെ ചരിത്രം മുഴുവൻ പറയട്ടെ, ഞങ്ങൾ ആദ്യമായി കണ്ടുമുട്ടുമ്പോൾ അവർ ഇരുപത്തിയഞ്ച് വയസ്സുള്ള വിധവയായിരുന്നു. മിസ്സിസ് ഹെബ്രോൺ എന്നായിരുന്നു പേര്. നന്നെ ചെറുപ്പത്തിൽതന്നെ അമേരിക്കയിലേക്കു പോയി. അവിടെ അറ്റ്ലാന്റ പട്ടണത്തിലുള്ള ഒരു അഭിഭാഷകനെ വിവാഹം കഴിച്ചു. അവർക്ക് ഒരു കുട്ടിയും ഉണ്ടായി.

അവിടെ പടർന്നുപിടിച്ച ഒരുതരം മഞ്ഞപ്പനിമൂലം അവളുടെ ഭർത്താവും കുട്ടിയും മരിച്ചു. അയാളുടെ മരണസർട്ടിഫിക്കറ്റ് ഞാൻ കണ്ടതാണ്. ഇതോടെ അമേരിക്കയെ വെറുത്ത് അവൾ 'മിഡിൽ സെക്സിൽ' 'പിന്നാറി'ലുള്ള അമ്മായിയുടെ വീട്ടിലേക്ക് വന്നു. സാമാന്യം നന്നായി ജീവിക്കാനുള്ള സമ്പാദ്യമൊക്കെ ഉണ്ടാക്കിവെച്ചിട്ടാണ് ഭർത്താവ് മരിച്ചത്. നാലായിരത്തി അഞ്ഞൂറു പൗണ്ടോളം. ഏഴു ശതമാനം പലിശ കിട്ടുന്ന രീതിയിൽ എവിടെയോ നിക്ഷേപിച്ചിരുന്നു. ഏതാണ്ട് ആറുമാ സമേ അവൾ 'പിന്നാറി'ൽ വന്നിട്ട് ആയിരുന്നുള്ളൂ. അതിനിടയിൽ ഞങ്ങൾ കണ്ടുമുട്ടി, പ്രേമബദ്ധരായി; പിന്നീട് വിവാഹിതരായി. ഞാൻ 'ഹോപ്' കായകളുടെ കച്ചവടക്കാരനാണ്. മാസം എണ്ണൂറ് പൗണ്ടോളം ആദായം കിട്ടും. സുഖമായി ജീവിക്കാൻ അത് ധാരാളം മതി. ഞങ്ങൾ നോർബുറിയിൽ ആണ്ടിൽ എൺപതു പൗണ്ട് വാടക കൊടുത്ത് ഒരു വീട് എടുത്തു. ആ വീട് നഗരത്തിന് വളരെ അടുത്താണെങ്കിലും അവിടെ ഒരു ഗ്രാമാന്തരീക്ഷമാണ്. വീടിന് അല്പം മുകളിലായി ഒരു സത്രവും രണ്ടു വീടുകളും ഉണ്ട്. കൂടാതെ വയലിനക്കരെയായി ഞങ്ങളുടെ വീടിന് അഭിമുഖമായി മറ്റൊരു വീടും കാണാം. ഇതുകൂടാതെ അടുത്തെങ്ങും മറ്റു കെട്ടിടങ്ങളില്ല. വേനൽക്കാലമൊഴിച്ചുള്ള സമയങ്ങളിലെല്ലാം ഞാൻ നഗരത്തിലായിരിക്കും, കച്ചവടം ചെയ്യുന്നതിന്. വേനൽക്കാലത്ത് ഞാൻ വീട്ടിൽതന്നെ വളരെ സന്തോഷത്തോടുകൂടിയുണ്ടാവും. ഈ ശപിക്ക പ്പെട്ട സംഭവത്തിന് മുമ്പ് ഞങ്ങൾക്കിടയിൽ അവിശ്വാസത്തിന്റെ ഒരു നിഴൽപോലും വീണിരുന്നില്ല.

ഇതിനിടെ ഒരു പ്രധാന കാര്യം പറയാൻ വിട്ടുപോയി. ഞങ്ങളുടെ വിവാഹം കഴിഞ്ഞ ഉടനെ ഞാൻ വേണ്ട എന്നു പറഞ്ഞിട്ടും അവളുടെ സ്വത്തു മുഴുവനും എന്റെ പേരിൽ എഴുതിത്തന്നു. ബിസിനസ് ഇടപാടു കളല്ലെ, എന്തെങ്കിലും പാകപ്പിഴ വന്നാലോ എന്ന് ഞാൻ പറഞ്ഞു നോക്കി. അവൾ എന്തെങ്കിലും ആവശ്യംവന്നാൽ എന്നോട് ചോദിച്ചു കൊള്ളാമെന്ന വ്യവസ്ഥയിൽ അതെല്ലാം എന്റെ പേരിൽ എഴുതിവെച്ചു. ആറ് ആഴ്ചകൾക്ക് മുമ്പ് അവൾ പറഞ്ഞു, 'ജാക്ക്, എനിക്കെന്തെങ്കിലും ആവശ്യം വന്നാൽ ചോദിക്കാമെന്ന് പറഞ്ഞുവല്ലോ. എനിക്കിപ്പോൾ ആവശ്യം വന്നിരിക്കുന്നു. നൂറ് പൗണ്ട് വേണം.' ഞാൻ ഇതുകേട്ട് അമ്പര ക്കുകതന്നെ ചെയ്തു. ഒരു പുതിയ വസ്ത്രം, അല്ലെങ്കിൽ എന്തെങ്കിലും ആഭരണമായിരിക്കും ചോദിക്കുക എന്നു കരുതി. പണം ചോദിച്ചപ്പോൾ ഞാൻ തിരിച്ചുചോദിച്ചു.

"എന്താണ് ആവശ്യം?"

"അങ്ങ് എന്റെ ബാങ്കറാണെന്നല്ലെ എന്നെ ധരിപ്പിച്ചിരിക്കുന്നത്. ഒരു ബാങ്കർ ഒരിക്കലും ചോദ്യങ്ങൾ ചോദിക്കാറില്ല." അവൾ പറഞ്ഞുതുട ങ്ങിയപ്പോൾ പണം ഞാൻ നല്കാമെന്നു തീരുമാനിച്ചു.

“എന്തായാലും പണം തരാം. പക്ഷേ, എന്തിനാണെന്ന് പറയുന്നതല്ലേ ഭംഗിയെന്ന് ചോദിച്ചപ്പോൾ ‘പറയാം. പക്ഷേ, ഇപ്പോൾ ഇല്ല’ എന്നായിരുന്നു അവളുടെ മറുപടി.

അങ്ങനെ ആദ്യമായി ഞങ്ങളുടെ കുടുംബജീവിതത്തിൽ ഒരു രഹസ്യം പിറന്നു. ഞാൻ ചെക്ക് എഴുതിക്കൊടുത്തു. പിന്നെ അതിനെക്കുറിച്ച് ഓർത്തതേയില്ല. ഇപ്പോൾ ഇത് ഇവിടെ പറയാൻ കാരണം ഇനിയുള്ള സംഭവങ്ങളുമായി ഇതിന് ബന്ധമുണ്ടോ എന്ന ആശങ്കയുള്ളതുകൊണ്ടു മാത്രമാണ്.

ഞങ്ങളുടെ വീടിന് അകലെയല്ലാതെ ഒരു ഒഴിഞ്ഞ വീടുണ്ടെന്ന് ഞാൻ സൂചിപ്പിച്ചിരുന്നുവല്ലോ. അവിടെയെത്തുന്നതിനു മുമ്പ് ഒരു വയൽ കഴിഞ്ഞ് റോഡിലൂടെ പോയാൽ ഒരു ഇടവഴി. ഇടവഴി കഴിഞ്ഞാൽ ഫിർമരങ്ങൾ തിങ്ങിയ ഒരു ഉദ്യാനം. ഈ ഉദ്യാനത്തിലൂടെ ഉലാത്തുന്നത് എനിക്ക് വളരെ ഇഷ്ടമുള്ള വിനോദമായിരുന്നു. അങ്ങനെ നടക്കുന്നതിനിടയിൽ ഞാൻ ആലോചിക്കുമായിരുന്നു, എന്തുനല്ല വീട്! ഈ പഴയ മാതൃകയിലുള്ള രണ്ടുനില കെട്ടിടം എന്തിന് ഒഴിഞ്ഞുകിടക്കുന്നുവെന്ന്.

അങ്ങനെയിരിക്കെ, കഴിഞ്ഞ തിങ്കളാഴ്ച വൈകീട്ട് സായാഹ്നസവാരി കഴിഞ്ഞു മടങ്ങുമ്പോൾ ഒരു വാൻ, നിറയെ വീട്ടുസാമാനങ്ങളുമായി വീടിനു മുന്നിൽ വന്നുനില്ക്കുന്നതും കാർപെറ്റും മറ്റ് വീട്ടുസാധനങ്ങളും അവിടെയിറക്കുന്നതും കണ്ടു. ഞാൻ ഊഹിച്ചു. അവിടെയാരോ താമസത്തിന് എത്തിയിരിക്കുന്നുവെന്ന്. ആരായിരിക്കും പുതിയ വിരുന്നുകാർ എന്ന ആലോചനയുമായി നടന്നുനീങ്ങുമ്പോഴാണ് ഞാൻ ശ്രദ്ധിച്ചത്, മുകളിലത്തെ ജനാലയിൽനിന്ന് എന്നെ ആരോ ശ്രദ്ധിക്കുന്നുണ്ടെന്ന്. ഒരു മിന്നൽപോലെ ആ മുഖം കണ്ടപ്പോൾ എനിക്ക് പെട്ടെന്ന് എന്താണ് തോന്നിയതെന്ന് വിശ്വസിക്കാൻ പ്രയാസം, മി. ഹോംസ്. ഒരു തരിപ്പ് ശരീരത്തിലാകെ കയറിയതുപോലെയായി ഞാൻ. കുറെ ദൂരെയായിരുന്ന എനിക്ക് ജനാലയ്ക്കരികിലെ മുഖം വ്യക്തമായി കാണാൻ കഴിഞ്ഞില്ല. എന്നാലും അസാധാരണമായ എന്തോ ഒന്ന് ആ മുഖത്ത് വിളങ്ങുന്നുണ്ടായിരുന്നു. ഒന്നുകൂടി വിശദമായി കാണാമെന്നുള്ള മോഹത്തോടെ ഞാൻ കുറെകൂടി അടുത്തേക്ക് നീങ്ങിനിന്നു. പൊടുന്നനെ ആ മുഖം മുറിയിലെ ഇരുട്ടിലേക്ക് അപ്രത്യക്ഷമായി, ഒരു മുഴുചന്ദ്രൻ പെട്ടെന്ന് കാർമേഘത്തിൽ മറയുന്നതുപോലെ. കുറച്ചുനേരം സംഭവമാകെ വിശകലനം ചെയ്ത് ഞാൻ അവിടെത്തന്നെ നിന്നു. ആ മുഖം ഒരു സ്ത്രീയുടേതാണോ അല്ല പുരുഷന്റേതാണോ എന്നുപോലും എനിക്ക് ഓർത്തെടുക്കാനായില്ല. പക്ഷേ, ഒരു പ്രത്യേകത എന്റെ ശ്രദ്ധയിൽപെട്ടു. അതൊരു മഞ്ഞമുഖമായിരുന്നു - ഇരുണ്ട മഞ്ഞനിറം. കർക്കശവും പൈശാചികവും എന്നൊക്കെ വിശേഷിപ്പിക്കാവുന്ന വികൃതമായ പേടിപ്പെടുത്തുന്ന ഒരു മുഖം. എന്റെ ആകാംക്ഷ ആ വീടിനകത്തേക്ക് കടന്നുചെല്ലാൻ

എന്നെ നിർബന്ധിച്ചു. വാതിലിൽ മുട്ടിയതും അതു തുറന്നു. നീണ്ടു മെലിഞ്ഞ ഗൗരവക്കാരിയായ ഒരു സ്ത്രീ വാതിൽക്കൽ വന്നു.

“എന്തുവേണം?” ഒരു മര്യാദയുമില്ലാതെ ആ സ്ത്രീ ചോദിച്ചു.

“ഞാൻ, നിങ്ങളുടെ അയൽക്കാരനാണ്.” എന്റെ വീട് ചൂണ്ടിക്കാണിച്ചുകൊണ്ട് ഞാൻ പറഞ്ഞു. “നിങ്ങൾ ഇപ്പോൾ എത്തിയതല്ലേയുള്ളൂ. എന്തെങ്കിലും ആവശ്യമുണ്ടെങ്കിൽ എന്നു കരുതി...”

“ഹും, എന്തെങ്കിലും ആവശ്യം ഉണ്ടാകുമ്പോഴല്ലേ, അപ്പോൾ അറിയിക്കാം.” അവജ്ഞയോടെ ആ വാതിൽ എന്റെ മുമ്പിൽ കൊട്ടിയടച്ചു. അമ്പരപ്പോടെ ഞാൻ അല്പനേരം അവിടെനിന്ന് തിരിച്ചുനടന്നു. അന്നു മുഴുവൻ ആ വിചിത്രമായ കാര്യങ്ങൾ മനസ്സിലിട്ടുകൊണ്ട് ഞാൻ നടന്നു. ആ സ്ത്രീയുടെ മുഖത്തെ പുച്ഛവും അവരുടെ ധാർഷ്ട്യവും മനസ്സിൽ തേട്ടിവന്നു. എന്തായാലും ഇതിനെക്കുറിച്ചൊന്നും ഭാര്യയോട് ഞാൻ സംസാരിച്ചില്ല. സ്വതവേ മനസ്സിന് തീരെ കട്ടിയില്ലാത്തവളാണ് അവൾ. വെറുതെയെന്തിന് അവളെ ഇതൊക്കെ പറഞ്ഞ് അയൽക്കാരെക്കുറിച്ച് ഒരു മുൻവിധിയുണ്ടാക്കണം? ആ കോട്ടേജിൽ പുതിയ താമസക്കാരെത്തിയെന്ന് മാത്രം ഞാനവളോട് പറഞ്ഞു. അതിനവൾ മറുപടിയൊന്നും പറഞ്ഞില്ല.

സ്വതവേ വളരെ വേഗത്തിൽ ഗാഢനിദ്ര പ്രാപിക്കുന്നയാളാണ് ഞാൻ. രാത്രിയിൽ എന്തു സംഭവിച്ചാലും ഞാൻ അറിയില്ല. പക്ഷേ, അന്നു രാത്രി എനിക്ക് ഉറങ്ങാൻ കഴിഞ്ഞില്ല. പകുതിയുറക്കത്തിൽ മുറിക്കുള്ളിലെ ശബ്ദങ്ങൾ ശ്രദ്ധിച്ചപ്പോൾ എനിക്കു മനസ്സിലായി, അവൾ വസ്ത്രം മാറിക്കൊണ്ടിരിക്കുകയാണ്. പെട്ടെന്ന് ഈ വിചിത്രമായ ഒരുക്കംകണ്ട് ഞാൻ എന്തെങ്കിലും പറയാൻ മുതിരുമ്പോൾ, കണ്ടത് അവളുടെ വ്യത്യസ്ത മുഖഭാവമാണ്. ഇതിന് മുമ്പൊരിക്കലും ഞാനവളുടെ മുഖഭാവം ഇങ്ങനെ മാറിക്കണ്ടിട്ടില്ല. മെഴുകുതിരിയുടെ വെളിച്ചത്തിൽ ഞാൻ അവളുടെ മുഖത്തെ വിളർച്ചയും കനത്ത ശ്വാസഗതിയും വളരെ ആകാംക്ഷനിറഞ്ഞ കണ്ണുകളും കണ്ടു. അവൾ പുറംകുപ്പായത്തിന്റെ കെട്ടുമുറുക്കി. അവളുടെ ചലനം എനിക്ക് ശല്യമാകുന്നുണ്ടോ എന്ന് വിശദമായി വീക്ഷിക്കുന്നുണ്ടായിരുന്നു. ഇത്രയുംകാലം ഞാൻ എന്റെ ഭാര്യയുടെ ഇത്തരത്തിലുള്ള മുഖഭാവം കണ്ടിട്ടില്ല. അവൾ മുറിയിൽനിന്ന് പതുക്കെ പുറത്തിറങ്ങി. വാതിലിന്റെ ഞരക്കം കേട്ടപ്പോൾ ഞാൻ കിടക്കയിൽ എഴുന്നേറ്റിരുന്നു. സ്വയം ഞാൻ ഉണർന്നിരിക്കുകയാണെന്ന് ഉറപ്പാക്കാൻ കട്ടിലിന്റെ പിടിയിൽ അമർത്തിപിടിച്ചു. സമയം നോക്കിയപ്പോൾ രാത്രി മൂന്നുമണി! വെളുപ്പിന് മൂന്ന് മണിക്ക് വീടിനു പുറത്തുള്ള നടപ്പാതയിൽ എന്റെ ഭാര്യയ്ക്കെന്തുകാര്യം എന്ന് ഞാൻ അദ്ഭുതപ്പെട്ടു.

കാര്യങ്ങളുടെ കിടപ്പ് മനസ്സിൽ വിശകലനം ചെയ്തുകൊണ്ട് ഇരുപതുമിനിറ്റോളം ഞാൻ അങ്ങനെ ഇരുന്നുകാണും. ഒരിക്കലും ഒരു

വ്യാഖ്യാനത്തിനും പിടികൊടുക്കാത്ത സംഭവങ്ങൾ. അങ്ങനെയിരിക്കു
മ്പോൾ താഴെ വാതിലടയുന്നതും കോണി കയറി അവൾ വരുന്ന
ശബ്ദവും കേട്ടു.

അവൾ മുറിയിൽ കയറിയതും ഞാൻ ചോദിച്ചു.

"എഫീ, നീ എവിടെപ്പോയിരുന്നു?"

വീണ്ടും വിചിത്രമായിരുന്നു അവളുടെ പെരുമാറ്റം. ആ ചോദ്യം കേട്ട
തോടെ അവൾ ഒന്നു ഞെട്ടുകയും, തുടർന്ന് വാവിട്ടുകരയാനും തുടങ്ങി.
ഒരു കുറ്റബോധത്തിന്റെ ലക്ഷണം കണ്ടുവെങ്കിലും സ്വതവേ ശുദ്ധ
പ്രകൃതിക്കാരിയായ അവളുടെ പെരുമാറ്റം എന്നെ വളരെ അസ്വസ്ഥ
നാക്കി. നിർദ്ദോഷമായ അവളുടെ പെരുമാറ്റം സത്യമായും എന്നെ ഞെട്ടി
പ്പിക്കുകതന്നെ ചെയ്തു.

"നിങ്ങൾ ഉണർന്നിരിക്കുകയായിരുന്നോ, ജാക്ക്? ഞാൻ കരുതി,
നിങ്ങൾ അങ്ങനെയൊന്നും ഉണരുകയില്ലെന്ന്." അവൾ കൃത്രിമമായ
ചിരിയോടെ നിസ്സഹായത്വം പ്രകടിപ്പിച്ച് പറഞ്ഞു.

"ജാക്ക്, നിങ്ങൾ ആശ്ചര്യപ്പെടുന്നതിൽ എനിക്ക് തീരെ അദ്ഭുതമില്ല."
അവളുടെ കുപ്പായത്തിന്റെ ചരടഴിക്കുമ്പോൾ കൈവിരലുകൾ വിറയ്ക്കു
ന്നത് ഞാൻ ശ്രദ്ധിച്ചു. "എനിക്കു കുറച്ചു ശുദ്ധവായു കിട്ടുവാനായി ഞാൻ
പുറത്തിറങ്ങി. പുറത്തിറങ്ങിയതും അല്പനേരം കഴിഞ്ഞപ്പോൾ എനിക്ക്
സമാധാനമായി."

വളരെ ശ്രദ്ധേയമായി എനിക്കു തോന്നിയത്, ഇതൊക്കെ പറയു
മ്പോൾ ഒരിക്കൽപോലും അവളെന്റെ മുഖത്തേക്ക് നോക്കിയില്ല എന്ന
താണ്. അവളുടെ വാക്കുകൾ എനിക്കു വിശ്വസിക്കാനായില്ല. അവളുടെ
കണ്ണുകളും വാക്കുകളും കളവ് പറയുന്നുവെന്ന് വളരെ വ്യക്തമായിരുന്നു.
തളർന്ന ഹൃദയത്തോടെ നിശ്ശബ്ദമായ ചുവരുകളിലേക്ക് ഞാൻ ഉറ്റു
നോക്കിക്കൊണ്ടിരുന്നു. എന്റെ മനസ്സിൽ സംശയത്തിന്റെ ആയിരം വിഷ
സർപ്പങ്ങൾ തലയുയർത്തി ആടുകയായിരുന്നു. എന്താണ് അവൾ
എന്നിൽനിന്നും ഒളിച്ചുവെക്കുന്നത്! എവിടെയായിരിക്കും അവൾ
പോയത്? എല്ലാം കളവാണെന്നറിഞ്ഞ ഞാൻ വീണ്ടും അവളോട് ചോദ്യ
ങ്ങൾ ചോദിക്കാൻ മുതിർന്നില്ല. രാത്രി മുഴുവൻ ഞാൻ ഈ പ്രശ്നം
തിരിച്ചും മറിച്ചും കണക്കുകൂട്ടി കഴിഞ്ഞുകൂട്ടി. എനിക്ക് ഒരുത്തരവും
കിട്ടാനായില്ല.

പിറ്റേന്ന് നഗരത്തിൽ പോയി ഒരുപാട് ബിസിനസ് കാര്യങ്ങൾ
ചെയ്യാനുണ്ടായിരുന്നുവെങ്കിലും ഞാൻ എവിടേയും പോയില്ല. മനസ്സിൽ
മുഴുവൻ അസ്വസ്ഥമായ വികാരചിന്തകളായിരുന്നു. എഫിയുടെ മനസ്സും
കലുഷമായിരുന്നു. അവൾ പറഞ്ഞതെല്ലാം നുണയാണെന്ന് അവൾക്കു
തന്നെ ബോധ്യമുള്ളതുപോലെ. ആ കുറ്റബോധം അവളെ ഒന്നുംതന്നെ
സംസാരിക്കാൻ അനുവദിച്ചില്ല. രാവിലെ പ്രാതൽ കഴിക്കുമ്പോൾപോലും

15

ഞങ്ങളൊന്നുംതന്നെ ഉരിയാടിയില്ല. പ്രഭാതഭക്ഷണം കഴിഞ്ഞ ഉടൻതന്നെ ഞാൻ പുറത്തിറങ്ങി. രാവിലത്തെ സ്വച്ഛമായ അന്തരീക്ഷം എനിക്ക് അല്പമെങ്കിലും സ്വസ്ഥത തരുമെന്ന് ഞാൻ വ്യാമോഹിച്ചു.

ക്രിസ്റ്റൽ പാലസ് വരെ ഞാൻ നടന്നു. ആ മൈതാനത്ത് ഒരുമണിക്കൂർ ചിലവഴിച്ച് ഉച്ചയോടെ നോർബുറിയിൽ തിരിച്ചെത്തി. മനഃപൂർവ്വം ഞാൻ വയൽക്കരയിലെത്തിയപ്പോൾ വെറുതെ ഞാൻ ആ വീടിന്റെ ജനാലയിലേക്ക് നോക്കി. അങ്ങനെ നോക്കിയപ്പോൾ മി. ഹോംസ്, അദ്ഭുതമെന്നു പറയട്ടെ എന്റെ ഭാര്യ, എഫി മുൻവശത്തെ വാതിൽ തുറന്ന് ഇറങ്ങിവരുന്നു!

ഞാൻ അമ്പരന്നുനില്ക്കുമ്പോൾ ഞങ്ങളുടെ കണ്ണുകൾ തമ്മിലിടഞ്ഞു. എന്നേക്കാൾ അമ്പരപ്പിലായിരുന്നു അവൾ. വീടിനു പുറത്തുവന്ന അവൾ വീണ്ടും തിരിഞ്ഞ് വീട്ടിനുള്ളിലേക്കുതന്നെ തിരികെ കയറുവാൻ മോഹിക്കുന്നുവെന്ന് തോന്നി.

ആ ശ്രമം വിഫലമാണെന്ന് ബോധ്യമുള്ളതുകൊണ്ട് അവൾ വിളറിയ മുഖത്തിൽ പ്രയാസപ്പെട്ടുവരുത്തിയ ചിരിയുമായി എന്റെ അടുത്തേക്ക് വന്നു. വിളറിവെളുത്ത, രക്തം വാർന്നുപോയ മുഖം അവളെ തികച്ചും ഒരു അപരിചിതയാക്കി.

"ഓ ജാക്ക്!" അവൾ പറഞ്ഞുതുടങ്ങി. "പുതിയതായി വന്ന അയൽക്കാർക്ക് എന്തെങ്കിലും ആവശ്യമുണ്ടോ എന്നന്വേഷിക്കാൻ പോയതാണ്. എന്താ ജാക്ക് തുറിച്ചുനോക്കുന്നത്? ഇഷ്ടമായില്ലേ?"

"അപ്പോൾ ഇവിടെയാണ് ഇന്നലെ രാത്രിയും നീ വന്നത് അല്ലേ?"

ഞാൻ ഗൗരവം വിടാതെ ചോദിച്ചു.

"ജാക്ക് എന്താണ് ഈ പറയുന്നത്?"

"നീ ഇവിടേക്കുതന്നെയാണ് ഇന്നലെ വന്നത്. എനിക്ക് ഒരു സംശയവുമില്ല. ആ സമയത്ത് വിരുന്നുപോകാൻ തക്കവണ്ണം ആരാണ് ഇവർ?"

"ഞാൻ ഇവിടെ ഇതിനുമുമ്പ് വന്നിട്ടേയില്ല."

"നീ പറയുന്നതു മുഴുവൻ കള്ളമാണെന്ന് നിന്റെ കണ്ണുകൾതന്നെ പറയുന്നുണ്ട്. നിന്റെ ശബ്ദം പതറുന്നത് തന്നെ അതിന്റെ തെളിവാണ്. ഞാൻ എന്തെങ്കിലും എപ്പോഴെങ്കിലും നിന്നിൽനിന്നും മറച്ചുവെച്ചിട്ടുണ്ടോ? എന്തായാലും നീയൊന്നും പറയാത്ത സ്ഥിതിക്ക് ഞാൻതന്നെ അകത്തുകയറി ഇതൊന്ന് അന്വേഷിക്കാം."

"വേണ്ട, ജാക്ക്. വേണ്ട. ദയവുചെയ്ത് ദൈവത്തെയോർത്ത് അതു ചെയ്യരുതെ!"

അവൾ പറയുന്നതൊന്നും വകവെയ്ക്കാതെ ഞാൻ വാതിലിന് നേരെ നീങ്ങിയപ്പോൾ അവൾ എന്റെ ഷർട്ടിന് കടന്നുപിടിച്ച് പുറകോട്ട് ശക്തമായി വലിച്ചു. 'ദയവുചെയ്ത് ഇപ്പോഴവിടെ കയറരുത്. കയറിയാൽ

അങ്ങേയ്ക്ക് ദുരിതം മാത്രമേ അതുകൊണ്ട് ഉണ്ടാവുകയുള്ളൂ.' അവളുടെ പിടിവിടുവിക്കാൻ ശ്രമിക്കുന്തോറും അവൾ കേണപേക്ഷിച്ചുകൊണ്ടിരുന്നു. അവൾ പറഞ്ഞു, 'ഞാൻ എല്ലാം പറയാം ജാക്ക്! എനിക്കല്പം സമയം തരൂ!'

"എന്നെ വിശ്വസിക്കൂ, ജാക്ക്. ഒരിക്കൽ മാത്രം എന്നെ വിശ്വസിക്കൂ. അതുകൊണ്ടു താങ്കൾക്ക് നല്ലതേ വരൂ. ഞാനെല്ലാം പറയാം. നമുക്ക് തമ്മിൽ അല്ലെങ്കിലും രഹസ്യങ്ങളൊന്നുമില്ലല്ലൊ. നമ്മുടെ ജീവിതത്തെ പൊതുവായി സ്പർശിക്കുന്ന കാര്യമാണ് ഇത്. എന്റെ കൂടെ വീട്ടിലേക്ക് വരൂ. ഞാനെല്ലാം പറയാം. അതല്ല ഇപ്പോൾ ഈ വീട്ടിൽ കയറാനാണ് ഭാവമെങ്കിൽ നമ്മൾ തമ്മിൽ ഇതോടെ എല്ലാം അവസാനിക്കും, മറ്റൊന്നും എനിക്കു പറയാനില്ല."

ആ വാക്കുകളിലെ ദയനീയതയും ആത്മാർത്ഥതയും എന്നെ ഒന്നും ചെയ്യാൻ അനുവദിച്ചില്ല. ആ വാതിലിന് മുമ്പിൽ കുറേനേരം ഞാൻ വെറുതെയിരുന്നു.

"ഒരു തവണ മാത്രം ഞാൻ നിന്നെ വിശ്വസിക്കാം - ഒരേയൊരു വ്യവസ്ഥയിൽ." ഒടുവിൽ ഞാൻ പറഞ്ഞു. "ഈ രഹസ്യം സൂക്ഷിക്കാനുള്ള സ്വാതന്ത്ര്യം ഞാൻ നിനക്കു തരുന്നു. പക്ഷേ, ഈ ഏർപ്പാട് നീ ഇവിടെവച്ച് അവസാനിപ്പിക്കണം. ഈ രാത്രിസഞ്ചാരം ഇനി ആവർത്തിക്കുകയില്ല എന്ന് എനിക്ക് ഉറപ്പുകിട്ടണം. എന്റെ അറിവിൽപെടാത്ത കാര്യങ്ങൾ ഇനി ചെയ്യില്ലെന്ന് നീ എനിക്ക് ഉറപ്പുതരണം."

"എനിക്കുറപ്പുണ്ടായിരുന്നു താങ്കൾക്കെന്നെ അവിശ്വസിക്കാനാവില്ല എന്ന്." അവൾ ആശ്വാസത്തോടെ പറഞ്ഞു.

"അങ്ങ് പറഞ്ഞതെല്ലാം ഞാൻ അനുസരിക്കാം. വരൂ നമുക്ക് വീട്ടിലേക്കു പോകാം." എന്നെ പിടിവിടാതെ ചേർന്നുനിന്നുകൊണ്ട് വീട്ടിലേക്ക് നടക്കാൻ അവൾ ധൃതികൂട്ടി. തിരികെ പോകുമ്പോൾ വെറുതെ ഞാൻ ആ ജനാലയിലേക്കു തിരിഞ്ഞുനോക്കി. അന്നുകണ്ട നിർവ്വികാരമായ മഞ്ഞമുഖം ഞങ്ങളെത്തന്നെ തുറിച്ചുനോക്കുന്നുണ്ടായിരുന്നു. എന്തായിരിക്കും ഈ വൃത്തികെട്ട ജന്തുവും എഫിയുമായുള്ള ബന്ധം? തലേന്ന് വാതിൽ തുറന്നുവന്ന ആ പരുക്കൻ സ്ത്രീയും ഇവളും തമ്മിൽ എന്താണ്? ഇതൊക്കെ എന്നെ സംബന്ധിച്ചിടത്തോളം അഴിക്കാനാവാത്ത കുരുക്കുകളാണെന്നും ഇതുകൊണ്ടുതന്നെ എന്റെ സ്വസ്ഥത കുറയുകയേയുള്ളൂ എന്നും എനിക്കു തോന്നി.

അടുത്ത രണ്ടു ദിവസങ്ങളിലും ഞാൻ വീട്ടിനുള്ളിൽതന്നെ കഴിച്ചുകൂട്ടി. എനിക്കുതന്ന വാക്കുകൾ പാലിക്കുന്നതിൽ ഭാര്യ ശ്രദ്ധാലുവായിരുന്നു. അവളും വീട്ടിൽനിന്ന് പുറത്തേക്ക് ഇറങ്ങിയതേയില്ല. എന്നാൽ മൂന്നാം ദിവസം വാഗ്ദാനം എല്ലാം ലംഘിച്ച് അവളുടേതായ ലോകത്തിലേക്ക് അവൾ നടന്നുതുടങ്ങി. അവൾ അവളുടെ കടമകൾ മറക്കുകയായിരുന്നു. എന്നിൽനിന്നും അകലുകയായിരുന്നു.

അന്ന് ഞാൻ രാവിലെത്തന്നെ ടൗണിലേക്ക് പോയി. തിരിച്ചു സാധാരണ മടങ്ങാറുള്ള 3.30ന്റെ ട്രെയിനിനു പകരം 2.40ന്റെ ട്രെയിനിൽ വീട്ടിലെത്തി. വീട്ടിലേക്ക് കടന്ന ഉടനെ ഞാൻ കണ്ടത് വേലക്കാരിയുടെ പരിഭ്രമിച്ച മുഖമാണ്.

"നിന്റെ യജമാനത്തി എവിടെ?" ഞാൻ ചോദിച്ചു.

അവൾ പറഞ്ഞു. "പുറത്തു നടക്കാൻ പോയി എന്നു തോന്നുന്നു!"

ഞാൻ വീണ്ടും അസ്വസ്ഥനായി മുകളിൽ പോയി. എഫി വീട്ടിലില്ലെന്ന് ഉറപ്പിക്കാനായി മുറിയിലാകെ നോക്കി. ജനാലയിലൂടെ വെറുതെ പുറത്തേക്ക് നോക്കിയപ്പോൾ കണ്ടത് വേലക്കാരി വയൽവരമ്പിലൂടെ കോട്ടേജിനെ ലക്ഷ്യമാക്കി ഓടുന്നതാണ്. എനിക്കെല്ലാം മനസ്സിലായി. എഫി ആ വീട്ടിലേക്ക് പോയശേഷം ഞാൻ തിരിച്ചെത്തുകയാണെങ്കിൽ വിവരമറിയിക്കാൻ വേലക്കാരിയെ ഏർപ്പാടു ചെയ്തിരിക്കുകയാണ്. കോപംകൊണ്ട് വിറച്ച് ഞാൻ താഴേക്ക് പെട്ടെന്ന് ചാടിയിറങ്ങി. രണ്ടിലൊന്ന് അറിഞ്ഞിട്ടുതന്നെ കാര്യം എന്ന് തീരുമാനിച്ച് ഞാൻ ആ കോട്ടേജിനെ ലക്ഷ്യമാക്കി ഓടി. ഇടവഴിയിലെത്തിയപ്പോഴേക്കും ഭാര്യയും വേലക്കാരിയും എതിരേ വരുന്നുണ്ടായിരുന്നു. പക്ഷേ, ഞാൻ നിന്നില്ല. എന്റെ ജീവിതത്തിൽ കരിനിഴൽ പരത്തിയ ആ രഹസ്യം ഇന്നെനിക്ക് അറിയണം. ഞാൻ വാതിലിൽ മുട്ടിയതു പോലുമില്ല. വാതിൽ തള്ളിത്തുറന്ന് ഞാൻ അകത്തുകയറി.

ആ വീട് മുഴുവൻ ശാന്തവും ശൂന്യവുമായിരുന്നു. താഴത്തെ നിലയിൽ ഒന്നുംതന്നെ കണ്ടില്ല. അടുക്കളയിൽ ഒരു കെറ്റിലിൽ വെള്ളം തിളയ്ക്കുന്ന ശബ്ദം കേൾക്കാമായിരുന്നു. താഴെ ഒരു കരിമ്പൂച്ച ചുരുണ്ടുകൂടി കുട്ടയിൽ കിടക്കുന്നു. നേരത്തെ കണ്ട സ്ത്രീയെ അവിടെയെല്ലാം നോക്കി. എവിടേയും കണ്ടില്ല. അടുത്ത മുറിയും ശൂന്യം. പിന്നെ മുകളിൽ കയറി രണ്ടു മുറികളും പരിശോധിച്ചു. എല്ലാം ശൂന്യം. അവിടെ മുഴുവൻ അരിച്ചുപെറുക്കിയിട്ടും ഒരാളെയും കാണാനായില്ല. മഞ്ഞമുഖം തെളിഞ്ഞുനിന്ന ജനലുള്ള മുറിയൊഴികെ എല്ലാ മുറികളിലും തരംതാണ ചിത്രങ്ങളും ഗൃഹോപകരണങ്ങളും മാത്രം. ആ മുറിയിലാവട്ടെ എന്റെ ഭാര്യയുടെ ചിത്രം ഷെൽഫിന് മുകളിൽ വെച്ചിരിക്കുന്നു. മുറി നന്നായി സജ്ജീകരിച്ചിട്ടുണ്ട്. ആ ചിത്രം അവളുടെ ആവശ്യപ്രകാരം മൂന്നുമാസം മുമ്പ് എടുപ്പിച്ചതായിരുന്നു. എന്റെ സംശയം ജ്വലിക്കുന്ന അമർഷമായി മാറി.

വീട് പൂർണമായും വിജനമാണെന്ന് ഒരിക്കൽകൂടി ഉറപ്പുവരുത്തി ഞാൻ ഭാരമേറിയ ഹൃദയവുമായി വീട്ടിലേക്ക് മടങ്ങി. മുകളിലത്തെ മുറിയിലേക്ക് നടക്കുമ്പോൾ അവൾ എന്റെ കൂടെ വരുവാൻ ശ്രമം നടത്തി. മുറിയിലേക്ക് കടന്ന് വാതിലടയ്ക്കുന്നതിനു മുമ്പായി അവളും അകത്തു കടന്നു.

"ഞാൻ ക്ഷമ ചോദിക്കുന്നു, ജാക്ക്. ഞാൻ എന്റെ വാക്കുതെറ്റിച്ചു." അവൾ പറഞ്ഞു. "പക്ഷേ എല്ലാം മനസ്സിലാക്കിക്കഴിയുമ്പോൾ താങ്കൾ ക്കെന്നോട് ക്ഷമിക്കാതിരിക്കാനാവില്ല."

"എങ്കിൽ എല്ലാം എന്നോട് തുറന്നുപറയൂ."

"ഇപ്പോഴില്ല ജാക്ക്. ഇപ്പോൾ ഒന്നും ചോദിക്കരുത്!"

"അവിടെ ആരെയാണ് നീ കാണാൻ പോയതെന്നും ആർക്കാണ് ആ ചിത്രം സമ്മാനിച്ചതെന്നും അറിയാതെ നമ്മൾ തമ്മിൽ ഒരു ബന്ധ വുമില്ല!" ഇത്രയും പറഞ്ഞ് അമർത്തിച്ചവിട്ടി ഞാൻ വീട്ടിൽനിന്നും ഇറങ്ങി നടന്നു. അത് ഇന്നലെയായിരുന്നു. അതിൽപിന്നെ ഞാനവളെ കണ്ടിട്ടില്ല. ഞങ്ങളുടെ ജീവിതത്തിൽ വീണ ആദ്യത്തെ സംശയത്തിന്റെ നിഴലാ ണിത്. ഇനി എന്തു ചെയ്യണമെന്ന് എനിക്ക് അറിയില്ല. ഇന്നു രാവിലെ യാണ് ഞാൻ താങ്കളെക്കുറിച്ച് ഓർത്തതും അങ്ങയുടെ ഉപദേശം നേടാൻ തോന്നിയതും. ഒന്നും മറച്ചുവെക്കാതെ എല്ലാം ഞാൻ പറഞ്ഞുകഴിഞ്ഞു. ഇതിൽനിന്ന് മോചനത്തിനായി ഇനിയെന്തു ചെയ്യണമെന്ന് ദയവായി പറഞ്ഞുതരൂ. എന്തെങ്കിലും ഇനിയും വിശദമാക്കാനുണ്ടെങ്കിൽ ദയവായി ചോദിച്ചാലും. എങ്ങനെയെങ്കിലും എന്നെ ഈ ദുരിതത്തിൽനിന്നും കര കയറ്റൂ."

ഹോംസും ഞാനും ഈ വിവരണം മുഴുവൻ കേട്ടിരുന്നു. ഒതുക്ക മില്ലാതെ, സംഭവങ്ങൾക്ക് പ്രത്യേക അടുക്കും ചിട്ടയുമില്ലാതെയാണ് ഇയാളിത്ര നേരവും സംസാരിച്ചത്. ഹോംസ് അല്പനേരം താടിക്കു കൈയുംകൊടുത്ത് ചിന്തിച്ചിരുന്നു.

"പറയൂ താങ്കൾ കണ്ടത് ഒരു മനുഷ്യമുഖം തന്നെയാണോ?" ഹോംസ് ചോദിച്ചു.

"എല്ലായ്പോഴും കുറച്ചകലെനിന്നു മാത്രമാണ് ഞാനതു കണ്ടത്. അതുകൊണ്ടുതന്നെ ഉറപ്പിച്ചുപറയുക വയ്യ."

"എന്നാലും താങ്കൾക്ക് ആ മുഖം ഓർക്കുന്നത് വെറുപ്പാണ് അല്ലേ?"

"അതിന് സ്വാഭാവികമല്ലാത്ത ഒരു നിറവും വികാരമില്ലാത്ത ഒരു മുഖ ഭാവവുമുണ്ടായിരുന്നു. നോക്കുമ്പോഴേക്കും അപ്രത്യക്ഷമാവുകയും ചെയ്യുമായിരുന്നു, ഒരു ഞെട്ടലോടെ."

"താങ്കളുടെ ഭാര്യ നൂറ് പൗണ്ട് ചോദിച്ചുകഴിഞ്ഞിട്ട് ഇപ്പോൾ എത്ര മാസമായി?"

"ഏതാണ്ട് രണ്ടുമാസം."

"എന്നെങ്കിലും താങ്കൾ അവരുടെ ഭർത്താവിന്റെ ഫോട്ടോ കണ്ടി ട്ടുണ്ടോ?"

"ഇല്ല. അയാളുടെ മരണശേഷം അധികം താമസിയാതെ തന്നെ അറ്റ്ലാന്റിലുണ്ടായ തീപ്പിടുത്തത്തിൽ എല്ലാം നശിച്ചുപോയി."

"എന്നിട്ടും അവരുടെ കൈയിൽ ഭർത്താവിന്റെ മരണസർട്ടിഫിക്കറ്റുണ്ടായിരുന്നു. അത് താങ്കൾ കാണുകയും ചെയ്തു?"

"അത് അവൾ പിന്നീട് ഡ്യൂപ്ലിക്കേറ്റ് ഉണ്ടാക്കിയതാണ്."

"അമേരിക്കയിൽ അവരെ പരിചയമുള്ള ആരെയെങ്കിലും താങ്കൾ കണ്ടുമുട്ടുകയുണ്ടായോ?"

"ഇല്ല."

"എപ്പോഴെങ്കിലും അവർക്ക് വീണ്ടും അവിടെ പോകണമെന്ന് പറയുകയുണ്ടായോ?"

"ഇല്ല."

"എന്തെങ്കിലും കത്തിടപാടുകൾ... അവിടെനിന്ന്?"

"എന്റെ അറിവിൽ ഇല്ല."

"താങ്ക്യൂ മി. ജാക്ക്. ഇനി നമ്മൾക്ക് സംഭവത്തിലേക്ക് മടങ്ങിവരാം. ആ വീട് വിജനമാണെങ്കിൽ കാര്യങ്ങൾ അത്ര എളുപ്പമാവില്ല. പക്ഷേ, എനിക്കു തോന്നുന്നത് നിങ്ങളുടെ വരവ് മുൻകൂട്ടിയറിഞ്ഞ് വീട്ടിലുള്ളവർ മാറിക്കളഞ്ഞതാണെന്നാണ്. അങ്ങനെയെങ്കിൽ എളുപ്പത്തിൽ കാര്യങ്ങൾ പരിഹരിക്കാം. താങ്കൾ നോർബുറിയിലേക്ക് ഉടനെ തിരിച്ചുപോവണം. അവിടെ പോയി ആ ജനാലകൾ പുറത്തുനിന്നും നിരീക്ഷിക്കുക. അവർ മടങ്ങിയെത്തിയെന്ന് ഉറപ്പിച്ചുകഴിഞ്ഞാൽ വീട്ടിനകത്തേക്ക് തള്ളിക്കയറുകയൊന്നും ചെയ്യരുത്. പകരം ഞങ്ങളെ വിവരമറിയിക്കുക. ഒരു കേബിൾ അയച്ചാൽ മതിയാകും. ഒരു മണിക്കൂറിനകം ഞങ്ങൾ അവിടെയെത്തിക്കൊള്ളാം. ഈ പ്രശ്നങ്ങൾക്ക് ഒരു അവസാനം കണ്ടെത്തുകയും ചെയ്യാം."

"അതൊരൊഴിഞ്ഞ വീടാണെങ്കിൽ?"

"എങ്കിൽ ഞാൻ നാളെ അവിടെയെത്താം. എന്നിട്ട് വിശദമായി സംസാരിക്കാം. എന്തായാലും ഇപ്പോൾ നമുക്ക് പിരിയാം. ഒരു കാര്യം മനസ്സിലാക്കുക. കാരണമില്ലാതെ താങ്കൾ മനസ്സു വിഷമിപ്പിക്കുന്നതിൽ അർത്ഥമില്ല."

"മി. വാട്സൺ എനിക്ക് ഇതൊരു സുഖമുള്ള ഏർപ്പാടാണെന്ന് തോന്നുന്നില്ല." മി. ഗ്രാന്റ് മൺറോയെ വാതിൽവരെ അനുഗമിച്ച് തിരിച്ചുവന്ന ഹോംസ് പറഞ്ഞു. "എന്തു തോന്നുന്നു?"

"എവിടെയോ ഒരു പിശകുള്ളതുപോലെ." ഞാൻ പറഞ്ഞു.

"അതെ, ബ്ലാക്മെയിൽ തന്നെയെന്ന് തോന്നുന്നു. എങ്കിൽ ആരായിരിക്കും ആ ബ്ലാക്ക്മെയിലർ?"

"അത് അവരുടെ പൂർണകായ ചിത്രം ആസ്വദിച്ച് ആ മുറിയിൽ കഴിയുന്ന ജന്തുതന്നെ. മി. വാട്സൺ, ആ വാതിൽക്കൽ വന്നുമറയുന്ന

മുഖത്തിന് ഒരു പ്രത്യേക വശ്യതയുണ്ട്. ഇത്തരം സംഭവങ്ങൾ വിരൽ ചൂണ്ടുന്നത് ഒരേ കാര്യത്തിലേക്കാണ്."

"എന്തുകാര്യം?"

"വെറും ഒരു ഭാവന മാത്രമാണ്. ഇത് ശരിയായാൽ എനിക്ക് അദ്ഭുതം തോന്നുകയുമില്ല. ആ സ്ത്രീയുടെ മുൻഭർത്താവാണ് ആ മുറിയിലുള്ളത്."

"എന്താണ് അങ്ങനെ തോന്നാൻ കാരണം?"

"അവരുടെ രണ്ടാമത്തെ ഭർത്താവ് വീട്ടിനുള്ളിൽ പ്രവേശിക്കരുതെന്ന് അവർക്കെന്താണ് ഇത്ര നിർബന്ധം? ഞാൻ ഊഹിക്കുന്നത് ഈ വഴിക്കാണ്. ആ സ്ത്രീ അമേരിക്കയിൽവച്ചു വിവാഹിതയായി. അവളുടെ ഭർത്താവ് ഏതോ സ്വഭാവദൂഷ്യങ്ങൾക്ക് അടിമപ്പെട്ടവനായിരുന്നിരിക്കാം. അല്ലെങ്കിൽ അയാൾക്ക് വല്ല മാരകരോഗവും പിടിപെട്ടിരുന്നിരിക്കാം. ബീഭത്സമായ ഏതെങ്കിലും രോഗം - കുഷ്ഠമോ, അങ്ങനെ എന്തെങ്കിലും. അയാളെ ഉപേക്ഷിച്ച് ഇവർ ഇംഗ്ലണ്ടിലേക്ക് കടക്കുന്നു. പേരുമാറ്റി പുതിയ വിവാഹബന്ധത്തിലേർപ്പെടുന്നു. അവർ വിവാഹിതരായിട്ട് മൂന്നുവർഷം കഴിഞ്ഞു. അവർക്ക് ഇപ്പോൾ സുരക്ഷിതത്വമായി. മരണപ്പെട്ട ആരുടെയെങ്കിലും സർട്ടിഫിക്കറ്റാവും അവർ മൺറോയെ കാണിച്ചത്. എല്ലാം ഭദ്രമാണെന്ന് കരുതിയിരിക്കുമ്പോഴാണ് പഴയ ഭർത്താവ് അവളെ കണ്ടുപിടിക്കുന്നത്. അയാൾ ഇവരെക്കുറിച്ച് മനസ്സിലാക്കിയശേഷം ബ്ലാക്ക്മെയിലിങ്ങിനായി ശ്രമിക്കുന്നു. നൂറ് പൗണ്ട് അയച്ചുകൊടുത്ത് അയാളെ ശാന്തനാക്കാൻ അവർ ശ്രമിച്ചുനോക്കി. നോർബുറിയിൽ അയാൾ എത്തിയത് മൺറോയിൽനിന്ന് പുതിയ താമസക്കാരെത്തിയ വിവരം അറിയുമ്പോൾ തന്നെ ആ സ്ത്രീ ഊഹിച്ചിരിക്കണം. ഭർത്താവ് ഉറക്കമായപ്പോൾ, തന്നെ ശാന്തമായി ജീവിക്കാൻ അനുവദിക്കണമെന്നപേക്ഷിച്ച് അവർ അവിടെ ചെന്നുകാണും. ആ ശ്രമം പരാജയപ്പെട്ടിട്ടുണ്ടാകാം. അതുകൊണ്ടാകാം വീണ്ടും അവിടെ പോയത്. അവിടെനിന്നിറങ്ങുമ്പോഴാണ് മൺറോ അവരെ കാണുന്നത്. ഇനി അവിടെ പോകില്ലെന്ന് ഉറപ്പ് കൊടുത്തെങ്കിലും അയാളെ ഭയന്നാകണം മൂന്നാംദിവസവും അവർ ആ വീട്ടിൽ ചെല്ലുന്നത്. ഒരുപക്ഷേ, ആ ഫോട്ടോ അയാൾ ആശ്യപ്പെട്ടതാവാം. ഇതിനിടയ്ക്ക് മൺറോ മടങ്ങിയെത്തിയത് അറിയിക്കാൻ വേലക്കാരിയെത്തിയ ഉടനെ വീട്ടിലുള്ളവർ അടുത്തുള്ള ഫിർതോട്ടത്തിൽ ചെന്ന് ഒളിച്ചിരുന്നിട്ടുണ്ടാവണം. അതും വേലക്കാരിയുടെ നിർദ്ദേശപ്രകാരമാവാൻ വഴിയുണ്ട്. മൺറോ വീട്ടിൽ എത്താൻ സാധ്യതയുണ്ടെന്ന് അവർ പറഞ്ഞുകാണും. അതുകൊണ്ടാണ് വീട്ടിനകത്ത് അയാൾ ആരെയും കാണാഞ്ഞത്. മൺറോ ഇന്നു വൈകുന്നേരം വീട്ടിലെത്തുമ്പോഴും അതൊഴിഞ്ഞുതന്നെ കിടക്കുന്നുവെങ്കിൽ പിന്നെ എനിക്കൊന്നും പറയാനില്ല. എന്റെ നിഗമനത്തെക്കുറിച്ച് എന്തു പറയുന്നു വാട്സൺ?"

"എല്ലാം സംഭവിക്കാവുന്നതാണ്."

"പക്ഷേ, കിട്ടിയ വിവരങ്ങളൊക്കെവെച്ച് ഞാനൊരു തിയറിയുണ്ടാക്കിയതാണ്. ഇനി പുതിയ വിവരങ്ങൾ കിട്ടുമ്പോൾ നമുക്ക് പുനഃപരിശോധിക്കാൻ എളുപ്പമാണ്. കൂട്ടുകയോ കുറയ്ക്കുകയോ ഒക്കെ ചെയ്യാം. നോർബ്യുറിയിൽനിന്ന് എന്തെങ്കിലും വരട്ടെ. എന്നിട്ടാവാം നമുക്ക് പ്ലാൻ ചെയ്യാൻ."

ഞങ്ങൾക്ക് അധികം കാത്തിരിക്കേണ്ടിവന്നില്ല. ചായ കുടിച്ചുകഴിഞ്ഞ് വിശ്രമിക്കുമ്പോൾ ആ ടെലഗ്രാം വന്നു.

"കോട്ടേജിൽ താമസക്കാരെത്തി. ജനാലയ്ക്കിൽ വീണ്ടും ആ മുഖം കണ്ടു. നിങ്ങൾ ഏഴുമണിക്കുള്ള ട്രെയിനിൽ വരുമെന്ന് കരുതുന്നു. നിങ്ങൾ വരുന്നതുവരെ ഞാനൊന്നും ചെയ്യില്ല."

ഞങ്ങൾ തീവണ്ടിയിൽനിന്ന് പ്ലാറ്റ്ഫോമിലിറങ്ങിയതും മൺറോയെ കണ്ടു. അയാൾ കാത്തുനില്പുണ്ടായിരുന്നു. മുഖമാകെ വിറങ്ങലിച്ച്, ക്ഷോഭം അയാളുടെ മുഖത്ത് പ്രതിഫലിച്ചു.

"അവരിപ്പോഴും ഇവിടെത്തന്നെയുണ്ട് മി. ഹോംസ്." ഹോംസിന്റെ കൈ പിടിച്ചുകൊണ്ട് മൺറോ പറഞ്ഞു. "ഞാൻ അതുവഴി വരുമ്പോൾ അകത്ത് വിളക്കുകൾ പ്രകാശിക്കുന്നുണ്ട്. നമുക്കിപ്പോൾ തന്നെ ഈ നാടകം അവസാനിപ്പിക്കണം."

"അപ്പോൾ എന്താണ് പ്ലാൻ ചെയ്തിരിക്കുന്നത്?" ഹോംസ് ചോദിച്ചു.

നിരത്തിൽ മരക്കൂട്ടങ്ങൾക്കിടയിൽ ഇരുട്ട് കയറിവന്നു.

"ഞാൻ അകത്തേക്ക് തള്ളിക്കയറുവാൻ തീരുമാനിച്ചു. നിങ്ങൾ രണ്ടുപേരും എന്റെ കൂടെയുണ്ടാവണം സാക്ഷികളായി."

"നിങ്ങളുടെ ഭാര്യയുടെ മുന്നറിയിപ്പ് അപ്പോൾ വകവെയ്ക്കുന്നില്ല അല്ലേ?"

"അതെ. ഞാൻ തീരുമാനിച്ചുറപ്പിച്ചുകഴിഞ്ഞു."

"അതെ, ഇതു തന്നെയാവണം ഉചിതമായ തീരുമാനം എന്ന് എനിക്കും തോന്നുന്നു. അനിശ്ചിതമായി നീളുന്ന സംശയത്തേക്കാൾ എത്രയോ ഭേദം അറിയുന്ന അസുഖകരമായ സത്യം തന്നെയാണ്. നമുക്ക് അങ്ങോട്ട് നീങ്ങാം. നിയമപരമായി നമ്മൾ ചെയ്യുന്നതിന് സാധുതയില്ലെങ്കിലും."

കട്ടികൂടിവന്ന ഇരുട്ടിൽ നേർത്ത മഴത്തുള്ളികൾ കൂടി വീണുതുടങ്ങിയപ്പോൾ രാത്രിക്ക് പിന്നെയും അവ്യക്തത കൈവന്നു. കുറ്റിച്ചെടികൾ കാടുപോലെ വളർന്ന നിരത്തിലൂടെ ഞങ്ങൾ ഇടവഴിയിലേക്ക് കയറിയപ്പോഴേക്കും മഴ ശരിക്കും പെയ്തുതുടങ്ങി. മുന്നിൽ അക്ഷമയോടെ മൺറോ ലക്ഷ്യസ്ഥലത്തേക്ക് ഓടുകയായിരുന്നു. ഞങ്ങൾ അയാൾക്കൊപ്പം എത്താൻ പാടുപെട്ടു.

ദൂരെ അയാളുടെ വീട് ചൂണ്ടിക്കാണിച്ച് മൺറോ പറഞ്ഞു.

"അതാ അതാണ് എന്റെ വീട്. ഇതാ ഈ കാണുന്ന വിളക്കുകൾ നമ്മൾ കയറാനുദ്ദേശിക്കുന്ന കോട്ടേജിലേയും."

ഇടവഴിയിൽനിന്ന് തിരിഞ്ഞ് ഒരു മൂലയിലെത്തിയപ്പോൾ കോട്ടേജ് മുഴുവനായി കാണാറായി. മുൻവശത്തെ വാതിൽ തുറന്നുകിടന്നു. മുകളിലത്തെ മുറിയിൽ വെളിച്ചം കണ്ടു. അകത്ത് ജനാലയിലെ കർട്ടന് പിന്നിൽ ഒരു രൂപം നീങ്ങുന്നതു കാണാം.

"അതാ ആ അനങ്ങുന്നതാണ് ആ ജന്തു. അവിടെ മറ്റാരോ കൂടി യുണ്ട്. വരൂ. നമുക്ക് എല്ലാം ഇപ്പോൾ തന്നെ അറിയണം." മൺറോ പറഞ്ഞു.

ഞങ്ങൾ വാതിൽക്കലേക്ക് നടന്നുതുടങ്ങിയതും ഇരുട്ടിൽനിന്ന് പെട്ടെന്ന് ഒരു സ്ത്രീ കയറിവന്നു. അവരുടെ മുഖം ശരിക്ക് കാണാൻ കഴിഞ്ഞില്ല. കൂപ്പിയ കൈകളോടെ അവർ അഭ്യർത്ഥിച്ചു.

"ദൈവത്തെയോർത്ത് അരുത്, ജാക്ക്. എനിക്ക് ഒരു ഉൾവിളിയുണ്ടാ യിരുന്നു, താങ്കൾ ഇന്നു വരുമെന്ന്. എന്നെ വിശ്വസിക്കൂ. ഒന്നുകൂടി ചിന്തിക്കൂ. ഇതിൽനിന്ന് പിന്മാറൂ. എങ്കിൽ താങ്കൾക്കിനി ദുഃഖിക്കേണ്ടി വരില്ല."

"എഫീ, ഞാൻ നിന്നെ ആവശ്യത്തിലധികം വിശ്വസിച്ചുകഴിഞ്ഞു. ഇനി എനിക്ക് അകത്തുകടന്നേ പറ്റൂ." മൺറോ ഗൗരവമായി തന്നെ പറഞ്ഞു. "ഇവരൊക്കെ എന്റെ സുഹൃത്തുക്കളാണ്. ഈ ഏർപ്പാട് ഇന്ന വസാനിപ്പിക്കണം." അവളെ തള്ളിമാറ്റി മൺറോ മുന്നോട്ട് നീങ്ങി. തൊട്ടു പിന്നിൽ ഞങ്ങളും വാതിൽ കടന്ന് ഉള്ളിലേക്ക് നീങ്ങിയപ്പോൾ പ്രായ മായ ഒരു സ്ത്രീ ഓടിയെത്തി. അവരേയും തള്ളിമാറ്റി മൺറോ മുന്നോട്ടു നീങ്ങി. പുറകെ ഞങ്ങളും.

ഞങ്ങൾ ഒന്നാംനിലയിലേക്ക് ഓടിക്കയറി. വെളിച്ചമുള്ള മുറിയിലേക്ക് മൺറോയും ഞങ്ങളും പ്രവേശിച്ചു.

നന്നായി ഫർണീഷ് ചെയ്ത മുറി. മേശപ്പുറത്തും അലമാരയുടെ മുകളിലുമൊക്കെ മെഴുകുതിരി കത്തുന്നുണ്ടായിരുന്നു. മൂലയ്ക്ക് മേശ യിൽ കൈകളൂന്നി ഒരു പെൺകുട്ടി ഇരിക്കുന്നു. ഞങ്ങളെ കണ്ടതും അവർ മുഖം തിരിച്ചുകളഞ്ഞു. ചുവന്ന ഫ്രോക്കും വെളുത്ത കൈയു റയും ധരിച്ച അവളുടെ പ്രകൃതം കാണാൻ നല്ല ഭംഗിയുണ്ട്. അവൾ മുഖം തിരിച്ച് ഞങ്ങളെ നോക്കിയപ്പോൾ, ഞങ്ങൾ നിലവിളിച്ചുപോയി. അത്രയ്ക്ക് ഭയാനകം ആയിരുന്നു ആ മുഖം. നിർവ്വികാരവും വിവർണ്ണ വുമായ ഒരു 'മഞ്ഞമുഖം'. ഞൊടിയിടയിൽ ഹോംസ് ആ രഹസ്യത്തിന്റെ കെട്ടഴിച്ചു. അവളുടെ മുഖത്തുനിന്നും ആ പൊയ്മുഖം ഒരു ചെറിയ ചിരി യോടെ ഹോംസ് വലിച്ചെടുത്തു. ഇപ്പോൾ കാക്കയെ തോല്പിക്കുന്ന കറുത്തിരുണ്ട ഒരു നീഗ്രോ ബാലിക തന്റെ വെളുത്ത പല്ലുകൾ കാട്ടി

ഇളിച്ചുകൊണ്ടുനില്ക്കുന്നു! അവൾ ചിരിക്കുകയാണ് ഉറക്കെ. ഞങ്ങൾക്കും അതിൽ പങ്കുചേരാതിരിക്കാനായില്ല. പക്ഷേ, മൺറോ എന്തു ചെയ്യണമെന്നറിയാതെ, പല്ലുകൾ ഞെരിച്ചുകൊണ്ട് വിടർന്ന കണ്ണു കളോടെ അവളെ നോക്കിനിന്നു.

"ദൈവമേ, എന്തൊക്കെയാണീ കാണുന്നത്?"

"ഇതിന്റെയൊക്കെ അർത്ഥം ഞാൻതന്നെ വിവരിക്കാം."

എഫി മുറിയിലേക്ക് കയറി, അഭിമാനം സ്ഫുരിക്കുന്ന കണ്ണുകളോടെ ഉറക്കെ പറഞ്ഞുതുടങ്ങി.

"ഇതുവരെ ഞാനത് പറയാതെയിരുന്നു. ഇപ്പോൾ അങ്ങുതന്നെ അത് പറയാൻ നിർബന്ധിക്കുന്നു. ഇനി നമുക്കീ രഹസ്യം ഒരുമിച്ച് പരസ്യ മാക്കാം. അറ്റ്ലാന്റയിൽവെച്ച് എന്റെ ഭർത്താവ് മരിച്ചു. പക്ഷേ, എന്റെ കുഞ്ഞ് രക്ഷപ്പെട്ടു!"

"നിന്റെ കുഞ്ഞ്!"

അവൾ മാറിടത്തിൽ തൂങ്ങിക്കിടന്ന വെള്ളിലോക്കറ്റ് നീട്ടി പറഞ്ഞു.

"ഇത് നിങ്ങൾ കണ്ടിട്ടില്ലല്ലൊ?"

അതിന്റെയൊരറ്റത്ത് ചെറിയ സ്പ്രിംഗിൽ സ്പർശിച്ചതും ലോക്കറ്റ് തുറന്നു. ഒറ്റനോട്ടത്തിൽ ആകർഷകമാർന്ന മുഖത്തോടെ ഒരു ആഫ്രി ക്കൻ വംശജന്റെ ചിത്രമായിരുന്നു അതിൽ. സുമുഖനും ബുദ്ധിമാനു മാണെന്ന് വിളിച്ചോതുന്നതായിരുന്നു അയാളുടെ മുഖം.

"ഇതാണ് ജോൺ ഹെബ്രോൺ." അവർ പറഞ്ഞുതുടങ്ങി. "ഇത്രയും മാന്യനും സുമുഖനുമായ ഒരു മനുഷ്യൻ ഭൂമുഖത്ത് വേറെ ജനിച്ചിട്ടു ണ്ടാവില്ല. ഞാൻ അഭിമാനത്തോടെ എന്റെ കുടുംബത്തെയും സുഹൃ ത്തുക്കളെയും വിട്ട് അദ്ദേഹത്തെ വിവാഹം കഴിച്ചുജീവിച്ചു. എനിക്കതിൽ തെല്ലും പരിതാപമില്ല. ഞങ്ങളുടെ ഏകമകൾ അദ്ദേഹത്തിന്റെ വംശസ്വ ഭാവത്തിലായി എന്നത് എന്റെ നിർഭാഗ്യം. കൊച്ചുലൂസിക്ക് അവളുടെ അച്ഛനേക്കാൾ കറുപ്പാണ്. ഇത്തരം ബന്ധങ്ങളിൽ എപ്പോഴും അങ്ങനെ യാണല്ലൊ സംഭവിക്കാറ്. അവൾ എന്റെ സ്വന്തം മകളാണ്. അവളുടെ അമ്മയുടെ പൊന്നോമന." ഇതുകേട്ടുനില്ക്കുന്ന ആ കൊച്ചുകുട്ടി ഓടി വന്ന് അമ്മയുടെ ഗൗണിൽ തൂങ്ങി.

"അവളുടെ ആരോഗ്യം വളരെ മോശമായിരുന്നു. അതുകൊണ്ടാണ് അവളെ പെട്ടെന്ന് അമേരിക്കയിൽനിന്ന് കൊണ്ടുവരാഞ്ഞത്. പെട്ടെ ന്നൊരു മാറ്റം ഒരുപക്ഷേ, അവൾക്ക് താങ്ങാനായില്ലെങ്കിലോ!"

അവൾ തുടർന്നു. "ഞങ്ങളുടെ വളരെ വിശ്വസ്തയായ സ്കോട്ടിഷ് വേലക്കാരിയെ ഏല്പിച്ച് ഞാൻ മാത്രം ഇങ്ങോട്ടുപോന്നു. കുഞ്ഞിനെ ഉപേക്ഷിക്കുകയെന്നത് എന്റെ വിദൂരസ്വപ്നങ്ങളിൽപോലും ഉണ്ടായിരു ന്നില്ല. പക്ഷേ, ജാക്ക്, നമ്മൾ അടുത്തുകഴിഞ്ഞതോടെ, തമ്മിൽ ഇത്ര

യധികം സ്നേഹിച്ചുകഴിഞ്ഞതോടെ എന്റെ കുഞ്ഞിനെക്കുറിച്ച് പറയാൻ എനിക്കു ഭയമായി. എന്റെ ധൈര്യമില്ലായ്മ. ദൈവം എന്നോട് പൊറുക്കട്ടെ. സത്യം പറഞ്ഞാൽ എന്റെ കുഞ്ഞിനെയോ അല്ലെങ്കിൽ എന്റെ സ്നേഹഭാജനത്തെയോ ഒരാളെ തെരഞ്ഞെടുക്കേണ്ടതായി വന്നപ്പോൾ ഞാൻ കുഞ്ഞിനെ വിട്ട് താങ്കളുടെ കൂടെ പോന്നു.

മൂന്നു വർഷം ഞാൻ ഈ സത്യം അങ്ങയിൽനിന്നും മറച്ചുവെച്ചു. കുഞ്ഞ് സുഖമായി കഴിയുന്നുവെന്നും അവളുടെ ദിവസേനയുള്ള വളർച്ചാവിശേഷങ്ങളും ഞാൻ പരിചാരികയിൽനിന്നും അറിഞ്ഞുകൊണ്ടിരുന്നു. അവസാനം എന്റെ കുഞ്ഞിനെ ഒരു നോക്കു കാണുവാനുള്ള ആഗ്രഹം എനിക്ക് അടക്കാനാവാതെയായി. അപകടമാണെന്ന് അറിഞ്ഞുകൊണ്ടുതന്നെ കുറച്ചുകാലത്തേക്കെങ്കിലും അവളെ നോർബ്യുറിയിലേക്ക് കൊണ്ടുവരുവാൻ ഞാൻ തീരുമാനിച്ചു. അതിനുവേണ്ടി നൂറ് പൗണ്ട് ഇവർക്കു കൊടുത്ത് ഒഴിഞ്ഞുകിടക്കുന്ന ഈ വീടും ഞാൻ വാടകയ്ക്കെടുത്തു.

ആരുമറിയാതെ, ഞാൻപോലും അറിയാതെ വേണം ഈ ഒരുക്കങ്ങൾ എന്ന് ഞാൻ വേലക്കാരിയെ പ്രത്യേകം പറഞ്ഞു ചട്ടംകെട്ടിയിരുന്നു. എത്രമാത്രം മുൻകരുതലുകൾ ഞങ്ങൾ എടുത്തിരുന്നുവെന്നോ? പകൽസമയങ്ങളിൽ കുട്ടിയെ പുറത്ത് കൊണ്ടുപോവരുതെന്നും വീട്ടിനകത്തിരിക്കുമ്പോഴും കുട്ടിയുടെ മുഖവും കൈകളും മറയ്ക്കണമെന്നും ഞാൻ പറഞ്ഞേല്പിച്ചിരുന്നു. ഒരു നീഗ്രോ കുട്ടി താമസം തുടങ്ങിയ കാര്യം പുറംലോകം അറിയാതിരിക്കാൻ വേണ്ടിയായിരുന്നു ഈ ഒരുക്കങ്ങളെല്ലാം. പക്ഷേ, ഇത്രയൊക്കെ കരുതലുകൾ ഇല്ലായിരുന്നുവെങ്കിൽ ഒരുപക്ഷേ, ഇത്രയേറെ അപകടങ്ങളും സംഭവിക്കില്ലായിരുന്നു എന്ന് എനിക്കു തോന്നുന്നു. ഏതായാലും ഭയംമൂലം ഞാനാകെ ഭ്രാന്തിയായി മാറുകയായിരുന്നു.

ഈ വീട് ഒഴിഞ്ഞുകിടക്കുന്നുവെന്നും പിന്നീട് ഇവിടെ ആർക്കാർ താമസത്തിന് എത്തിയെന്നും, ജാക്ക്, അങ്ങുതന്നെയാണ് എന്നെ അറിയിച്ചത്. എനിക്ക് നേരം പുലരുന്നതുവരെ ക്ഷമിക്കാമായിരുന്നു. പക്ഷേ, എന്റെ ആകാംക്ഷ, കുഞ്ഞിനെ കാണാനുള്ള കൊതി എന്നെ ഉറങ്ങാൻ സമ്മതിച്ചില്ല. അങ്ങ് ഉണരില്ല എന്നു കരുതി അന്ന് രാത്രിതന്നെ പതുക്കെ ഞാൻ പുറത്തിറങ്ങി. എല്ലാ കുഴപ്പങ്ങളും തുടങ്ങിയത് അവിടെനിന്നാണ്. പിറ്റേദിവസം തന്നെ അങ്ങേയ്ക്ക് ഈ രഹസ്യങ്ങളൊക്കെ കണ്ടുപിടിക്കാമായിരുന്നു. പക്ഷേ, എന്റെ വാക്ക് വിശ്വസിച്ച് അങ്ങ് വന്ന നിമിഷം വേലക്കാരി കുട്ടിയുമായി തഞ്ചത്തിൽ മറഞ്ഞുനിന്നു. ഇതാ ഇപ്പോൾ താങ്കൾ എല്ലാം അറിഞ്ഞുകഴിഞ്ഞു. ഇനി എന്താണ്, എനിക്കും കുഞ്ഞിനും ഇനിയെന്ത് എന്ന് അങ്ങുതന്നെ പറഞ്ഞാലും." കൈകൾ കൂപ്പിപ്പിടിച്ച് അവർ ഉത്തരത്തിനായി കാത്തുനിന്നു.

ദീർഘമായ ഒരു ഇടവേളയ്ക്കുശേഷം മൺറോ തന്നെ മറുപടി പറഞ്ഞു. അതാകട്ടെ വളരെ ഹൃദയഹാരിയായി എനിക്ക് അനുഭവപ്പെട്ടു. കുഞ്ഞിനെ പൊക്കിയെടുത്ത് കവിളിൽ ഉമ്മവെച്ച് ഭാര്യയെ ആശ്ലേഷിച്ചു കൊണ്ട് അയാൾ വാതിലിനടുത്തേക്ക് നീങ്ങി.

"എല്ലാ കാര്യങ്ങളും നമുക്ക് വീട്ടിലെത്തിയശേഷം വിശദമായി സംസാരിച്ച് തീരുമാനിക്കാം!" അയാൾ പറഞ്ഞു. "ഞാൻ അത്ര നല്ല ആളൊന്നുമല്ലായിരിക്കാം. എന്നാൽ നീ വിചാരിക്കുന്നത്ര മോശക്കാരനും അല്ല."

ഹോംസും ഞാനും മൺറോയെ പിന്തുടർന്നു. എന്റെ കൈപിടിച്ചു കൊണ്ട് ഹോംസ് പറഞ്ഞു.

"നമ്മുടെ സാന്നിധ്യം ഇപ്പോൾ ആവശ്യം നോർബുറിയിലേക്കാൾ ലണ്ടനിലാണെന്ന് തോന്നുന്നു."

അന്നു രാത്രി മെഴുകുതിരി കത്തിച്ച് കിടപ്പുമുറിയിലേക്ക് പോകുന്നതു വരെ ഹോംസ് നിശ്ശബ്ദനായിരുന്നു.

"വാട്സൺ." അദ്ദേഹം പറഞ്ഞു. "ഇനി എപ്പോഴെങ്കിലും എന്നിൽ അമിതവിശ്വാസം കാണുകയോ കേസ്സുകളിൽ ആവശ്യത്തിന് ഉത്സാഹം കാണിക്കാതിരിക്കുകയോ ചെയ്യുമ്പോൾ അങ്ങ് ദയവുചെയ്ത് എന്റെ ചെവിയിൽ പതുക്കെ മന്ത്രിക്കുക."

"ഓർക്കുക – നോർബുറി!"

ഒരു പാവം ദല്ലാൾ

എന്റെ വിവാഹം കഴിഞ്ഞ് അധികം വൈകുന്നതിനുമുമ്പുതന്നെ ഞാൻ പാഡിംഗ്ടൺ ജില്ലയിൽ ഒരു ഡിസ്പെൻസറി വിലയ്ക്കെടുത്തു. അതിന്റെ ഉടമ മി. ഫാർക്കർ വാർദ്ധക്യസഹജമായ രോഗങ്ങളാൽ കഷ്ടപ്പെടുക യായിരുന്നു. ഒരുകാലത്ത് നല്ല പ്രാക്ടീസുണ്ടായിരുന്ന ഡിസ്പെൻസറി ആയിരുന്നു അത്. അദ്ദേഹത്തിന്റെ അസുഖം കാരണം പ്രാക്ടീസ് കുറ യാനും ജനം വിശ്വാസം നഷ്ടപ്പെട്ട് ആ ഡിസ്പെൻസറിയെ ഉപേക്ഷിച്ച നിലയിൽ കാണപ്പെടാനും തുടങ്ങിയതോടെയാണ് പുതിയ ഉത്സാഹവും പ്രതീക്ഷകളുമായി ഞാൻ രംഗത്തെത്തിയത്.

പുതിയ പ്രാക്ടീസ് ആരംഭിച്ചുകഴിഞ്ഞ് മൂന്നുമാസത്തോളം എന്റെ സുഹൃത്തായ ഷെർലക് ഹോംസിനെ ഞാൻ കണ്ടതേയില്ല. പ്രാക്ടീ സിൽ ഇരുപത്തിനാലുമണിക്കൂറും മുഴുകിയതുകൊണ്ട് ബേക്കർ സ്ട്രീറ്റിൽ പോകാനോ ഹോംസിനെ ബന്ധപ്പെടാനോ എനിക്കു കഴിഞ്ഞിരുന്നില്ല. എന്റെ സുഹൃത്താണെങ്കിൽ അത്യാവശ്യ കാര്യത്തിനല്ലാതെ പുറത്തിറ ങ്ങുന്ന സ്വഭാവക്കാരനും ആയിരുന്നില്ല. അങ്ങനെയിരിക്കെ പ്രഭാതഭ ക്ഷണം കഴിഞ്ഞ് 'ബ്രിട്ടീഷ് മെഡിക്കൽ ജേർണൽ' വായിച്ചുകൊണ്ടിരി ക്കുമ്പോൾ പെട്ടെന്ന് ഒരു ദിവസം ഒരു മുന്നറിയിപ്പും കൂടാതെ അദ്ദേഹം കയറിവന്നു. ആദ്യം കോളിംഗ്ബെൽ കേട്ടു. പുറകെ സുഹൃത്തിന്റെ പരുഷമായ ശബ്ദവും.

"ഓ- മൈഡിയർ വാട്സൺ" മുറിയിലേക്ക് കടന്ന് അദ്ദേഹം പറഞ്ഞു. "വീണ്ടും കണ്ടതിൽ സന്തോഷം. 'നാൽവർസംഘ'[*] ത്തിന്റെ സാഹസ സംഭവങ്ങളിൽനിന്നും പൂർണമായും മുക്തി നേടിക്കഴിഞ്ഞു എന്നു കരു തുന്നു."

"നന്ദി മി. ഹോംസ്. ഞങ്ങൾ രണ്ടുപേരും സുഖമായി ഇരിക്കുന്നു."

അദ്ദേഹത്തിന്റെ രണ്ടു കൈയും കൂട്ടിപ്പിടിച്ച് ഞാൻ പറഞ്ഞു. ഹോംസ് സ്ഥിരം ഇരിക്കുന്ന ചാരുകസേരയിൽ ഇരുന്നുകൊണ്ട് ചോദിച്ചു.

---

[*] The Sign of four

“നമ്മുടെ അന്വേഷണാത്മകമായ ഗവേഷണങ്ങളിൽ താത്പര്യം കുറഞ്ഞിട്ടൊന്നുമില്ല എന്നുതന്നെ വിശ്വസിക്കട്ടെ?”

“തീർച്ചയായും. കുറഞ്ഞിട്ടില്ലെന്ന് മാത്രമല്ല, ഇന്നലെ രാത്രികൂടി ഡയറിക്കുറിപ്പുകൾ ക്രമപ്പെടുത്തുന്ന തിരക്കിലായിരുന്നു ഞാൻ.”

“താങ്കളുടെ കേസ് ഡയറിയുടെ ശേഖരം അവസാനിച്ചുകാണില്ലല്ലൊ.”

“ഒരിക്കലുമില്ല. അത്തരം സംഭവങ്ങൾക്ക് ഇനിയും സ്വാഗതം!”

“എങ്കിൽ ഇന്ന് ഒരെണ്ണമായാലോ?”

“തീർച്ചയായും. വളരെ നല്ലത്.”

“ബർമിംഗ്ഹാം വരെ പോകണമെങ്കിലോ?”

“താങ്കൾ പറയുമെങ്കിൽ...”

“അപ്പോൾ ക്ലിനിക്ക്...”

“അത് പ്രശ്നമല്ല, എന്റെ അയൽക്കാരനുണ്ട്. അദ്ദേഹം ഇല്ലാത്തപ്പോൾ അവിടുത്തെ പ്രാക്ടീസു നോക്കുന്നത് ഞാനാണ്. അതുകൊണ്ട് അദ്ദേഹത്തിന് സന്തോഷമേ ഉണ്ടാവുകയുള്ളൂ.”

“കൊള്ളാം.” ഹോംസ് ചാരുകസേരയിൽ ചാരിയിരുന്ന് പാതികണ്ണടച്ച് സൂക്ഷ്മമായി എന്നെ നോക്കി. “എന്തോ അസുഖം വന്നുപോയതുപോലെയുണ്ടല്ലോ? സമ്മർ കോൾഡ് പിടിച്ചോ?”

“കഴിഞ്ഞയാഴ്ച പനിപിടിച്ച് കിടപ്പായിരുന്നു. പക്ഷേ, അതു മുഴുവനായും മാറിയല്ലോ. എന്താ ഇപ്പോഴും അങ്ങനെ തോന്നുന്നുണ്ടോ?”

“അപ്പോൾ പനിയൊക്കെ മാറി ഉഷാറായി, അല്ലേ?”

“എങ്കിൽ എനിക്ക് പനി വന്നിരുന്നുവെന്ന് എങ്ങനെ മനസ്സിലായി?”

“വാട്സൺ, താങ്കൾക്ക് എന്റെ നിഗമനശാസ്ത്രം നല്ലവണ്ണം അറിയുന്നതല്ലേ?”

“അപ്പോൾ നിഗമനം ഉണ്ടായി അല്ലേ?”

“അതെ.”

“എന്തിൽനിന്ന്?”

“താങ്കളുടെ ചെരിപ്പിൽനിന്ന്.”

എന്റെ കാലുകളിലേക്ക് മേശക്കടിയിലൂടെ നോക്കിയശേഷം ഹോംസ് തുടർന്നു.

“താങ്കളുടെ ചെരിപ്പുകൾ പുതുപുത്തനാണ്. എന്നിട്ടും അതിന്റെ അടിഭാഗം കരിഞ്ഞിരിക്കുന്നു. ആദ്യം ഞാൻ കരുതിയത് അത് എങ്ങനെയോ നനഞ്ഞുവെന്നും പിന്നീട് ഉണക്കിയപ്പോൾ കരിഞ്ഞതായിരിക്കുമെന്നുമായിരുന്നു. എന്നാൽ കടയിലെ ലേബൽ കഷ്ണം ഇപ്പോഴും ചെരിപ്പിൽ തന്നെയുണ്ട്. ചെരിപ്പ് നനഞ്ഞിരുന്നുവെങ്കിൽ അതവിടെനിന്നും ഇളകി

പ്പോകുമായിരുന്നു. അതിന്റെ അർത്ഥം താങ്കൾ ചെരിപ്പു ധരിച്ചുകൊണ്ട് തീ കായാൻ ഇരുന്നുവെന്നാവണം. തണുത്ത ജൂൺമാസത്തിൽപോലും ആരും ചെയ്യാത്ത കാര്യം താങ്കൾ ഇപ്പോൾ ചെയ്തത് തീർച്ചയായും അസുഖംമൂലം തന്നെ ആവണം."

ഹോംസിന്റെ സ്വതസിദ്ധമായ കണ്ടെത്തലുകൾ തന്നെയാണ് ഇത്തവണയും ഞാൻ കേട്ടത്. വളരെ ലളിതമായി തോന്നിയതുകാരണമാവാം ഒന്നുകൂടി ഹോംസ് ചിരിച്ചുകൊണ്ടു തുടർന്നു.

"വിശദീകരിക്കുമ്പോൾ അല്പം കൂട്ടിപ്പറയുന്നത് എന്റെയൊരു ശീലമായിരിക്കുന്നു. കാരണങ്ങൾ ഇത്രയും നീളാതെ കാര്യം മാത്രം പറഞ്ഞാലും എല്ലാവർക്കും മനസ്സിലാവുന്നതേയുള്ളൂ. അതിരിക്കട്ടെ, ബർമിംഗ്ഹാമിലേക്ക് വരുന്നോ?"

"തീർച്ചയായും. എന്താണ് കേസ്?"

"വണ്ടിയിലിരുന്ന് ബാക്കി പറയാം. പുറത്ത് നമ്മുടെ കക്ഷി കാത്തു നില്ക്കുന്നു. നമുക്കുടനെ പുറപ്പെടാം." ഹോംസ് പറഞ്ഞു.

"ഒരു നിമിഷം, പ്ലീസ്." അയൽക്കാരനായ ഡോക്ടർ സുഹൃത്തിന് ഒരു കുറിപ്പെഴുതിവെച്ച് മുകളിൽ പോയി ഭാര്യയോട് വിവരം പറഞ്ഞ ശേഷം ഹോംസിനെയും കൂട്ടി ഞാൻ പുറത്തിറങ്ങി.

പുറത്തിറങ്ങുമ്പോൾ എന്റെ സുഹൃത്ത് ഡോക്ടറുടെ നെയിംപ്ലേറ്റ് കണ്ട് ഹോംസ് ചോദിച്ചു. "താങ്കളുടെ അയൽക്കാരനും ഡോക്ടറാണ് അല്ലേ?"

"അതെ. ഞങ്ങൾ ഒരേസമയത്ത് വാങ്ങിയതാണ് ഈ ഡിസ്പെൻസറികൾ."

"നല്ല പ്രാക്ടീസാണോ?"

"ഞങ്ങൾ രണ്ടുപേർക്കും നല്ല പ്രാക്ടീസ് തന്നെ. ഈ കെട്ടിടങ്ങൾ പണിതത് മുതൽ ഇവിടെ ഡിസ്പെൻസറികളും ഉണ്ടായിരുന്നു."

"പക്ഷേ, താങ്കൾക്കാണല്ലോ കൂടുതൽ പ്രാക്ടീസ്."

"ഏതാണ്ട് അങ്ങനെയെന്നു പറയാം. പക്ഷേ, താങ്കൾക്കെങ്ങനെ അതു മനസ്സിലായി?"

"ഈ കൽപ്പടവുകൾതന്നെ. നോക്കൂ, താങ്കളുടെ ഡിസ്പെൻസറിയിലേക്കുള്ള പടവുകൾ മൂന്നിഞ്ചോളം കൂടുതൽ തേഞ്ഞിട്ടുണ്ട്. വരൂ. നമുക്കു പോകാം."

മുന്നിൽ കാണുന്ന കുതിരവണ്ടിയിലേക്ക് വിരൽചൂണ്ടി ഹോംസ് പറഞ്ഞു. "ഇതാണ് മിസ്റ്റർ പൈക്രോഫ്റ്റ്."

"കുതിരയെ വിട്ടോളൂ. നമുക്കുള്ള ട്രെയിനുള്ള സമയമായി." ഹോംസ് തിരക്കുകൂട്ടി.

എനിക്കു പരിചയപ്പെടുത്തിയ യുവാവിനെ താത്പര്യപൂർവ്വം ഞാൻ നോക്കി. സുമുഖനും ആരോഗ്യവാനുമായ ചെറുപ്പക്കാരൻ. നല്ല രീതിയി ലുള്ള വസ്ത്രധാരണം. കറുത്ത സൂട്ടും തൊപ്പിയും പിന്നെ നൂലിഴ പോലത്തെ മീശയും ആ ശരീരത്തിന് നന്നായി ഇണങ്ങുന്നതായി തോന്നി. ലണ്ടനിൽ കളിച്ചുവളർന്ന ആളുകളുടെ ഒരു 'ട്രേഡ്മാർക്ക്' ആണ് ഈ 'സിറ്റിമാൻ' സ്റ്റൈൽ. ഇത്തരക്കാരെ 'കോക്നി' എന്ന് വിളിക്കുമെങ്കിലും നല്ല സൈനികരും അത്ലറ്റുകളും സ്പോർട്സ് താരങ്ങളും ഇവരിൽനിന്നു വരുന്നവരാണ്. ആപ്പിൾപോലെ ചുവന്ന മുഖം ഉത്സാഹം നിഴലിക്കുന്ന തായി കണ്ടുവെങ്കിലും ചുണ്ടുകൾ അവസാനിക്കുന്നിടത്തെ ചെറിയ വള വുകൾ, ഒരുതരം ഹാസ്യഭാവവും സൃഷ്ടിക്കുന്നുണ്ടായിരുന്നു. ട്രെയി നിൽ കയറി സ്വസ്ഥമായി സംസാരിച്ചുതുടങ്ങിയപ്പോഴാണ് ആ യുവാവ് ഹോംസിനെ തിരക്കിയെത്തിയതിന്റെ കഥ മുഴുവൻ മനസ്സിലായത്.

"ഇനി എഴുപതുമിനിട്ടോളം യാത്രയുണ്ട് നമുക്ക്." ഹോംസ് പറഞ്ഞു.

"മി. ഹാൾ പൈക്രോഫ്റ്റ്, ഇതിനിടയിൽ താങ്കൾ എനിക്കുതന്ന വിശദവിവരണങ്ങൾ അണുവിടപോലും തെറ്റാതെ വാട്സണോട് പറയുക. എന്തെങ്കിലും വിശദാംശങ്ങൾ കൂട്ടുകയല്ലാതെ ഒന്നുംതന്നെ കുറയ്ക്ക രുത്. ഈ വിവരണം എനിക്കും പ്രയോജനപ്പെടും എന്ന് എടുത്തുപറ യേണ്ട ആവശ്യമില്ലല്ലോ. കേട്ടോ, മി. വാട്സൺ, ഒരുപക്ഷേ, ഇതിൽ ഒന്നുംതന്നെ കാര്യമായി കണ്ടില്ലെന്നു വന്നേക്കാം. അല്ലെങ്കിൽ എന്തെ ങ്കിലും കുറച്ചുണ്ടെന്നും വന്നേക്കാം. എന്തായാലും ഇതിൽ രസകരമായ കാര്യങ്ങൾ, താങ്കൾക്ക് പ്രത്യേകിച്ച് താല്പര്യം തോന്നുന്നവ, ഉണ്ടെന്ന കാര്യത്തിൽ ഒരു തർക്കവുമില്ല. മി. പൈക്രോഫ്റ്റ് താങ്കൾക്ക് തുടങ്ങാം, ഇനി ഞാൻ ഇടയ്ക്കു കയറി ശല്യപ്പെടുത്തുകയില്ല."

കണ്ണുകളിൽ പുതിയ തിളക്കത്തോടെ ആ സഹയാത്രികൻ എന്നെ ഉറ്റുനോക്കി. എന്നിട്ട് പറഞ്ഞുതുടങ്ങി.

"കഥയുടെ ഏറ്റവും രസകരമായ തുടക്കം എന്താണെന്നുവെച്ചാൽ, ഇതിൽ സത്യം എന്തെന്നറിയാതെ പകച്ചുനില്ക്കുന്ന ഒരു വിഡ്ഢിയുടെ സ്ഥാനമാണ് എനിക്ക്. ഒരുപക്ഷേ, എല്ലാം അവസാനമെത്തുമ്പോൾ ശരി യായി വന്നേക്കാം. അങ്ങനെയെങ്കിൽ എന്റെ നിഗമനങ്ങളെല്ലാം ശരിയാ ണെന്നും തെളിയും. അഥവാ ഇനി അങ്ങനെ തെളിഞ്ഞില്ലെങ്കിൽ, എന്റെ തൊഴിൽ നഷ്ടമാവുകയും പകരം മറ്റു തൊഴിൽ ഒന്നുംതന്നെ ലഭിക്കു കയും ചെയ്തില്ലെങ്കിൽ, അങ്ങനെ ഞാനൊരു വിഡ്ഢി തന്നെ എന്ന് ലോകം പറയുകയും ചെയ്താൽ! മി. വാട്സൺ, എനിക്ക് ചിട്ടയോടെ കഥ പറയുവാനൊന്നും അറിഞ്ഞുകൂടാ. ഞാൻ എന്റേതായ രീതി യിൽതന്നെ വിവരിക്കാം.

ഡ്രേപ്പഴ്സ് ഗാർഡനിലെ 'കോക്സൺ ആന്റ് വൂഡ്ഹൗസി'ൽ ആയിരുന്നു എനിക്കു ജോലി. താങ്കൾ കേട്ടിരിക്കും, പ്രശസ്തമായ

വെനിസുല വായ്പാ കുംഭകോണത്തിൽ എന്റെ കമ്പനിയും പൂട്ടി. അഞ്ചു വർഷം അവിടെ ജോലി നോക്കിയശേഷമാണ് അത് സംഭവിച്ചത്. ഞങ്ങൾ ഇരുപത്തിയേഴ് 'ക്ലാർക്കു'മാരും അവിടെനിന്ന് പുറത്തായി. ഓരോരുത്തരും ഓരോ വഴിക്ക് പിരിഞ്ഞു. എന്റെ കൈയിൽ 'കോക്സൺ കമ്പനി' തന്ന പ്രവൃത്തിപരിചയ സർട്ടിഫിക്കറ്റുംകൊണ്ട് പലയിടത്തും ജോലിക്കുവേണ്ടി ശ്രമിച്ചു. ഒന്നും ശരിയായില്ല. ഇത്രയധികംപേർ ഒരേസമയത്ത് തൊഴിൽരഹിതരായതുകൊണ്ടാവാം ഒരു ജോലി കിട്ടാൻ എത്ര ശ്രമിച്ചിട്ടും കഴിയാഞ്ഞത്. കോക്സണിൽ ആഴ്ചയിൽ മൂന്നു പൗണ്ടായിരുന്നു ശമ്പളം. എഴുപതോളം പൗണ്ട് കൈയിൽ മിച്ചമുണ്ടായിരുന്നത് തീരുന്നതുവരെ വലിയ ബുദ്ധിമുട്ടില്ലാതെ ജീവിതം തുടർന്നു. ഒടുവിൽ സ്റ്റാമ്പും കവറും വാങ്ങാൻതന്നെ പണമില്ലാതായി. ഓഫീസുകൾ കയറി ഇറങ്ങി ചെരിപ്പുതേഞ്ഞതുമാത്രം ബാക്കി. ഒരു ജോലി കിട്ടുമെന്ന പ്രതീക്ഷ പോലും അസ്തമിച്ചതുപോലെ ആയി.

ഒടുവിൽ ലൊംബാർഡ് സ്ട്രീറ്റിലെ 'സ്റ്റോക്ക് ബ്രോക്കിംഗ്' കമ്പനിയായ 'മോഡൺ ആന്റ് വില്യംസി'ൽ ഒരു ജോലി ഒഴിവുണ്ടെന്ന് മനസ്സിലായി. ലണ്ടനിലെ ഓഹരിവിപണിയിലെ അറിയപ്പെടുന്ന കമ്പനിയാണ് ഇത്. സ്വന്തം കൈയക്ഷരത്തിൽ എഴുതിയതാവണം എന്ന നിബന്ധന ഉണ്ടായിരുന്നതുകൊണ്ട് ഞാൻതന്നെ എഴുതി തയ്യാറാക്കിയ അപേക്ഷ തപാലിൽ ഉടനെ അയച്ചു. വലിയ പ്രതീക്ഷയൊന്നും ഉണ്ടായിരുന്നില്ല. പക്ഷേ, മടക്കത്തപാലിൽതന്നെ മറുപടി ലഭിച്ചു. അടുത്ത തിങ്കളാഴ്ച ഓഫീസിൽ ഹാജരാകാനും എന്റെ രൂപവും പെരുമാറ്റവും ഒക്കെ ബോധിക്കുന്നപക്ഷം ജോലിയിൽ പ്രവേശിക്കാം എന്നുമായിരുന്നു മറുപടി. എങ്ങനെ അത് സംഭവിച്ചു എന്നത് ഇപ്പോഴും എനിക്കൊരു വിസ്മയമാണ്. ആരോ കളിയാക്കി പറഞ്ഞത്, അപേക്ഷകളിൽ കണ്ണടച്ച് തൊട്ടു കിട്ടുന്നതിൽ നിന്ന് ഒരാളെ നിയമിക്കുക എന്നതാണ് കമ്പനിയുടെ രീതി എന്നായിരുന്നു. ഏതായാലും ഇത്തവണ ഭാഗ്യം എന്റെ കൂടെ ആയിരുന്നു. ഇതിലും സന്തോഷം എനിക്കു തോന്നാനില്ല. ആഴ്ചയിൽ ഒരു പൗണ്ട് കൂടുതൽ ശമ്പളവും കൂടാതെ കോക്സൺ കമ്പനിയിൽ ചെയ്തിരുന്ന അതേ ജോലിയും.

ഇനി കഥയുടെ കാതലായ ഭാഗത്തേക്ക് വരാം. ഹാംപ്സ്റ്റഡ് റോഡിൽ 17, പോട്ടേഴ്സ് ടെറസ്സിലായിരുന്നു ഞാൻ താമസിച്ചിരുന്നത്. നിയമന ഉത്തരവ് കിട്ടിയ ദിവസം വൈകുന്നേരം ഒന്നു പുകവലിച്ചുകൊണ്ട് ലോഡ്ജിലിരിക്കുമ്പോൾ എന്റെ വീട്ടുമസ്ഥ ഒരു കാർഡ് കൊണ്ടുവന്നു തന്നു. സന്ദർശകൻ കാത്തിരിക്കുന്നുവെന്നും പറഞ്ഞു. 'ആർതർ പിന്നർ', ഫിനാൻഷ്യൽ ഏജന്റ് എന്ന് കാർഡിൽ അഡ്രസ്സിനൊപ്പം അച്ചടിച്ചിരുന്നു. അങ്ങനെയൊരാളെ എത്ര ആലോചിച്ചിട്ടും എനിക്കോർമ്മ വന്നില്ല. എന്തായാലും മുറിയിലേക്ക് കടത്തിവിടാൻ പറഞ്ഞു. കറുത്ത കണ്ണുകളും കറുത്ത മുടിയും കറുത്ത താടിമീശയുമുള്ള ഒരാൾ മുറിയിലേക്ക്

കടന്നുവന്നു. സമയത്തിന്റെ ഒഴുക്കിനെക്കുറിച്ചു ബോധവാനായ ഒരാളെ പ്പോലെ അയാൾ കാര്യങ്ങൾക്കൊക്കെ ആവശ്യത്തിലധികം ധൃതികാണി ച്ചിരുന്നു.

"മി. ഹാൾ പൈ ക്രോഫ്റ്റ്, അല്ലെ?" അയാൾ ചോദിച്ചു.

"അതെ." ഞാൻ കസേര നീക്കിയിട്ട് ഇരിക്കാൻ ആംഗ്യം കാട്ടി.

"മുമ്പ് കോക്സൺ ആന്റ് വുഡ്ഹൗസിൽ ആയിരുന്നു, അല്ലെ?"

"അതെ." ഞാൻ പറഞ്ഞു.

"ഇപ്പോൾ മോഡൺ ആന്റ് വില്യംസിൽ?"

അതും ഞാൻ ശരിവെച്ചു.

"ശരി, നിങ്ങളുടെ അസാധാരണമായ കഴിവുകളെക്കുറിച്ച് ഈയിടെ നിങ്ങളുടെ മുൻമാനേജരിൽനിന്നും കേൾക്കാനിടയായി. മി. പാർക്കറെ നിങ്ങൾ ഓർക്കുന്നുണ്ടാവുമല്ലൊ. അദ്ദേഹമാണ് എത്ര പറഞ്ഞാലും മതി വരാത്ത ആ കഥകൾ പറഞ്ഞത്."

അതുകേട്ടപ്പോൾ എനിക്ക് അതിയായ സന്തോഷം തോന്നി. ഓഫീ സിൽ ആത്മാർത്ഥമായി ചുറുചുറുക്കോടെ ജോലിചെയ്തിരുന്നുവെങ്കിലും അതിനെക്കുറിച്ച് ഒരാൾ പരാമർശിച്ചുവെന്നത് എനിക്ക് സ്വപ്ന ത്തിൽപോലും ചിന്തിക്കാൻ കഴിഞ്ഞിരുന്നില്ല.

"നിങ്ങൾ നല്ല ഓർമ്മശക്തിയുള്ള കൂട്ടത്തിലാണ്, അല്ലെ?" പിന്നർ ചോദിച്ചു.

"അത് കുറേയൊക്കെ ശരിതന്നെ." ഞാൻ പറഞ്ഞു.

"ജോലി നഷ്ടപ്പെട്ട ശേഷം സ്റ്റോക്ക് മാർക്കറ്റ് ശ്രദ്ധിക്കാറുണ്ടോ?"

"ഉവ്വ്. ദിവസവും ഞാൻ മാർക്കറ്റ് ലിസ്റ്റ് നോക്കാറുണ്ട്."

"അത് നല്ലതുതന്നെ. വളരുന്നതിന്റെ ലക്ഷണമാണ് അത്."

ഞാനൊരു ചെറിയ ടെസ്റ്റ് നടത്താം. 'ഐർഷഴ്സ്' ഷെയർ എങ്ങനെ?

"നൂറ്റിഅഞ്ചു മുതൽ നൂറ്റി അഞ്ചേകാൽ വരെ."

"ന്യൂസിലാബ് കൺസോളിഡേറ്റഡോ?"

"നൂറ്റിനാല്."

"ബ്രിട്ടീഷ് ബ്രോക്കൺ ഹിൽസ്?"

"ഏഴു മുതൽ ഏഴര വരെ."

"വണ്ടർഫുൾ!" അയാൾ കൈകൾ മേല്പോട്ട് ഉയർത്തി ഉറക്കെ പറഞ്ഞു. "വളരെ അദ്ഭുതം തോന്നുന്നു. താങ്കൾ മോഡണിൽ ക്ലാർക്കായി ഇരിക്കേണ്ട വ്യക്തിയല്ല എന്ന് തീർച്ച."

ഈ അഭിനന്ദനം എന്നെ സന്തോഷിപ്പിക്കുകതന്നെ ചെയ്തു. എന്നാലും താഴ്മയോടെ ഞാൻ പറഞ്ഞു. "മി. പിന്നർ താങ്കളുടെ നല്ല

വാക്കുകൾക്ക് നന്ദി. മറ്റുള്ളവർ പറയുന്നത്ര കഴിവുകൾ എന്നിൽ ഉള്ള തായി എനിക്ക് തോന്നിയിട്ടില്ല. മാത്രമല്ല, ഈ ജോലി വളരെ കഷ്ടപ്പെട്ട ശേഷം കിട്ടിയതാണ്. ഇത് കിട്ടിയതിൽ വളരെ സന്തോഷവും ഉണ്ട്."

"എന്താണ് നിങ്ങൾ പറയുന്നത് മി. പൈ ക്രോഫ്റ്റ്? നിങ്ങൾ ഇവിടെ മാത്രം എത്തിനില്ക്കേണ്ട ആളൊന്നുമല്ല. നിങ്ങൾക്കർഹതപ്പെട്ട സ്ഥാനത്ത് നിങ്ങളിനിയും എത്താനിരിക്കുന്നതേയുള്ളൂ. ഇനി ഒന്ന് എന്നെ പറയാൻ അനുവദിക്കൂ. നിങ്ങളുടെ കഴിവുകളുമായി തുലനം ചെയ്യുമ്പോൾ ഞാൻ നിങ്ങൾക്ക് വെച്ചുനീട്ടുന്നത് നിസ്സാരമാണ്. എന്നാൽ 'മോഡണിൽ' കിട്ടുന്നതുമായി തട്ടിച്ചുനോക്കുമ്പോൾ അത് പകലും രാത്രിയുംപോലെ വ്യത്യസ്തങ്ങളാണ്. അതൊക്കെ ഇരിക്കട്ടെ, എന്നാണ് താങ്കൾക്ക് മോഡണിൽ ജോലിക്ക് പ്രവേശിക്കേണ്ടത്?"

"തിങ്കളാഴ്ച."

"എന്നാൽ ഞാനൊന്നു പറയട്ടെ, താങ്കൾ മോഡണിൽ ജോലിക്ക് പ്രവേശിക്കുന്നില്ല."

"മോഡണിൽ പോവില്ലെന്നോ?"

"അതെ. അതിനുമുമ്പ് താങ്കൾ 'ഫ്രാങ്കോ മിഡ്‌ലാന്റ് ഹാർഡ്‌വെയർ കമ്പനി ലിമിറ്റഡിന്റെ ബിസിനസ് മാനേജർ ആയി ചാർജ്ജെടുത്തിട്ടുണ്ടാവും. ഫ്രാൻസിൽ മാത്രം നൂറ്റിമുപ്പത്തിനാല് ബ്രാഞ്ചുകളുള്ള കമ്പനിയാണിത്. അതുകൂടാതെ ബ്രസ്സൽസിലും സാന്റിമോയിലും വേറെ ബ്രാഞ്ചുകളും."

എനിക്ക് പെട്ടെന്ന് ശ്വാസംനിലച്ചതുപോലെ തോന്നി.

"അങ്ങനെയൊരു കമ്പനിയെക്കുറിച്ച് ഞാൻ കേട്ടിട്ടുപോലുമില്ലല്ലൊ?" ഞാൻ പറഞ്ഞു.

"അതിൽ ആർക്കും അദ്ഭുതം തോന്നേണ്ടതില്ല. വളരെയധികം ഒതുക്കത്തോടെ പ്രവർത്തിക്കുന്ന കമ്പനിയാണ് ഇത്. പൊതുമേഖലയിൽ പ്രവർത്തിക്കുന്ന കമ്പനിയല്ല. വളരെ സ്വകാര്യമായി പ്രവർത്തിക്കുന്ന ഒരുകൂട്ടം സ്വകാര്യവ്യക്തികൾ മൂലധനം സ്വരൂപിച്ചുണ്ടാക്കി നടത്തുന്ന കമ്പനിയാണിത്. എന്റെ സഹോദരൻ ഹാരി പിന്നർ ആണ് അതിന്റെ പ്രൊമോട്ടർ. ഇപ്പോൾ അയാൾ കമ്പനിയുടെ മാനേജിംഗ് ഡയറക്ടറാണ് - ബോർഡ് മെമ്പർ. കമ്പനിക്ക് പറ്റിയ സമർത്ഥനായ ഒരു ചെറുപ്പക്കാരനെ കണ്ടുപിടിച്ചുകൊടുക്കുവാൻ അയാൾ എന്നെ ചുമതലപ്പെടുത്തിയിരിക്കുകയാണ്. പാർക്കർ നിങ്ങളെക്കുറിച്ച് പറഞ്ഞു. അങ്ങനെയാണ് താങ്കൾക്കരികിൽ ഞാനെത്തിപ്പെട്ടത്. തുടക്കമെന്ന നിലയ്ക്ക് അഞ്ഞൂറു പൗണ്ടു മാത്രമേ ഞങ്ങൾ തരാമെന്ന് ഏൽക്കുന്നുള്ളൂ."

"അഞ്ഞൂറു പൗണ്ടോ?" അദ്ഭുതത്തോടെ ഞാൻ ചോദിച്ചു.

"ഇത് തുടക്കം മാത്രം. മി. പൈക്രോഫ്റ്റ്, നിങ്ങളുടെ ഏജന്റുമാർ നടത്തുന്ന ഓരോ ബിസിനസ്സിനും ഒരു ശതമാനം കമ്മീഷൻ വേറെ

നിങ്ങൾക്കു ലഭിക്കും. അതുതന്നെ നിങ്ങളുടെ ശമ്പളത്തെക്കാൾ കൂടുതൽ വരും."

"പക്ഷേ, ഹാർഡ്‌വെയർ ബിസിനസ്സിനെക്കുറിച്ച് എനിക്ക് ഒന്നും അറിയില്ലല്ലോ."

"ച്ഛെ, അതിന് നിങ്ങൾ ഹാർഡ്‌വെയറിനെക്കുറിച്ച് അറിയേണ്ട കാര്യമൊന്നുമില്ലല്ലോ. നിങ്ങൾക്ക് കണക്കറിയാമായിരിക്കുമല്ലോ, അല്ലേ?"

എനിക്ക് ആകെ തലതരിച്ചു. കസേരയിൽനിന്ന് എഴുന്നേൽക്കാനാവുന്നില്ല. എന്റെ മനസ്സിൽ സംശയത്തിന്റെ ഒരു നൂലിഴ പെട്ടെന്ന് ഉയർന്നുവന്നു.

"ഞാനൊരു കാര്യം തുറന്നുപറയട്ടെ. മോഡൺ എനിക്ക് തരാമെന്നേറ്റത് ഇരുനൂറു പൗണ്ടു മാത്രം. പക്ഷേ, സുരക്ഷിതത്വം തോന്നുന്ന ആ ഇരുനൂറു പൗണ്ടിൽ എനിക്ക് കൂടുതൽ വിശ്വാസം തോന്നുന്നു. നിങ്ങൾ പറയുന്ന കമ്പനിയെക്കുറിച്ച് എനിക്ക് ഒന്നുംതന്നെ അറിയുകയും ഇല്ല."

"വളരെ സ്മാർട്ടായിരിക്കുന്നു, മി. പൈക്രോഫ്റ്റ്. ഇതുപോലെയുള്ള ചെറുപ്പക്കാരെതന്നെയാണ് ഞങ്ങൾക്കാവശ്യം."

അയാൾ ആഹ്ലാദത്തിമർപ്പോടെ ഉറക്കെ പറഞ്ഞു.

"ഇതാ നൂറുപൗണ്ട്. നമുക്ക് ഇപ്പോൾതന്നെ പുറപ്പെടാമെന്നാണെങ്കിൽ, താങ്കൾക്ക് ഇത് മുൻകൂർ ശമ്പളമായി വരവുവെക്കാം."

"എന്നാണ് ഞാൻ ജോലിയിൽ പ്രവേശിക്കേണ്ടത്?"

അപ്പോൾ അങ്ങനെ ചോദിക്കാനാണ് എനിക്കു തോന്നിയത്.

"ബർമിംഗ്ഹാമിൽ നാളെ ഉച്ചയ്ക്കുശേഷം എത്തുക. ഏതാണ്ട് ഒരു മണിയോടുകൂടി. ഞാൻ തരുന്ന കത്ത് എന്റെ സഹോദരന്റെ കൈയിൽ ഏല്പിക്കണം. കോർപ്പറേഷൻ സ്ട്രീറ്റിൽ '12 ബി'യിലാണ് തല്കാലം ഞങ്ങളുടെ ഓഫീസ് പ്രവർത്തിക്കുന്നത്. നമ്മൾ തമ്മിൽ ഇത് സംസാരിച്ചുതീർച്ചയാക്കിയെങ്കിലും അവസാന തീരുമാനം എടുക്കേണ്ടത് എന്റെ സഹോദരനാണെന്നറിയാമല്ലോ."

എങ്ങനെയാണ് നന്ദിപറയേണ്ടത് എന്ന് എനിക്ക് അറിവില്ലെന്ന് ഞാൻ പിന്നറെ അറിയിച്ചു.

"അയ്യോ. അത് പറയേണ്ട ആവശ്യമൊന്നും തന്നെയില്ല. താങ്കൾക്ക് അർഹിക്കുന്നതുതന്നെയാണ് കിട്ടിയിരിക്കുന്നത്. ഇനി ഒന്നുരണ്ടു ചടങ്ങുകൾകൂടി നിർവ്വഹിക്കാനുണ്ട്. ഒരു കഷണം കടലാസെടുക്കൂ. എന്നിട്ട് അതിൽ ഫ്രാങ്കോ മിഡ്‌ലാന്റ് ഹാർഡ്‌വെയർ കമ്പനിയിൽ അഞ്ഞൂറു പൗണ്ട് മിനിമം ശമ്പളത്തിൽ ഞാൻ ജോലിചെയ്യാൻ തയ്യാറാണെന്നു മാത്രം എഴുതി ഒപ്പിട്ടുതരിക."

അയാൾ പറഞ്ഞപ്രകാരം ഞാൻ എഴുതിക്കൊടുത്തു. അയാൾ അത് പോക്കറ്റിൽവെക്കുകയും ചെയ്തു.

"ഇനി മറ്റൊന്ന്, മോഡൺ കമ്പനിയിലെ ജോലിക്കാര്യം എന്തു ചെയ്യാൻ പോകുന്നു?"

"ആ, ഞാനതു മറന്നു. രാജിക്കത്ത് എഴുതി അയയ്ക്കാം." ഞാൻ പറഞ്ഞു.

"അതുമാത്രം ചെയ്യണ്ട." അയാൾ പറഞ്ഞു. മോഡണിലെ മാനേജരെ ഞാൻ കണ്ടിരുന്നു, താങ്കളെക്കുറിച്ചന്വേഷിക്കാൻ. വലിയൊരു തർക്കംതന്നെ ഞങ്ങൾ തമ്മിൽ നടന്നു. അവരുടെ ജോലിക്കാരെ തട്ടിയെടുക്കാൻ ശ്രമിക്കുകയാണെന്ന് പറഞ്ഞ് അയാൾ തട്ടിക്കയറി. കുറെ കേട്ടുകഴിഞ്ഞപ്പോൾ ഞാനും വിട്ടുകൊടുത്തില്ല. കൊള്ളാവുന്ന ജോലിക്കാർക്ക് കൊള്ളാവുന്ന ശമ്പളവും കൊടുക്കണം എന്ന് ഞാൻ പറഞ്ഞത് അയാളെ ചൊടിപ്പിച്ചു. അയാൾ പറഞ്ഞു. എന്റെ വലിയ ശമ്പളത്തേക്കാൾ അയാളുടെ ചെറിയ ശമ്പളമാവും താങ്കൾ ഇഷ്ടപ്പെടുക എന്ന്. എന്റെ വാക്കുകൾ ഉച്ചത്തിലായി. ഇനി അവർ പൈക്രോഫ്റ്റിനെ കാണാൻ പോകുന്നില്ലെന്ന് ഞാൻ വാതുവെച്ചു. അപ്പോൾ അയാൾ പറഞ്ഞതാണ് എന്നെ ഏറ്റവും ചൊടിപ്പിച്ചത്. താങ്കളെ അവർ റോഡരികിലെ കാനയിൽനിന്നും കണ്ടെടുത്തതാണെന്നും താങ്കൾ അവരെ അങ്ങനെയൊന്നും ഉപേക്ഷിച്ചുപോവുകയില്ലെന്നും അവർ പറഞ്ഞു.

'ധിക്കാരം പറയുന്ന തെരുവുതെണ്ടി' അങ്ങനെയായിരുന്നു ഞാൻ പ്രതികരിച്ചത്. "അയാളെ ഞാൻ ഇതുവരെ കണ്ടിട്ടുപോലുമില്ല. എനിക്ക് അയാളോട് എന്ത് കടപ്പാടാണുള്ളത്. താങ്കൾ പറയുന്നുവെങ്കിൽ ഞാനവർക്ക് എഴുതുന്നില്ല."

"നല്ലത്. അങ്ങനെയെങ്കിൽ വാക്ക് ഉറപ്പിക്കുന്നു."

അയാൾ എഴുന്നേറ്റുകൊണ്ട് പറഞ്ഞു. "എന്റെ സഹോദരനുവേണ്ടി നല്ലൊരാളെ കണ്ടെത്തിയതിൽ ഞാൻ സന്തോഷിക്കുന്നു. ഇതാ അഡ്വാൻസ് നൂറുപൗണ്ടും കത്തും. അഡ്രസ്സ് പ്രത്യേകം ശ്രദ്ധിച്ചുകൊള്ളുക. 126 ബി, കോർപ്പറേഷൻ സ്ട്രീറ്റ്, പിന്നെ ഓർക്കുക നാളെ ഉച്ചകഴിഞ്ഞ് ഒരുമണിക്ക്. ഗുഡ്നൈറ്റ്! താങ്കൾക്ക് ജീവിതത്തിൽ അർഹമായ എല്ലാ വിജയവും ലഭിക്കട്ടെ."

"ഇതാണ് ഞങ്ങൾ തമ്മിലുണ്ടായ സംവാദത്തിന്റെ വിവരണം. ഇങ്ങനെ പ്രതീക്ഷിക്കാതെ എനിക്കു വന്നുചേർന്ന സൗഭാഗ്യത്തിൽ എനിക്കെത്രമാത്രം സന്തോഷമുണ്ടെന്ന് ഊഹിക്കാവുന്നതാണല്ലോ ഡോ. വാട്സൺ. രാത്രി മുഴുവൻ ഞാൻ എന്നെത്തന്നെ അഭിനന്ദിച്ച് കഴിച്ചുകൂട്ടി. പിറ്റേന്ന് നേരത്തെയെഴുന്നേറ്റ് ബർമിംഗ്ഹാമിലെത്തി ന്യൂസ്ട്രീറ്റിലെ ഹോട്ടലിൽ മുറിയെടുത്തു. സാധനങ്ങൾ അവിടെവെച്ചശേഷം നേരെ കോർപ്പറേഷൻ സ്ട്രീറ്റിലേക്ക് നടന്നു.

"പറഞ്ഞുറപ്പിച്ച സമയത്തിനു പതിനഞ്ചുമിനിട്ടു മുമ്പുതന്നെ ഞാൻ അവിടെയെത്തി. അല്പംനേരത്തെ ആയിപ്പോയതിൽ ഒരു തെറ്റുമില്ലെന്ന് മനസ്സിൽ കരുതി. 126 ബി സ്ട്രീറ്റ് രണ്ടു വലിയ കടകളുടെ മധ്യത്തിലുള്ള നിരത്തായിരുന്നു. ആ നിരത്ത് ചെന്നുകയറുന്നത് കല്ലുകൊണ്ടുണ്ടാക്കിയ ഒരു ഗോവണിക്കു ചുവടെയാണ്. മുകളിൽ കുറെ ഓഫീസുകളിലെ ഫ്ളാറ്റുകൾ. അവിടെയെല്ലാം പേരുകൾ താഴെ മതിലിൽ എഴുതിവെച്ചിട്ടുണ്ട്. അതിലെല്ലാം സൂക്ഷ്മമായി നോക്കിയെങ്കിലും 'ഫ്രാങ്കോ മിഡ്ലാൻഡ് ഹാർഡ്വെയർ' കമ്പനിയുടെ പേരുമാത്രം അവിടെയെങ്ങും കണ്ടില്ല. സംഗതി തട്ടിപ്പായിരുന്നോ എന്ന് മനസ്സിൽ ചോദിച്ചു നില്ക്കുമ്പോൾ പെട്ടെന്ന് ഒരാൾ എന്നെ തട്ടിവിളിച്ചു. തലേദിവസം കണ്ട ആളുടെ അതേ മുഖച്ഛായ. ആളുടെ രൂപത്തിലും ശബ്ദത്തിലും വളരെയധികം സാദൃശ്യം. പക്ഷേ, മുഖം മുഴുവനായി ഷേവ് ചെയ്തിരിക്കുന്നു. താടിയും മീശയുമില്ല. മുടിയും അത്രയില്ല.

"താങ്കളാണോ മി. ഹാൾ പൈക്രോഫ്റ്റ്?" അയാൾ ചോദിച്ചു.

"അതെ." ഞാൻ പറഞ്ഞു.

"ഞാൻ താങ്കളെ കാത്തിരിക്കുകയായിരുന്നു. പക്ഷേ, കുറച്ചു നേരത്തേ എത്തിയെന്നു തോന്നുന്നു. ഇന്നു രാവിലെ എന്റെ സഹോദരന്റെ കത്ത് കിട്ടി. താങ്കളെ വളരെയധികം പുകഴ്ത്തിയെഴുതിയ കത്ത്."

"ഞാൻ താങ്കളുടെ ഓഫീസ് തിരയുകയായിരുന്നു."

"ഓഫീസിന്റെ പേര് അവിടെ കാണാൻ വഴിയില്ല. ഇത് താല്കാലികമായി എടുത്ത ഓഫീസാണ്. മാത്രമല്ല കഴിഞ്ഞ ആഴ്ചയാണ് ഈ ഓഫീസ് എടുത്തത്. വരൂ, നമുക്ക് മുകളിൽ ഓഫീസിൽ പോയിരുന്ന് സംസാരിക്കാം."

ഞാൻ അയാളോടൊപ്പം മുകളിലേക്ക് കയറി. പൊടിപിടിച്ച രണ്ട് ചെറിയ മുറികളാണ് അവിടെ കണ്ടത്. ഓഫീസിലാവട്ടെ കർട്ടനില്ല, നിലത്ത് കാർപെറ്റില്ല. മനുഷ്യരാരും തന്നെയില്ല. എന്റെ മനസ്സിൽ തിളങ്ങുന്ന മേശകളും നിരയായി ഇരുന്നു പണിചെയ്യുന്ന ഗുമസ്തരും അങ്ങനെ ആകെ തിരക്കേറിയ ഒരു ഓഫീസ് പശ്ചാത്തലമായിരുന്നു ഉണ്ടായിരുന്നത്. ഞാൻ മുമ്പ് ജോലിചെയ്തിരുന്നതും അങ്ങനെയൊരു ഓഫീസിലായിരുന്നു. രണ്ടു കസേരകളും ഒരു മേശയും മേശപ്പുറത്ത് ഒരു കണക്കുപുസ്തകവും പിന്നെ താഴെ ഒരു ചവറ്റുകൊട്ടയും - ഇതായിരുന്നു ആകെ അവിടെ ഉണ്ടായിരുന്നത്.

എന്റെ മനസ്സു വായിച്ചെടുത്തപോലെ അയാൾ പറഞ്ഞു.

"വിഷമിക്കാതിരിക്കൂ മി. പൈക്രോഫ്റ്റ്. റോം നിർമ്മിക്കപ്പെട്ടത് ഒരു ദിവസംകൊണ്ടല്ലല്ലോ. ധാരാളം പണം ഞങ്ങൾ കരുതിവെച്ചിട്ടുണ്ട്. ഓഫീസിൽ അതിന്റെയൊക്കെ പകിട്ട് വന്നിട്ടില്ലെന്നേയുള്ളൂ. ദയവുചെയ്ത് ഇരുന്നാലും. ആ കത്തുകാണട്ടെ."

ആ കത്ത് ഞാനയാൾക്കു നല്കി. അത് ശ്രദ്ധയോടെ അയാൾ വായിച്ചു. എന്നിട്ടു പറഞ്ഞു.

'എന്റെ സഹോദരൻ ആർതറിന് താങ്കളെ വല്ലാതെയങ്ങ് ഇഷ്ടപ്പെട്ടുപോയി. ആളുകളെ അളന്നെടുക്കാൻ ആൾ മിടുക്കനാണ്. അയാൾക്ക് വിശ്വാസം ലണ്ടനിലാണ്. എനിക്ക് ബർമിംഗ്ഹാമിലും. ഏതായാലും ഇത്തവണ ഞാൻ അയാളെ അനുസരിക്കാൻ തീരുമാനിച്ചിരിക്കുകയാണ്. നിങ്ങൾ എന്തായാലും ജോലിയിൽ പ്രവേശിച്ചതായിതന്നെ കണക്കാക്കിക്കൊള്ളുക."

"എന്തൊക്കെയാണ് എന്റെ ജോലികൾ?"

"പാരീസിലെ ഞങ്ങളുടെ ഡിപ്പോ മാനേജരാണ് നിങ്ങൾ. ഫ്രാൻസിൽ ഞങ്ങളുടെ നൂറ്റിമുപ്പത്തിനാല് ഏജന്റുമാരുടെ കടകളിലേക്ക് ക്രോക്കറി സാധനങ്ങൾ എത്തിക്കേണ്ട ചുമതല നിങ്ങൾക്കാണ്. ഒരാഴ്ചയ്ക്കകം ചരക്കുകൾ വന്നുതുടങ്ങും. അതുവരെ താങ്കൾക്ക് ബർമിംഗ്ഹാമിൽ തുടരാം."

"എങ്ങനെ?"

അതിന് മറുപടിയെന്നോണം മേശവലിപ്പിൽനിന്നും ഒരു ചുവന്ന പുസ്തകമെടുത്ത് പറഞ്ഞു. "ഇതാണ് പാരീസ് ഡയറക്ടറി. ഇതിൽ ഒടുമിക്ക കച്ചവടക്കാരുടേയും പേരും അഡ്രസ്സും ഉണ്ട്. ഇതിൽനിന്ന് ഹാർഡ്വെയർ കച്ചവടക്കാരുടെ പേരും അഡ്രസ്സും എഴുതിയുണ്ടാക്കി നല്ലൊരു ഡയറക്ടറി നമുക്കുവേണ്ടി തയ്യാറാക്കണം. നമുക്കത് ഭാവിയിൽ നല്ല പ്രയോജനം ചെയ്യും."

"അതിൽതന്നെ തരംതിരിച്ച ലിസ്റ്റ് കാണുമല്ലൊ." ഞാൻ ഒരു അഭിപ്രായം പറഞ്ഞു.

"അത് വിശ്വസനീയമാവണമെന്നില്ല. നമ്മുടെ രീതി ആയിരിക്കില്ല അവരുടേത്. താങ്കൾ എന്തായാലും ഇതിന്റെ പണി ആരംഭിക്കുക. തിങ്കളാഴ്ച ഉച്ചയ്ക്ക് 12മണിക്ക് എനിക്ക് ലിസ്റ്റ് കിട്ടണം. ഇപ്പോൾ താങ്കൾക്കു പോവാം. ഉത്സാഹവും ബുദ്ധിയുമുണ്ടെങ്കിൽ താങ്കളുടെ കമ്പനിയും നല്ലൊരു 'പേമാസ്റ്ററാവും."

കൈയിൽ ചുവന്ന തടിച്ച പുസ്തകവും മനസ്സിൽ പരസ്പരവിരുദ്ധങ്ങളായ കുറെ ചിന്തകളുമായി ഞാൻ ഹോട്ടലിലേക്ക് മടങ്ങി. ഒരു ഭാഗത്ത് ജോലിയും ജോലിക്ക് ലഭിച്ച നൂറു പൗണ്ടിന്റെ ശമ്പളവും. മറുവശത്താണെങ്കിൽ മുഷിഞ്ഞുവൃത്തിഹീനമായി തോന്നിക്കുന്ന ഓഫീസും പരിസരവും, ഭിത്തികളിൽ കാണാൻ കഴിയാത്ത ഓഫീസ് അഡ്രസ്സും അങ്ങനെ ആകെയൊരു വിഷമഘട്ടത്തിൽ ഞാൻ എത്തിച്ചേർന്നു. എന്നിരുന്നാലും പണം മുടങ്ങാതെ കിട്ടുമെന്നുള്ളതുകൊണ്ട് എന്തുപണിയായാലും വിരോധമില്ല എന്ന മനസ്സോടെ ഞാൻ എന്റെ ജോലി ആരംഭിച്ചു.

ഞായറാഴ്ച മുഴുവൻ ഒരേയിരിപ്പ് ഇരുന്ന് ജോലി ചെയ്തിട്ടും ഡയറക്ടറിയിലെ 'H' എന്ന അക്ഷരംവരെ ലിസ്റ്റ് തയ്യാറാക്കാനേ കഴിഞ്ഞുള്ളൂ. ഓഫീസിൽ ചെന്നപ്പോൾ അതേ മുഷിഞ്ഞ അന്തരീക്ഷത്തിൽ അയാളെ കണ്ടു. സാരമില്ല ബുധനാഴ്ചയ്ക്കകം തീർത്താൽ മതിയെന്ന മറുപടിയുമായി ഞാൻ വീണ്ടും ഹോട്ടലിലേക്ക് മടങ്ങി. ബുധനാഴ്ചയും തീരാത്തതുകൊണ്ട് വെള്ളിയാഴ്ചവരെ സമയം ചോദിച്ചുമേടിച്ചു. അത് ഇന്നലെ ആയിരുന്നു. ഇന്നലെ ഞാൻ മുഴുവൻ ലിസ്റ്റും മി. ഹാരിപിന്നറുടെ മുമ്പിൽ ഹാജരാക്കി.

"വളരെ നന്ദി മി. പൈക്രോഫ്റ്റ്." അയാൾ പറഞ്ഞു.

"ഞാനിത് വളരെ നിസ്സാരമാണെന്നു കരുതി. പക്ഷേ, താങ്കളുടെ ഈ ജോലി എനിക്ക് വളരെ പ്രയോജനപ്പെടും."

"കുറച്ചധികം സമയമെടുത്തു, അത് ശരിയാക്കാൻ." ഞാൻ പറഞ്ഞു.

"ഇനി താങ്കൾ ഇതുപോലെതന്നെ എല്ലാ ഫർണീച്ചർ കടകളുടേയും ലിസ്റ്റ് ഉണ്ടാക്കണം. അവിടെയെല്ലാം നമുക്ക് ക്രോക്കറി വിൽക്കാൻ കഴിയണം." അയാൾ പറഞ്ഞു.

"ശരി." ഞാൻ സമ്മതിച്ചു.

"നാളെ വൈകീട്ട് ഏഴുമണിയോടുകൂടി താങ്കൾ വരണം. ജോലി എങ്ങനെ നീങ്ങുന്നുവെന്ന് അറിയാമല്ലോ." അയാൾ പറഞ്ഞു. "അധിക സമയം ജോലിചെയ്യുകയൊന്നും വേണ്ട. ഇടയ്ക്ക് അല്പം വിനോദങ്ങളിലെല്ലാം ഏർപ്പെടാവുന്നതാണ്. വൈകുന്നേരങ്ങളിൽ രണ്ടു മണിക്കൂറോ മറ്റോ മ്യൂസിക് ഹാളിലും മറ്റും ചെലവഴിക്കാവുന്നതാണ്." ഇതു പറഞ്ഞ് അയാൾ ഉറക്കെ ചിരിച്ചുതുടങ്ങി. അപ്പോഴാണ് ഇടതുവശത്തെ പല്ലിന്റെ നിരയിൽ രണ്ടാമത്തെ പല്ല് സ്വർണം കെട്ടിയതാണെന്ന് ഞാൻ കണ്ടത്."

ഷെർലക്ഹോംസ് ആഹ്ലാദംകൊണ്ടെന്നപോലെ ഉറക്കെ ചിരിച്ചു. ഞാനാവട്ടെ അദ്ഭുതത്തോടെ എന്റെ കക്ഷിയെ നോക്കി.

"താങ്കൾക്ക് ഒരുപക്ഷേ, വിശ്വസിക്കാൻ പ്രയാസം തോന്നും, മി. വാട്സൺ." പൈക്രോഫ്റ്റ് എന്നോടെന്നപോലെ പറഞ്ഞു.

"അന്ന് ലണ്ടനിൽ ഇയാളുടെ സഹോദരനെന്നു പറയുന്ന മറ്റേയാളോട് സംസാരിക്കുമ്പോൾ 'മോസണി'ലേക്ക് ജോലിക്കു പോകുന്നില്ലെന്ന് പറഞ്ഞ ഉടനെ അയാളുടെ ചിരിയും ഞാൻ പെട്ടെന്ന് ഓർത്തു. അയാളുടെ പല്ലും ഇതുപോലെ സ്വർണം കെട്ടിയതായിരുന്നു. അതും ഇടതുവശത്തെ പല്ലായിരുന്നു. രൂപത്തിലും ശബ്ദത്തിലും തോന്നിയ സാദൃശ്യം ഇപ്പോൾ സ്വർണം കെട്ടിയ പല്ലിലും കൂടിയായപ്പോൾ എനിക്ക് എവിടെയോ പന്തികേടു തോന്നി. തലയും മുടിയുമെല്ലാം ഒരു കത്തികൊണ്ട് മാറ്റം നടത്താവുന്ന സാധനങ്ങൾ മാത്രം. പക്ഷേ, ഒരുപോലെ പല്ല് സ്വർണംകെട്ടിയ രണ്ട് സഹോദരന്മാർ - ഇത് വിചിത്രമായിരിക്കുന്നു.

അയാളോട് യാത്രപറഞ്ഞ് പുറത്തിറങ്ങി ഞാൻ ആകെ വിഭ്രാന്തിയിലാണ്ടു. മുറിയിലെത്തി കുറനേരം ബേസിനിൽ തണുത്ത വെള്ളത്തിൽ തലതാഴ്ത്തിയിരുന്ന് ആലോചിച്ചു. എന്തിനാണ് എന്നെ അയാൾ ലണ്ടനിൽനിന്നും ബർമിംഗ്ഹാമിലേക്ക് അയച്ചത്? അയാളെന്തുകൊണ്ട് എനിക്കു മുമ്പേ ഇവിടെയെത്തി? അയാൾ അയാൾക്കുതന്നെ കത്തെഴുതി എന്റെ കൈയിൽ തന്നയച്ചത് എന്തിനാണ്? ഒരെത്തുംപിടിയും കിട്ടാത്ത കാര്യങ്ങൾ. ഉടനെ എനിക്ക് ഓർമ്മവന്നത് മി. ഷെർലക്ഹോംസിനെയാണ്. അപ്പോൾതന്നെ ലണ്ടനിലേക്ക് വണ്ടികയറി. രാവിലെ അദ്ദേഹത്തെ കണ്ടു. ഇതാ ഇപ്പോൾ നമ്മൾ ബർമിംഗ്ഹാമിലേക്ക് പോവുകയാണ്.”

സ്റ്റോക്ക് ബ്രോക്കറുടെ ക്ലാർക്കിന്റെ വിശദീകരണം കഴിഞ്ഞ് കുറച്ചുനേരത്തേക്ക് നിശ്ശബ്ദത പരന്നു. ഹോംസ് എന്നെയൊന്ന് അടിമുടി നോക്കി, സീറ്റിന്റെ കുഷൻ പുറത്തേക്കു ചാരിയിരുന്നു - ഒരു മുന്തിരിത്തോട്ടത്തിലെ മുന്തിരി വൈൻ പരിശോധകനെപ്പോലെ.

“എങ്ങനെയുണ്ട് മി. വാട്സൺ? കൊള്ളാം, അല്ലെ?” അദ്ദേഹം പറഞ്ഞു. “നമുക്ക് രസിക്കാവുന്ന കുറെയധികം സംഭവങ്ങൾ ഇതിലുണ്ട്. ‘ഫ്രാങ്കോ മിഡ്ലാന്റ് ഹാർഡ്വെയർ കമ്പനി’യിൽ കയറിച്ചെന്ന് മി. ആർതർ ഹാരിപിന്നറുമായി ഒരു സംവാദം - അത് നമുക്ക് നല്ല കുറെ അനുഭവങ്ങൾ സമ്മാനിക്കുമെന്നുതന്നെയാണ് ഞാൻ കരുതുന്നത്.”

“നമുക്ക് പക്ഷേ, അതെങ്ങനെ തരപ്പെടുത്താനാകും?” ഞാൻ ചോദിച്ചു.

“ഓ, അതെളുപ്പമാണ്.” ഹാൾ പൈ ക്രോഫ്റ്റ് സന്തോഷത്തോടെ പറഞ്ഞു. “നിങ്ങൾ രണ്ടുപേരും തൊഴിലന്വേഷിച്ചുവന്നവരാണ്. ഞാൻ നിങ്ങളെ മാനേജിംഗ് ഡയറക്ടറുടെ അടുത്തേക്ക് കൂട്ടിക്കൊണ്ടുപോകുന്നത് സ്വാഭാവികം മാത്രം.”

“തീർച്ചയായും.” ഹോംസ് പിന്തുണച്ചുകൊണ്ട് പറഞ്ഞു. “ആ മാന്യനെ അടുത്തുകണ്ടാൽതന്നെ അതിൽനിന്ന് കുറേയൊക്കെ കാര്യങ്ങൾ മനസ്സിലാകും. എനിക്കറിയാത്തത് മി. പൈ ക്രോഫ്റ്റിന്റെ ഏതുതരം സേവനങ്ങൾക്കാണ് അയാൾ ഇത്രയധികം വിലകൊടുക്കുന്നത് - അതോ - ഇനി-” ഹോംസ് അർദ്ധോക്തിയിൽ നിർത്തി. അദ്ദേഹം നഖംകടിച്ച് ജനാലയിലൂടെ പുറത്തേക്ക് നോക്കിയിരുന്നു. പിന്നെ ന്യൂസ്ട്രീറ്റിൽ എത്തുന്നതുവരെ ആരും ഒന്നും സംസാരിച്ചില്ല.

വൈകുന്നേരം ഏഴുമണി ആയപ്പോഴേക്ക് ഞങ്ങൾ കോർപ്പറേഷൻ സ്ട്രീറ്റ് ലക്ഷ്യമാക്കി നടന്നുതുടങ്ങി.

“നേരത്തെ എത്തിയതുകൊണ്ട് ഒരു കാര്യവുമില്ല.” മി. പൈ ക്രോഫ്റ്റ് പറഞ്ഞു. “കാണാമെന്നുപറഞ്ഞ കൃത്യസമയത്തു മാത്രമേ അയാൾ അവിടെ എത്തുകയുള്ളൂ. അതുവരെ അവിടം ശൂന്യമായിത്തന്നെ കിടക്കും.”

"ഇതും ഒരു സൂചനയാണ്." ഹോംസ് പറഞ്ഞു.

"അതാ നോക്കൂ, ഞാൻ പറഞ്ഞില്ലേ", മുന്നിൽ നടന്നുപോകുന്ന ഒരാളെ കൈചൂണ്ടി ഞങ്ങളുടെ സുഹൃത്ത് പറഞ്ഞു. "അതയാളാണ്."

റോഡിന്റെ എതിർവശത്തുകൂടി തിരക്കിട്ടു പോകുന്ന ഒരാളെയാണ് പൈ ക്രോഫ്റ്റ് കാണിച്ചുതന്നത്. നന്നായി വസ്ത്രധാരണം ചെയ്ത അയാൾ കാണുമ്പോൾ സുമുഖനായി തോന്നിക്കുകയും ചെയ്തു. ബസ്സുകൾക്കും കാറുകൾക്കുമിടയ്ക്ക് ഒരു സായാഹ്നദിനപത്രം വില്ക്കുന്ന പയ്യനും തിരക്കിനടന്ന് പത്രം വിൽക്കുന്നുണ്ടായിരുന്നു. ഒരു പത്രം അയാളും വാങ്ങിയശേഷം ഒരു വാതിലിലൂടെ അപ്രത്യക്ഷനായി.

"അതാ അയാൾ പോകുന്നു." പൈ ക്രോഫ്റ്റ് പറഞ്ഞു. "അയാൾ കമ്പനി ഓഫീസുകളുടെ അതേ കെട്ടിടത്തിലേക്കാണ് കയറിപ്പോകുന്നത്. വരൂ, നമുക്കയാളെ ഇപ്പോൾതന്നെ അടുത്തറിയാം."

പൈ ക്രോഫ്റ്റിനെ പിന്തുടർന്ന് ഞങ്ങൾ അഞ്ചുനില കയറി. ഒരു മുറിയുടെ പകുതി തുറന്നുകിടക്കുന്ന വാതിലിൽ പൈ ക്രോഫ്റ്റ് മുട്ടി. അകത്തുനിന്ന് അനുവാദം വന്നുകഴിഞ്ഞതും ഞങ്ങൾ മുറിക്കകത്തു കടന്നു. നേരത്തെ പൈ ക്രോഫ്റ്റ് വിവരിച്ചതുപോലെയുള്ള മുറി. മുറിയിൽ ആകെ ഒരു മേശ മാത്രം. അതിനു പിന്നിൽ നേരത്തെ തെരുവിൽ കണ്ട അതേ ആൾ, അയാൾ സായാഹ്നപത്രം കൈയിലെടുത്ത് നിവർത്തി വായിക്കുകയായിരുന്നു. അയാളെ ഒരു മാത്ര കണ്ട ഉടനെ എന്തോ ഭയാനകമായ വിഹ്വലതയാണ് ഞാൻ ദർശിച്ചത്. സാധാരണ ജനങ്ങളിൽ കാണുന്ന അസ്വാരസ്യങ്ങളല്ല, മറ്റെന്തോ ഒന്ന്.

അയാളുടെ നെറ്റിയിൽ വിയർപ്പുപൊടിഞ്ഞിരുന്നു. കവിളുകൾ രക്തം വാർന്ന് വിളറിയിരിക്കുന്നു. കരയ്ക്കിട്ട് വളരെനേരമായ മീനിനെപ്പോലെ അയാൾ നിസ്സഹായനായിരുന്നു. അയാൾക്ക് പൈ ക്രോഫ്റ്റിനെയും തിരിച്ചറിയാൻ കഴിഞ്ഞില്ലെന്നു തോന്നി. അയാളുടെ അമ്പരപ്പ് കണ്ടപ്പോൾ പൈ ക്രോഫ്റ്റ് ചോദിച്ചു.

"താങ്കൾക്ക് അസുഖം വല്ലതും?"

"അതെ, നല്ല സുഖമില്ല." വരണ്ട ചുണ്ടുകൾ നനച്ചുകൊണ്ട് അയാൾ വാക്കുകൾ പറഞ്ഞെടുക്കാൻ പാടുപെട്ടു.

"ആരാണ് ഈ വന്നിരിക്കുന്ന മാന്യന്മാർ?"

"ഒരാൾ മി. ഹാരീസ്, ബർമോണ്ട്സിൽനിന്ന്. മറ്റേയാൾ ബർമിംഗ്ഹാമിൽ തന്നെയുള്ള മി. പ്രൈസ്. രണ്ടുപേരും എന്റെ സുഹൃത്തുക്കളാണ്. കുറച്ചുകാലമായി രണ്ടുപേർക്കും ജോലിയില്ല. താങ്കൾക്ക് ഒരു പക്ഷേ അവരെ സഹായിക്കാൻ കഴിഞ്ഞാലോ എന്നു കരുതി വന്നതാണ്."

പൈ ക്രോഫ്റ്റ് അനായാസമായിതന്നെ ഒരു കള്ളം പറഞ്ഞു.

"വളരെ ശരി, തീർച്ചയായും. എന്തെങ്കിലും ചെയ്യാൻ കഴിയുമെന്ന് ഞാൻ കരുതുന്നു. എന്താണ് നിങ്ങളുടെ ലൈൻ മി. ഹാരീസ്?" വിള റിയ ചിരി ചിരിച്ച് പിന്നർ ചോദിച്ചു.

"ഞാൻ ഒരു അക്കൗണ്ടന്റ് ആയിരുന്നു." ഹോംസ് പറഞ്ഞു.

"നന്നായി, നന്നായി. നമുക്ക് അങ്ങനെയൊരാളെ വേണ്ടിവരും. താങ്ക ളുടെ ലൈൻ മി. പ്രൈസ്?"

"ഞാനൊരു ക്ലാർക്കായിരുന്നു." ഞാൻ പറഞ്ഞു.

"കമ്പനിക്ക് നിങ്ങളെ ജോലിക്കെടുക്കാൻ കഴിയും എന്നാണ് എന്റെ വിശ്വാസം. ഏതായാലും സമയമാകുമ്പോൾ അറിയിക്കാം, തല്ക്കാലം നിങ്ങൾക്കു പോകാം. ദയവുചെയ്ത് എന്നെ തനിച്ചുവിടുക!" അയാളറി യാതെത്തന്നെ അയാളുടെ വികാരം അണപൊട്ടുകയായിരുന്നു. അവസാ നത്തെ വാക്കുകളിൽ അയാളുടെ അക്ഷമ മുഴുവൻ പ്രകടമായിരുന്നു. ഹോംസും ഞാനും പരസ്പരം നോക്കി. പൈ ക്രോഫ്റ്റ് ഒന്നുകൂടി മേശയോട് ചേർന്നുനിന്നു.

"മിസ്റ്റർ പിന്നർ, താങ്കൾ പറഞ്ഞതുപ്രകാരം ഏഴുമണിക്കുതന്നെ എത്തിയതാണ് ഞാൻ."

"ശരിയാണ്, മി. പൈ ക്രോഫ്റ്റ്, ശരിയാണ്." പിന്നർ ഒന്നുകൂടി ശാന്ത നായിരുന്നു. "ഒരു മിനിറ്റ് നിങ്ങൾ ഇവിടെയിരിക്കൂ. താങ്കളുടെ സുഹൃ ത്തുക്കളും ഇവിടെത്തന്നെ ഇരിക്കുന്നതിൽ എനിക്കു വിരോധമില്ല. മൂന്നു മിനിട്ട് സമയംകൊണ്ട് ഞാൻ തിരിച്ചെത്തിക്കൊള്ളാം. നിങ്ങൾക്കത് ഒരു ബുദ്ധിമുട്ടാവില്ലെന്നുതന്നെ ഞാൻ വിചാരിക്കുന്നു. ഇത്രയും പറഞ്ഞ് അയാൾ വളരെ വിനീതനായി ഞങ്ങൾക്കു മുന്നിൽ തലകുനിച്ച് അകത്തെ മുറിയിൽ കടന്ന് കതകടച്ചു.

"ഇനിയെന്തുചെയ്യണം?" ഹോംസ് ചോദിച്ചു. "അയാൾ രക്ഷപ്പെട്ട താണോ?"

"ഒരിക്കലുമല്ല." പൈ ക്രോഫ്റ്റ് പറഞ്ഞു.

"എന്തുകൊണ്ട്?"

"ആ വാതിലിനപ്പുറം ഒരു മുറിയാണ്."

"അതിലൂടെ പുറത്തുപോവാൻ കഴിയില്ലേ?"

"ഇല്ല."

"ആ മുറിയിൽ ഫർണീച്ചറുകൾ ഉണ്ടോ?"

"അത് ശൂന്യമായിരുന്നു, ഇന്നലെ വരെ."

"പിന്നെ അതിനകത്ത് അയാൾ എന്തുചെയ്യാനാണ്? ഭയംകൊണ്ട് ആർക്കെങ്കിലും ഭ്രാന്തുപിടിക്കാറുണ്ടോ? ഉണ്ടെങ്കിൽ അവന്റെ പേരാണ് മി. പിന്നർ. അയാൾ എന്തിനെയാണ് ഇങ്ങനെ പേടിക്കുന്നത്?"

“ഒരുപക്ഷേ നമ്മൾ ഡിറ്റക്ടീവുകളാണെന്ന് അയാൾ സംശയിക്കുന്നുണ്ടാവും.” ഞാൻ പറഞ്ഞു.

“അത് ശരിയാണ്.” പൈ ക്രോഫ്റ്റും അതിനോട് യോജിച്ചു.

“അയാൾ വിളറുകയായിരുന്നില്ല. നമ്മൾ മുറിയിലേക്ക് കടക്കുമ്പോൾ തന്നെ അയാളുടെ മുഖം വിളറിവെളുത്തിരുന്നു. അതിന്റെ അർത്ഥം?” ഹോംസ് പറഞ്ഞു.

പെട്ടെന്ന് അകത്തെ മുറിയിൽനിന്ന് ആരോ ശക്തിയായി കതകിൽ മുട്ടുന്ന ശബ്ദം കേട്ടു.

“ആ ചെകുത്താൻ എന്തിനാണ് കതകിൽ മുട്ടി ശബ്ദമുണ്ടാക്കുന്നത്?” പൈ ക്രോഫ്റ്റ് പറഞ്ഞു.

ആ ശബ്ദം വീണ്ടും ഉച്ചത്തിലായി. എല്ലാവരും വാതിലിനു നേരെ തന്നെ നോക്കിക്കൊണ്ടുനിന്നു. ഹോംസിന്റെ മുഖം വലിഞ്ഞുമുറുകുന്നതും അദ്ദേഹം മുന്നോട്ടു കുതിക്കാൻ ആയുന്നതും ഞാൻ കണ്ടു. അകത്തുനിന്ന് ഇടവിട്ട് ശബ്ദങ്ങൾ വീണ്ടും കേൾക്കുന്നുണ്ടായിരുന്നു. മരപ്പലകയിൽ മുട്ടുന്ന ശബ്ദം വീണ്ടും വീണ്ടും കേട്ടപ്പോൾ ഹോംസ് ചാടിയെഴുന്നേറ്റ് വാതിൽക്കലേക്ക് കുതിച്ചു. അത് പെട്ടെന്ന് തുറക്കുന്നതായിരുന്നില്ല. ഹോംസിന് പുറകെ ഞങ്ങളും ശക്തിയായി വാതിലിൽ ഇടിച്ചു. അകത്ത് വിജാഗിരി ഒരെണ്ണം ഇളകി, പിന്നെ മറ്റേതും ഇളകി - പിന്നെ കതക് മുഴുവനായി തുറന്നു. ഞങ്ങൾ മൂന്നുപേരും ആ മുറിയിലേക്ക് പാഞ്ഞുകയറി. പക്ഷേ, ആ മുറി ശൂന്യമായിരുന്നു.

ഒരു നിമിഷം പകച്ചുനിന്ന ഞങ്ങൾ കണ്ടത് രണ്ടു മുറിയുടേയും ഇടയ്ക്കുള്ള മൂലയിൽ മറ്റൊരു വാതിൽകൂടിയാണ്. അതും ഞങ്ങൾ ചവുട്ടിത്തുറന്നു. അവിടെ നിലത്ത് കോട്ടും വെയ്സ്റ്റ് കോട്ടും കിടക്കുന്നുണ്ടായിരുന്നു. അതിന് തൊട്ടടുത്ത് വാതിലിന് പിന്നിലുള്ള കൊളുത്തിൽ സ്വന്തം പാന്റിന്റെ ബെൽറ്റിൽ കിടന്ന് തൂങ്ങിനില്ക്കുന്നു - ഫ്രാങ്കോ മിഡ്ലാന്റ്, ഹാർഡ്വെയർ കമ്പനിയുടെ മാനേജിംഗ് ഡയറക്ടർ! അയാളുടെ തല ശരീരത്തിലേക്ക് തൂങ്ങിയിട്ടുണ്ട്. അയാളുടെ കാലുകൾ അപ്പോഴും വാതിലിൽ ഇടിക്കുന്നുണ്ടായിരുന്നു. ഞാൻ പെട്ടെന്ന് അയാളുടെ അരയിൽ ചുറ്റിപ്പിടിച്ച് മേല്പോട്ടുയർത്തി. ഹോംസും പൈ ക്രോഫ്റ്റുംകൂടി പതുക്കെ ബെൽറ്റ് കഴുത്തിൽനിന്നും അഴിച്ചെടുത്തു. അയാളെ താങ്ങിയെടുത്ത് പുറത്തെ മുറിയിൽ കൊണ്ടുവന്നുകിടത്തി. അയാളുടെ മുഖം അപ്പോൾ കളിമണ്ണിന്റെ നിറമായിരുന്നു. നേരിയ ശ്വാസോച്ഛ്വാസം. അഞ്ചുമിനിട്ടു മുമ്പ് മാത്രം ഞങ്ങൾ കണ്ട മനുഷ്യൻ ഇതാ ജീവിതത്തിനും മരണത്തിനും ഇടയിൽ!

“അയാൾ എങ്ങനെയുണ്ട് മി. വാട്സൺ?” ഹോംസ് ചോദിച്ചു.

ഞാൻ കുനിഞ്ഞുനിന്ന് അയാളുടെ പൾസ് നോക്കി. നാഡിമിടിപ്പ്

ദുർബലമായിരുന്നുവെങ്കിലും അയാളുടെ ശ്വാസഗതി പതുക്കെ മെച്ചപ്പെടുന്നുണ്ടായിരുന്നു. കൺപോളകളും മെല്ലെ ചലിക്കുന്നുണ്ടായിരുന്നു.

"എന്തായാലും കഷ്ടിച്ചു രക്ഷപ്പെട്ടുവെന്നാണ് തോന്നുന്നത്. ആ ജനാലകളെല്ലാം തുറന്നിടൂ." ഞാൻ പറഞ്ഞു. വെള്ളം വെച്ചിരുന്ന കുപ്പിയിൽനിന്ന് വെള്ളമെടുത്ത് അയാളുടെ മുഖത്ത് തെളിച്ചു. തണുത്ത വെള്ളം തട്ടിയപ്പോൾ കണ്ണുകളിൽ ജീവൻവെച്ചു. കൈകാലുകൾ ഉയർത്തുകയും താഴ്ത്തുകയും ചെയ്തപ്പോൾ അയാൾ ദീർഘമായി ശ്വസിച്ചു തുടങ്ങി.

"ഇനി കുറച്ചുസമയം അങ്ങനെ കിടക്കട്ടെ." ഞാൻ പറഞ്ഞു.

കൈകൾ ട്രൗസർ പോക്കറ്റിൽ തിരുകി ഹോംസ് താഴേക്കു നോക്കി മേശയ്ക്കരികിൽ നിന്നു.

"നമുക്കിനി പോലീസിനെ വിളിക്കാം." ഹോംസ് പെട്ടെന്ന് പറഞ്ഞു.

"ഇനി പറയാനുള്ളതെല്ലാം ഞാൻതന്നെ പോലീസിനോടു പറയാം."

"എന്താണിത്, എനിക്കൊന്നും മനസ്സിലാവുന്നില്ലല്ലോ." പൈ ക്രോഫ്റ്റ് പറഞ്ഞു. "എന്നെ ഇവിടെ കൊണ്ടുവന്ന്, ഇങ്ങനെ..."

"ഇതിൽ രഹസ്യങ്ങളൊന്നുമില്ല. എല്ലാം വളരെ വ്യക്തമാണ്."

ഹോംസ് പറഞ്ഞു. "ഇത് അവസാനത്തെ നീക്കമാണ്."

"അപ്പോൾ ബാക്കിയെല്ലാം അങ്ങേയ്ക്ക് മനസ്സിലായോ?"

"അത് സാമാന്യം വ്യക്തമല്ലേ, എന്തു പറയുന്നു മി. വാട്സൺ?" ഞാൻ വെറുതെ ചുമലുകൾ കുലുക്കി.

"ആദ്യംമുതലുള്ള സംഭവങ്ങൾ പരിശോധിച്ചാൽ അവയെത്തുന്നത് ഒരേയൊരു നിഗമനത്തിലാണ്."

"താങ്കൾ എന്താണ് ഉദ്ദേശിക്കുന്നത്?"

"മുഴുവൻ സംഭവങ്ങളും രണ്ടു ബിന്ദുക്കളിലേക്കാണ് വിരൽചൂണ്ടുന്നത്. ആദ്യത്തേത് ഈ വ്യാജക്കമ്പനിയുടെ സർവ്വീസിൽ കയറിപ്പറ്റുന്നതിന് പൈ ക്രോഫ്റ്റ് എഴുതിക്കൊടുത്ത സമ്മതപത്രം. അതിൽനിന്ന് എന്തെങ്കിലും മനസ്സിലായോ?"

"എനിക്ക് മനസ്സിലായിട്ടില്ല."

"എന്തിനായിരിക്കും അവരത് എഴുതിവാങ്ങിയത്? ഒരിക്കലും ബിസിനസ് സംബന്ധമായ ആവശ്യമാവാൻ വഴിയില്ല. കാരണം ഇത്തരം കമ്പനികളിലൊക്കെത്തന്നെ വാക്കാൽ പറയുന്നതുതന്നെയാണ് കരാറ്. അപ്പോൾ അതിന് വേറെ ഉദ്ദേശ്യമുണ്ടായിക്കാണണം. താങ്കളുടെ കൈപ്പട അവർക്ക് അറിയണം. അത്രയേ ഉള്ളൂ."

"അതുകൊണ്ട് എന്തു പ്രയോജനം?"

"അതിനുള്ള ഉത്തരം കണ്ടെത്തുന്നതോടുകൂടി നമുക്ക് ഏറെക്കുറെ കഥയ്ക്കുള്ള മുഴുവൻ ഉത്തരവും ആയി. കൈപ്പടയിലെ പകർപ്പ് കര സ്ഥമാക്കുന്നതോടെ അവർക്ക് ഒരുദ്ദേശ്യമേ ഉണ്ടാവാൻ വഴിയുള്ളൂ. വ്യാജ മായി എന്തെങ്കിലും രേഖ ചമയ്ക്കുക. ഇനി നമുക്ക് രണ്ടാമത്തെ പോയിന്റ് പരിഗണിക്കുക. 'മോഡൺ' കമ്പനിയിൽനിന്ന് രാജിവെക്കേണ്ട ആവശ്യമില്ലെന്ന് പിന്നർ പറഞ്ഞിരുന്നുവല്ലോ. അതേസമയം തിങ്കളാഴ്ച ജോലിയിൽ പ്രവേശിക്കാൻ ഇരിക്കുന്ന ഹാൾ പൈ ക്രോഫ്റ്റിനെ മോഡൺ കമ്പനിക്കാർ പെട്ടെന്ന് ലണ്ടനിൽനിന്ന് മാറ്റിയതാണ് അടുത്ത പ്രധാന സംഭവം."

"ദൈവമേ! ഞാനിത്ര മണ്ടനായിപ്പോയല്ലോ!"

പൈ ക്രോഫ്റ്റ് നിലവിളിച്ചു.

"ഇനിയാണ് കൈപ്പടയുടെ പ്രസക്തി. താങ്കളുടെ അപേക്ഷയിൽ നിന്ന് വിഭിന്നമായ കൈപ്പടയിൽ ഒരാൾ ഓഫീസിൽ പ്രവേശിച്ച് ജോലിചെയ്യാൻ തുടങ്ങിയാൽ അവിടെ എല്ലാം അവസാനിക്കുകയില്ലേ? എന്നാൽ കൈപ്പട നല്ലവണ്ണം പഠിച്ചിട്ടാണെങ്കിൽ ആർക്കും ഒരു സംശയവും തോന്നാനിട യില്ലല്ലോ. കാരണം താങ്കളെ ആരും നേരിട്ടു കണ്ടിട്ടില്ലല്ലോ."

"അതെ. ആരും തന്നെ കണ്ടിട്ടില്ല." പൈ ക്രോഫ്റ്റ് പറഞ്ഞു.

"അതുപോലെതന്നെ പ്രധാനമായിരുന്നിരിക്കണം മറ്റൊരു പൈ ക്രോഫ്റ്റ് മോഡൺ കമ്പനിയിൽ ഉണ്ടെന്ന് താങ്കൾ അറിയാതിരിക്കുക എന്നത്. അതിനുവേണ്ടിയാണ് നൂറു പൗണ്ടും തന്ന് നിങ്ങളെ മിഡ്ലാന്റി ലേക്ക് നാടുകടത്തിയത്. പെട്ടെന്ന് ലണ്ടനിലേക്ക് മടങ്ങിപ്പോവാതിരിക്കാൻ കുറെ പണികളും തന്നു."

"എന്നാലും ഇയാൾ മറ്റേയാളുടെ സഹോദരനായി അഭിനയിച്ചത് എന്തിനാണ്?"

"അതും വളരെ വ്യക്തമാണല്ലോ. യഥാർത്ഥത്തിൽ രണ്ടുപേരുടെ ആവശ്യമുണ്ടല്ലോ. ഒരാൾ 'മോഡൺ' കമ്പനിയിൽ ജോലിക്കു ചേർന്നല്ലേ പറ്റുകയുള്ളൂ. അങ്ങനെയെങ്കിൽ താങ്കൾ ജോലിക്കെത്തുമ്പോൾ ഒരു മാനേജിംഗ് ഡയറക്ടർ ഉണ്ടാവേണ്ടേ? അതിനുവേണ്ടി ഇനിയൊരാളെ സംഘത്തിൽ ചേർക്കുന്നതിന് അയാൾക്കു മനസ്സു വന്നില്ലായിരിക്കാം. അങ്ങനെ അയാൾ തന്നെ വേഷം മാറി. കുറെ സാമ്യമൊക്കെ കാണു മ്പോൾ സംശയിക്കാതിരിക്കാനാണ് സഹോദരൻ എന്നുതന്നെ പറഞ്ഞു പരിചയപ്പെടുത്തിയത്. ആ സ്വർണപ്പല്ലിന്റെ കാര്യം കൂട്ടത്തിൽ മറന്നു പോയതാണ് ഇത് കണ്ടെത്താൻ ഇപ്പോഴെങ്കിലും സഹായമായത്."

ഹാൾ പൈ ക്രോഫ്റ്റ് ആകെ ക്ഷോഭിക്കുന്ന ശബ്ദത്തിൽ പറഞ്ഞു. "ഇനിയെന്തു ചെയ്യണം. മി. ഹോംസ്? ഞാനിവിടെ വിഡ്ഢിവേഷം കെട്ടി നില്ക്കുമ്പോൾ അയാൾ മോഡണിൽ എന്റെ പേരും ഉപയോഗിച്ച് എന്തു

ചെയ്യുകയായിരുന്നിരിക്കണം? ഇനി നമ്മളെന്തു ചെയ്യണം, ദയവുചെയ്ത് പറയൂ, മി. ഹോംസ്."

"നമ്മൾ ഉടനെ മോഡൺ കമ്പനിയെ വിവരം അറിയിക്കണം." "ശനിയാഴ്ചകളിൽ അവർ പന്ത്രണ്ടുമണിക്കുതന്നെ അടയ്ക്കും. ഇന്ന് ശനിയാഴ്ചയാണല്ലോ." പൈ ക്രോഫ്റ്റ് പറഞ്ഞു.

"അത് കണക്കാക്കണ്ട. അവിടെ ഓഫീസിൽ ആരെങ്കിലും കാണാതിരിക്കില്ല, ശിപ്പായിയോ കാവൽക്കാരനോ ആരെങ്കിലും."

"അത് ശരിയാണ്. അവിടെ സ്ഥിരമായി ആരെങ്കിലും ഡ്യൂട്ടിയിൽ ഉണ്ടാവും."

"ശരി, ഇനി ഉടനെ അവരെ വിവരം അറിയിക്കാം. അവിടെ എന്തെല്ലാമാണ് നടന്നത്. താങ്കളുടെ പേരിൽ ആരെങ്കിലും അവിടെ കയറിപ്പറ്റിയോ എന്നെല്ലാം അറിയാമല്ലോ. അതിനെക്കുറിച്ചും എനിക്കു സംശയമൊന്നുമില്ല. എന്നാൽ പിടികിട്ടാത്ത ഒന്നുള്ളത് ഈ കുരുത്തമില്ലാത്തവൻ നമ്മളെ കണ്ട ഉടനെ എന്തിന് ഓടിപ്പോയി മുറക്കകത്തുകയറി വാതിലടച്ച് ആത്മഹത്യയ്ക്കു ശ്രമിച്ചു എന്നത്."

'പത്രം!' ഇടയ്ക്ക് പിന്നിൽനിന്ന് ഒരു ശബ്ദം കേട്ടു. അയാൾ, പിന്നർ - എഴുന്നേറ്റിരുന്നുതുടങ്ങി. അയാൾ പതുക്കെ സംയമനം വീണ്ടെടുക്കുകയാണെന്നു തോന്നി. കഴുത്തിൽ കുടുങ്ങിക്കിടന്ന ചുവപ്പു ബെൽട്ടിൽ വിരലോടിച്ച് അയാൾ ആകെ പകച്ചുനോക്കുന്നുണ്ടായിരുന്നു.

"അതെ, പത്രം! അതുതന്നെയാണ് നമുക്കു വേണ്ടത്." ഹോംസ് ഉത്സാഹത്തിലായിരുന്നു. "ഞാൻ ശരിക്കുമൊരു മണ്ടൻതന്നെ. ഇതുവരെ പത്രത്തെക്കുറിച്ച് ഞാനോർക്കുകയുണ്ടായില്ല. തീർച്ചയായും പത്രം നമുക്ക് രഹസ്യങ്ങൾ തരാതിരിക്കില്ല!" പത്രം മേശപ്പുറത്ത് വിരിച്ചുവെച്ച് ഹോംസ് അതിലൂടെ മുഴുവൻ കണ്ണോടിച്ചുകൊണ്ട് പറഞ്ഞു.

"നോക്കൂ വാട്സൺ. ഇത് ലണ്ടൻ ഈവനിംഗ് പത്രമാണ്. ഇതാ, ഇവിടെയുണ്ട് നമുക്ക് വേണ്ടതെല്ലാം. ഇതിലെ തലവാചകം ഞാൻ വായിക്കാം - ശ്രദ്ധിക്കൂ."

"മോഡൺ ആന്റ് വില്യംസിൽ ഭീകര കൊലപാതകം. വമ്പിച്ച കൊള്ളശ്രമം. പ്രതിയെ കിട്ടി." വാട്സൺ, നാമൊക്കെ ആ വാർത്തയിൽ ആകാംക്ഷയുള്ളവരാണ്. ദയവായി ഇതൊന്നു വായിക്കൂ."

നഗരത്തിൽ അന്നുനടന്ന ഒരേയൊരു പ്രധാന സംഭവം റിപ്പോർട്ടു ചെയ്യുന്ന രീതിയിലായിരുന്നു ആ വാർത്ത. അതിപ്രകാരമായിരുന്നു:

"വിഫലമായ ഒരു കവർച്ചാശ്രമത്തിനിടെ മരണത്തിലും തുടർന്ന് അറസ്റ്റിലും കലാശിച്ച വലിയ സംഭവം ലണ്ടനിൽനിന്നും റിപ്പോർട്ട് ചെയ്തിരിക്കുന്നു. പത്തുലക്ഷം സ്റ്റെർലിങ്പൗണ്ടിനുമേൽ ആസ്തിയുള്ള സെക്യൂരിറ്റികളും രേഖകളും സൂക്ഷിച്ചിരിക്കുന്ന പ്രസിദ്ധ സാമ്പത്തിക

സ്ഥാപനമായ മോഡൺ ആന്റ് വില്യംസിലാണ് ഈ ദുരന്തം അരങ്ങേറിയിട്ടുള്ളത്. ഈ ഭാരിച്ച ഉത്തരവാദിത്വം അറിഞ്ഞുകൊണ്ടുതന്നെ വളരെ നൂതനമായ സേഫ് ഡെപ്പോസിറ്റ് ലോക്കർ സിസ്റ്റമാണ് ഇവിടെ നിലവിലുള്ളത്. അവയ്ക്ക് ദിവസം മുഴുവൻ, രാത്രിയും പകലും കാവലും ഏർപ്പെടുത്തിയിട്ടുണ്ട്. കഴിഞ്ഞ ആഴ്ച കമ്പനിയിൽ 'ഹാൾ പൈക്രോഫ്റ്റ്' എന്ന പേരിൽ ഒരാൾ പുതിയതായി ജോലിക്കു പ്രവേശിച്ചതായി അറിയുന്നു. പിന്നീട് ഈ മനുഷ്യൻ 'ഹാൾ പൈ ക്രോഫ്റ്റ്' അല്ലെന്നും കുപ്രസിദ്ധ ആൾമാറാട്ടക്കാരനും കവർച്ചക്കാരനുമായ 'ബെഡ്ഡിംഗ് ടൺ' ആണെന്നും തെളിഞ്ഞിട്ടുണ്ട്. ഇയാളും ഇയാളുടെ സഹോദരനും അഞ്ചുവർഷത്തെ ജയിൽശിക്ഷ കഴിഞ്ഞ് ഈയിടെ പുറത്തിറങ്ങിയതേയുള്ളൂ. അജ്ഞാതമായ മാർഗ്ഗത്തിലൂടെ ഇയാൾ 'മോഡൺ' കമ്പനിയിൽ കയറിപ്പറ്റുകയും കള്ളത്താക്കോലുകൾ ഉണ്ടാക്കി സേഫുകളുടെ സ്ഥാനവും മറ്റും കൃത്യമായി മനസ്സിലാക്കി അവ തുറക്കാനുള്ള പദ്ധതിയും ആസൂത്രണം ചെയ്തതായി അറിയാൻ കഴിഞ്ഞിരിക്കുന്നു.

"ശനിയാഴ്ച ഉച്ചയ്ക്ക് പന്ത്രണ്ടുമണിവരെയാണ് മോഡൺ കമ്പനിയുടെ പ്രവർത്തനസമയം. ഉച്ചയ്ക്ക് ഏതാണ്ട് 1.20 ആയപ്പോൾ ഒരാൾ ഒരു കാർപ്പറ്റ് ബാഗുമായി ഇറങ്ങിവരുന്നത് സിറ്റി പോലീസിലെ സാർജന്റ് ടൂസൺ കാണുകയും അദ്ദേഹത്തിന് സംശയം തോന്നിയതിനാൽ പിന്തുടരുകയും ചെയ്തു. പിന്നീട് നടന്ന ഘോരമായ സംഘട്ടനത്തിൽ കോൺസ്റ്റബിൾ പൊള്ളോക്കിന്റെ സഹായത്തോടെ അയാളെ കീഴ്പ്പെടുത്തുകയും ചെയ്തു. ഒരു വലിയ കവർച്ചയുടെ കഥ അതോടെ വെളിച്ചത്തുവരുകയും ചെയ്തു. ഒരുലക്ഷം പൗണ്ട് വിലമതിക്കുന്ന അമേരിക്കൻ ബോണ്ടുകളും മറ്റു പ്രശസ്ത കമ്പനികളിലെ ഓഹരി സർട്ടിഫിക്കറ്റുകളും അയാളുടെ സഞ്ചിയിൽനിന്ന് കണ്ടെടുത്തു. കമ്പനിക്കകത്ത് നടത്തിയ വിശദമായ തിരച്ചിലിൽ ആണ് ഭാഗ്യദോഷിയായ കാവൽക്കാരന്റെ മൃതദേഹം ഒരു സേഫിനകത്ത് കയറ്റിവെച്ചിരിക്കുന്നത് കണ്ടെത്തിയത്. സാർജന്റ് ടൂസന്റെ ശുഷ്കാന്തിയോടെയുള്ള ഇടപെടലാണ് ഈ ദുരന്തം കണ്ടെത്താൻ സഹായിച്ചത്. അല്ലെങ്കിൽ രണ്ടു ദിവസം കഴിഞ്ഞ് തിങ്കളാഴ്ച ഓഫീസ് തുറക്കുമ്പോഴായിരിക്കും ഈ ദുരന്തം കണ്ടെത്തുന്നത്. പിന്നിൽനിന്ന് ഇരുമ്പുദണ്ഡുകൊണ്ട് തലയ്ക്കടിച്ച് തലയോട് തകർന്ന നിലയിലാണ് കാവൽക്കാരനെ കണ്ടെത്തിയത്. ഉച്ചയ്ക്ക് മറ്റു ജീവനക്കാരോടൊപ്പം പുറത്തുവന്ന ബെഡ്ഡിംഗ്ടൺ എന്തോ മറന്നുവെച്ചത് എടുക്കാനെന്ന ഭാവേന കമ്പനിക്കുള്ളിൽ കടക്കുകയും കാവൽക്കാരനെ വധിച്ചശേഷം സേഫ് തുറന്ന് കവർച്ചമുതൽ കൈക്കലാക്കുകയും ചെയ്തിരിക്കണം എന്നാണ് പോലീസിന്റെ നിഗമനം. ഇയാളുടെ സഹോദരന്റെ പങ്ക് ഈ കാര്യത്തിൽ ഇല്ലെന്നാണ് പ്രാഥമിക നിഗമനം എങ്കിലും അയാളെയും പോലീസ് തിരക്കുന്നുണ്ട്."

ജനാലയ്ക്കടുത്ത് ചുരുണ്ടുകൂടി കിടക്കുന്ന രൂപത്തെതന്നെ നോക്കിക്കൊണ്ട് ഹോംസ് പറഞ്ഞു, "ശരി, ഇനി ഈ കാര്യത്തിൽ നമുക്ക് പോലീസിനെ അല്പം സഹായിക്കാം. മനുഷ്യജീവിതം വളരെ വിചിത്രം തന്നെയാണ് മി. വാട്സൺ. സഹോദരൻ കൊലപാതകിയും കവർച്ചക്കാരനും ആണെന്നറിഞ്ഞിട്ടും അയാളുടെ കഴുത്തിൽ കൊലക്കയർ വീഴുന്നത് കാണാൻ ത്രാണിയില്ലാതെ ഇവിടെ ഒരാൾ ആത്മഹത്യയ്ക്ക് ശ്രമിക്കുന്നു. ഏതായാലും ഇനി നമുക്കൊന്നും ചെയ്യാനില്ല. ഞാനും ഡോക്ടറും ഇവിടെ കാവൽ നില്ക്കാം. മി. പൈ ക്രോഫ്റ്റ് താങ്കൾ പുറത്തിറങ്ങി പോലീസിനെ വിളിച്ചാലും."

■

അവസാനത്തെ അന്വേഷണം

ഇതൊരു അവസാനത്തെ അന്വേഷണം തന്നെയാണ്. എന്റെ സുഹൃത്ത് ഷെർലക് ഹോംസിന്റെ അദ്ഭുതപ്പെടുത്തുന്ന, അതിസാധാരണമായ കുറ്റാന്വേഷണ കഴിവുകളിലേക്ക് വെളിച്ചം പകരാൻ ഉതകുന്ന അവസാനത്തെ കുറ്റാന്വേഷണകഥ വളരെ ദുഃഖത്തോടും ഹൃദയഭാരത്തോടുംകൂടി ഞാൻ ഇവിടെ പകർത്തട്ടെ. "ചോരക്കളം"[1]ത്തിൽനിന്നു തുടങ്ങി 'നാവിക ഉടമ്പടി'[2] എന്ന കഥവരെ നീളുന്ന സംഭവബഹുലമായ അന്വേഷണപരമ്പരകളിൽ ഞാൻ നേരിട്ടും ഹോംസുമായി പങ്കിട്ടും അനുഭവിച്ച വൈവിധ്യമാർന്ന അനുഭവങ്ങളെല്ലാംതന്നെ എനിക്കാവുന്നവിധത്തിൽ ഞാൻ ഇക്കാലമത്രയും വിശദീകരിച്ചിട്ടുണ്ട്, അവയിൽ അപര്യാപ്തതകൾ ഉണ്ടെങ്കിൽതന്നെയും. അവസാനത്തെ അന്വേഷണകഥയായ 'നാവിക ഉടമ്പടി'യോടുകൂടി എല്ലാം അവസാനിപ്പിക്കണമെന്ന് കരുതിയതായിരുന്നു, ഞാൻ. പ്രത്യേകിച്ചും അതിനുശേഷം നടന്ന, എന്റെ ജീവിതം തന്നെ അനാഥമാക്കിയ ആ സംഭവത്തെക്കുറിച്ച് എന്തെങ്കിലും എഴുതാൻ ഞാൻ അപ്രാപ്തനാണ്. എന്തിനധികം പറയുന്നു, ആ സംഭവം നടന്നിട്ട് രണ്ടുവർഷം കഴിഞ്ഞിരിക്കുന്നു. ആ രണ്ടു വർഷവും ഞാൻ നിഷ്ക്രിയനായിരുന്നു. പക്ഷേ, ഇപ്പോൾ ആ സംഭവം മുഴുവൻ പുറത്തുകൊണ്ടുവരാൻ ഞാൻ നിർബന്ധിതനായിരിക്കുകയാണ്. മൊറിയാർട്ടിയുടെ സമീപകാല കത്തുകൾ ഒന്നുകൊണ്ടുമാത്രം. കേണൽ ജെയിംസ് മൊറിയാർട്ടി തന്റെ സഹോദരനെ ന്യായീകരിച്ചുകൊണ്ടെഴുതിയ കത്തുകൾ പലരെയും തെറ്റിദ്ധരിപ്പിക്കാനിടയുള്ളതുകൊണ്ടും അതിലെ നിജസ്ഥിതി പൊതുജനമധ്യത്തിൽ കൊണ്ടുവരണമെന്നുള്ളതുകൊണ്ടും ആണ് ഞാനീ സംഭവങ്ങൾ വെളിച്ചത്ത് കൊണ്ടുവരാൻ തയ്യാറായത്. പത്രങ്ങളിൽ ഇതിനെക്കുറിച്ച് മൂന്നു വ്യത്യസ്തപ്രതികരണങ്ങളാണ് ഉണ്ടായിരിക്കുന്നത്. ആദ്യത്തേത് 1891 മെയ് 6ന് 'ജേർണൽ ഡി ജനീവ'യിൽ വന്നതും രണ്ടാമത്തേത് റോയിട്ടർ റിപ്പോർട്ട് ചെയ്തതനുസരിച്ച് മെയ് 7-ലെ ഇംഗ്ലീഷ് പത്രങ്ങളിൽ വന്നതുമാണ്. മൂന്നാമത്തെ പ്രതികരണം

1. Study in Scarlet
2. Naval Treaty

ഞാൻ അല്പംമുമ്പ് സൂചിപ്പിച്ച വികൃതമായതും സത്യത്തിന് നിരക്കാത്തതുമായ വിവരങ്ങളാണ്. ഒന്നുംരണ്ടും കത്തുകളാവട്ടെ വളരെ സംക്ഷിപ്തവും കാര്യമാത്രപ്രസക്തവുമായതുകൊണ്ട് സത്യവും അസത്യവും തമ്മിലുള്ള വേർതിരിവ് അവിടെ അധികം പ്രകടമായിരുന്നില്ല. അങ്ങനെ ഞാൻ എന്റെ കടമ നിർവ്വഹിക്കാനൊരുങ്ങുന്നു - യഥാർത്ഥത്തിൽ പ്രൊഫസർ മൊറിയാർട്ടിയും ഷെർലക് ഹോംസും തമ്മിൽ ഉണ്ടായതെന്തെന്ന് ലോകമറിയണം.

എന്റെ വിവാഹത്തിനുശേഷം പ്രത്യേകിച്ച് അതുകഴിഞ്ഞ് ഞാൻ പ്രൈവറ്റ് പ്രാക്ടീസ് ആരംഭിച്ചുകഴിഞ്ഞ സമയത്ത് ഞങ്ങളുടെ - എന്റെയും ഷെർലക് ഹോംസിന്റെയും - അടുപ്പത്തിലും ബന്ധങ്ങളിലും ചില മാറ്റങ്ങളുണ്ടായി. അങ്ങനെയാണെങ്കിലും കേസ്സിന്റെ ആവശ്യങ്ങൾക്കൊക്കെത്തന്നെ ഹോംസ് എന്നെ സമീപിക്കാറുണ്ടായിരുന്നു. ഈ സന്ദർശനങ്ങളൊക്കെത്തന്നെയും കുറഞ്ഞുകുറഞ്ഞു വന്നു. 1890-ൽ ആകെ മൂന്നു കേസ്സുകളിൽ മാത്രമേ അന്വേഷണവുമായി ബന്ധപ്പെടാൻ അവസരം ലഭിക്കുകയുണ്ടായുള്ളൂ. 1890-ന്റെ അവസാനമാസങ്ങളിലും 1891-ലെ വർഷാരംഭത്തിലും ഹോംസ് പത്രവാർത്തകളിൽ നിറഞ്ഞുനിന്നു. ഏതോ പ്രധാനപ്പെട്ട കേസ്സന്വേഷണവുമായി ഹോംസ് ഫ്രഞ്ച് ഗവൺമെന്റിന്റെ അതിഥിയായി ജോലി ചെയ്യുകയാണെന്ന് 'നാർ ബോണി'ൽ നിന്നും 'നിംഡി'ൽ നിന്നും എനിക്കു ലഭിച്ച കത്തുകളിൽനിന്ന് എനിക്കു മനസ്സിലായി. ഈ ഫ്രഞ്ചുവാസം കുറെ നീളാൻ സാധ്യതയുള്ളതായും ഞാൻ മനസ്സിലാക്കി. അങ്ങനെയിരിക്കുമ്പോഴാണ് അല്പം അദ്ഭുതത്തോടെ എന്നുതന്നെ പറയട്ടെ, ഞാൻ അദ്ദേഹത്തെ ഏപ്രിൽ 24-ന് വൈകുന്നേരം എന്റെ 'കൺസൾട്ടിംഗ്' മുറിയിൽ എതിരേറ്റത്. ആദ്യനോട്ടത്തിൽതന്നെ അദ്ദേഹം വിളറിവെളുത്തിരിക്കുന്നത് എനിക്ക് ശ്രദ്ധിക്കാൻ കഴിഞ്ഞു.

എന്റെ വിസ്മയഭാവം കണ്ടിട്ടാവണം, ഹോംസ് പറഞ്ഞു - "വാട്സൺ, ഞാൻ കുറെ സ്വാതന്ത്ര്യം എടുക്കുന്നുണ്ട്, അല്ലെ? ഞാൻ കുറെ വൈകി എന്നതിൽ ക്ഷമിക്കുമല്ലോ. ആകട്ടെ ഈ ജനാലകൾ ഞാൻ അടയ്ക്കുന്നതിൽ വിരോധമില്ലല്ലോ?"

എന്റെ മുറിയിലെ ആകെയുണ്ടായിരുന്ന വെളിച്ചം എന്റെ മേശപ്പുറത്തിരുന്ന വിളക്കിൽനിന്ന് മാത്രമായിരുന്നു. ചുവരിനോടു ചേർന്ന് ധൃതിയിൽ നടന്ന് ഹോംസ് ജനാലകൾ അടച്ചു കുറ്റിയിട്ടു.

"താങ്കൾ എന്തിനെയോ പേടിക്കുന്നുണ്ടല്ലോ?" ഞാൻ ചോദിച്ചു.

"ശരിയാണ്."

"എന്തിനെയാണ് പേടിക്കുന്നത്?"

"എയർഗണ്ണിനെ!"

"പ്രിയപ്പെട്ട ഹോംസ്, താങ്കൾ എന്താണുദ്ദേശിക്കുന്നത്?"

"വാട്സൺ, ഞാൻ അത്രവേഗം പേടിക്കുന്നതരത്തിലുള്ള ദുർബ്ബലനല്ലെന്ന് താങ്കൾക്ക് അറിവുള്ളതാണല്ലോ. അതേസമയം അപകടം അടുത്തുവരുമ്പോൾ അത് അംഗീകരിക്കുന്നതിനുപകരം ധൈര്യം അഭിനയിക്കുന്നത് മൂഢതയാണ്... സിഗരറ്റ് കത്തിക്കാൻ ഒരു തീപ്പെട്ടി തരൂ." ഹോംസ് പറഞ്ഞു.

സിഗരറ്റിൽനിന്ന് പുക മുഴുവനായി ഉള്ളിലേയ്ക്കെടുത്ത് ഹോംസ് ആശ്വാസത്തോടെ കസേരയിൽ ഇരുന്നു.

"വൈകിയുള്ള ഈ സന്ദർശനത്തിന് മാപ്പ്. മാത്രമല്ല ഇവിടെനിന്ന് തിരികെ പോകുമ്പോൾ താങ്കളുടെ വേലി പൊളിച്ച് പിന്നിലെ പൂന്തോട്ടത്തിലൂടെ പുറത്തുപോകുവാൻ അനുവദിക്കണമെന്നും അപേക്ഷിക്കുന്നു."

"പക്ഷേ, ഹോംസ്, ഇതിന്റെയൊക്കെ അർത്ഥമെന്താണ്?" ഞാൻ ചോദിച്ചു.

അദ്ദേഹം കൈപ്പടങ്ങൾ രണ്ടും നീട്ടിക്കാണിച്ചു. കൈവിരലുകൾ മടങ്ങുന്നയിടത്ത് രണ്ടുകൈകളിലും തൊലി പൊട്ടി രക്തം ഒഴുകുന്നുണ്ടായിരുന്നു.

"ഇത് ചെറിയ കാര്യമല്ല, എന്നിരുന്നാലും കൈകളിലെ എല്ലുകൾ പൊട്ടിയിട്ടില്ല എന്നതും വാസ്തവം തന്നെ. മിസ്സിസ് വാട്സൺ ഇവിടെയില്ലേ?"

"ഇല്ല. അവർ ഒരു സന്ദർശനത്തിലാണ്."

"അപ്പോൾ താങ്കൾ തനിച്ചാണ്?"

"അതെ."

"അപ്പോൾ യൂറോപ്പിലേക്ക് ഒരു യാത്രപോകാൻ ഞാൻ ക്ഷണിക്കുന്നതിൽ അപാകതയില്ലെന്ന് കരുതുന്നു."

"യൂറോപ്പിൽ, എവിടെ?" ഞാൻ ചോദിച്ചു.

"എവിടെയായാലും എനിക്ക് ഒരുപോലെതന്നെ."

ഈ സംഭാഷണങ്ങളെല്ലാം എനിക്കു പുതുമ നിറഞ്ഞതായിരുന്നു. ഇതിനുമുമ്പൊരിക്കലും ഹോംസ് ഇങ്ങനെ സംസാരിക്കുന്നതു കേട്ടിട്ടില്ല. ലക്ഷ്യമില്ലാത്ത അവധിക്കാലയാത്ര, പ്രത്യേക ഉദ്ദേശ്യമില്ലാതെ അലഞ്ഞു നടക്കൽ ഇവയൊന്നും ഹോംസിന്റെ ഭാഗത്തുനിന്ന് ഇതുവരെ പ്രതീക്ഷിച്ച കാര്യങ്ങളല്ല. അദ്ദേഹത്തിന്റെ മുഖം വിളറിയും ക്ഷീണംകൊണ്ട് വെളുത്തതായും കാണപ്പെട്ടു. അങ്ങേയറ്റത്തെ മാനസികപിരിമുറുക്കം അദ്ദേഹം അനുഭവിക്കുന്നുണ്ടായിരുന്നു. എന്റെ കണ്ണുകളിൽതന്നെ ഉറ്റുനോക്കി അവയിലെ ചോദ്യഭാവം മനസ്സിലാക്കിയപോലെ ഹോംസ് കൈമുട്ടുകളിൽ മുഖംതാങ്ങി മുന്നോട്ടാഞ്ഞുകൊണ്ട് സംസാരിക്കാൻ ആരംഭിച്ചു.

“താങ്കൾ ഒരുപക്ഷേ, പ്രൊഫസർ മൊറിയാർട്ടിയെക്കുറിച്ച് കേട്ടിട്ടുണ്ടാവില്ല!”

“ഇല്ല.” ഞാൻ പറഞ്ഞു.

“മൊറിയാർട്ടിയെക്കുറിച്ച് പറയുകയാണെങ്കിൽ ഒരുപാട് ഉണ്ട്. അയാളുടെ ജനനവും ജീവിതവും മഹത്തായ രീതിയിൽതന്നെ ആയിരുന്നു. അയാളുടെ പേര് ലണ്ടൻ മുഴുവൻ വ്യാപിച്ചുകിടക്കുന്നുണ്ടെങ്കിലും അയാളെ ആരും അറിയില്ല. അതുതന്നെയാണ് അയാളെ കുറ്റകൃത്യങ്ങളുടെ രാജാവാക്കിയതും. വാട്സൺ, എനിക്ക് ഗൗരവമായിതന്നെ പറയാനുള്ളത് അയാളെ തറപറ്റിച്ചാൽ ഈ സമൂഹത്തെ മുഴുവനായി തന്നെ ക്രിമിനൽ ലോകത്തിൽനിന്നും രക്ഷപ്പെടുത്താനായതുപോലെയാവും. അതോടുകൂടി എന്റെ ഔദ്യോഗികജീവിതവും അതിന്റേതായ ഔന്നത്യത്തിലെത്തും. പിന്നെ എനിക്ക് എന്തിനീ തിരക്കുപിടിച്ച അന്വേഷണങ്ങളുടെ ലോകം... എനിക്ക് വിശ്രമിക്കാമല്ലോ. വാട്സൺ, താങ്കളോടായി പറയട്ടെ, ഈയടുത്തകാലത്ത് ഞാൻ ഇടപെട്ട സ്കാൻഡിനേവിയായിലെ രാജകുടുംബത്തിന്റെ കേസ്സും ഫ്രഞ്ച് ഗവൺമെന്റ് ഏല്പിച്ച കേസ്സും സാമ്പത്തികമായി എന്റെ ജീവിതം ഭദ്രമാക്കിയിട്ടുണ്ട്. അങ്ങനെയെങ്കിൽ എനിക്ക് എന്റെ കെമിക്കൽ ഗവേഷണങ്ങളിലേക്ക് തിരിയാമായിരുന്നു. പക്ഷേ, ഇന്നെനിക്കതു സാധിക്കില്ല, വാട്സൺ. പ്രൊഫസർ മൊറിയാർട്ടിയെപ്പോലെ ഒരു കുറ്റവാളി ലണ്ടൻ തെരുവീഥികളിൽ സ്വതന്ത്രനായി നടക്കുന്നിടത്തോളംകാലം എനിക്ക് എന്റെ ചാരുകസേരയിൽ വെറുതെയിരിക്കാനാവില്ല.”

“ഇത്രയ്ക്കൊക്കെ പറയാൻതക്കവണ്ണം അയാളെന്താണ് ചെയ്തത്?”

“വളരെ അസാധാരണവും ഒറ്റപ്പെട്ടതുമായ ഒരു വ്യക്തിത്വത്തിന് ഉടമയാണ് പ്രൊഫ. മൊറിയാർട്ടി. നല്ല കുടുംബത്തിൽ പിറന്നതും നല്ല വിദ്യാഭ്യാസം സിദ്ധിച്ചതും അയാളെ ഒരു ബുദ്ധിജീവിയും പ്രശസ്തനുമാക്കേണ്ടതായിരുന്നു. ഗണിതശാസ്ത്രത്തിൽ അയാളുടെ അപാരമായ അറിവിന്റെ ഉത്തമോദാഹരണമാണ് അയാൾ പ്രസിദ്ധപ്പെടുത്തിയ ഗവേഷണപ്രബന്ധം. അതും ഇരുപത്തിയൊന്നാമത്തെ വയസ്സിൽ. യൂറോപ്പിൽ മുഴുവൻ പ്രചാത്തിലുണ്ടായിരുന്നു അയാൾ എഴുതിയുണ്ടാക്കിയ ‘ബൈനോമിയൻ തിയറത്തെ’ക്കുറിച്ചുള്ള കണ്ടുപിടുത്തങ്ങൾ. ഈ പ്രബന്ധത്തെ അടിസ്ഥാനമാക്കി അയാൾക്ക് യൂണിവേഴ്സിറ്റികളും ഗണിതവിഭാഗത്തിന്റെ അധ്യക്ഷ പദം നല്കുകയുണ്ടായി. അതിൽ തുടർന്നിരുന്നെങ്കിൽ അയാൾക്ക് ശോഭനമായ ഒരു ഭാവിയുണ്ടാകുമായിരുന്നു. പക്ഷേ, അയാളുടെ രക്തത്തിൽ പാരമ്പര്യമായിതന്നെ കിട്ടിയ കുറെ നീചമായ വാസനകൾ ഉണ്ടായിരുന്നു. അയാളുടെ വ്യക്തിത്വത്തിന്റെ നല്ല വശങ്ങളുടെ വളർച്ചയ്ക്കുപകരം ക്രൂരവും നീചവുമായ ഈ വശങ്ങളാണ് പുരോഗതി നേടിയത്. അത് കാലംചെല്ലുന്തോറും വളരെ അപകടകരമായി

ത്തീരുകയും ചെയ്തു. അയാളുടെ ഈ നികൃഷ്ടമായ പെരുമാറ്റങ്ങൾ പതുക്കെ സമൂഹത്തിൽ അറിയാൻ ഇടയാവുകയും അയാൾ യൂണിവേഴ്സിറ്റി ഉദ്യോഗം ഉപേക്ഷിക്കാൻ തയ്യാറാവുകയും ചെയ്തു. അങ്ങനെയാണയാൾ ലണ്ടനിലെത്തിയതും ഇവിടെയൊരു സൈനിക പരിശീലന കേന്ദ്രം ആരംഭിക്കുകയും ചെയ്തത്. ലോകം മുഴുവൻ അയാളെക്കുറിച്ചറിയുന്ന കാര്യങ്ങൾ ഇവയാണ്. പക്ഷേ, ഞാനായിട്ട് കണ്ടുപിടിച്ച കുറെ കാര്യങ്ങളുണ്ട്.

വാട്സണ് അറിയാവുന്ന കാര്യമല്ലെ, ലണ്ടനിലെ കുറ്റവാളികളുടെ ലോകം എന്നു പറയുന്നത് തിളക്കമാർന്ന പൊതുസമൂഹത്തിൽ വേറിട്ടു നില്ക്കുന്ന ഒരു പ്രത്യേക ലോകമാണ്. അതിനെക്കുറിച്ച് ഒരുപക്ഷേ, എനിക്കറിയാവുന്നതുപോലെ മറ്റാർക്കും അറിയില്ല. ഈ കുറ്റവാളികളുടെ ലോകം ഒരുപക്ഷെ, നമ്മുടെയൊക്കെ ഭാവനയ്ക്കുപോലും അതീതമാണ്. ഇവരെ പരിരക്ഷിക്കുന്ന ഒരു വലിയ സമൂഹം അണിയറയിൽ ഇവർക്കു വേണ്ട സഹായങ്ങൾ നല്കി വളരെ ശക്തമായ നിലയിൽതന്നെ നിലനില്ക്കുന്നുണ്ട്. വിവിധ കേസ്സുകളിൽ വ്യാജരേഖകൾ ചമച്ചും കൊള്ള, കൊല തുടങ്ങിയവ നടത്തിയും ഈ സമൂഹം ശക്തിയായി ഇന്നും നിലനില്ക്കുന്നു. ഞാൻ ഇടപെടാത്ത കേസ്സുകളിൽവരെ ഇവരുടെ സാന്നിധ്യം എനിക്ക് നേരിട്ടറിയാൻ കഴിഞ്ഞിട്ടുണ്ട്. ഈ കനത്ത ക്രിമിനൽ കോട്ട തകർക്കുവാൻ ഞാൻ എപ്പോഴും മോഹിച്ചിട്ടുള്ളതാണ്. അവസാനം ഈ കോട്ട തകർക്കാനുള്ള ഒരു തുമ്പ് കിട്ടിയപ്പോൾ അത് പിന്തുടർന്ന് ഞാനെത്തിയത് കുറെ വളവുകളും തിരിവുകളും കടന്ന് മുൻ കണക്ക് പ്രൊഫസർ മൊറിയാർട്ടിയുടെ മടയിലേക്കാണ്.

വാട്സൺ, അയാളൊരു ബുദ്ധിരാക്ഷസൻ തന്നെയാണ്, കുറ്റകൃത്യങ്ങളുടെ കാര്യത്തിൽ. ഈ മഹാനഗരത്തിലെ ഒട്ടുമിക്ക ക്രിമിനൽകുറ്റങ്ങളുടെയും നീചപ്രവൃത്തികളുടെയും സംഘാടകൻ അയാളാണ്. തെളിയിക്കാനും കണ്ടെത്താനും കഴിയാത്ത കുറ്റകൃത്യങ്ങൾക്ക് പിന്നിൽ പ്രവർത്തിച്ച ബുദ്ധി അയാളുടേതാണ്. ഒരേസമയം കുറ്റകൃത്യങ്ങളുടെ ചക്രവർത്തിയും തത്വജ്ഞാനിയും ചിന്തകനുമാണ് അയാൾ. ഒരൊന്നാന്തരം തലച്ചോറിന്നുടമയാണയാൾ. ഒരു ചിലന്തിവലകെട്ടി അതിൽ അയാൾ തപസ്സിരിക്കും. വലയുടെ ഓരോ സ്പന്ദനങ്ങളും അയാൾ മണത്തറിയും. അതിന്റെ ഓരോ ചലനവും വിറയലും അയാൾക്കറിയാം. അനന്തര നിശ്ശബ്ദനായി തപസ്സിരിക്കുകയേ ചെയ്യുന്നുള്ളു. ഇര അവനറിയാതെതന്നെ മൊറിയാർട്ടിയുടെ വലയിൽ വന്നുവീഴും. എല്ലാം കൃത്യമായി ആസൂത്രണം ചെയ്യാനും സംഘടിപ്പിക്കാനും അയാളുടെ ഏജന്റുമാരുണ്ട്. ഒരു കുറ്റകൃത്യം നിർവ്വഹിക്കപ്പെടണമെങ്കിൽ, ഒരു രേഖ മോഷ്ടിക്കപ്പെടണമെങ്കിൽ, ഒരു മനുഷ്യനെ ഇല്ലായ്മ ചെയ്യണമെങ്കിൽ, ഒരു ഭവനഭേദനം നടത്തണമെങ്കിൽ എന്തിനായാലും പ്രൊഫ. മൊറിയാർട്ടിയെ അറിയിച്ചാൽ മതി. അതു നടന്നിരിക്കും. ഇതിനിടയിൽ ചിലപ്പോൾ ചില

ഏജന്റുമാർ പിടിക്കപ്പെട്ടേക്കാം. അയാളെ ജാമ്യത്തിൽ ഇറക്കാനും കേസ്സു നടത്താനും പിന്നെ കോടികൾ ചിലവാക്കാനും മൊറിയാർട്ടിയുണ്ടാവും. എന്നാൽ ഇതിനുപിന്നിലെ കേന്ദ്രശക്തിയെ പിടിക്കുന്നതുപോകട്ടെ സംശയിക്കാൻപോലും കഴിയില്ല. എന്റെ എല്ലാ അന്വേഷണങ്ങളും എല്ലാ ഊർജ്ജവും ഇത് കണ്ടെത്താനാണ് ഞാൻ ഉപയോഗിച്ചത്. ഇതിനുവേണ്ടിയാണ് വാട്സൺ, ഞാൻ എന്നെത്തന്നെ സമർപ്പിച്ചത്.

പക്ഷേ, പ്രൊഫ. മൊറിയാർട്ടിക്കു ചുറ്റും ശക്തമായ ഒരു രക്ഷാവലയം തന്നെ ഉണ്ട്. ഞാൻ നിസ്സഹായനായിരുന്നു. കോടതിക്ക് അയാളെ ശിക്ഷിക്കാൻതക്കവണ്ണം തെളിവുകൾ ഉണ്ടാക്കുകയെന്നത് അത്ര എളുപ്പമായിരുന്നില്ല. പ്രിയപ്പെട്ട വാട്സൺ, താങ്കൾക്ക് എന്റെ കഴിവുകളെക്കുറിച്ച് ഒരു മുഖവുരയുടെ ആവശ്യമില്ലല്ലോ. പക്ഷേ, മൂന്നുമാസത്തിനുള്ളിൽ എന്റെ ബുദ്ധിശക്തിക്ക് സമാനമായ ഒരു എതിരാളിയെ എനിക്ക് അംഗീകരിക്കേണ്ടി വന്നിരിക്കുന്നു. അയാളുടെ കുറ്റകൃത്യങ്ങളുടെ ഭീകരത അയാളുടെ ബുദ്ധിശക്തിയുടെ തിളക്കത്തിനുമുമ്പിൽ നിഷ്പ്രഭമായിരിക്കുന്നു. അവസാനം പക്ഷേ, അയാൾക്കും ഒരു ചെറിയ തെറ്റുപറ്റി. ഞാൻ വളരെ അടുത്ത് വിടാതെ പിന്തുടരുമ്പോൾ തീർച്ചയായും അയാൾക്ക് അങ്ങനെയൊരു തെറ്റുപറ്റാൻ പാടില്ലാത്തതാണ്. പക്ഷേ, അയാൾ വീഴുക തന്നെ ചെയ്തു. എനിക്കു കിട്ടിയ അവസരം മുതലെടുത്ത് ഞാൻ അതിൽ പിടിച്ചുകയറി. ഞാൻ വീശിയ വലയിൽ അയാൾ കുടുങ്ങുകതന്നെ ചെയ്തു. മൂന്നുദിവസംകൊണ്ട്, കൃത്യമായി പറഞ്ഞാൽ അടുത്ത തിങ്കളാഴ്ച അയാൾ വീഴുകതന്നെ ചെയ്യും. അയാളും അയാളുടെ കൂട്ടാളികളും പോലീസിന്റെ പിടിയിലാവും. ഈ നൂറ്റാണ്ടിലെതന്നെ ഏറ്റവും പ്രമാദമായ കേസ്സിന്റെ കുറ്റവിചാരണയായിരിക്കും നടക്കാൻ പോകുന്നത്. നാല്പതിലധികം കുറ്റകൃത്യങ്ങളുടെ ദുരൂഹതയുടെ ചരടുകൾ അതോടെ പുറത്തുവരും. വളരെ ശ്രദ്ധിച്ച് നീങ്ങിയില്ലെങ്കിൽ അവസാന നിമിഷത്തിൽപോലും അവർ രക്ഷപ്പെട്ടുവെന്നുവരും.

എന്റെ പരാജയം ഒരു സ്ഥലത്തു മാത്രമാണ് സംഭവിച്ചത്. എന്റെ എല്ലാ നീക്കങ്ങളും പ്രൊഫ. മൊറിയാർട്ടി അറിയാതെ വേണമായിരുന്നു. പക്ഷേ, അയാളുടെ കൗശലം നിറഞ്ഞ കുറുക്കന്റെ ബുദ്ധി എന്റെ എല്ലാ നീക്കങ്ങളും മനസ്സിലാക്കാൻ അയാളെ സഹായിച്ചു. ഓരോ തവണയും അയാൾ എന്റെ കുരുക്കുകളിൽ നിന്ന് കുതറി രക്ഷപ്പെടാൻ ശ്രമിക്കുന്നുണ്ടായിരുന്നു. എന്റെ വാട്സൺ, ഇതിനെക്കുറിച്ച് വിശദമായി എഴുതുകയാണെങ്കിൽ അത് കുറ്റാന്വേഷണചരിത്രത്തിലേക്കുതന്നെ ഒരു മഹത്തായ അധ്യായമായിരിക്കും. ഒരിക്കലും ഞാൻ ഇത്രയധികം മാനസിക സമ്മർദ്ദങ്ങൾക്ക് ഇരയായിട്ടില്ല. ഒരു എതിരാളിയാൽ ഇത്രയധികം പീഡിപ്പിക്കപ്പെട്ടിട്ടില്ല. അയാൾ അഗാധമായി കാര്യങ്ങൾ വെട്ടിമാറ്റുന്നു, ഞാൻ അയാളെ കടത്തിവെട്ടുന്നു. സംഗതികൾ അവസാനിക്കാൻ മൂന്നു ദിവസം മാത്രമുള്ളപ്പോൾ, ഇന്നു രാവിലെ ഞാൻ മുറിയിൽ നിശ്ശബ്ദനായി

ആലോചനയിൽ മുഴുകി ഇരിക്കുമ്പോൾ, പെട്ടെന്ന് പ്രൊഫ. മൊറിയാർട്ടി കതകുതുറന്ന് എന്റെ മുന്നിൽ പ്രത്യക്ഷപ്പെട്ടു.

ഞാൻ അങ്ങനെ പെട്ടെന്ന് ഭയപ്പെടുന്ന പ്രകൃതക്കാരനല്ലെന്ന് വാട്സണ് അറിയാവുന്ന കാര്യമാണല്ലൊ. എന്നിട്ടും എനിക്ക് വളരെ പരിചിതനായ ആ മനുഷ്യൻ മുന്നിൽ വന്നുനിന്നപ്പോൾ, ഞാനറിയാതെ പതറിപ്പോയി. അയാളുടെ രൂപം എനിക്ക് സുപരിചിതമാണ്. വീതികൂടിയ നെറ്റി, മെലിഞ്ഞ് നീളംകൂടിയ ആ മനുഷ്യന്റെ കണ്ണുകൾ രണ്ടു കുഴികളിൽ ആണ്ടുകിടക്കുന്നതുപോലെ തോന്നും. വൃത്തിയായി ഷേവ് ചെയ്ത മുഖം. മുഖം വിളറി വെളുത്തിരുന്നു. വിരക്തിയുടെ എല്ലാ ദുഃഖഭാവങ്ങളും നിഴലിക്കുന്നുണ്ടെങ്കിലും അയാൾ ഒരു സർവ്വകലാശാല പ്രൊഫസറുടെ എല്ലാ ഗാംഭീര്യവും എടുത്തുകാണിക്കുകയും ചെയ്തിരുന്നു. ഏറെക്കാലത്തെ വായനയും പഠനങ്ങളുംകൊണ്ട് അയാളുടെ ചുമലുകൾ ഉരുണ്ടിരുന്നു. മുഖം ശരീരത്തിൽനിന്നും ഉന്തിനിന്നിരുന്നു. ഒരു പാമ്പിനെപ്പോലെ അയാൾ മുഖം രണ്ടുവശത്തേക്കും പതുക്കെ ഇളക്കിക്കൊണ്ടിരുന്നു. ഏറെ ആകാംക്ഷയോടെ അയാൾ എന്നെ അടിമുടി നോക്കുന്നുണ്ടായിരുന്നു.

"ഞാൻ പ്രതീക്ഷിച്ചതിലും വളർച്ച കുറഞ്ഞിരിക്കുന്നു, താങ്കളുടെ നെഞ്ചിന്റെ ഉൾവശത്തിന്.' അങ്ങനെയാണ് അയാൾ സംസാരിച്ചുതുടങ്ങിയത്. 'ഡ്രസ്സിംഗ് ഗൗണിന്റെ പോക്കറ്റിൽ നിറച്ച തോക്കുമായി നടക്കുന്നത് അപകടകരമായ ശീലമാണ്, സുഹൃത്തെ."

ഇങ്ങനെ തുടങ്ങാൻ കാരണമുണ്ട്, വാട്സൺ. അയാൾ മുറിയിൽ കടന്ന ഉടനെ അകപ്പെട്ടിരിക്കുന്ന അപകടത്തെക്കുറിച്ച് ഞാൻ ബോധവാനായി. എന്നെ ഇല്ലാതാക്കുക എന്നതു മാത്രമേ അയാൾക്കിനി ചെയ്യാനുള്ളൂ. ഈ അപകടം മണത്തറിഞ്ഞ ഞാൻ പെട്ടെന്ന് മേശവലിപ്പിൽനിന്നും തോക്കെടുത്ത് എന്റെ പോക്കറ്റിലിട്ടു. ഗൗണിന്നിടയിലൂടെ ഞാൻ തോക്ക് അയാൾക്കു നേരെ ഉന്നംവെച്ച് ഇരുന്നു. അയാളുടെ പ്രസ്താവന കേട്ടതും തോക്ക് പോക്കറ്റിൽനിന്നും പുറത്തെടുത്ത് നിറച്ച പടി മേശപ്പുറത്തുവെച്ചു. അയാൾ തോക്കിലേക്കും പിന്നെ എന്നെയും നോക്കി വെറുതെ ചിരിച്ചു. തോക്ക് കൈയകലത്തിലുണ്ടെന്ന സമാധാനമായിരുന്നു എനിക്ക്.

"നിങ്ങൾക്ക് തീർച്ചയായും എന്നെ അറിയില്ല." അയാൾ പറഞ്ഞു.

"നേരെ മറിച്ചാണ്, എനിക്ക് താങ്കളെ നന്നായി അറിയാം എന്നുതന്നെ ഞാൻ വിശ്വസിക്കുന്നു." ഞാൻ മറുപടി പറഞ്ഞു.

"ദയവുചെയ്ത് ഇരിക്കൂ. അഞ്ചുമിനിട്ട് സമയം താങ്കൾക്ക് തന്നിരിക്കുന്നു. എന്തെങ്കിലും പറയാനുണ്ടെങ്കിൽ."

"എനിക്ക് പറയാനുള്ളതെല്ലാം താങ്കളുടെ മനസ്സിലൂടെ ഇപ്പോൾ കടന്നുപോയിക്കാണണം."

"അങ്ങനെയെങ്കിൽ എന്റെ മറുപടിയും നിങ്ങളുടെ മനസ്സിലൂടെ കടന്നു പോയിരിക്കും."

"അപ്പോൾ താങ്കളുടെ തീരുമാനത്തിന് മാറ്റമില്ല."

"തീർച്ചയായും ഇല്ല."

അയാൾ സ്വന്തം കീശയിലേക്ക് കൈയിട്ട് എന്തോ എടുക്കാൻ ശ്രമി ക്കുന്നതു കണ്ട ഞാൻ മേശപ്പുറത്തുനിന്നും തോക്കെടുത്തു. എന്നാൽ അയാൾ പോക്കറ്റിൽനിന്നും എടുത്തത് ഒരു ചെറിയ ഡയറി ആയി രുന്നു.

അയാൾ പറഞ്ഞുതുടങ്ങി. "ജനുവരി 4ന് നിങ്ങൾ ഞാനുമായി കണ്ടു മുട്ടി. അന്ന് നിങ്ങളെനിക്ക് കുറെ അസൗകര്യങ്ങൾ ഉണ്ടാക്കി. ഫെബ്രു വരി മധ്യമായപ്പോൾ നിങ്ങൾ കാരണം ഞാൻ വളരെ ബുദ്ധിമുട്ടി. മാർച്ച് മാസം അവസാനത്തോടെ നിങ്ങൾ എന്റെ പദ്ധതികൾക്ക് കുറെ തടസ്സ ങ്ങൾ ഉണ്ടാക്കി. ഇപ്പോൾ ഏപ്രിൽമാസത്തിൽ താങ്കളുടെ തുടർച്ചയായ ഇടപെടലുകളും ശല്യപ്പെടുത്തലുകളും കാരണം പീഡനം കൂടിയിരി ക്കുന്നു. എന്റെ സ്വാതന്ത്ര്യംതന്നെ നഷ്ടപ്പെടുമെന്ന ഭീകരാവസ്ഥയിലേക്ക് കാര്യങ്ങൾ നീങ്ങിയിരിക്കുന്നു. ഇതു തുടരുക അസാധ്യം!"

"താങ്കൾക്ക് എന്തെങ്കിലും നിർദ്ദേശങ്ങൾ വെക്കാനുണ്ടോ?" ഞാൻ ചോദിച്ചു.

"താങ്കളിത് ഉപേക്ഷിക്കണം. തീർച്ചയായും ഉപേക്ഷിക്കണം."

"നിർത്തിവെക്കാം, തിങ്കളാഴ്ചയ്ക്കുശേഷം." ഞാൻ പറഞ്ഞു.

"ഛെ! നിങ്ങളെപ്പോലെ ബുദ്ധിമാനായ ഒരാളെ ഇതിന്റെ പ്രത്യാഘാ തങ്ങളെക്കുറിച്ച് ഒന്നും പറഞ്ഞു മനസ്സിലാക്കേണ്ടതില്ല. ഇതിൽനിന്നു പിന്മാറുകയെന്നത് താങ്കളുടെ ഒരേയൊരു ഉപാധി മാത്രമാണ്. ഇല്ലെ ങ്കിൽ ഞങ്ങളുടെ മുന്നിൽ ഇനി ബാക്കിവരുന്നത് ഒരേയൊരു മാർഗ്ഗം മാത്രം. അവിടംവരെ കാര്യങ്ങൾ എത്തിക്കഴിഞ്ഞു. വളരെ ബുദ്ധിപര മായ നീക്കങ്ങളാണ് ഈ കേസ്സിൽ നിങ്ങൾ നടത്തിയിരിക്കുന്നത് എന്ന് എനിക്കറിയാം. അതുകൊണ്ടുതന്നെ വളരെ കടുത്ത നടപടിയിലേക്ക് ഞാൻ നീങ്ങിയാൽ അതെനിക്കുതന്നെ പിന്നീട് ദുഃഖകരമാവും. നിങ്ങൾ ഇപ്പോഴും ചിരിക്കുകയാണ്. പക്ഷേ, ഞാൻ ഇപ്പോൾ പറഞ്ഞതുമാത്രമേ സംഭവിക്കുകയുള്ളൂ."

"അപകടം എന്റെ തൊഴിലിന്റെ ഭാഗമാണ്." ഞാൻ പറഞ്ഞു.

"അപകടമല്ല, ഒഴിവാക്കാനാകാത്ത നാശമായിരിക്കും ഇതിന്റെ ഫലം." അയാൾ പറഞ്ഞു. "എന്റെ മാർഗ്ഗത്തിൽ വെറുമൊരു വ്യക്തിയെന്ന നിലയ്ക്കു മാത്രമല്ല, ഒരു പ്രസ്ഥാനമായിട്ടുതന്നെ ഞാൻ നിങ്ങളെ കണ ക്കാക്കുന്നു, ശക്തിയുള്ള ഒരു പ്രസ്ഥാനം. നിങ്ങൾ ഒഴിഞ്ഞുപോകണം. അല്ലെങ്കിൽ കാൽക്കീഴിൽ ഞെരിഞ്ഞമരും, മി. ഹോംസ്."

"ക്ഷമിക്കണം, നമ്മുടെ സംഭാഷണം വളരെ നീണ്ടുപോയി. എനിക്ക് ഒരുപാട് ജോലികൾ ചെയ്തുതീർക്കാനുണ്ട്." ഞാൻ എഴുന്നേറ്റുകൊണ്ട് പറഞ്ഞു.

അയാളും എഴുന്നേറ്റ് ഒരു നിമിഷം എന്നെത്തന്നെ വിഷാദഭാവത്തിൽ നോക്കിക്കൊണ്ടു പറഞ്ഞു.

"ശരി, ഞാൻ പറയാനുള്ളതെല്ലാം പറഞ്ഞുകഴിഞ്ഞു. എന്തുചെയ്യാം." അയാൾ നിരാശയോടെ പറഞ്ഞു. "എനിക്ക് കഷ്ടംതോന്നുന്നു. നിങ്ങ ളുടെ ഓരോ ചലനവും എനിക്കറിയാം. തിങ്കളാഴ്ചയ്ക്കു മുമ്പായി നിങ്ങൾക്ക് ഒന്നും ചെയ്യാനാവില്ല. ഇതു നമ്മൾ മാത്രം അടങ്ങുന്ന ദ്വന്ദ യുദ്ധമാണ്. നിങ്ങൾ വിചാരിക്കുന്നു എന്നെ പ്രതിക്കൂട്ടിൽ കയറ്റാമെന്ന്. എന്നാൽ ഞാൻ പറയുന്നു, ഒരിക്കലും ഞാൻ പ്രതിക്കൂട്ടിൽ കയറില്ല എന്ന്. എന്നെ തോല്പിക്കാമെന്ന് നിങ്ങൾ വിചാരിക്കുന്നു. ഞാനൊരി ക്കലും തോല്ക്കില്ല. എന്നെ നശിപ്പിക്കാമെന്ന് നിങ്ങൾ കരുതുന്നുണ്ടെ ങ്കിൽ ഓർക്കണം, നിങ്ങളാണ് നശിക്കാൻ പോവുന്നത്."

"നിങ്ങളെനിക്ക് ഒരുപാട് പ്രശംസയും അംഗീകാരങ്ങളും തന്നു. അതിനുപകരമായി, മി. മൊറിയാർട്ടി നിങ്ങൾ പറഞ്ഞ ആദ്യഭാഗം നടന്നു കഴിഞ്ഞാൽ അതായത് നിങ്ങളുടെ നാശം നടന്നുകഴിഞ്ഞാൽ, പൊതു ജനത്തിനും രാജ്യത്തിനും വേണ്ടി എന്റെ നാശവും സംഭവിക്കുമെങ്കിൽ എനിക്കതിൽ തീരെ ഖേദമില്ല." ഞാൻ പറഞ്ഞു.

"അതിൽ അവസാനം പറഞ്ഞതുമാത്രം ഞാൻ അംഗീകരിക്കുന്നു." എന്നു പറഞ്ഞ് ക്ഷുഭിതനായി അയാൾ തിരിഞ്ഞുനിന്നു. പിന്നെ പിന്നോട്ടു നോക്കാതെ മുറിയിൽനിന്നും ഇറങ്ങിപ്പോയി. ഇതായിരുന്നു പ്രൊഫ. മൊറിയാർട്ടിയുമായി എനിക്കുണ്ടായ അസാധാരണ അനുഭവം. ഈ സംഭാഷണം എന്റെ മനസ്സിൽ കുറെ പോറലുകൾ ഉണ്ടാക്കി. അയാ ളുടെ കാര്യപ്രസക്തവും അധികം ആവേശമില്ലാത്തതുമായ സംഭാഷണം മുഴുവൻ ആത്മാർത്ഥത നിറഞ്ഞതും നടപ്പാക്കാൻ ഉദ്ദേശിച്ചുകൊണ്ടു തന്നെ പറഞ്ഞവയും ആയിരുന്നു. വെറുതെ ഭീഷണിപ്പെടുത്താൻ വേണ്ടി പറഞ്ഞ വാക്കുകൾ ആയിരുന്നില്ല അവ. ഒരുപക്ഷേ, വാട്സൺ ഇപ്പോൾ ചോദിച്ചേക്കാം – എന്തുകൊണ്ട് പോലീസ് വഴി മുൻകരുതലുകൾ എടു ത്തുകൂടാ എന്ന്. അയാളിൽനിന്നല്ല, അയാളുടെ ഏജന്റുമാരിൽ നിന്നാ യിരിക്കും ആക്രമണം ഉണ്ടാവുക എന്ന് എനിക്ക് പൂർണബോധ്യമുണ്ട്."

"അപ്പോൾ താങ്കൾ ആക്രമിക്കപ്പെട്ടുകഴിഞ്ഞോ?"

ഞാൻ പെട്ടെന്ന് ചോദിച്ചു.

"പ്രിയ വാട്സൺ, എനിക്കറിയാം പ്രൊഫസർ മൊറിയാർട്ടി തന്റെ പാതയിൽ ഒരു പുല്ലു തളിർക്കാൻപോലും ഇടനല്കാത്ത ആളാണെന്ന്. ഉച്ചയോടുകൂടി ചില കാര്യങ്ങൾ ചെയ്തുതീർക്കാൻ ഞാൻ ഓക്സ് ഫോർഡ് സ്ട്രീറ്റിലേക്കിറങ്ങി. ബെന്റിംഗ് സ്ട്രീറ്റിൽനിന്നും വെൽപെക്

സ്ട്രീറ്റിലേക്ക് തിരിയുന്നിടത്തുവെച്ച് ഒരു കുതിരവണ്ടി എന്റെ നേർക്ക് പാഞ്ഞടുത്തു. പെട്ടെന്ന് ഞാൻ ഫുട്പാത്തിലേക്ക് ചാടിക്കയറിയതിനാൽ വലിയൊരപകടത്തിൽനിന്നും രക്ഷപ്പെട്ടു. പിന്നീട് ഫുട്പാത്തിലൂടെയായി എന്റെ നടത്തം. 'വീരെ' സ്ട്രീറ്റിലൂടെ നടക്കുമ്പോൾ ഫുട്പാത്തിനോട് ചേർന്ന കെട്ടിടത്തിന്റെ മുകളിൽനിന്നും ഒരു വലിയ ഇഷ്ടിക എന്റെ തൊട്ടടുത്ത് വീണ് ചിന്നിച്ചിതറി. കാലിന് തൊട്ടടുത്തായിരുന്നു ആ ഇഷ്ടിക വന്നുവീണത്. തൊട്ടടുത്തുള്ള പോലീസുകാരനെ വിളിച്ച് ഞാൻ അവിടമെല്ലാം പരിശോധിപ്പിച്ചു. ഒരു കെട്ടിടത്തിനു മുകളിലായി ഇഷ്ടികകളും ഓടുകളും വീടുപണിക്കായി കൂട്ടിയിട്ടിരിക്കുന്നതു കണ്ടു. കാറ്റിൽ അബദ്ധത്തിൽ ഇഷ്ടിക വീണതാവാം എന്ന് പോലീസുകാരൻ പറഞ്ഞ് സമാധാനിപ്പിച്ചു. പക്ഷേ, എനിക്കറിയാം ഇതിന്റെ പിന്നിൽ ആരൊക്കെയാണെന്ന്. അതിനുശേഷം ഞാൻ കുതിരവണ്ടിയിൽ 'പാൾമാളി'ലുള്ള സഹോദരന്റെ മുറിയിലെത്തി ബാക്കി സമയം കഴിച്ചുകൂട്ടി. അവിടെനിന്ന് ഇപ്പോൾ ഇവിടെയെത്തുന്നതിനുമുമ്പും ആരോ ഒരാൾ എന്നെ വലിയൊരു വടികൊണ്ട് ആക്രമിച്ചു. അവനെ ഇടിച്ച് താഴെയിട്ട് പോലീസിൽ ഏല്പിക്കുകയും ചെയ്തു. മുൻവരിപ്പല്ലുകൾ തകർന്ന ആ 'മാന്യ'നും ദൂരെ എവിടെയോ കണക്ക് പഠിപ്പിക്കുന്ന പ്രൊഫസറും തമ്മിൽ ബന്ധമുള്ളതായി ഒരാൾക്കും കണ്ടെത്താൻ കഴിയുകയില്ല എന്നതാണ് വിചിത്രമായ സത്യം. ഇവിടെയെത്തിയ ഉടൻ ആദ്യം ചെയ്തത് ജനാലകൾ അടയ്ക്കുക എന്നതായിരുന്നു. തിരികെപ്പോകുന്നതും മറ്റാരും കാണാത്ത വഴിയിലൂടെ ആകണമെന്ന് ആഗ്രഹിച്ചതും ഇതുകൊണ്ടുതന്നെ."

എന്റെ, സുഹൃത്തിന്റെ ധൈര്യത്തെക്കുറിച്ച് എനിക്ക് എന്നും മതിപ്പായിരുന്നു. പക്ഷേ, ഒരിക്കലും തോന്നാത്തത്ര മതിപ്പുതോന്നി ഇന്ന്, പ്രത്യേകിച്ച് ശാന്തമായി ഇരുന്ന് ഒരു ദിവസത്തെ സംഭവങ്ങളെക്കുറിച്ച് മുഴുവൻ വിശകലനം ചെയ്തു കഴിഞ്ഞപ്പോൾ. സാധാരണക്കാരനെ സംബന്ധിച്ചേടത്തോളം ഇത്ര ഭീകരമായ ഒരു ദിവസം മുഴുവൻ ഉൾക്കൊള്ളാൻ കഴിഞ്ഞെന്നുവരില്ല.

"ഇന്നു രാത്രി ഇവിടെ കഴിയാം, അല്ലേ?" ഞാൻ ചോദിച്ചു.

"ഇല്ല സുഹൃത്തേ, അപകടംപിടിച്ച ഒരു അതിഥിയായി മാറിക്കഴിഞ്ഞിരിക്കുന്നു ഞാൻ. എന്റെ പദ്ധതികളെല്ലാംതന്നെ ആസൂത്രണം ചെയ്തുകഴിഞ്ഞവയാണ്. ഇനി എന്റെ സഹായംകൂടാതെതന്നെ കുറ്റവാളിയുടെ അറസ്റ്റു നടക്കും. പക്ഷേ, അയാളെ ശിക്ഷിക്കണമെങ്കിൽ വിചാരണസമയത്ത് എന്റെ സാന്നിധ്യം കൂടിയേ തീരൂ. അതുകൊണ്ടുകൂടിയാണ് കുറച്ചു ദിവസം മാറി നില്ക്കണമെന്ന് ഞാൻ വിചാരിക്കുന്നത്. പോലീസുകാർക്ക് അവരുടെ കടമ നിർവ്വഹിക്കാനും അത് സഹായകമാകും. അതുകൊണ്ട് യൂറോപ്പിലേക്ക് എന്റെ കൂടെ വാട്സൺകൂടി വരുമെങ്കിൽ വളരെ നല്ലത്."

“പ്രാക്ടീസ് വളരെ കുറവാണ്. മാത്രമല്ല എന്റെ കാര്യങ്ങൾ ശ്രദ്ധിക്കാൻ പറ്റിയൊരു അയൽക്കാരനെയും കിട്ടിയിട്ടുണ്ട്. അതുകൊണ്ട് വരാൻ സന്തോഷമേയുള്ളൂ.” ഞാൻ പറഞ്ഞു.

“നാളെ രാവിലെ പുറപ്പെട്ടാലോ?”

“അങ്ങനെയെങ്കിൽ അങ്ങനെ.”

“എങ്കിൽ ഞാൻ പറയുന്നത് പ്രത്യേകം ശ്രദ്ധിക്കുക. ഈ നിർദ്ദേശങ്ങൾ അക്ഷരംപ്രതി പാലിക്കുകയും വേണം. കാരണം യൂറോപ്പിലെ തന്നെ ഏറ്റവും ശക്തനായ കുറ്റവാളിക്കും അയാളുടെ സംഘത്തിനും എതിരെ താങ്കൾ എന്റെ കൂടെ ചേരുകയാണ്. താങ്കൾ കൈയിലെടുക്കാൻ ഉദ്ദേശിക്കുന്ന യാത്രാസാമാനം, മേൽവിലാസമൊന്നും എഴുതാതെ, വിശ്വസ്തനായ ഒരാൾവശം വിക്ടോറിയ സ്റ്റേഷനിക്കേ് കൊടുത്തയയ്ക്കുക. കുതിരവണ്ടി വിളിക്കുമ്പോൾ ആദ്യത്തെയും രണ്ടാമത്തെയും കുതിരവണ്ടികളെ ഒഴിവാക്കി മൂന്നാമത് കിടക്കുന്ന വണ്ടിയിൽ പെട്ടെന്ന് തന്നെ ചാടിക്കയറി, ‘ലൗതർ ആർകേഡി’ലെ സ്ട്രാൻഡ് എൻഡിലെത്തുക. പോകേണ്ട സ്ഥലം നേരത്തെ കടലാസിൽ എഴുതി തയ്യാറാക്കി കുതിരവണ്ടിക്കാരന്റെ കൈയിൽ കൊടുക്കണം. ഈ കടലാസുകഷണം എറിഞ്ഞുകളയാതെ കൈയിൽതന്നെ സൂക്ഷിക്കണമെന്നും പറയണം. വണ്ടിക്കൂലി എത്രയെന്ന് ചോദിച്ച് കൈയിൽ കൃത്യമായി കരുതി വെക്കണം. വണ്ടി അവിടെയെത്തിയതും കൂലികൊടുത്ത് വണ്ടിയിൽ നിന്നും ചാടിയിറങ്ങി, ആർക്കേഡിന് മറുവശത്തേക്ക് ഓടി എത്തുക. അവിടെ താങ്കളെ കാത്ത് ഒരു ചെറിയ കുതിരവണ്ടി കിടക്കുന്നുണ്ടാവും. ആ കുതിരവണ്ടിക്കാരന്റെ കറുത്ത കോട്ടിന്റെ കോളർ ചുവന്നതായിരിക്കും. ഈ വണ്ടിയിൽ താങ്കൾ കയറുക. കോണ്ടിനെന്റൽ എക്സ്പ്രസ്സിന്റെ സമയത്തുതന്നെ താങ്കൾ വിക്ടോറിയാ സ്റ്റേഷനിൽ എത്തുന്നതായിരിക്കും.”

“താങ്കളെ എവിടെവെച്ചാണ് കണ്ടുമുട്ടുക?”

“ഫസ്റ്റ്ക്ലാസിൽ രണ്ടാമത്തെ ബോഗി നമുക്കുവേണ്ടി റിസർവ് ചെയ്തിട്ടുണ്ട്.”

“ആ ബോഗിയിൽവെച്ച് നമുക്ക് സംസാരിക്കാം അല്ലെ?”

“അതെ.”

ഇനിയും ഞാൻ ഹോംസിനെ ഇവിടെ താമസിപ്പിക്കുന്നതിൽ കാര്യമുണ്ടെന്ന് എനിക്ക് തോന്നിയില്ല. ഇവിടെ താമസിക്കുന്നപക്ഷം അപകടം വിളിച്ചുവരുത്തുകയായിരിക്കും ഫലം എന്ന് ഹോംസ് ഉറച്ചു വിശ്വസിച്ചിരുന്നു. പിറ്റേന്നത്തെ കാര്യങ്ങളെക്കുറിച്ച് ഏതാനും വാക്കുകൾകൂടി പറഞ്ഞിട്ട് ഞങ്ങൾ പുറത്തിറങ്ങി. പൂന്തോട്ടത്തിലൂടെ മോർട്ടിമർ സ്ട്രീറ്റിന്റെ ഭാഗത്തുള്ള മതിൽ കയറി താഴേക്ക് ചാടി. അവിടെനിന്ന് ഒരു കുതിരവണ്ടി വിളിച്ച് പോകുന്ന ശബ്ദം കേട്ടശേഷം ഞാൻ തിരിച്ചുപോന്നു.

രാവിലെ ഹോംസിന്റെ നിർദ്ദേശങ്ങൾ അക്ഷരംപ്രതി അനുസരിക്കുന്ന രീതിയിൽ കാര്യങ്ങൾ ചെയ്തു. ഒരു കുതിരവണ്ടി വരുത്തി പ്രാതലിനു ശേഷം നേരെ 'ലാതർ ആർക്കേഡി'ലേക്ക് പോയി. അവിടെ ഇറങ്ങിയതും മറുവശത്തേക്ക് ഓടി, അവിടെ കാത്തുകിടന്ന കുതിരവണ്ടിയിൽ കയറി. കറുത്തകോട്ടും ചുവന്ന കോളറും അടയാളങ്ങൾ ഞാൻ ശ്രദ്ധിച്ചു. അയാൾ കുതിരകളെ അതിവേഗം പായിച്ച് വിക്ടോറിയ സ്റ്റേഷനിലെത്തി. ഞാൻ വണ്ടിയിൽനിന്ന് ഇറങ്ങിയതും അയാൾ പിന്തിരിഞ്ഞുപോലും നോക്കാതെ വണ്ടി ഓടിച്ചുപോയി.

ഇതുവരെ വളരെ ഭംഗിയായിതന്നെ കാര്യങ്ങൾ നടന്നു. എന്റെ സാമാ നങ്ങൾ എന്നെ കാത്തിരിപ്പുണ്ടായിരുന്നു. ഹോംസ് പറഞ്ഞ 'റിസർവ്ഡ് ബോഗി' കണ്ടെത്താനും വിഷമമുണ്ടായില്ല. ഒരു കാര്യേജിൽ മാത്രമേ 'റിസർവ്ഡ്' എന്ന് എഴുതിയിരുന്നുള്ളൂ. പക്ഷേ, ഹോംസിനെ മാത്രം കണ്ടെത്താനായില്ല. വണ്ടി പുറപ്പെടാൻ ഏഴുമിനിറ്റു കൂടിയേ ഉള്ളൂ എന്ന് സ്റ്റേഷൻ ക്ലോക്ക് അറിയിച്ചു. ഹോംസിനുവേണ്ടി സ്റ്റേഷനിലെ തിരക്കിൽ മുഴുവൻ ഞാൻ തിരഞ്ഞു. ഇതിനിടയ്ക്ക് വൃദ്ധനായ ഒരു ഇറ്റാലിയൻ പുരോഹിതന് എന്റെ സഹായം വേണ്ടിവന്നു. അദ്ദേഹത്തിന് തന്റെ ലഗ്ഗേജ് പാരീസിലേക്ക് അയയ്ക്കണം. മുറിഇംഗ്ലീഷിൽ കാര്യങ്ങൾ പറ ഞ്ഞിട്ടും പോർട്ടർക്ക് മനസ്സിലായില്ല. ഒരുവിധം പോർട്ടറെ കാര്യങ്ങൾ പറഞ്ഞുമനസ്സിലാക്കി ഞാൻ ബോഗിയിലേക്കുതന്നെ മടങ്ങി. കംപാർട്ടു മെന്റിൽ കയറിയതും ആദ്യംകണ്ടത് ഞങ്ങൾ ബുക്കുചെയ്ത സീറ്റിൽ ഇറ്റാലിയൻ പുരോഹിതൻ കയറി ഇരിക്കുന്നതാണ്. അയാളുടെ കൈയിൽ ടിക്കറ്റും ഉണ്ടായിരുന്നില്ല. അയാളോട് മുറി ഇറ്റാലിയൻ ഭാഷയിൽ കല ഹിച്ചിട്ട് കാര്യമില്ലെന്ന് എനിക്കു തോന്നി. എന്റെ ഇറ്റാലിയൻ ഭാഷ അയാ ളുടെ മുറി ഇംഗ്ലീഷിനേക്കാൾ കഷ്ടമാണല്ലോ. ഹോംസിനെ ഇതുവ രെയും കണ്ടില്ലല്ലോ എന്ന ആകാംക്ഷയുമായി ഞാൻ പുറത്തേക്ക് നോക്കിയിരുന്നു. എന്റെ മനസ്സിലൂടെ ഒരു മിന്നൽ പാഞ്ഞു. ഇന്നലെ രാത്രിയിൽ അദ്ദേഹത്തിന് എന്തെങ്കിലും അപകടം - അതുകൊണ്ടാ വുമോ ഇന്ന് അദ്ദേഹത്തിനെ കാണാത്തത്! പെട്ടെന്ന് വണ്ടിയുടെ കത കുകൾ അടയുകയും വിസിൽ മുഴങ്ങുകയും ചെയ്തു. അപ്പോൾ-

"പ്രിയ വാട്സൺ, താങ്കൾ ഗുഡ്മോർണിങ്ങ് പോലും പറഞ്ഞില്ല." എന്റെ പിന്നിൽനിന്നും ശബ്ദം കേട്ടു.

എനിക്ക് എന്നെത്തന്നെ നിയന്ത്രിക്കാനായില്ല. ആ വൃദ്ധപുരോഹി തൻ എന്റെ നേർക്ക് തലതിരിച്ചുപിടിച്ചു. അപ്പോൾ ആ മുഖത്തെ ചുളി വുകൾ കാണാനുണ്ടായിരുന്നില്ല. താഴത്തെ ചുണ്ട് ഞാന്നുകിടന്നിരുന്നത് കാണുന്നില്ല. വിറപൂണ്ട് നിന്നിരുന്ന വായിൽവിറ പൂർണ്ണമായും നിലച്ചി രുന്നു. കണ്ണുകളിൽ പുതിയ പ്രകാശം നിറഞ്ഞു. കൂനിക്കൂടിയ രൂപം താനെ നിവർന്നുനിന്നപ്പോൾ പെട്ടെന്ന് വീണ്ടും രൂപം പഴയതുപോലെ

59

വൃദ്ധപുരോഹിതന്റേതായി. ഹോംസ് തന്നെയാണ് ഇടയ്ക്ക് പുരോഹിതനായത്!

"ദൈവമേ, താങ്കൾ എന്നെ ഇത്രയധികം പരിഭ്രമിപ്പിച്ചുവല്ലെ?"

"എല്ലാ മുൻകരുതലുകൾ എടുത്താലും അത് പൂർണമാകണമെന്നില്ല." ഹോംസ് ചെവിയിൽ പറഞ്ഞു. "അവർ എന്റെ പുറകെത്തന്നെയുണ്ട്. ദാ നോക്കൂ, സാക്ഷാൽ മൊറിയാർട്ടിതന്നെ നമ്മെ നോക്കിവരുന്നുവല്ലൊ."

ട്രെയിൻ ചലിച്ചുതുടങ്ങിയിരുന്നു. ജനലിലൂടെ പുറത്തേക്ക് നോക്കിയപ്പോൾ ഒരു വലിയ മനുഷ്യൻ ക്രോധത്തോടെ ട്രെയിനിനു പുറകെ ഓടുന്നതുകണ്ടു. ട്രെയിൻ നിർത്താൻവേണ്ടി അയാൾ എന്തൊക്കെയോ കാണിക്കുന്നുണ്ടായിരുന്നുവെങ്കിലും അതെല്ലാം വൃഥാവിലായി. ട്രെയിൻ പൂർണ്ണമായും സ്റ്റേഷൻ വിടുകയും ചെയ്തു. "നമ്മുടെ മുൻകരുതലുകൾ ശരിക്കും ഏറ്റു!" ഹോംസ് പറഞ്ഞുകൊണ്ട് എഴുന്നേറ്റു. പുരോഹിതന്റെ കറുത്ത കുപ്പായവും തൊപ്പിയും ഊരി ഒരു ഹാൻഡ്ബാഗിൽ വെച്ചു.

"വാട്സൺ, രാവിലത്തെ പത്രം വായിച്ചോ?"

"ഇല്ല."

"അപ്പോൾ ബേക്കർ സ്ട്രീറ്റിൽ നടന്നതൊന്നും അറിഞ്ഞില്ലെ?"

"ബേക്കർ സ്ട്രീറ്റിലോ? എന്തു നടന്നു?"

"അതെ. ഇന്നലെ അവർ നമ്മുടെ മുറിക്ക് തീ കൊടുത്തു. പക്ഷേ, അധികം നാശനഷ്ടമൊന്നും ഉണ്ടായിട്ടില്ല."

"ഹോംസ്! എന്താണീ കേൾക്കുന്നത്! ഇത് സഹിക്കാവുന്നതിലും അപ്പുറമാണ്."

"നേരത്തെയുള്ള ആക്രമണത്തിൽ എന്നെ വടിയുമായി ആക്രമിച്ച ആ ക്രിമിനൽ അറസ്റ്റിലായതോടെ അവർ എന്നെ പിന്തുടരുന്നത് ഉപേക്ഷിച്ചു. പിന്നെ ഞാനും അവരും തമ്മിലുള്ള ബന്ധവും മുറിഞ്ഞുപോയി. അല്ലെങ്കിൽ എന്നെ ബേക്കർസ്ട്രീറ്റിലെ മുറിയിൽ കാണുമെന്ന് അവർക്ക് കരുതാനാവില്ല. വാട്സൺ, താങ്കളെ അവർ ശരിക്കും പിന്തുടർന്നു കാണണം. അതാണ് മൊറിയാർട്ടിയെ നമ്മൾ ഇവിടെ കണ്ടത്. താങ്കൾക്ക് വഴിയിൽ തടസ്സങ്ങളൊന്നും ഉണ്ടായിട്ടില്ലല്ലൊ."

"ഞാൻ താങ്കളുടെ നിർദ്ദേശങ്ങൾ അക്ഷരംപ്രതി അനുസരിച്ചു."

"കുതിരവണ്ടി കാത്തുനില്ക്കുന്നതു കണ്ടുകാണുമല്ലൊ."

"ഉവ്വ്."

"കുതിരവണ്ടിക്കാരനെ മനസ്സിലായോ?"

"ഇല്ല."

“അത് എന്റെ സഹോദരൻ മൈക്രോഫ്റ്റ് ആയിരുന്നു. ഈ കാര്യങ്ങളിൽ ഒരു അപരിചിതനായ വണ്ടിക്കാരനേക്കാൾ നല്ലത് എന്റെതന്നെ സഹോദരനാവട്ടെയെന്ന് കരുതി. ഇനി നമുക്ക് മൊറിയാർട്ടിയെ എങ്ങനെ നേരിടണമെന്ന് ആലോചിക്കാം.”

“ഇത് ഒരു എക്സ്പ്രസ്സ് ട്രെയിനായതു ഭാഗ്യമായി. ഇനി എവിടെയും നിർത്തുകയില്ല, മാത്രമല്ല നമുക്കുവേണ്ടി ബോട്ടും കാത്തുകിടക്കുന്നുണ്ടാവുമല്ലൊ. ഇനി അയാൾക്ക് നമ്മുടെ ഏഴ് അയലത്ത് എത്താൻ കഴിയുകയില്ല.”

“എന്റെ പ്രിയപ്പെട്ട വാട്സൺ, ഞാൻ പറയുന്നത് ഇനിയും താങ്കൾ ശരിക്ക് മനസ്സിലാക്കിയിട്ടില്ല. ബുദ്ധിശക്തിയുടെ നിലവാരത്തിൽ അയാൾ ചിലപ്പോൾ എന്നെ വെട്ടിക്കും. അയാളുടെ സ്ഥാനത്ത് ഞാനായിരുന്നുവെങ്കിൽ ഈ പ്രയത്നം ഞാൻ ഉപേക്ഷിക്കുമായിരുന്നോ? പിന്നെ അയാളെങ്ങനെ ഇതിൽനിന്നും പിന്തിരിയാൻ?”

“അയാളെന്തുചെയ്യും എന്നാണ് പറയുന്നത്?”

“ഞാനാണെങ്കിൽ എന്തുചെയ്യും?”

“ശരി, താങ്കളെന്തു ചെയ്യും?”

“ഒരു സ്പെഷ്യൽ ട്രെയിൻതന്നെ ഓടിപ്പിടിക്കും.”

“പക്ഷേ, അതു വൈകില്ലേ?”

“ഒരിക്കലുമില്ല. ഈ ട്രെയിൻ കാന്റർബറിയിൽ നിർത്തുന്ന ട്രെയിനാണ്. കൂടാതെ കാൽമണിക്കൂറെങ്കിലും നമുക്ക് ബോട്ടിനുവേണ്ടി കാത്തുനില്ക്കേണ്ടിവരും. അതിനിടയിൽ അയാൾക്ക് നമ്മളെ പിടികിട്ടും.”

“കേട്ടുകഴിയുമ്പോൾ നമ്മളാണ് കുറ്റവാളികൾ എന്നു തോന്നുമല്ലൊ. നമുക്കയാളെ അറസ്റ്റുചെയ്തുകൂടെ?”

“ശരിയായി! എങ്കിൽ എന്റെ മൂന്നുമാസത്തെ അധ്വാനം വെറുതെയായി. നമുക്ക് വലിയ മത്സ്യത്തെയാണ് വേണ്ടത്. അതിനിടയിൽ ചെറുതും വലുതുമായ ഒരുപാട് മീനുകൾ നമ്മുടെ വലയിൽ വന്നും പോയുമിരിക്കും. തിങ്കളാഴ്ച നമുക്ക് ഈ മീനുകളെ ഒന്നായി ലഭിക്കാൻ പോവുകയാണ്. അതിനുമുമ്പ് അറസ്റ്റ് അനുവദിച്ചുകൂടാ. അതുവരെ ക്ഷമിച്ചേ പറ്റൂ.”

“എങ്കിൽ നാമെന്തുചെയ്യണം?”

“നാം കാന്റർബറിയിൽ ഇറങ്ങുന്നു.”

“അവിടെനിന്ന് റോഡുകൾ ഉപേക്ഷിച്ച് നമ്മൾ മലകളും വയലുകളും കടന്ന് ‘ഡയപ്പി’ലൂടെ ‘ന്യൂഹെവനി’യിലെത്തും. ഈ സമയത്ത് മൊറിയാർട്ടി എന്തു ചെയ്യുമെന്നോ? അയാൾ പാരീസിലെത്തും. നമ്മുടെ ലഗ്ഗേജ്

കണ്ടെത്തും. ലഗ്ഗേജ് ഡിപ്പോയിൽ നമ്മൾ വരുന്നതുംകാത്ത് മൊറിയാർട്ടി രണ്ടുദിവസമെങ്കിലും ഇരിക്കും. ആ സമയം നാം രണ്ടുപേരും രണ്ടു നാടൻവഞ്ചികളുമായി ഗ്രാമാന്തരങ്ങളിലൂടെ സഞ്ചരിക്കും. ഒട്ടും തിരക്കു പിടിക്കാതെ അങ്ങനെ ലക്സംബർഗ് വഴി ബേസൽ കടന്ന് നാം സ്വിറ്റ്സർലണ്ടിലെത്തും.

കാന്റർബറിയിൽ എത്തിയപ്പോൾ ഞങ്ങളിറങ്ങി. 'ന്യൂഹെവനി'ലേക്കുള്ള ട്രെയിൻ വരാൻ ഒരു മണിക്കൂറോളം കാത്തിരിക്കേണ്ടതുണ്ടായിരുന്നു. ഞങ്ങൾ ഇറങ്ങിയ ട്രെയിൻ സ്റ്റേഷൻ വിട്ടുപോകുന്നത് കുറച്ചു വിഷമത്തോടെ ഞാൻ നോക്കിനിന്നു. എന്റെ വിലകൂടിയ ഡ്രസ്സുകൾ ആ വണ്ടിയിലാണെന്ന് ഞാൻ ഓർക്കുകയായിരുന്നു. പെട്ടെന്ന് ഹോംസ് എന്റെ ഷർട്ടിൽ പിടിച്ചുവലിച്ച് പറഞ്ഞു.

"ഇതാ, നോക്കൂ."

കുറച്ചകലെ ട്രാക്കിൽ മരങ്ങൾക്കിടയിൽനിന്നും പുക ഉയരുന്നതു കണ്ടു. ഒരു മിനിട്ടു കഴിഞ്ഞതും ഒരു എൻജിനും ഒരു കാര്യേജും മാത്രമുള്ള ട്രെയിൻ സ്റ്റേഷനെ ലക്ഷ്യമാക്കി പാഞ്ഞുവരുന്നതു കണ്ടു. പ്ലാറ്റ്ഫോമിലെ ലഗ്ഗേജുകൾക്കിടയിൽ ഞങ്ങൾ ഒളിച്ചു. ആ 'മിനി ട്രെയിൻ' ഞങ്ങൾ ഇറങ്ങിയ ട്രെയിനിനു പുറകെ കുതിച്ചുപാഞ്ഞുപോയി.

"അയാൾ അതാ പോകുന്നു." ട്രെയിനിനെ നോക്കി ഹോംസ് പറഞ്ഞു. "ഞാൻ വെറുതെ പറഞ്ഞതല്ല, അയാളുടെ ബുദ്ധിശക്തിക്ക് ഒരു അതിരുണ്ടെന്ന്. ഞാൻ എന്തുചെയ്യുമെന്ന് ശരിക്കും അയാൾ മനസ്സിലാക്കി അതനുസരിച്ച് അയാളും പ്രവർത്തിച്ചിരുന്നുവെങ്കിൽ അതൊരു ദുരന്തം തന്നെ ആവുമായിരുന്നു."

"അഥവാ അയാൾ നമ്മെ മറികടന്നിരുന്നുവെങ്കിൽ എന്തു സംഭവിക്കുമായിരുന്നു?"

"എന്റെ നേരെ വളരെ അപായകരമായി അയാൾ ആക്രമണം നടത്തിയേനെ. ഞങ്ങൾ രണ്ടുപേരും തമ്മിലുള്ള ഒരു ദ്വന്ദയുദ്ധക്കളരിയല്ലേ ഇത്. ഇനി നമുക്ക് മുന്നിലുള്ള പ്രശ്നം ഉടനെ ഭക്ഷണം കഴിക്കണോ അതോ ന്യൂഹെവനിലെത്തുന്നതുവരെ വിശന്നിരിക്കണമോ എന്നതാണ്."

അന്നു രാത്രി ഞങ്ങൾ 'ബ്രസ്സൽസി'ലെത്തി. രണ്ടു ദിവസം അവിടെ കഴിച്ചുകൂട്ടിയശേഷം മൂന്നാംദിവസം 'സ്ട്രാസ്ബർഗ്ഗി'ലെത്തി. തിങ്കളാഴ്ച രാവിലെ ഹോംസ് ലണ്ടൻ പോലീസിന് കമ്പി അടിച്ചു. വൈകുന്നേരം മറുപടി ടെലഗ്രാം ഞങ്ങളെയും കാത്ത് ഹോട്ടലിൽ കിടന്നിരുന്നു. ഹോംസ് ടെലഗ്രാം പൊട്ടിച്ച് വായിച്ചു. അത് ചുരുട്ടിക്കൂട്ടി ദൂരെ എറിഞ്ഞു. അദ്ദേഹം സ്വയം ശപിച്ചുകൊണ്ട് പറഞ്ഞു. "ഞാനത് മനസ്സിലാക്കേണ്ടതായിരുന്നു. അയാൾ രക്ഷപ്പെട്ടു."

"ആര്, മൊറിയാർട്ടി?"

“അതെ. അയാളൊഴിച്ച് ബാക്കി എല്ലാവരെയും അറസ്റ്റു ചെയ്തു. അയാൾ പക്ഷേ, രക്ഷപ്പെട്ടു. ഞാൻ അവിടെനിന്ന് പോന്നതോടെ അയാൾക്ക് എതിരാളി ഇല്ലാതായി. എല്ലാം ഞാൻ പോലീസിന്റെ കൈയിൽ ഏല്പിച്ചുകൊടുത്തതായിരുന്നു. ഇനി ഞാൻ പറയുന്നത്, വാട്സൺ താങ്കൾ ഇംഗ്ലണ്ടിലേക്കുതന്നെ മടങ്ങുന്നതാവും ബുദ്ധി എന്നാണ്.”

“എന്തുകൊണ്ട്?”

“കാരണം, ഏറ്റവും അപകടകാരിയായ സഹയാത്രികനായി ഞാൻ ഇപ്പോൾ മാറിയിരിക്കുന്നു. മൊറിയാർട്ടിക്ക് എല്ലാം നഷ്ടപ്പെട്ടിരിക്കുന്നു, അയാളുടെ തൊഴിലും കൂട്ടുകാരും, എല്ലാം. ലണ്ടനിലേക്ക് ഇനി അയാൾ മടങ്ങില്ല. മടങ്ങിയാൽ അതയാളുടെ അവസാനമായിരിക്കും. അയാൾക്കിനി ഒരാഗ്രഹമേയുള്ളൂ. എന്നെ ഇല്ലാതാക്കുക, അതിനയാൾ ഏതു വഴിയും പ്രയോഗിക്കും. അന്ന് ഞങ്ങളുടെ സംഭാഷണത്തിൽ അയാൾ പറഞ്ഞത് ഹൃദയത്തിൽ തട്ടിയാണ്. അയാളത് ചെയ്യുമെന്നുതന്നെ ഞാൻ കരുതുന്നു. അതുകൊണ്ട് തല്ക്കാലം വാട്സൺ തിരികെപോകുകയാണ് നല്ലതെന്ന് ഞാൻ കരുതുന്നു.”

“സ്ട്രാസ്ബർഗ്’ ഹോട്ടലിൽ ഞങ്ങൾ കുറേനേരം ഈ കാര്യത്തെക്കുറിച്ച് ചർച്ച ചെയ്തു. അവസാനം എനിക്ക് ഹോംസിനോട് കേണപേക്ഷിക്കേണ്ടിവന്നു. അതുപ്രകാരം ഞങ്ങൾ ജനീവ ലക്ഷ്യമാക്കി യാത്ര തിരിച്ചു.

അടുത്ത ഒരാഴ്ച ജനീവ ഞങ്ങൾക്ക് മധുരമുള്ള കാഴ്ചകൾ സമ്മാനിച്ചു. ‘റോൺ’ താഴ്വരയിലൂടെ പ്രകൃതിഭംഗി കണ്ട് നടന്നപ്പോൾ ഞങ്ങൾ ഞങ്ങളെത്തന്നെ മറന്നുപോയി. അതിനുശേഷം ‘ല്യൂക്കി’ൽ നിന്ന് മലമ്പാതയിലൂടെ ‘ജെമ്മി’ ചുരത്തിൽ കയറി. അവിടെനിന്നും ‘ഇന്റർലേക്കനി’ലൂടെ ‘മറിഞ്ചൻ’ മഞ്ഞുകുന്നുകൾ കടന്ന് രണ്ടു ദിവസത്തെ മനോഹരമായ കുളിർയാത്ര. താഴ്വാരം മുഴുവൻ മഞ്ഞുകൊണ്ട് മൂടിയിരുന്നു. ഈ തണുപ്പിനിടയിലും ഹോംസ് തന്നെ പിന്തുടർന്നുകൊണ്ടിരുന്ന അപകടത്തെ ഇടയ്ക്കിടയ്ക്ക് ഓർത്തെടുക്കുന്നതുപോലെ തോന്നി. ഏകാന്തസുന്ദരമായ മലമ്പാതയിലും കുളിർകാറ്റ് വീശി ഒച്ചയനക്കങ്ങളില്ലാതെ നില്ക്കുന്ന ‘ആൽപൈൻ’ മരക്കാടുകളുടെ ഇടയിലും ഹോംസ് അശാന്തനായിരുന്നുവെന്ന് അയാളുടെ മുഖഭാവം എടുത്തുപറഞ്ഞു. വഴിയിൽ കാണുന്ന ഓരോ മനുഷ്യനെയും അദ്ദേഹം വിശദമായി നിരീക്ഷിക്കുന്നതു കണ്ടു. സദാ ജാഗരൂകനായി ഹോംസ് നടക്കുമ്പോൾ എനിക്കുതോന്നി മൊറിയാർട്ടിയുടെ ഓർമ്മകൾ കുറച്ചൊന്നുമല്ല അദ്ദേഹത്തെ വേട്ടയാടുന്നതെന്ന്.

യാത്രയ്ക്കിടയിലെ ഒരു സംഭവം പ്രത്യേകം എടുത്തുപറയേണ്ടതാണ്. ‘ജെമ്മി’ മലയിടുക്കിലൂടെ നടക്കുമ്പോൾ, പെട്ടെന്ന് മലമുകളിൽ നിന്നും ഒരു വലിയ പാറക്കല്ല് ഞങ്ങൾക്കു പിന്നിലായി തടാകത്തിൽ

പതിച്ചു. ഉടനെതന്നെ ഹോംസ് ഒരു വലിയ പാറക്കെട്ടിനു മുകളിൽ പിടിച്ചു കയറി പരിസരമെല്ലാം സൂക്ഷ്മമായി വീക്ഷിച്ചു. വസന്തകാലത്ത് ഇങ്ങനെ പാറകൾ വീഴുന്നതും മറ്റും സാധാരണ സംഭവങ്ങളാണെന്ന് ഞങ്ങളുടെ ഗൈഡ് പറഞ്ഞെങ്കിലും ഹോംസ് എന്നെ നോക്കി അർത്ഥ ഗർഭമായി ചിരിക്കുകമാത്രം ചെയ്തു.

ഇത്രയധികം സൂക്ഷ്മത പുലർത്തിയിരുന്നുവെങ്കിലും ഹോംസ് ഒരിക്കലും തളർന്നിരുന്നില്ല. വളരെ ആവേശത്തോടുകൂടിതന്നെ അദ്ദേഹം തന്റെ യാത്ര തുടർന്നുകൊണ്ടിരുന്നു. മൊറിയാർട്ടിയിൽനിന്നും ഈ സമൂഹം രക്ഷപ്പെട്ടെങ്കിൽ എന്ന് അതിയായി അദ്ദേഹം ആഗ്രഹിക്കുന്നതു പോലെ തോന്നി. തന്റെ ജീവിതം വരെ അതിനുവേണ്ടി സമർപ്പിക്കാനും തയ്യാറാണെന്ന് അദ്ദേഹം ഉരുവിട്ടുകൊണ്ടിരുന്നു.

"വാട്സൺ, ഈ കാലമത്രയും ഞാൻ ജീവിച്ചത് വെറുതെയായില്ല എന്നാണ് ഞാൻ പറയാൻ ആഗ്രഹിക്കുന്നത്. ഈ രാത്രിയിൽ ഇന്ന് ഇവിടെ എന്റെ എല്ലാ പ്രവർത്തനവും അവസാനിക്കുകയാണെങ്കിൽപോലും തികഞ്ഞ സംതൃപ്തി എനിക്കുണ്ടാവും. ലണ്ടനിലെ അന്തരീക്ഷം അത്രയ്ക്കും മധുരതരമാണ് എനിക്ക്. ആയിരത്തിൽപരം കേസുകൾ ഞാൻ അന്വേഷിച്ചുകഴിഞ്ഞു. ഒരെണ്ണത്തിൽപോലും ഞാനെന്റെ ധാർമ്മികമൂല്യങ്ങളിൽ വെള്ളം ചേർത്തിട്ടില്ല. ഒരു കുറ്റവാളിക്കുപോലും എന്നിൽനിന്ന് ചെറിയ ആനുകൂല്യംപോലും ഉണ്ടായിട്ടില്ല. ഉപരിപ്ലവം മാത്രമായ കണ്ടെത്തലുകളിൽ തൃപ്തി അടയാതെ, പ്രകൃതിതന്നെ നമുക്കുതരുന്ന ഓരോ ഉൾവിളികളും ശ്രദ്ധിച്ചായിരുന്നു ഞാൻ ഓരോ കേസ്സും നോക്കിയിരുന്നത്. യൂറോപ്പിലെതന്നെ ഏറ്റവും കഴിവുള്ള ഭീകരനായ ഒരു കുറ്റവാളിയെ പിടിക്കുകയോ നശിപ്പിക്കുകയോ ചെയ്തു കഴിഞ്ഞാൽ പിന്നെ എനിക്ക് കാര്യമായി ഒന്നും ചെയ്യാനുണ്ടാവില്ല. അതോടുകൂടി വാട്സൺ, താങ്കളുടെ ഓർമ്മക്കുറിപ്പുകൾക്ക് ഒരു അവസാനവും വന്നുചേരും."

ഇനി വളരെ കുറച്ചുമാത്രമേ എനിക്ക് എഴുതാനുള്ളൂ. പക്ഷേ, ഏറ്റവും വേദനിപ്പിക്കുന്ന വിഷയങ്ങളാണ് അവ. ഇത്രയധികം ഹൃദയവേദന ഉണ്ടാക്കിയ ഈ കുറിപ്പിൽ വിശദാംശങ്ങൾ ഒന്നുംതന്നെ വിട്ടുപോകരുതേ എന്ന് എനിക്ക് പ്രാർത്ഥനയുണ്ട്.

"മെയ് 3-നാണ് 'മിറിഞ്ചനി'ൽ ഞങ്ങളെത്തിയത്. ഒരു ചെറിയ ഗ്രാമമാണ്. മിറിഞ്ചൻ. 'ഇംഗ്ലീഷ് ചറോഫ്' ഹോട്ടലിലാണ് ഞങ്ങൾ താമസിച്ചത്. അതിന്റെ സൂക്ഷിപ്പുകാരൻ 'പീറ്റർ ഡെയ്‌ലർ' നന്നായി ഇംഗ്ലീഷ് സംസാരിക്കും. അയാൾ ലണ്ടനിലെ 'ഗ്രോസ് വെനർ' ഹോട്ടലിൽ മൂന്നുവർഷം ജോലി നോക്കിയിട്ടുണ്ട്. 4-ന് ഞങ്ങൾ അയാളുടെ ഉപദേശപ്രകാരം തന്നെ മലനിരകൾ കാണാൻ പുറപ്പെട്ടു. രാത്രികാലങ്ങളിൽ അവിടെ താഴ്വരയിലുള്ള ഏതെങ്കിലും ഗ്രാമീണവസതികളിൽ

താമസിക്കുക, പിന്നെ പോകുന്നവഴിക്ക് ആ വലിയ വെള്ളച്ചാട്ടം- 'റീഷെൻബെക്ക്' വെള്ളച്ചാട്ടം - കാണുക, ഇതായിരുന്നു പീറ്റർ ഞങ്ങളോട് പറഞ്ഞത്. മലമുകളിൽ പകുതി നടന്നുകഴിഞ്ഞാൽ കാണാവുന്ന ഈ വെള്ളച്ചാട്ടത്തിന്റെ ഭംഗി പീറ്റർതന്നെ വിവരിക്കുകയുണ്ടായി.

സത്യത്തിൽ കേട്ടപ്പോൾതന്നെ അതൊരു ഭീതി ജനിപ്പിക്കുന്ന സ്ഥലമായി തോന്നി. മലമുകളിൽനിന്നും ഉരുകിയൊലിക്കുന്ന മഞ്ഞിൻപാളികൾ ഊക്കോടെ താഴേക്ക് പതിക്കുന്ന കാഴ്ച ആരെയും വിസ്മയഭരിതരാക്കുന്നതാണ്. വെള്ളവും മഞ്ഞിൻപാളികളും അഗാധതയിലേക്ക് പതിക്കുമ്പോൾ വെള്ളത്തിന്റെ കണികകൾ നേർത്ത് മഞ്ഞുപടലങ്ങളായി മുകളിലേക്ക് വരുന്നതുകണ്ടാൽ ഒരു വലിയ കെട്ടിടത്തിനുള്ളിൽനിന്നും ഉയരുന്ന ആവിയാണെന്നേ നമുക്കു തോന്നൂ. വെള്ളച്ചാട്ടത്തിന്റെ ആഴം ഊഹിക്കാവുന്നതിലും അപ്പുറമാണ്. നിരന്തരമായി അലറിക്കൊണ്ട് താഴേക്ക് പതിക്കുന്ന വെള്ളച്ചാട്ടവും അടിയിൽനിന്ന് ഉയർന്ന് മുകളിൽ നമ്മുടെ ദേഹത്ത് വരെ പതിക്കുന്ന മഞ്ഞിൻപടലങ്ങളും ആരെയും തലചുറ്റിക്കാൻ പോന്നവയാണ്. കരിമ്പാറക്കെട്ടുകളിൽ പിടിച്ചുനിന്നുകൊണ്ട് അഗാധതയിൽ വെള്ളച്ചാട്ടം വീണു നുരയുന്നത് നോക്കി ഞങ്ങൾ കുറെ സമയം നിന്നു.

വെള്ളച്ചാട്ടം അടുത്തുനിന്നു കാണാൻതക്കവണ്ണം നിർമ്മിച്ച ആ മലമ്പാത ഏതാണ്ട് വെള്ളച്ചാട്ടത്തിനടുത്തെത്തുന്നതിനുമുമ്പ് തന്നെ പെട്ടെന്ന് അവസാനിക്കുന്നു. ആ വഴിയിലൂടെ തന്നെ മടങ്ങിവരാതെ നിർവ്വാഹമില്ല. ഞങ്ങൾ കാഴ്ചകൾകണ്ടശേഷം മടങ്ങുമ്പോൾ, പെട്ടെന്ന് ഒരു സ്വിസ് പയ്യൻ ഞങ്ങൾക്കുനേരെ ഓടിവരുന്നതു കണ്ടു. അവന്റെ കൈയിൽ ഒരു കടലാസുമുണ്ടായിരുന്നു. ഞങ്ങൾ താമസിക്കുന്ന ഹോട്ടലിന്റെ ലെറ്റർപാഡിൽ എന്റെ അഡ്രസ്സിൽ എഴുതിയ കത്ത്. അതിലെ ഉള്ളടക്കം ഹോട്ടലിലെത്തിയ ഒരു മധ്യവയസ്കയായ സ്ത്രീയെക്കുറിച്ചായിരുന്നു. അവർ ചില സുഹൃത്തുക്കളെ സന്ദർശിക്കാൻ 'ലൂസറനി' ലേക്കുള്ള യാത്രാമധ്യേ ആണെന്നും പെട്ടെന്ന് അവർക്ക് രക്തസ്രാവം തുടങ്ങുകയും യാത്ര ഉപേക്ഷിക്കേണ്ടിയും വന്നിരിക്കുന്നു. അവർക്ക് ഏതാനും മണിക്കൂറുകളേ ജീവിക്കാൻ കഴിയുകയുള്ളൂവെന്നും അതിനിടയിൽ ഒരു ഇംഗ്ലീഷ് ഡോക്ടറെ കണ്ടാൽ അവർക്കത് വലിയ ആശ്വാസമാകുമെന്നും എഴുതിയിരിക്കുന്നു. ആ കത്തിന്റെ അടിക്കുറിപ്പായി, ഒരു സ്വിറ്റ്സർലണ്ട് ഡോക്ടറെ കാണുന്നതിനേക്കാൾ അവർ ആഗ്രഹിക്കുന്നത് ഒരു ഇംഗ്ലീഷ് ഡോക്ടറായ എന്നെ കാണുന്നതിനാണെന്നും ഞാൻ ചെല്ലുമെങ്കിൽ അതു വലിയ ഉപകാരമാവുമെന്നും എഴുതിയിരുന്നു.

ആ അപേക്ഷ വായിച്ചപ്പോൾ അതൊരിക്കലും തള്ളിക്കളയാവുന്ന ഒന്നല്ല എന്ന് എനിക്കു തോന്നി. പ്രത്യേകിച്ച് സ്വന്തം നാട്ടുകാരിയായ ഒരു സ്ത്രീ ആസന്നമരണവും കാത്ത് കിടക്കുമ്പോൾ. പക്ഷേ, ഞാൻ

എങ്ങനെ ഹോംസിനെ തനിച്ചാക്കി പോവും എന്നത് എന്നെ കുഴയ്ക്കുന്ന പ്രശ്നമായി. കുറച്ചു ചർച്ചകൾക്കുശേഷം സ്വിസ് പയ്യനെ ഹോംസിനു കൂട്ടായി ഏല്പിച്ചുകൊണ്ട് ഞാൻ 'മിറിഞ്ചനി'ലേക്കു മടങ്ങാൻ തീരുമാനിച്ചു. അല്പസമയം കൂടി അവിടെ ചുറ്റിത്തിരിഞ്ഞ് ഹോംസ് 'റോഡൻലാ'യിലേക്ക് മടങ്ങുമെന്നും - റോഡൻലായിലേക്ക് അവിടെ നിന്നും കുറച്ചടിനടന്നാൽ മതി - വൈകുന്നേരം തമ്മിൽ കാണാമെന്നും പറഞ്ഞ് ഞാൻ മടങ്ങി. ഒന്നു തിരിഞ്ഞുനോക്കിയപ്പോൾ പാറയിൽ ചാരി കൈകൾ നെഞ്ചിൽ പിണച്ചുകെട്ടി താഴെ വെള്ളച്ചാട്ടത്തിലേക്കുതന്നെ നോക്കിനില്ക്കുന്ന ഹോംസിനെയാണ് കാണാൻ കഴിഞ്ഞത്. അപ്പോൾ ഞാൻ അവസാനമായാണ് ഹോംസിനെ കാണുന്നത് എന്ന് അറിഞ്ഞിരുന്നില്ല.

താഴ്ന്നുവളഞ്ഞുകിടക്കുന്ന പാതയിൽ കുറച്ചുദൂരം പിന്നിട്ടപ്പോൾ വീണ്ടും ഞാൻ തിരിഞ്ഞുനോക്കി. വെള്ളച്ചാട്ടം കാഴ്ചയിൽനിന്നും മറഞ്ഞുകഴിഞ്ഞിരുന്നു. പക്ഷേ, കുന്നിൻമുകളിലേക്ക് ഒരു പാമ്പിനെപ്പോലെ വളഞ്ഞുപുളഞ്ഞുപോകുന്ന മലമ്പാതയിൽ ഒരു കറുത്ത രൂപത്തിലുള്ള മനുഷ്യൻ ധൃതിപിടിച്ച് കയറിപ്പോകുന്നത് ഞാൻ കണ്ടു. പച്ച നിറമുള്ള പശ്ചാത്തലത്തിൽ അയാളുടെ വേഗത്തിലുള്ള നടത്തം എടുത്തുകാണാമായിരുന്നു. അയാൾക്ക് സാമാന്യത്തിലധികം പൊക്കവും തോന്നിച്ചിരുന്നു. എന്റെ ജോലിയുടെ ഗൗരവം മനസ്സിലുള്ളതുകൊണ്ട് കൂടുതൽ ശ്രദ്ധിക്കാതെ ഞാൻ മുന്നോട്ടു നടന്നു.

ഒരുമണിക്കൂറെടുത്തു ഞാൻ 'മിറിഞ്ചനി'ലെത്താൻ. ഹോട്ടൽ സൂക്ഷിപ്പുകാരൻ പീറ്റർ സെയ്ലർ മുന്നിൽതന്നെ നില്ക്കുന്നുണ്ടായിരുന്നു.

"അവരെവിടെ? ഇപ്പോൾ എങ്ങനെയുണ്ട്?" തിടുക്കത്തിൽ ഞാൻ അന്വേഷിച്ചു.

ഞാൻ പറഞ്ഞത് മനസ്സിലാവാതെ നിസ്സംഗനായി നില്ക്കുന്ന സെയ്ലറെ കണ്ടപ്പോൾ എന്റെ നെഞ്ചൊന്ന് പിടഞ്ഞു.

"ഇത് നിങ്ങളെഴുതിയതല്ലേ?" പോക്കറ്റിൽനിന്നും കത്തെടുത്ത് ഞാൻ കാണിച്ചു. "രോഗിയായ ആ ഇംഗ്ലീഷ് മധ്യവയസ്ക ഇവിടെയില്ലേ?"

"തീർച്ചയായും ഇല്ല." അദ്ഭുതം പ്രകടിപ്പിച്ച് അയാൾ ഉറക്കെ പറഞ്ഞു. "പക്ഷേ, ഇത് എഴുതിയിരിക്കുന്നത് ഇവിടുത്തെ കടലാസിലാണല്ലോ. ഒരുപക്ഷേ, നിങ്ങൾക്കു പുറകെ ഇവിടെയെത്തിയ ആ ഉയരം കൂടിയ ഇംഗ്ലീഷുകാരനായിരിക്കുമോ. പക്ഷേ, അയാൾ പറഞ്ഞത്..."

ബാക്കിയൊന്നുംതന്നെ കേൾക്കാൻ നിൽക്കാതെ ഞാൻ തിരിഞ്ഞോടി. ഭയത്തിന്റെ ഒരാവരണം തന്നെ എന്നെ വന്ന് മൂടിക്കഴിഞ്ഞിരുന്നു. ഓടുമ്പോൾ കാലുകൾ വിറയ്ക്കുന്നുണ്ടായിരുന്നു. രണ്ടു മണിക്കൂറിലധികം വേണ്ടിവന്നു, ഒരുവിധം ഓടി വെള്ളച്ചാട്ടത്തിന് അടുത്തെത്താൻ.

അവിടെയെത്തിയപ്പോൾ ആദ്യം കണ്ടത് ഹോംസ് സ്ഥിരമായി കൊണ്ടു നടക്കാറുള്ള വാക്കിങ്ങ്സ്റ്റിക്കായിരുന്നു. അത് അദ്ദേഹം നിന്നിടത്തു തന്നെ ചാരിവച്ചിരുന്നു. എന്നാൽ അവിടെയൊക്കെ തിരഞ്ഞെങ്കിലും ഹോംസിനെ കണ്ടെത്താനായില്ല. ഞാൻ ഉറക്കെ വിളിച്ച് ഹോംസിനെ അന്വേഷിച്ചു. തിരിച്ചുവന്നത് എന്റെതന്നെ ശബ്ദത്തിന്റെ പ്രതിധ്വനിയായിരുന്നു.

വാക്കിംഗ്സ്റ്റിക്കിലേക്ക് നോക്കിയപ്പോൾ ഞാനാകെ തകർന്നുപോയി. ഹോംസ് പറഞ്ഞുറപ്പിച്ചപോലെ 'റോഡൻലാ'യിലേക്ക് അദ്ദേഹം പോയിട്ടില്ല. ഒരുവശത്ത് ചെങ്കുത്തായ പാറയും മറുവശത്ത് അഗാധമായ വെള്ളച്ചാട്ടവും അതിനരികിൽ മൂന്നടിമാത്രം വീതിയുള്ള പാതയും – ആ സ്ഥലത്ത്, ഇത്രയധികം സമയം, ശത്രു വന്നണയുന്നതുവരെ അദ്ദേഹം കാത്തുനിന്നുവെന്നാണോ? എഴുത്തുകൊണ്ടുവന്ന പയ്യനെയും അവിടെങ്ങും കണ്ടില്ല. അയാൾ മൊറിയാർട്ടിയുടെ ഏജന്റ് ആയിരിക്കുമോ? രണ്ടുപേരും നേർക്കുനേർ കണ്ടുകഴിഞ്ഞപ്പോൾ അവൻ സ്ഥലംവിട്ടതാണോ? എന്താണ് സംഭവിച്ചിരിക്കുന്നത്? ആരാണ് ഈ സംഭവങ്ങളെക്കുറിച്ച് ഇനി എനിക്ക് പറഞ്ഞുതരാൻ?

ഒന്നുരണ്ടു മിനിട്ടുനേരം ഞാൻ സ്വയം ചിന്തയിലാണ്ടു. എനിക്ക് മനഃസ്ഥൈര്യം വീണ്ടെടുക്കണം. എന്താണ് സംഭവച്ചത് എന്ന് അറിയുകയെങ്കിലും വേണം. സംഭവത്തിന്റെ ഭീകരത എന്നെ വല്ലാതെ ഉലച്ചിരിക്കുന്നു. കുറച്ചുനേരത്തേക്ക് ഞാൻ എന്റെ സുഹൃത്തിനെതന്നെ മനസ്സിൽ ധ്യാനിച്ചു. അദ്ദേഹം ചിന്തിക്കുന്ന രീതിയിൽതന്നെ ചിന്തിക്കാൻ ഞാൻ ആത്മാർത്ഥമായി ശ്രമിച്ചു. ഞങ്ങൾ ഒരുമിച്ച് വെള്ളച്ചാട്ടം കണ്ടുനിന്നപ്പോൾ പാതയുടെ അവസാനവക്കോളം ഞങ്ങൾ പോയിരുന്നില്ല. വാക്കിംഗ്സ്റ്റിക്ക് – ആകെ അവശേഷിക്കുന്ന തെളിവിന്റെ അറ്റം – ഞങ്ങൾ നിന്ന സ്ഥലത്തുതന്നെയാണ് കിടന്നിരുന്നത്. വെള്ളച്ചാട്ടത്തിൽനിന്ന് തെറിച്ചുവീഴുന്ന വെള്ളത്തിന്റെ മുത്തുകൾ കാരണം അവിടെയുള്ള മണ്ണ് നനവാർന്നതും മൃദുവാർന്നതുമായിരുന്നു – ഒരു പക്ഷിയുടെ കാലടിപ്പാടുകൾവരെ എടുത്തുകാണിക്കുന്നവിധം. രണ്ടു കാലടിപ്പാടുകൾ ഞങ്ങൾ നിന്നിരുന്ന സ്ഥലത്തുനിന്നും പാതയുടെ അറ്റംവരെ നീണ്ടുകിടന്നിരുന്നു. ആ കാലടികൾ പിന്നെ മടങ്ങിവന്നിട്ടുണ്ടായിരുന്നില്ല. വെള്ളച്ചാട്ടത്തിന്റെ രണ്ടു വശങ്ങളും മുൾച്ചെടികളും മറ്റു ചെടികളും ചതഞ്ഞരഞ്ഞു കിടക്കുന്നത് കണ്ടു. നിലത്ത് മണ്ണിൽ താണുകിടന്ന് ഞാൻ വെള്ളച്ചാട്ടത്തിലേക്ക് എത്തിനോക്കി. ജലകണികകൾ എന്റെ മുഖത്ത് വന്ന് പതിക്കുന്നുണ്ടായിരുന്നു. കറുത്ത് ഇരുണ്ട കരിങ്കൽപാറകൾ ചുവട്ടിൽ. അതിൽ വന്നടിക്കുന്ന വെള്ളത്തിന്റെ തിളക്കവും നുരയും പതയും മാത്രം. ആകെ ഇരുട്ടുമൂടിക്കഴിഞ്ഞിരിക്കുന്നു. ഞാൻ ഉറക്കെ വിളിച്ചു. "ഹോംസ്! ഹോംസ്!"

എന്റെ ശബ്ദം ഒരു രോദനമായി എന്നിലേക്കുതന്നെ തിരിച്ചുവന്നു.

എന്റെ വിധിയുടെ അവസാനം ഇങ്ങനെയായല്ലോ എന്ന് അദ്ഭുതപ്പെടുമ്പോൾ പെട്ടെന്ന് ആ വാക്കിംഗ്സ്റ്റിക്ക് വീണ്ടും നോക്കാൻ ഞാൻ ഇടയായി. ആ വടി ചാരിവെച്ചിരിക്കുന്ന പാറയ്ക്കു മുകളിൽ എന്തോ തിളങ്ങുന്നതായി എനിക്കു തോന്നി. അടുത്തുചെന്നുനോക്കിയപ്പോൾ അത് ഹോംസിന്റെ സിഗരറ്റ് കൂടിന്റെ വെള്ളികൊണ്ടുള്ള പെട്ടിയാണെന്ന് മനസ്സിലായി. അതിനിടയിൽ വൃത്തിയായി എഴുതിവെച്ചിരുന്ന കടലാസുകൾ ഹോംസ് തന്റെ ഡയറിയിൽനിന്നും കീറിയെടുത്ത മൂന്നു കടലാസുകളാണെന്ന് ബോധ്യപ്പെട്ടു. സ്വന്തം കൈപ്പടയിൽ തന്റേതായ ശൈലിയിൽ എഴുതിയ കത്ത് എന്നെ സംബോധന ചെയ്തുകൊണ്ടുള്ളതായിരുന്നു. അദ്ദേഹം തന്റെ പഠനമുറിയിൽ ഇരുന്ന് എഴുതിയ കത്തുപോലെ മനോഹരവും വ്യക്തതയും ഉള്ള കത്തായിരുന്നു അത്.

“എന്റെ പ്രിയപ്പെട്ട വാട്സൺ,

പ്രൊഫ. മൊറിയാർട്ടിയുടെ ദയയാണ് എന്നെക്കൊണ്ട് ഈ വരികളെങ്കിലും എഴുതിപ്പിച്ചത്. അന്നു പറഞ്ഞപോലെ ഞങ്ങൾക്കിടയിൽ നിലനില്ക്കുന്ന പ്രശ്നങ്ങൾ അവസാനമായി ചർച്ചചെയ്ത് അവസാനിപ്പിക്കുന്നതും കാത്ത് അയാൾ എന്റെയരികെ നില്ക്കുന്നുണ്ട്. പോലീസിനെ തോല്പിച്ച് രക്ഷപ്പെട്ട ധീരസാഹസിക കഥകൾ ഇതിനോടകം അയാൾ വിശദീകരിച്ചുകഴിഞ്ഞു. അയാളുടെ ബുദ്ധിശക്തിയും ഉത്സാഹവും നിരീക്ഷണപാടവവും എടുത്തുകാണിക്കുന്നവതന്നെ ആ ധീരകൃത്യങ്ങൾ. അയാളെ സമൂഹത്തിൽനിന്ന് പിഴുതെറിയാൻതന്നെ കഴിയും എന്ന് ഞാൻ വിശ്വസിക്കുന്നു. അന്ന് പറഞ്ഞതുപോലെ അതിൽപരം വേറെ സന്തോഷം എനിക്കില്ല. എന്നാൽ അതിനുകൊടുക്കേണ്ട വില വളരെ വലുതാണ്. വളരെ വിഷമിപ്പിക്കുന്നതും. എന്റെ അഭ്യുദയകാംക്ഷികളെ മൊത്തമായും പ്രത്യേകിച്ച് താങ്കളെ പ്രത്യേകമായും അത് വേദനിപ്പക്കുകതന്നെ ചെയ്യും.

എന്റെ ജീവിതത്തിന്റെ പരിസമാപ്തിയെക്കുറിച്ച് ഞാനങ്ങയോട് പറഞ്ഞതും ഒരുകണക്കിന് പ്രവചനസ്വഭാവം ഉൾക്കൊള്ളുന്നതായിരുന്നു. ഇതിൽപരം ഒരു സന്ദർഭം അങ്ങനെ എന്റെ അവസാനത്തിന് ഉണ്ടാവാനില്ല. ‘മിറിഞ്ചൻ’ ഹോട്ടലിൽനിന്നും കൊടുത്തയച്ച കത്ത് കൃത്രിമമായി എഴുതി ഉണ്ടാക്കിയതാണെന്ന് അതുകണ്ടപ്പോൾതന്നെ എനിക്കറിയാമായിരുന്നു. ഈയൊരു പരിണാമം അറിഞ്ഞുകൊണ്ടുതന്നെയാണ് ഞാൻ താങ്കളെ ഹോട്ടലിലേക്ക് തിരിച്ചയച്ചത്. എനിക്ക് വേറെ വഴിയില്ലായിരുന്നു, വാട്സൺ. ഈ ക്രിമിനൽസംഘത്തെ ശിക്ഷിക്കാനാവശ്യമായ എല്ലാ രേഖകളും എന്റെ മുറിയിലെ മേശയ്ക്കുള്ളിൽ ‘എം’ എന്നെഴുതിയ കള്ളിയിൽ നീലകവറിൽ (പുറത്ത് ‘മൊറിയാർട്ടി’ എന്ന് എഴുതിയിരിക്കും) സൂക്ഷിച്ചിട്ടുണ്ടെന്ന് ഇൻസ്പെക്ടർ പാറ്റേഴ്സണോട് പറയുക. എന്റെ സ്വത്തുക്കളെല്ലാംതന്നെ എന്റെ സഹോദരൻ മൈക്രോഫ്റ്റിന്

കൈമാറിയിട്ടുണ്ട്. എന്റെ ആശംസകൾ മിസ്സിസ് വാട്സനെ അറിയിക്കുക.
താങ്കൾക്കു എല്ലാ ഭാവുകങ്ങളും നേർന്നുകൊണ്ട്,

താങ്കളുടെ വിശ്വസ്തൻ

ഷെർലക് ഹോംസ്."

ഈ കഥയുടെ പര്യവസാനത്തിന് അധികം വാക്കുകളുടെ ആവശ്യ
മില്ല. ഹോംസും മൊറിയാർട്ടിയും പരസ്പരം ഒരു ദ്വന്ദയുദ്ധം നടന്നിരി
ക്കാമെന്നും അവസാനം അവർ രണ്ടുപേരും പരസ്പരം കെട്ടുപിണഞ്ഞ്
വെള്ളച്ചാട്ടത്തിനടിയിലേക്ക് വീണിരിക്കാമെന്നും വിദഗ്ധപരിശോധന
യിൽ കണ്ടെത്തിയിരിക്കുന്നു. രണ്ട് മൃതദേഹങ്ങളും ഈ കുത്തൊഴു
ക്കിൽനിന്നും തപ്പിയെടുക്കുക എന്നത് നടപ്പുള്ള കാര്യമല്ല.

സമൂഹത്തിലെ ഏറ്റവും നീചനും അപകടകാരിയുമായ കുറ്റവാളിയും
നിയമത്തിന്റെയും നീതിയുടെയും കാവലാളും ഈ വെള്ളച്ചാട്ടത്തിനടി
യിൽ കൂലംകുത്തിയൊഴുകുന്ന അഗാധഗർത്തങ്ങളിൽ വീണുകിടക്കും.
കത്തു കൊണ്ടുവന്നുതന്ന പയ്യനെ പിന്നെ കാണാൻ കഴിഞ്ഞില്ല. മൊറി
യാർട്ടിയുടെ ശമ്പളക്കാരനായിരുന്നു ആ പയ്യൻ എന്നതിൽ തർക്കമില്ല.
മൊറിയാർട്ടിയുടെ സംഘത്തെ മുഴുവൻ നിയമത്തിനു മുന്നിൽ കൊണ്ടു
വരുവാനും അവർക്ക് അർഹിക്കുന്ന ശിക്ഷ വാങ്ങിക്കൊടുക്കുവാനും
ഹോംസ് തയ്യാറാക്കി സമർപ്പിച്ച രേഖകൾക്കു കഴിഞ്ഞുവെന്നത്
ഇതിനകം പൊതുജനം മുഴുവൻ അറിഞ്ഞ കാര്യങ്ങളാണ്. മൊറി
യാർട്ടിയെ നല്ലവനായി ചിത്രീകരിച്ച് എന്റെ സുഹൃത്തിനുമേൽ ദുഷ്പേര്
ആരോപിക്കാൻ ചിലർ നടത്തിയ പിൻനാടകമാണ് എന്നെ ഇത്രയും എഴു
താനും അദ്ദേഹത്തിന്റെ മാഹാത്മ്യത്തെക്കുറിച്ച് ഇത്ര പറയാനും ഇട
യാക്കിയത്.

ഒഴിഞ്ഞ വീട്

1894-ലെ വസന്തകാലം ലണ്ടൻ എന്നും ഓർമ്മിക്കുക ദുഃഖത്തോടെ യായിരിക്കും. അന്നാണ് വളരെ ദുരൂഹമായ സാഹചര്യങ്ങളിൽ ബഹു മാന്യനായ റൊണാൾഡ് അഡയർ കൊല്ലപ്പെട്ടത്. പരിഷ്കൃതലോകം അംഗീകരിക്കാൻ തയ്യാറാകാത്തവിധം ദുരൂഹത നിറഞ്ഞ ആ കൊല പാതകത്തിന്റെ വിവിധ തലങ്ങളിലുള്ള സംഭവങ്ങൾ ഒട്ടുമിക്കവയും അന്നു മറഞ്ഞുകിടന്നിരുന്നു. അതുപോരാതെ, പ്രോസിക്യൂഷൻ കേസ്സിനെ സഹായിക്കുന്ന പല സംഭവങ്ങളും പുറത്തുകൊണ്ടുവരുന്ന തിന് എതിരുമായിരുന്നു. പത്തുവർഷത്തിനുശേഷം എനിക്കാ നിയോഗം കൈവന്നിരിക്കുകയാണ്. ഈ കേസ്സിലെ പ്രധാന കണ്ണികളെല്ലാം യോജിപ്പിക്കുവാനും ഈ കേസ് മുഴുവൻ രൂപത്തിൽ പുറത്തുകൊണ്ടു വരാനും ഇന്നെനിക്ക് അനുവാദം കിട്ടിയിരിക്കുന്നു. ഈ കൊല നടന്ന സമയത്തുതന്നെ ഇതൊരു ഞെട്ടിപ്പിക്കുന്ന വാർത്തയായിരുന്നിട്ടും, അതിന്റെ അനന്തരകഥകളിലൂടെ ഒരിക്കൽകൂടി എനിക്ക് കടന്നുവരേണ്ടി വന്നപ്പോൾ, എനിക്കുണ്ടായ മാനസികപിരിമുറുക്കങ്ങളും അദ്ഭുതവും ക്ഷോഭവുമൊക്കെ വായനക്കാരെ എങ്ങനെ എഴുതി അറിയിക്കാനാണ്? എന്റെ മുഴുവൻ സാഹസികജീവിതത്തിൽ ഇത്രയും സ്തോഭജനക മായ സംഭവപരമ്പര മറ്റൊരു സമയത്തും ഉണ്ടായിട്ടില്ല. ഈ ദീർഘ കാലയളവിനുശേഷം അതോർക്കുമ്പോൾതന്നെ എന്റെ മനസ്സിൽ ആഹ്ലാദം, അദ്ഭുതം, അവിശ്വസനീയം എന്നീ ഭാവങ്ങൾ മാറിമറിഞ്ഞു കൊണ്ടിരിക്കുന്നു. അദ്ദേഹത്തെക്കുറിച്ച്, ആ മാഹാത്മ്യങ്ങളെകുറിച്ച് പലപ്പോഴായി പലതും പറഞ്ഞുകഴിഞ്ഞ എനിക്ക് മാന്യവായനക്കാരോട് ഒരപേക്ഷയേയുള്ളൂ. എന്റെ അറിവിനതീതമായി എന്തെങ്കിലും ഉണ്ടാ വുകയും ഞാനത് ഇവിടെ കുറിക്കാൻ വിട്ടുപോവുകയും ചെയ്താൽ ദയവുചെയ്ത് എന്നിൽ കുറ്റം ചാർത്തരുത്. ഇത്രയും ആമുഖമായി പറഞ്ഞതുതന്നെ, ഈ സംഭവപരമ്പര വായനക്കാരുമായി പങ്കു വെക്കുന്നതിന് എനിക്ക് വിലക്കുണ്ടായി എന്നതും ആ വിലക്ക് നീങ്ങി യതുതന്നെ കഴിഞ്ഞമാസം 3-ാം തീയതിയാണെന്നതുംകൊണ്ടു കൂടി യാണ്.

ഷെർലക്ഹോംസുമായുള്ള കുറെകാലത്തെ അടുപ്പംകൊണ്ടുകൂടി യാവണം എനിക്കും കുറ്റകൃത്യങ്ങൾ അറിയാനും പഠിക്കാനും അഗാധ മായ താല്പര്യമുണ്ടായത്. ഹോംസിന്റെ തിരോധാനത്തിനുശേഷവും കുറ്റ കൃത്യങ്ങൾ കണ്ടാൽ അവ പഠിക്കാനും അതിലെ പ്രശ്നങ്ങൾ അപ ഗ്രഥിക്കാനും പലപ്പോഴും ഹോംസിന്റെ തന്നെ രീതിയിൽ പ്രയോഗിച്ചു നോക്കാനും എനിക്കു വലിയ താല്പര്യമായിരുന്നു, പലപ്പോഴും ലക്ഷ്യ ങ്ങൾ വിജയത്തിലെത്തിയില്ലെങ്കിൽ കൂടി. അതുകൊണ്ടുകൂടിയാണ് റൊനാൾഡ് അഡയറുടെ ദുരന്തം എന്നെ ആകർഷിച്ചത്. നിരപരാധി കൾക്കുമേൽ കുറ്റം ചാർത്തപ്പെടുകയും യഥാർത്ഥ കുറ്റവാളികൾ സമൂ ഹത്തിൽ സ്വച്ഛന്ദം വിഹരിക്കുകയും ചെയ്യുന്ന യാഥാർത്ഥ്യം കാണു മ്പോഴാണ്, ഷെർലക്ഹോംസിന്റെ അഭാവം ഈ സമൂഹത്തിന് വരു ത്തിയ കൊടുംവിനയെക്കുറിച്ച് നമ്മളൊക്കെ ഓർത്തുപോകുന്നത്. ഈ കൊലപാതകകഥയിൽതന്നെ ഹോംസിന് പ്രത്യേക താല്പര്യം തോന്നിയ മേഖല ഒന്നിലധികം ഉണ്ടായിരുന്നു. പോലീസിന്റെ കണ്ടെത്തലുകൾക്ക് ഉപോദ്ബലകങ്ങളായി കുറേ തെളിവുകൾ കൊണ്ടുവരുവാനും യൂറോ പ്പിലെ അറിയപ്പെടുന്ന ഈ നമ്പർവൺ കുറ്റാന്വേഷകന് കഴിയുമായി രുന്നു. എന്റെ മനസ്സിൽ തിരിഞ്ഞും മറിഞ്ഞും അഡയറുടെ കൊലപാത കത്തിന്റെ വിശദാംശങ്ങൾ കയറിവന്നുകൊണ്ടിരുന്നു. എന്നിട്ടും ഒരു വിശ ദീകരണത്തിനും എന്നെ തൃപ്തിപ്പെടുത്താനായില്ല. ഈ അന്വേഷണ പരമ്പരയെക്കുറിച്ച് ഞാൻ ഒന്നുകൂടി വിശദീകരിക്കട്ടെ.

"റൊണാൾഡ് അഡയാർ - ഓസ്ട്രേലിയയിലെ ഒരു കോളനിയുടെ ഗവർണറായ മെയ്നത്ത് പ്രഭുവിന്റെ രണ്ടാമത്തെ മകൻ. തിമിരശസ്ത്ര ക്രിയയ്ക്കുവേണ്ടി ആസ്ത്രേലിയയിൽനിന്നെത്തിയ അമ്മയും സഹോ ദരി ഹിൽഡയുമൊത്ത് 427 പാർക്ക് ലെയിനിലാണ് താമസിക്കുന്നത്. സമൂഹത്തിന്റെ ഉന്നതശ്രേണികളിൽ വ്യാപരിച്ചിരുന്ന റൊണാൾഡിന് പറയത്തക്ക എതിരാളികളോ, ദുഃസ്വഭാവങ്ങളോ ഒന്നും തന്നെയുണ്ടാ യിരുന്നില്ല. കാർസ്റ്റെയറിലെ മിസ് ഈഡിത്ത് വുഡ്ലിയുമായി റൊണാൾഡ് വിവാഹനിശ്ചയം നടത്തിയെങ്കിലും ഇരുകൂട്ടരുടെയും ഉഭയ സമ്മതപ്രകാരം വിവാഹക്കരാർ റദ്ദാക്കിയിരുന്നു. പ്രത്യേകിച്ച് യാതൊരു വികാരസമ്മർദ്ദങ്ങൾക്കും അത് ഇടയാക്കിയില്ല. ശാന്തമായ രീതികളും വളരെ ഒതുങ്ങിയ പ്രകൃതവുമുള്ള റൊണാൾഡിന്റെ ജീവിതം വലിയ സംഭവങ്ങളൊന്നുമില്ലാതെ ഒരു വൃത്തത്തിനുള്ളിൽ നീങ്ങുന്ന സമയ ത്താണ്, സുഖലോലുപനായ ഈ യുവപ്രഭുവിനെ 1894 മാർച്ച് 30ന് രാത്രി 10നും 11.20നും ഇടയ്ക്കുള്ള സമയത്ത് മരണം കീഴ്പ്പെടുത്തിയത്.

റൊണാൾഡ് ഒരു ചീട്ടുകളിക്കാരനായിരുന്നു. ചീട്ടുകളിയിൽ ഭ്രമമുണ്ടാ യിരുന്നെങ്കിലും പണം കളഞ്ഞുള്ള കളിയിലും മറ്റും അയാൾ ഏർപ്പെട്ടി രുന്നതേയില്ല. ബാൽഡ്വിൻ, കാവൻഡിഷ് തുടങ്ങിയ ചീട്ടുകളി ക്ലബ്ബു കളിൽ അയാൾ അംഗമായിരുന്നു. മരണദിവസം രാത്രി ഡിന്നറിനുശേഷം

കാവൻ ഡിഷ് ക്ലബ്ബിൽ അദ്ദേഹം ചീട്ടുകളിക്കാനായി എത്തിയിരുന്നു. റൊണാൾഡിന് പ്രിയപ്പെട്ട കളി -ഹ്വിസ്റ്റ് (ഓരോ വശത്ത് രണ്ടുപേർ ടീമായി കളിക്കുന്ന ഒരുതരം ചീട്ടുകളി) ആയിരുന്നു അന്ന് കളിച്ചത്. നല്ല വണ്ണം ആസ്വദിച്ച് കളിച്ചിരുന്ന കളിയിൽ അഞ്ചുപൗണ്ടിൽ കൂടുതൽ നഷ്ടം വന്നിട്ടില്ലെന്ന് അയാളുടെ സുഹൃത്തുക്കൾ ജോൺ ഹാർഡി, കേണൽ മൊറാൻ, മുറേ എന്നിവരും മൊഴി നല്കിയിരുന്നു. അദ്ദേഹത്തിന്റെ കണക്കിലധികമുള്ള സ്വത്തുമായി താരതമ്യം ചെയ്യുമ്പോൾ ഈ നഷ്ടം നിസ്സാരം. ഒട്ടുമിക്ക കളികളിലും റൊണാൾഡ് തന്നെയായിരുന്നു വിജയി. കേണൽ മൊറാൻ ഒരിക്കൽ നാനൂറ്റിയിരുപതു പൗണ്ടുവരെ നേടിയ വിവരം റൊണാൾഡ് പറയുകയുണ്ടായി." ഇത്രയുമാണ് റൊണാൾഡിന്റെ കേസ് ഡയറിയിൽ കണ്ട വിവരങ്ങൾ.

സംഭവം നടന്ന രാത്രിയിലും കൃത്യം പത്തുമണിക്കുതന്നെ അയാൾ ക്ലബ്ബിൽനിന്നും മടങ്ങിയിരുന്നു. അമ്മയും സഹോദരിയും അടുത്ത വീട്ടിലെ ബന്ധുവിന്റെ വീട്ടിലായിരുന്നു അപ്പോൾ. രണ്ടാമത്തെ നിലയിലുള്ള അയാളുടെ സ്വകാര്യമുറിയിൽ പ്രവേശിക്കുന്ന ശബ്ദം താഴെയിരുന്നു താൻ കേട്ടതായി പരിചാരിക രേഖപ്പെടത്തിയിരുന്നു. തണുപ്പകറ്റുന്നതിന് വേണ്ടി കൂട്ടിയ അടുപ്പിൽനിന്നും പുകയുയരുന്നതുകണ്ട് അവൾ ജനാലകൾ തുറന്നിടുകയുണ്ടായി. രാത്രി 11.20-ന് മെയ്നത്പ്രഭ്വിയും മകളും മടങ്ങിവരുന്നതുവരെ റൊണാൾഡിന്റെ മുറിയിൽനിന്ന് ശബ്ദമൊന്നും കേൾക്കുകയുണ്ടായില്ല. ശുഭരാത്രി ആശംസിക്കുന്നതിനായി പ്രഭ്വി ആ മുറിയിലെത്തിയപ്പോൾ മുറി അകത്തുനിന്ന് പൂട്ടിയതായി കാണപ്പെട്ടു. വാതിലിൽ മുട്ടി കുറെ ശബ്ദമുണ്ടാക്കിയെങ്കിലും വാതിൽ തുറന്നില്ല. ബലമായി വാതിൽ തുറന്നുനോക്കിയപ്പോൾ നിർഭാഗ്യവാനായ ആ ചെറുപ്പക്കാരൻ മേശയുടെ സമീപത്തു മരിച്ചുകിടക്കുന്നതായാണ് കണ്ടത്. വെടിയുണ്ടയേറ്റ് അയാളുടെ തല ഭയാനകമാംവിധം തകർന്നിരുന്നു. പക്ഷേ, ആയുധങ്ങൾ ഒന്നുതന്നെ മുറിയിൽനിന്നും കണ്ടുകിട്ടിയില്ല. മേശപ്പുറത്ത് പത്തുപൗണ്ടിന്റെ രണ്ട് കറൻസിനോട്ടുകളും, കുറെ സ്വർണവും, വെള്ളിനാണയങ്ങളും മാത്രമുണ്ടായിരുന്നു. കൂടെ ഒരു കടലാസ്സിൽ ക്ലബ്ബിലെ സുഹൃത്തുക്കളുടെ പേരുവിവരങ്ങളും അവർക്കു നല്കാനുള്ള തുകയുടെ വിവരങ്ങളും - മരണത്തിനുമുമ്പ് കൂട്ടിക്കുറച്ചു വെച്ച കുറെ കണക്കുകൾ!

സംഭവസ്ഥലത്തെ ഓരോ പരിശോധനയും കാര്യങ്ങൾ കൂടുതൽ സങ്കീർണ്ണമാക്കിയതേയുള്ളൂ. അകത്തുനിന്നും വാതിൽ കുറ്റിയിടാൻ ഒരു കാരണവും കാണുന്നില്ല. ഒരു സാധ്യത, കൊല നടത്തിയ ആൾതന്നെ വാതിൽ കുറ്റിയിട്ട് ജനലിലൂടെ രക്ഷപ്പെട്ടുവെന്നാണ് - പക്ഷേ, ചാടുന്നത് ഇരുപതടിയോളം താഴ്ചയിലേക്കായിരിക്കും എന്നതും അവിടെ മുഴുവനും വിടർന്നുനില്ക്കുന്നത് മുൾച്ചെടിപ്പൂക്കളാണെന്നതും ആ സാധ്യത തള്ളി

ക്കളയുന്നു. പൂക്കൾ ചതഞ്ഞതിന്റെയോ, മണ്ണിളകിയതിന്റെയോ പാടുകൾ കണ്ടതുമില്ല. വീടിനും റോഡിനും മധ്യേയുള്ള പുൽത്തകിടിനും കേടുപാടൊന്നും സംഭവിച്ചിട്ടില്ല. മുറിയുടെ ജനാലവഴി ചുമരിന്മേൽ ചവിട്ടി മുറിക്കകത്തേക്ക് കടക്കണമെങ്കിൽ ചുമരിന്മേൽ പാടുകൾ കാണണം. അത്ര ഉയരത്തിൽ ജനാലയിൽ എത്തിപ്പിടിക്കാനും കഴിയുമായിരുന്നില്ല. അങ്ങനെയെങ്കിൽ റൊണാൾഡ് തന്നെ ആയിരിക്കുമോ മുറി അകത്തു നിന്നും പൂട്ടിയത്? എങ്കിൽ മരണം എങ്ങനെ സംഭവിച്ചു? പുറത്തുനിന്ന് ജനാലയ്ക്കിടയിലൂടെ ഉന്നംപിടിച്ച് ആരെങ്കിലും റിവോൾവർ ഉപയോഗിച്ചെങ്കിൽ അത് ഒരു വലിയ അമാനുഷികമായ പ്രയത്നം തന്നെയാവണം, അതും തലയ്ക്കുമുകളിൽ തന്നെ വെടികൊള്ളിക്കാൻ കഴിയുന്ന ഉന്നം. പാർക്ക്ലെയിനാവട്ടെ എപ്പോഴും തിരക്കുള്ള തെരുവാണ്. നൂറുവാര മാറി ഒരു ടാക്സിസ്റ്റാന്റുണ്ട്. ആരുംതന്നെ വെടിയുടെ ശബ്ദം കേട്ടിട്ടില്ല. എന്നാൽ തലച്ചോറു പിളർന്നുപോയ ഒരു വെടിയുണ്ടയും റൊണാൾഡിന്റെ വിറങ്ങലിച്ച ശരീരവും നമുക്കു മുന്നിലുണ്ടല്ലോ. റൊണാൾഡിന് പറയത്തക്ക ശത്രുക്കളാരുംതന്നെയില്ലെന്നതും വീട്ടിൽനിന്ന് പണമോ മറ്റു സാധനങ്ങളോ ഒന്നും മോഷണം പോയിട്ടില്ലെന്നതും സംഭവത്തിന്റെ ദുരൂഹത വർദ്ധിപ്പിക്കുന്നതേയുള്ളൂ.

സംഭവങ്ങൾ തിരിച്ചും മറിച്ചും മനസ്സിലിട്ട് കൂട്ടിക്കിഴിച്ച് എന്തെങ്കിലും കണ്ടെത്താൻ ഞാൻ കുറെ ശ്രമം നടത്തിനോക്കി. എന്നാൽ ഞാൻ ദയനീയമായി പരാജയപ്പെടുകയാണുണ്ടായത്. വൈകുന്നേരമായപ്പോൾ ഞാൻ പാർക്കിലൂടെ നടന്ന് സ്ട്രീറ്റ് അവസാനിക്കുന്ന സ്ഥലത്തെ ഓക്സ്ഫോർഡ് സ്ട്രീറ്റിലെത്തിച്ചേർന്നു. ഏതാണ്ട് ആറുമണിയായിക്കാണും അവിടെ കുറെപേർ ഒരു വീടിനുനേരെ നോക്കിനില്ക്കുന്നു. ഞാൻ തിരഞ്ഞുവന്ന വീട് അതുതന്നെയാണെന്ന് എനിക്കു തോന്നി. മെലിഞ്ഞ കറുത്ത കണ്ണടയിട്ട് ഉയരംകൂടി ഒരു മനുഷ്യൻ - അയാൾ ഒരു ഡിറ്റക്ടീവിനെപ്പോലെ തോന്നിച്ചു. കൊല നടന്ന സംഭവത്തെകുറിച്ചാവണം, കൂടെയുള്ളവർക്ക് എന്തൊക്കെയോ വിശദീകരിച്ചുകൊടുക്കുന്നുണ്ടായിരുന്നു. അത് കുറച്ചു കേട്ടപ്പോൾതന്നെ അതിലെ അർത്ഥമില്ലായ്മ എന്നെ അവിടെ നില്ക്കാൻ അനുവദിച്ചില്ല. തിരിഞ്ഞുനടന്നപ്പോൾ അറിയാതെ ഒരു വൃദ്ധന്റെ ശരീരത്തിലാണ് ഞാൻ ഇടിച്ചത്. വൃദ്ധൻ വീണതിനൊപ്പം അയാളുടെ കക്ഷത്തുണ്ടായിരുന്ന കുറെ പുസ്തകങ്ങളും താഴെ വീണുചിതറി. അതിൽ ഒരു പുസ്തകം പെട്ടെന്ന് എന്റെ ശ്രദ്ധയാകർഷിച്ചു. "വൃക്ഷാരാധന തുടങ്ങിയത് എവിടെനിന്ന്?" ഇയാൾ ഒരു പുസ്തകപ്രേമിയോ പുസ്തകഭ്രാന്തനോ ആയിരിക്കുമെന്ന് കരുതി തിരിഞ്ഞുനടക്കാൻ മുതിർന്ന് ഞാനയാളോട് ക്ഷമാപണം പറഞ്ഞു. അത് കേൾക്കാൻപോലും നിൽക്കാതെ അയാൾ പ്രകടമായ പുച്ഛഭാവത്തോടെ നടന്നുമറയുമ്പോൾ അയാളുടെ വളഞ്ഞ മുതുകും നരച്ച കൃതാവും മാത്രമേ ഞാൻ ശ്രദ്ധിച്ചുള്ളൂ.

പാർക്ക്‌ലെയിനിലെ 427-ാം നമ്പർ വീട്ടിൽ ഞാൻ നടത്തിയ പരിശോധനകൾ എനിക്ക് കാര്യമായൊന്നും തന്നെ സമ്മാനിച്ചില്ല. വീടും തെരുവും തമ്മിൽ ബന്ധിച്ചിരുന്ന ഒരു ചെറിയ വേലിയും റെയിലിങ്ങും ചാടിക്കടക്കുക അസാധ്യം. അഥവാ ചാടിക്കടന്നാൽതന്നെ വീടിന്റെ മുകളിലുള്ള ജനാലയ്ക്കലെത്തുക അതിലും വലിയ സാഹസം. അല്ലെങ്കിൽ അസാധ്യം. ചുവരിൽ പൈപ്പുകളോ പിടിച്ചുകയറാൻതക്ക മറ്റു സൗകര്യങ്ങളോ ഇല്ല. വർദ്ധിച്ച നിരാശയോടെ ഞാൻ കെൻസിംഗ്ടണിലെ എന്റെ മുറിയിലേക്ക് മടങ്ങി. ഞാനെത്തുന്നതിന് അഞ്ചു മിനിട്ട് മുമ്പു തന്നെ എനിക്കൊരു സന്ദർശകൻ വന്നിട്ടുണ്ടെന്ന് ഭൃത്യ അറിയിച്ചു. അദ്ഭുതമെന്നു പറയട്ടെ അയാൾ മറ്റാരും ആയിരുന്നില്ല. ഞാൻ കൂട്ടിമുട്ടിയ പുസ്തകങ്ങൾ കൊണ്ടുനടന്നിരുന്ന വൃദ്ധനായിരുന്നു. അയാളുടെ നരച്ചമുടിയിൽ മുഖം എടുത്തുകാണിച്ചു. കക്ഷത്ത് കുറെ പുസ്തകങ്ങളും ഉണ്ടായിരുന്നു.

“താങ്കൾക്ക് അദ്ഭുതം തോന്നുന്നുണ്ടാവും?”

ശരിയെന്ന് ഞാൻ പറഞ്ഞു.

“ഞാൻ എന്റെ മനഃസാക്ഷി പറഞ്ഞതനുസരിക്കുന്നയാളാണ്. താങ്കൾ എന്നെ തട്ടിയിട്ട് കടന്നുപോയപ്പോൾ ഖേദം പറഞ്ഞെങ്കിലും തിരിച്ച് ഞാനൊന്നും പറഞ്ഞില്ല. എന്റെ പുസ്തകം പെറുക്കിയെടുത്ത് തന്നതിന് നന്ദി പറയാൻ വന്നതാണ് ഞാൻ.”

“നിസ്സാരകാര്യമല്ലേ ഇതെല്ലാം. അതിരിക്കട്ടെ എന്റെ വീട് എങ്ങനെ മനസ്സിലായി?”

“താങ്കളുടെ അയൽക്കാരനാണ് ഞാൻ. ചർച്ച് സ്ട്രീറ്റ് തിരിയുന്നിടത്ത് എനിക്ക് ചെറിയ ഒരു ബുക്ക്സ്റ്റാൾ ഉണ്ട്. താങ്കൾക്ക് വേണ്ടതെടുക്കാം. ബ്രിട്ടനിലെ പക്ഷികൾ, കാറ്റാലൂസ്, വിശുദ്ധയുദ്ധം - എല്ലാത്തിനും വിലക്കുറവുണ്ട്. താങ്കളുടെ ഷെൽഫിലെ വിടവ് നികത്താൻ ഇതാ ഈ അഞ്ചുപുസ്തകങ്ങൾ മതിയാവും.”

എന്റെ ഷെൽഫിലേക്ക് തിരിഞ്ഞുനോക്കാതിരിക്കാൻ എനിക്ക് കഴിഞ്ഞില്ല. വീണ്ടും വൃദ്ധനെ നോക്കാൻ തിരിഞ്ഞപ്പോൾ എന്റെ നേരെ ചിരിച്ചുകൊണ്ടുനില്ക്കുന്ന ഷെർലക്ഹോംസിനെയാണ് ഞാൻ കണ്ടത്! ഞാൻ വിസ്മയിച്ചു തരിച്ചിരുന്നുപോയി. ആദ്യമായും അവസാനമായും ഞാൻ മോഹാലസ്യംകൊണ്ട് മയങ്ങിവീണ നിമിഷങ്ങളായിരുന്നു അവ. കണ്ണിൽ ഇരുട്ടുകയറി. എനിക്കൊന്നും മനസ്സിലാവുന്നില്ല. ഉണരുമ്പോൾ ഹോംസ് ഫ്ളാസ്കുമായി മുന്നിൽ കുനിഞ്ഞുനില്ക്കുന്നു. ചുണ്ടിൽ ബ്രാണ്ടിയുടെ നനവ് തോന്നി.

“പ്രിയപ്പെട്ട വാട്സൺ, മാപ്പ്. താങ്കൾ ഇത്ര വിവശനാവുമെന്ന് ഞാൻ കരുതിയില്ല.” എന്റെ പ്രിയപ്പെട്ട ഹോംസിന്റെ ശബ്ദം.

ഞാൻ അദ്ദേഹത്തിന്റെ കൈകൾ മുറുകെ പിടിച്ചു.

"ഹോംസ്! ഇത് താങ്കൾതന്നെയാണോ?" ഞാൻ അലറുകയായിരുന്നു.

"താങ്കൾ ആ പാതാളക്കുഴിയിൽനിന്നും രക്ഷപ്പെട്ടുവോ?"

"ഒരു നിമിഷം പ്ലീസ്!" അദ്ദേഹം പറഞ്ഞു. "ഇപ്പോൾ കാര്യങ്ങൾ ചർച്ചചെയ്യാനുള്ള മനഃസ്ഥിതിയുണ്ടോ താങ്കൾക്ക്? എന്റെ നാടകീയത അല്പം കൂടിയോ?"

"എനിക്ക് ഒരു കുഴപ്പവുമില്ല മി. ഹോംസ്. മാത്രമല്ല ഞാനാകെ വികാരാധീനനാണ്. എനിക്കെന്റെ കണ്ണുകളെ വിശ്വസിക്കാനാവുന്നില്ല. എന്റെ ഹോംസ് - എന്റെ മുറിയിൽ ജീവനോടെ!" വീണ്ടും ഞാൻ ഹോംസിന്റെ ഷർട്ടിനടിയിലൂടെ കൈകൾ കൂട്ടിപ്പിടിച്ചു.

ഞാൻ വീണ്ടും പറഞ്ഞു. "താങ്കൾ ഒരു ആത്മാവൊന്നുമല്ലല്ലൊ. എനിക്ക് സന്തോഷമായി, ഹോംസ്. താങ്കൾ ഇരുന്നാലും. എന്നിട്ട് എങ്ങനെ ആ പാതാളക്കുഴിയിൽനിന്നും ജീവനോടെ പുറത്തുവന്നുവെന്ന് പറയൂ."

അദ്ദേഹം എനിക്കെതിരെയുള്ള കസേരയിൽ ഇരുന്ന് തന്റെ സ്വതസിദ്ധമായ ലാഘവത്തോടെ ഒരു സിഗാറിന് തീ കൊളുത്തി. വേഷം, ഒരു പുസ്തകകച്ചവടക്കാരന്റെ ഫ്രോക്-കോട്ട്. ചകിരിച്ചോറുപോലെ തോന്നിക്കുന്ന വെളുത്ത തലമുടിയും പുസ്തകങ്ങളും മേശപ്പുറത്തു ചിതറിക്കിടന്നു. ഹോംസിന്റെ മുഖം പഴയതിലും വാടിയും ഉന്മേഷം കുറഞ്ഞും കാണപ്പെട്ടു. അദ്ദേഹത്തിന്റെ ജീവിതം ആരോഗ്യകരമായിരുന്നില്ല എന്ന് മുഖം വിളിച്ചുപറയുന്നുണ്ടായിരുന്നു. "ഒന്നു കാല് നിവർത്തി കുറച്ച് ഇരിക്കാൻ കഴിഞ്ഞതിൽ നല്ല സുഖം." അദ്ദേഹം പറഞ്ഞു.

"എന്നെപ്പോലെ ഉയരമുള്ള ഒരാൾക്ക് മണിക്കൂറുകളോളം ഒരേ കാലിൽ നിൽക്കുകയെന്നത് എളുപ്പമുള്ള ഏർപ്പാടല്ല. ഇനി നമുക്ക് കാര്യത്തിലേക്ക് കടക്കാം സുഹൃത്തേ. വളരെ ദുഷ്കരവും അപകടകരവുമായ ഒരു ദൗത്യത്തിലേക്ക് നമുക്കിനി ഇറങ്ങാനുണ്ട്, ഈ രാത്രിതന്നെ. എന്റെ വ്യക്തിപരമായ വിശേഷങ്ങൾ അതിനുശേഷം മാത്രം."

"മി. ഹോംസ് എനിക്ക് ഇപ്പോൾതന്നെ അതറിയാൻ മോഹമാവുന്നു."

"താങ്കൾക്ക് എന്റെ കൂടെ ഇന്നു രാത്രി വരാനാവുമോ?"

"താങ്കൾ പറയുന്നിടത്ത്, താങ്കൾ പറയുന്ന സമയത്ത് ഞാൻ വരും."

"ഇത് തുടങ്ങുന്നത് പഴയതുപോലെതന്നെ. വയറുനിറച്ച് എന്തെങ്കിലും കഴിച്ചതിനുശേഷം. പിന്നെ ആ പാതാളക്കുഴി. അതിൽനിന്നും കരകയറുക എന്നത് വലിയ പണിയൊന്നും ആയിരുന്നില്ല. കാരണം ഞാനതിനകത്ത് വീണിരുന്നില്ല എന്നതുതന്നെ!"

"അതിനകത്ത് വീണിരുന്നില്ലെന്നോ?"

“അതെ വാട്സൺ. ഞാനാ കുഴിയിൽ വീണിരുന്നില്ല. ഞാനെഴുതിയ കുറിപ്പ് ഒറിജിനലായിരുന്നു. പ്രൊഫസർ മൊറിയാർടി എന്നെ അപകടപ്പെടുത്തുന്ന രീതിയിൽ മുന്നിൽ വന്നുനിന്നപ്പോൾതന്നെ ഞാൻ തീരുമാനിച്ചു, എന്റെ അന്ത്യമായിരിക്കുന്നുവെന്ന്. അയാളുടെ കണ്ണുകളിൽ തീജ്ജ്വാല ഞാൻ കണ്ടു. അനുനയംകൊണ്ട് ഒരു കുറിപ്പെഴുതാനുള്ള അനുവാദം ഞാൻ വാങ്ങി. ആ കുറിപ്പാണ് താങ്കൾക്കു കിട്ടിയത്. ഒരു സിഗരറ്റ് കടലാസിൽ ആ കുറിപ്പും എന്റെ വടിയും അവിടെ ഉപേക്ഷിച്ച് ഞാൻ മൊറിയാർട്ടിയെ അനുസരിച്ച് മുന്നിൽ നടന്നു. വഴിയുടെ അവസാനത്തിൽ അയാൾ ഓടിവന്ന് എന്നെ കെട്ടിവരിഞ്ഞു. മറ്റായുധങ്ങളൊന്നും അയാളുടെ കൈയിലുണ്ടായിരുന്നില്ല. എന്നെയുംകൊണ്ട് ആ വലിയ കുഴിയിലേക്ക് ചാടാനായിരുന്നു അയാളുടെ ശ്രമം. കുഴിയുടെ വക്കിലെത്തിയപ്പോഴേക്കും എനിക്കറിയാവുന്ന ജപ്പാൻവിദ്യകൾ ഞാൻ പുറത്തെടുത്തു. ഈ വിദ്യകൾ ഇതിനുമുമ്പും എനിക്കു പ്രയോജനപ്പെട്ടിട്ടുണ്ട്. അയാളുടെ പിടിയിൽനിന്നും വഴുതിമാറി ഞാൻ രക്ഷപ്പെട്ടു. പക്ഷേ, അയാൾക്ക് പഴുതൊന്നും കിട്ടിയില്ല. ഒരു പാറയിൽ തട്ടി വെള്ളത്തിലേക്ക് ചിതറിവീഴുകയും ചെയ്തു.”

പുകച്ചുരുളുകൾ ആകാശത്തേക്ക് ഊതിവിട്ടുകൊണ്ട് ഹോംസിന്റെ രസകരമായ വിവരണം അദ്ഭുതംകൊണ്ട് വിടർന്ന കണ്ണുകളുമായി ഞാൻ കേട്ടിരുന്നു. “പക്ഷേ, ആ കാല്പാടുകൾ?” ഞാൻ ചോദിച്ചു.

“രണ്ടുപേർ താഴേക്കു വീഴുന്നത് ഞാൻ കണ്ടതല്ലേ. രണ്ടുപേരും തിരിച്ചുവന്നതുമില്ല.”

“ഒരു പ്രത്യേക രീതിയിലാണ് ഞാനപ്പോൾ ചിന്തിച്ചത്. മൊറിയാർട്ടി മാത്രമല്ല എന്റെ മരണം ആഗ്രഹിച്ചത്. അയാളുടെ മൂന്ന് അനുയായികൾകൂടി അത് ആഗ്രഹിച്ചിരുന്നു. അവരുടെ നേതാവിന്റെ മരണം അവരെ കൂടുതൽ രോഷാകുലരാക്കും. വിധിതന്ന സുവർണാവസരം അതുകൊണ്ട് ഞാൻ ശരിക്കും ഉപയോഗിക്കാൻതന്നെ തീരുമാനിച്ചു. ഞാൻ മരിച്ചുകഴിഞ്ഞുവെന്ന ധാരണ അവരെ കൂടുതൽ സ്വതന്ത്രവിഹാരത്തിലേക്ക് നയിക്കും. അവരെ പിടികൂടുന്നതിന് അത് സഹായകമാകും. അവരെ നശിപ്പിച്ചുകഴിഞ്ഞുവേണം ഞാൻ ജീവിച്ചിരിക്കുന്നുവെന്ന സത്യം ലോകത്തോടുതന്നെ പ്രഖ്യാപിക്കാൻ. ഇത്രയും കാര്യങ്ങൾ മൊറിയാർട്ടി വെള്ളച്ചാട്ടത്തിനടിയിലെത്തുമ്പോഴേക്കും ഞാൻ കണക്കുകൂട്ടിയെടുത്തുകഴിഞ്ഞു.”

“പതുക്കെ എഴുന്നേറ്റുനിന്ന് ഞാൻ വെള്ളച്ചാട്ടത്തിനു പിന്നിലുള്ള പാറ പരിശോധിച്ചു. ഈ പാറയെക്കുറിച്ച് താങ്കൾ എഴുതിയിട്ടുണ്ട്. ഏതോ ഒരു കഥയിൽ. പക്ഷേ, താങ്കളെഴുതിയപോലെ കടലിന്നടിയിലേക്ക് തള്ളിനില്ക്കുന്ന പാറയായിരുന്നില്ല അത്. ഉയർന്നുനില്ക്കുന്ന ഒരു പാറക്കെട്ടായിരുന്നു അത്. ആ പാറയിൽ പിടിച്ചുകയറുക അസാധ്യമായിരുന്നു.

കൂടാതെ വഴുക്കലും. തിരിച്ചുനടന്നാലോ, വീണ്ടും കാല്പാടുകൾ അവശേഷിപ്പിക്കുന്ന തെളിവുകൾ! അവസാനം രണ്ടും കല്പിച്ച് പാറയിൽ അള്ളിപ്പിടിച്ച് മുകളിലേക്ക് കയറി. എന്റെ കട്ടിയുള്ള മനസ്സുപോലും ആ സമയത്ത് അറിയാതെ അലറിവിളിച്ചുപോയി. താഴെ സമുദ്രഗർത്തത്തിൽനിന്ന് മൊറിയാർട്ടിയുടെ പ്രേതം എന്റെ നേർക്ക് പല്ലിളിക്കുന്നതായി എനിക്കു തോന്നി.

ചെറിയൊരു തെറ്റുപോലും എന്നെ താഴെ അഗാധഗർത്തത്തിലേക്ക് വീഴ്ത്തുവാൻ സാധ്യതയുള്ളതായിരുന്നു. പുൽത്തിട്ടിൽ പിടിച്ചുനിൽക്കുമ്പോൾ കൈ ഒന്നു വഴുതുകയോ നനഞ്ഞ കല്ലിൽ കാൽ ഒന്നു വഴുതുകയോ ചെയ്താൽ ഞാൻ വീണെന്നിരിക്കും. ഒടുവിൽ എങ്ങനെയൊക്കെയോ പാറക്കെട്ടിനു മുകളിലെത്തി ഞാൻ ആ പച്ചപ്പായലിൽ നീണ്ടുനിവർന്നു കിടന്നു. മി. വാട്സൺ താങ്കളുൾപ്പെടെ എല്ലാവരും എന്റെ അന്ത്യത്തെക്കുറിച്ച് താഴെ അന്വേഷിക്കുമ്പോൾ ഞാൻ മുകളിൽ സുഖനിദ്രയിലായിരുന്നു.

ഒടുവിൽ തീർത്തും തെറ്റായ നിഗമനങ്ങളിൽ എത്തിച്ചേർന്ന് നിങ്ങൾ ഹോട്ടലുകളിലേക്ക് മടങ്ങിയപ്പോൾ ഞാൻ തനിച്ചായി. എല്ലാം അവസാനിച്ചുവെന്നും. ഇനിയൊരു സാഹസത്തിന് സാധ്യമില്ലെന്നും കരുതി ഞാൻ നെടുവീർപ്പിടുമ്പോൾ അദ്ഭുതങ്ങൾ ഇനിയും സംഭവിക്കാൻ സാധ്യതയുണ്ടെന്ന് വളരെ അസാധാരണമായ ആ സംഭവം തെളിയിച്ചു. ഭീമാകാരമായ ഒരു പാറക്കല്ല് ഞാൻ കിടന്നിരുന്ന പാറയിൽ തട്ടി വെള്ളത്തിലേക്ക് തെറിച്ചുവീണു. അതൊരു യാദൃച്ഛിക സംഭവമെന്നു കരുതി മുകളിലേക്ക് നോക്കുമ്പോൾ ഒരു മനുഷ്യന്റെ തലയാണ് ഞാൻ കണ്ടത്. മറ്റൊരു പാറക്കഷണംകൂടി വീണ്ടും ഞാൻ കിടക്കുന്നിടത്തേക്ക് വന്നു വീണപ്പോൾ എനിക്കു മനസ്സിലായി മൊറിയാർട്ടി മാത്രമല്ല മറ്റൊരാൾകൂടി ഈ രംഗം വീക്ഷിക്കുന്നുണ്ടെന്ന്. അയാൾ അപകടകാരിയാണെന്ന് പെട്ടെന്നുതന്നെ ഞാൻ മനസ്സിലാക്കി. തീർച്ചയായും അയാൾ മൊറിയാർട്ടിയുടെ സുഹൃത്തായിരിക്കെ അയാളുടെ മരണവും എതിരാളിയുടെ രക്ഷപ്പെടലും അയാളെ ഒരിക്കലും രസിപ്പിക്കാൻ ഇടയില്ലല്ലൊ. അയാൾ അവസരത്തിനുവേണ്ടി അന്വേഷിച്ചുവന്നതാണ്, പിന്നെ എന്നെ വകവരുത്താൻ.

പെട്ടെന്നുതന്നെ മനസ്സംയമനം വീണ്ടെടുത്ത് താഴെയുള്ള വഴിയിലേക്ക് മാറിയിരുന്നു, ഇനിയൊരു കല്ലുകൂടി ഉരുണ്ടുവരുന്നതിന് മുമ്പായി. സാധാരണ മനുഷ്യന് ചെയ്യാവുന്നതിലും അപ്പുറമായിരുന്നു അത്. ഒരു പാറക്കല്ലുകൂടി എന്നെ കടന്നുപോയതോടെ ഞാൻ പിടിവിട്ട് വഴുതി താഴേക്കുവീണു. ദൈവകൃപകൊണ്ട് ഞാൻ വീണത് താഴെ നീണ്ടുകിടക്കുന്ന വഴിയിലേക്കായിരുന്നു. ദേഹം മുഴുവൻ മുറിവുകളും പോറലുകളുമായി ഞാൻ എഴുന്നേറ്റോടി. ഏതാണ്ട് പത്തു മൈലോളം ഞാൻ

നിർത്താതെ ഓടുകയായിരുന്നു. ജീവനുവേണ്ടി അവസാനം എനിക്ക് മനസ്സിലായി ഞാൻ ഫ്ളോറൻസിലെത്തിയിരിക്കുന്നു. എനിക്ക് സംഭവിച്ചത് ആരുമറിഞ്ഞിട്ടില്ല.

എന്റെ സഹോദരൻ മൈക്രോഫ്ടിനു മാത്രമേ ഈ വിവരങ്ങളൊക്കെ അറിയൂ. ക്ഷമിക്കണം, മി. വാട്സൺ, എനിക്ക് താങ്കളെ ഈ വിവരം അറിയിക്കാൻ കഴിഞ്ഞില്ല. മനഃപൂർവ്വം തന്നെ. 'എന്റെ മരണം' ഒരു അനിവാര്യതയായിരുന്നു. മാത്രമല്ല, ഞാൻ മരിച്ചെങ്കിലല്ലേ താങ്കൾക്ക് അത് ഒരു മനോഹരമായ കഥയാക്കി വിശ്വസനീയമായി അവതരിപ്പിക്കാൻ കഴിയുമായിരുന്നുള്ളൂ. കഴിഞ്ഞ മൂന്നുവർഷമായി പലപ്പോഴും ഞാൻ പേനയെടുത്തതാണ്. ഞാൻ ജീവിച്ചിരിക്കുന്നു എന്നറിയിക്കാൻ. പക്ഷേ, താങ്കളുടെ ഭാഗത്തുനിന്ന് എന്നോടുള്ള താത്പര്യം കൊണ്ടുതന്നെ എന്തെങ്കിലും സൂചന പുറത്തുവരുമോ എന്നായിരുന്നു എന്റെ ഭയം. ഇന്നു വൈകുന്നേരവും സംഭവിച്ചത് മറ്റൊന്നുമല്ല. എന്നെ കണ്ട് തിരിച്ചറിഞ്ഞ് പെട്ടെന്നുള്ള വികാരത്തള്ളിച്ചയിൽനിന്ന് ആരെങ്കിലും എന്നെ മനസ്സിലാക്കുമോ എന്ന്. മൈക്രോഫ്ടിനോട് പക്ഷെ ഞാൻ ഇതൊക്കെ പറയാൻ നിർബന്ധിതനായി. കാരണം പണം വേണമായിരുന്നുവല്ലോ. ലണ്ടനിൽ സംഭവിച്ചതും താങ്കൾക്ക് അറിയാമായിരുന്നുവല്ലോ, മൊറിയാർട്ടിയുടെ രണ്ടുകൂട്ടുകാരെ - അതും എന്റെ പ്രധാനപ്പെട്ട ശത്രുക്കളെ - കോടതി വെറുതെ വിടുകയാണല്ലോ ചെയ്തത്. രണ്ടു വർഷത്തോളം ഞാൻ തിബറ്റിലായിരുന്നു. അവിടെ 'ലാസ'യിൽ. പിന്നെ കുറച്ചു ദിവസം 'ലാമ'യുമൊത്ത് താമസിച്ചു. താങ്കൾ നോർവീജിയൻ സാഹസികനായ 'സിഗേഗ്ഴ്സനെ'കുറിച്ചു വായിച്ചുകാണും. അത് സത്യത്തിൽ ഞാനായിരുന്നു. പിന്നെ പേർഷ്യയിൽ, അവിടെനിന്നും മെക്കയിൽ, ഖാർത്തൂമിലെ കലീഫയുമായി ഒരു സുഹൃദ്സംഭാഷണം. ഇതിനെക്കുറിച്ചും ഞാൻ വിദേശകാര്യാലയത്തിലേക്ക് റിപ്പോർട്ടയച്ചിരുന്നു. മടക്കയാത്രയിൽ, ഫ്രാൻസിലെത്തി. തെക്കേ ഭാഗത്തുള്ള 'മോണ്ട്ഹിലാരി'യിൽ 'കോൾടാറിനെക്കുറിച്ച് ചെറിയ ഗവേഷണം പൂർത്തീകരിച്ചപ്പോൾ അറിയാൻ കഴിഞ്ഞു, ലണ്ടനിൽ ഇനി ഒരു ശത്രു മാത്രമേ അവശേഷിക്കുന്നുള്ളൂ എന്ന്. ഉടനെ തിരിച്ചുവരവിനായി തയ്യാറായി. അപ്പോഴാണ് പാർക്ക്ലെയ്നിലെ കൊലയെക്കുറിച്ച് അറിയുന്നതും അതിന്റെ നിഗൂഢതയിലെ രസകരമായ കാര്യങ്ങളിൽ കൂടുതൽ താല്പര്യം തോന്നുന്നതും. സമയം കളയാതെ ബേക്കർസ്ട്രീറ്റിലെത്തുകയും മിസ്സിസ് ഹഡ്സണെ നേരിട്ടു കാണുകയും ചെയ്തു. അവർ ഭയന്നുവിറച്ചുവെന്നു മാത്രമല്ല എന്റെ രൂപം യഥാർത്ഥമാണോ എന്ന് പലതവണ പരിശോധിക്കുകയും ചെയ്തു. മൈക്രോഫ്റ്റ് എന്റെ മുറിയെല്ലാം തയ്യാറാക്കിവെച്ചിരുന്നു. അവസാനം ഇന്നുച്ചയ്ക്ക് കൃത്യം 2 മണിക്ക് ഞാൻ എന്റെ പഴയ ചാരുകസേരയിൽ വീണ്ടും ഇരുന്നു. തൊട്ടു മുമ്പിൽ എന്റെ പ്രിയസുഹൃത്ത് വാട്സൺ എതിരെയുള്ള കസേരയിലും ഉണ്ടായിരുന്നെങ്കിൽ എന്ന വിചാരത്തോടെ."

ഏപ്രിൽമാസത്തിലെ നേരിയ തണുപ്പുള്ള സായാഹ്നം എന്തു കൊണ്ടും എനിക്ക് പ്രിയപ്പെട്ടതായി. ഉയരംകൂടിയ, ഉത്സാഹം നിറഞ്ഞ കണ്ണുകളോടുകൂടിയ എന്റെ പ്രിയസുഹൃത്ത് തന്നെ ഈ കഥാകഥനം നടത്തിയതുകൊണ്ട് എനിക്കതുമുഴുവനും വിശ്വസിക്കാതിരിക്കാനായില്ല. ഒരിക്കലും ഇനി കാണാൻ കഴിയില്ലെന്ന് കരുതിയ എന്റെ പ്രിയസുഹൃത്തിനെ മുന്നിൽ കണ്ടത് എന്നിൽ വേദനയും സന്തോഷവും ഒരുപോലെയുണർത്തി. "വേദനയ്ക്ക് ഏറ്റവും നല്ല മറുമരുന്ന് പ്രവർത്തനമാണ് മി. വാട്സൺ." അദ്ദേഹം അല്പം വേദാന്തിയായി. "ഇന്നു രാത്രി നമുക്ക് ഒരുമിച്ച് ഒരു പ്രധാന ജോലി തീർക്കാനുണ്ട്, ഈ ജോലി ചെയ്തുകഴിയുമ്പോൾ നമുക്കുതന്നെ തോന്നും ഈ ഭൂമുഖത്ത് എന്തെങ്കിലും നമുക്ക് ചെയ്യാനായി എന്ന്."

കൂടുതൽ പറയാൻ നിർബന്ധിച്ചെങ്കിലും അദ്ദേഹം പറഞ്ഞില്ല. "നേരം വെളുക്കുന്നതിനുമുമ്പ് തന്നെ താങ്കൾ അറിയേണ്ടതെല്ലാം അറിയും. മൂന്നുവർഷത്തെ സംഭവങ്ങളില്ലേ നമുക്കിടയിൽ? രാത്രി ഒമ്പതരവരെ നമുക്ക് സമയം തീർക്കാൻ അതു ധാരാളം. അതു കഴിഞ്ഞ് നമുക്ക് ഒഴിഞ്ഞ വീട്ടിൽനിന്നും തുടങ്ങാം!"

മൂന്നു വർഷങ്ങൾക്കു മുമ്പുള്ള കാലം എന്റെ മുന്നിൽ വീണ്ടും തിരശ്ശീലയുയർത്തി. പോക്കറ്റിൽ റിവോൾവറും നെഞ്ചിൽ സാഹസികതയുടെ ചുരമാന്തലും. കുതിരവണ്ടിയിൽ അദ്ദേഹമൊത്ത് ഇരിക്കുമ്പോൾ എവിടെനിന്നോ ധൈര്യം ഇരച്ചുകയറുന്നു. ഹോംസ് പതിവുപോലെ ശാന്തനും നിശ്ശബ്ദനും പക്ഷേ, ഗാംഭീര്യം വിടാത്ത മുഖവുമായി അടുത്തു മുട്ടിയിരുന്നു. തെരുവുവിളക്കുകളുടെ ഇടയ്ക്കുള്ള പ്രകാശനാളങ്ങൾ ഹോംസിന്റെ കനംകൂടിയ മുഖത്ത് ചിന്തയുടെ നാളങ്ങൾ തെളിയിച്ചുവെന്ന് തോന്നി. ഞാനാലോചിക്കുകയായിരുന്നു. ഈ ലണ്ടനിലെ ക്രിമിനൽ വനാന്തരങ്ങളിലെ ഏത് ഹിംസ്രജന്തുവിനെയാണ് ഹോംസ് വേട്ടയാടുന്നത്? പക്ഷേ, ഹോംസിന് അതൊരു സമർത്ഥനായ വേട്ടക്കാരന്റെ നേരംപോക്കായി മാത്രം തോന്നി.

ബേക്കർസ്ട്രീറ്റിലേക്കായിരിക്കും യാത്ര എന്നാണ് ഞാൻ കരുതിയത്. പക്ഷേ, എനിക്കുതെറ്റി. 'കാവെന്റിഷ്' സ്ക്വയറിന് സമീപമെത്തിയപ്പോൾ റോഡിന്റെ വളവിൽ വണ്ടി നിർത്തി അദ്ദേഹം വണ്ടിയിൽ നിന്നിറങ്ങി. ഇറങ്ങുമ്പോൾ ഇടത്തേക്കും വലത്തേക്കും സൂക്ഷ്മമായി നോക്കുന്നുണ്ടായിരുന്നു. ആരുംതന്നെ പിന്തുടരുന്നില്ലെന്ന് ഇടയ്ക്കിടയ്ക്ക് അദ്ദേഹം ഉറപ്പുവരുത്തിക്കൊണ്ടിരുന്നു. തികച്ചും അപരിചിതമായ ചെറിയ വഴിത്താരകൾ. കുറെദൂരം പോയശേഷം ഒരു ചെറിയ തെരുവിലെത്തി. പഴക്കം ചെന്ന തെരുവ് കണ്ടപ്പോൾ ഞാൻ മനസ്സിലോർത്തു. ഹോംസിന് ഈ വഴികളൊക്കെ എന്തു പരിചയമാണ്. മാഞ്ചെസ്റ്റർ സ്ട്രീറ്റ് വഴി ബ്ലാൻഡ് ഫോർഡ് സ്ട്രീറ്റിൽ കടന്ന് ഒരു വിജനമായ പറമ്പിലേക്ക് ഞങ്ങൾ പ്രവേശിച്ചു. അവിടെ ഒരൊഴിഞ്ഞ വീടിന്റെ പിൻവാതിൽ താക്കോലിട്ട്

തുറന്നു ഞങ്ങൾ അകത്തുകടന്നതും അദ്ദേഹം ശ്രദ്ധയോടെ വാതില ടച്ചു. കൂരിരുട്ടിൽ ആ ഒഴിഞ്ഞ വീട്ടിൽ ഞങ്ങൾ രണ്ടുപേരും തപ്പിത്തട ഞ്ഞുനടന്നു. അടിപ്പലകകളുടെ ഞരക്കങ്ങൾ മാത്രം കേൾക്കാം. ഞാൻ ഇരുളിൽ തപ്പിയപ്പോൾ ഹോംസിന്റെ തണുത്ത കൈകൾ എന്നെ സഹാ യിക്കാനായി മുന്നോട്ടുവന്നു. എന്റെ കൈയിൽ മുറുകെ പിടിച്ച് മുറിയി ലെത്തിയതും പെട്ടെന്ന് ഹോംസ് വലതുവശത്തേക്ക് മാറിനടന്നു. ഞങ്ങൾ ചതുരാകൃതിയിലുള്ള വലിയൊരു മുറിയിലേക്ക് കടന്നു. ചുറ്റുഭാഗങ്ങളും ഇരുട്ടാണെങ്കിലും മുറിയുടെ നടുക്ക് തെരുവുവെളിച്ചം വീഴുന്നുണ്ടായി രുന്നു. ഹോംസ് പതുക്കെ എന്നെ ചേർത്തുപിടിച്ച് എന്റെ ചെവിയിൽ മന്ത്രിച്ചു.

"നമ്മൾ എവിടെയാണെന്ന് അറിയാമോ?"

"അത് ബേക്കർ സ്ട്രീറ്റല്ലേ?" മങ്ങിയ ജനാലപ്പുറത്തേക്ക് നോക്കി ക്കൊണ്ട് ഞാൻ ചോദിച്ചു.

"വളരെ ശരി. നമ്മൾ നമ്മുടെ ക്വാർട്ടേഴ്സിന് മുമ്പിലുള്ള 'കാംഡൻ ഹോസി'ലാണ് നില്ക്കുന്നത്."

"ഇവിടെ നില്ക്കുന്നതിന്റെ ഉദ്ദേശ്യം?"

ജനാലയ്ക്കരികിൽ തിരക്കിനിന്ന് ഹോംസ് പറഞ്ഞു.

"വാട്സൺ, ബുദ്ധിമുട്ടാവില്ലെങ്കിൽ ഇവിടെനിന്ന് നമുക്ക് ആ പഴയ ജോലിസ്ഥലം ഒന്നു വിശദമായി കാണാം. നമ്മുടെ എത്രയെത്ര സാഹ സിക കഥകളാണ് ആ മുറിക്ക് പറയാനുള്ളത്. എന്റെ മൂന്നുവർഷത്തെ അജ്ഞാതവാസം അദ്ഭുതപ്പെടുത്താനുള്ള എന്നിലുള്ള കഴിവ് നശി പ്പിച്ചോ എന്നെനിക്കറിയണം."

പുറത്തുള്ള കാഴ്ചകൾ കാണാൻ തക്കവണ്ണം ഞാൻ ജനാലയ്ക്കരി കിൽനിന്ന് എന്റെ സുപരിചിതമായ കുടീരത്തിനുള്ളിലേക്ക് നോക്കിയ പ്പോൾ ഞാനൊരു നിമിഷം നിശ്ചലനായി നിന്നുപോയി. മുറിയിൽ നല്ല വെളിച്ചമുണ്ട്. കസേരയിൽ തടിച്ച് തലയെടുപ്പുള്ള വിശാലമായ തോളു കളുള്ള മനുഷ്യരൂപം കുനിഞ്ഞിരുന്ന് എന്തോ കുത്തിനിറയ്ക്കുന്നത് വ്യക്തമായി കാണാം. അതേ അത് മറ്റാരുമല്ല, ഷെർലക്ഹോംസ് തന്നെ. വിറങ്ങലിച്ചുനിന്ന് ഞാൻ പതുക്കെ ഹോംസിന്റെ കൈപിടിച്ച് സ്പർശന മറിയാൻ തുനിഞ്ഞപ്പോൾ അദ്ദേഹം അടക്കിപ്പിടിച്ചു ചിരിക്കുകയായിരുന്നു.

"ദൈവമേ! എന്തായീ കാണുന്നത്? തീർച്ചയായും ഗംഭീരമായിരിക്കുന്നു."

"ഇപ്പോൾ എനിക്കുറപ്പിക്കാമോ എന്റെ പ്രായവും അനുഭവവും എന്റെ കഴിവുകളെ ബാധിച്ചിട്ടില്ലെന്ന്." അദ്ദേഹം ചോദിച്ചു.

"അത് എന്നെപ്പോലെതന്നെയില്ലേ?"

സ്വന്തം സൃഷ്ടികളിൽ അഭിമാനംകൊള്ളുന്ന ഒരു യഥാർത്ഥ കലാ കാരന്റെ ഹൃദയമിടിപ്പുകൾ ആ വാക്കുകളിൽ നിറഞ്ഞിരുന്നു.

“തീർച്ചയായും. എനിക്ക് അത് ഹോംസ് തന്നെയെന്ന് ഇപ്പോഴും തോന്നുന്നു.”

“പക്ഷേ, ഇതിന്റെ അഭിനന്ദനം മുഴുവൻ അർഹിക്കുന്നത് ‘ഗ്രനോബിളി’ലെ മോൺസിഞ്ഞോർ ഓസ്കാർ എന്ന പ്രതിമാശില്പിക്കാണ്. മെഴുകുകൊണ്ടുണ്ടാക്കിയ പ്രതിമ ഞാൻ തന്നെയാണ് ഉച്ചയ്ക്കുശേഷം ബേക്കർസ്ട്രീറ്റിലെത്തി ക്രമപ്പെടുത്തിവെച്ചത്.”

“പക്ഷെ, എന്തിനുവേണ്ടി?” ഞാൻ ചോദിച്ചു.

“വാട്സൺ, ഞാനിവിടെയുണ്ടെന്ന് ചിലർ കരുതണമെന്നുള്ളതുകൊണ്ടുതന്നെ.”

“അപ്പോൾ ആ മുറി നിരീക്ഷിക്കപ്പെടുന്നുണ്ട് എന്നാണോ?”

“അതെ.”

“ആരാണ് നിരീക്ഷിക്കുന്നത്?”

“ചോദിക്കാനുണ്ടോ. എന്റെ പഴയ സുഹൃത്തുക്കൾതന്നെ, വാട്സൺ. റിച്ചൺബാക്ക് വെള്ളച്ചാട്ടത്തിൽ അന്ത്യവിശ്രമം കൊള്ളുന്ന മൊറിയാർട്ടിയുടെ അനുയായികൾതന്നെ. ഞാൻ ജീവിച്ചിരിക്കുന്നുവെന്ന് അറിയാവുന്നവർ അവർ മാത്രമായിരുന്നുവല്ലോ. എന്നെങ്കിലും ഞാൻ വരുമെന്ന് അവർ കരുതിയിരുന്നു. അതുകൊണ്ട് എന്റെ മുറി സൂക്ഷ്മമായി നിരീക്ഷിച്ചുകൊണ്ടിരുന്നു. ഇന്നു രാവിലെ അവർ എന്നെ കാണുകയും ചെയ്തു.”

“താങ്കളെങ്ങനെ മനസ്സിലാക്കി?”

“ജനലിലൂടെ ഞാൻ ഒരിക്കൽ നോക്കിയപ്പോൾ എനിക്ക് മനസ്സിലായി. അയാൾ - പാർക്കർ - പക്ഷേ, ഒരു നിരുപദ്രവിയാണ്. പക്ഷേ, അവന്റെ പുറകിലുള്ളത് - ഏറ്റവും അപകടകാരിയും കൗശലക്കാരനുമായ ആ ക്രിമിനൽ - മൊറിയാർട്ടിയുടെ ഉത്തമസുഹൃത്ത് - അഞ്ച് പാറക്കല്ലുകൾകൊണ്ട് എന്നെ ഇല്ലാതാക്കാൻ ശ്രമിച്ച ലണ്ടനിലെ ഏറ്റവുമറിയപ്പെടുന്ന ക്രിമിനൽ. അവൻ എന്റെ പുറകേയുണ്ട്. പക്ഷേ, അവനറിയുന്നില്ല ഞാൻ അവന്റെ പുറകെയാണെന്ന്.”

എന്റെ സുഹൃത്തിന്റെ പദ്ധതികൾ വളരെ വ്യക്തമായി മനസ്സിലായിത്തുടങ്ങി. വളരെ സുരക്ഷിതമായ ഈ സ്ഥാനത്തുനിന്നുകൊണ്ട് ഞങ്ങളെ നിരീക്ഷിക്കുന്നവരെതന്നെ നിരീക്ഷിക്കുകയാണ് ഞങ്ങൾ. ഒരു ചൂണ്ടയിട്ട് ഞങ്ങൾ കാത്തിരിക്കുന്നു. ഇരുട്ടിൽ കുറെ നിഴലുകൾ കാണാമായിരുന്നു. അവർ വന്നുംപോയുംകൊണ്ടിരിക്കുന്നു. ഹോംസ് നിശ്ശബ്ദനായി എല്ലാം വീക്ഷിക്കുന്നുണ്ടായിരുന്നു. പുറത്ത് തണുത്തുറഞ്ഞ രാത്രി - കാറ്റ് പുറത്തുനിന്നും ആവേശത്തോടെ മുറിക്കുള്ളിൽ വന്ന് ഞങ്ങൾക്ക് വേണ്ട ഉത്സാഹം തന്നുകൊണ്ടിരുന്നു. കോട്ടിനുള്ളിൽ ചുരുണ്ടുകൂടുന്ന രൂപങ്ങൾ മുന്നിൽ വന്നുംപോയുമിരിക്കുമ്പോൾ അവരിൽ പലരേയും

വീണ്ടും വീണ്ടും കാണുന്നതായി എനിക്കു തോന്നി. ഹോംസിന്റെ ശ്രദ്ധ തിരിക്കാനായി ഞാൻ ശ്രമിച്ചപ്പോൾ അത് കാര്യമാക്കാതെ അദ്ദേഹം പുറ ത്തേക്കുതന്നെ നോക്കിയിരുന്നു. പലതവണ അസ്വസ്ഥമായി തന്റെ കാലു കൾ ഇളക്കുകയും ഭിത്തിയിൽ വിരൽകൊണ്ടു തട്ടുകയും ചെയ്തു കൊണ്ടിരുന്നു. അദ്ദേഹം അക്ഷമനാവുന്നുവെന്നും അസ്വസ്ഥനാവുന്നു വെന്നും ഞാൻ പതുക്കെ മനസ്സിലാക്കി. അർദ്ധരാത്രിയോടടുത്തപ്പോൾ തെരുവ് വിജനമായി. അടക്കാനാവാത്ത ക്ഷോഭത്തോടെ ഹോംസ് മുറി ക്കുള്ളിൽതന്നെ അങ്ങോട്ടുമിങ്ങോട്ടും നടന്നുതുടങ്ങി. നിശ്ശബ്ദത ഭഞ്ജി ക്കാൻ ഞാൻ തിടുക്കം കൂട്ടുമ്പോഴേക്കും എന്റെ കണ്ണുകൾ വീണ്ടും മറ്റൊരു മഹാദ്ഭുതത്തിന് സാക്ഷിയായി. ഹോംസിന്റെ കൈ മുറുകെ പിടിച്ചുകൊണ്ട് പറഞ്ഞു.

"ഹോംസ്, നോക്കൂ. ആ നിഴൽ നീങ്ങിത്തുടങ്ങിയിരിക്കുന്നു."

ആ രൂപത്തിന്റെ പുറകുവശം ഞങ്ങൾക്കെതിരായി നിലകൊണ്ടു. മൂന്നുവർഷംകൊണ്ട് ഹോംസിന്റെ കർക്കശസ്വഭാവത്തിന് മാറ്റമൊന്നും വന്നിട്ടില്ല. തന്റെ അക്ഷമയെ അദ്ദേഹംതന്നെ കുറ്റപ്പെടുത്തുന്നതുപോലെ – "അതെ."

"വാട്സൺ, എന്തു കരുതി? ലണ്ടനിലെ ബുദ്ധിശാലികളായ ക്രിമി നലുകളെ കബളിപ്പിക്കാൻ വെറുമൊരു 'ഡമ്മി'യുണ്ടാക്കി ഞാൻ കാത്തി രിക്കുമെന്ന് കരുതിയോ? രണ്ടു മണിക്കൂറായി നമ്മൾ ഈ മുറിയിൽ നില്ക്കുന്നു. ഓരോ പതിനഞ്ചു മിനിട്ടു കൂടുമ്പോഴും മിസ്സിസ് ഹഡ്സൻ ആ പ്രതിമ ഇളക്കുന്നുണ്ട്. അതായത് എട്ടുതവണയോളം അവരത് ഇളക്കിക്കഴിഞ്ഞു. അവരവിടെയുണ്ടെന്ന് ഒരു തെളിവും നല്കാത്തവിധ മാണ് വെളിച്ചത്തിന്റെ ക്രമീകരണങ്ങൾ." ഒരു ദീർഘശ്വാസമെടുത്ത് ഒന്നുകൂടി തയ്യാറായി മി. ഹോംസ് നിലയുറപ്പിച്ചു. ആ കണ്ണുകളിൽ ഇതു വരെ കാണാത്ത ഗൗരവം. പുറത്ത് നിരത്ത് വളരെ വിജനമായിരുന്നു. ആ രണ്ടു മനുഷ്യർ ഇപ്പോഴും പതുങ്ങിനില്ക്കുന്നുണ്ടാവാം. ഇരുട്ടുമൂടി എല്ലാം നിശ്ശബ്ദമായിരിക്കുന്നു. മഞ്ഞത്തിരശ്ശീലയുടെ നടുവിൽ കാണുന്ന കറുത്ത രൂപം മാത്രം ഞങ്ങൾക്ക് വ്യക്തമായി കാണാം. ഉള്ളിൽ അടക്കി വെച്ച സീൽക്കാരംപോലെ ഒരു ശബ്ദം മാത്രം നിരന്തരമായി കേട്ടു കൊണ്ടിരുന്നു. കുറച്ചു സെക്കന്റുകൾ കഴിഞ്ഞപ്പോൾ ഹോംസ് എന്നെ തള്ളി ഇരുട്ടുനിറഞ്ഞ ഭാഗത്തേക്ക് നീക്കിനിർത്തി. ഒരു മുന്നറിയിപ്പെ ന്നോണം എന്റെ ചുണ്ടിൽ വിരലമർത്തി. അദ്ദേഹത്തിന്റെ കൈവിരലുകൾ വിറയ്ക്കുന്നുണ്ടായിരുന്നു. ഇത്രയും പരവശനായി എന്റെ സുഹൃത്തിനെ ഇതിനുമുമ്പ് കണ്ടിട്ടില്ല. പുറത്ത് ഇരുട്ടിന്റെ ആവരണത്തിന്റെ കട്ടി കൂടി വന്നു.

പെട്ടെന്ന് എനിക്കും മനസ്സിലായി, അദ്ദേഹത്തിന്റെ സൂക്ഷ്മമായ ഇന്ദ്രിയങ്ങൾ നിശ്ശബ്ദമായി കൈമാറിയ സന്ദേശം ഇതായിരുന്നു. ഒരു

പതുങ്ങിയ ശബ്ദം അടുത്തുവരുന്നുണ്ട്. അകലെ ബേക്കർസ്ട്രീറ്റിൽ നിന്നായിരുന്നില്ല, പക്ഷേ, തൊട്ടുപിന്നിൽ ഞങ്ങൾ പതുങ്ങിയിരിക്കുന്ന വീടിന്റെ പിന്നിൽനിന്നുതന്നെ. ഒരു വാതിൽ മെല്ലെ തുറന്നു. പിന്നെ അടഞ്ഞു. പിന്നെ പതിഞ്ഞ കാലടിശബ്ദം. വളരെ സൂക്ഷിച്ചുവെയ്ക്കുന്ന കാലുകൾ. പക്ഷേ, ഒഴിഞ്ഞ വീടിന്റെ നിശ്ശബ്ദതയിൽ പതിഞ്ഞ കാലടികൾപോലും വളരെ ശബ്ദമുണ്ടാക്കിയിരുന്നു. ഹോംസ് ഭിത്തിയോട് ചേർന്നുനിന്നു. അതുപോലെ ഞാനും. എന്റെ റിവോൾവറിന് മുകളിൽ എന്റെ വിരലമർന്നു. അയാളുടെ കറുത്തിരുണ്ട രൂപം എനിക്ക് വ്യക്തമായി കാണാം. ഒരു നിമിഷം നിന്നശേഷം അയാൾ അടിവെച്ചടിവെച്ച് മുറിയിലേക്ക് കയറി. എനിക്കടുത്ത് മൂന്നുവാര മാത്രമേയുള്ളൂ. അയാളെ എതിരിടാനായി പെട്ടെന്ന് ഒരുങ്ങിയപ്പോൾ എനിക്കോർമ്മവന്നു. അയാൾ ഞങ്ങളെ കാണുന്നില്ല. പതുക്കെ ജനലിനരികിലെത്തി കഴുത്തുനീട്ടി അരയടിയോളം കാലിൽതന്നെ അയാൾ പൊങ്ങിനിന്നു. ഇപ്പോൾ തെരുവുവിളക്കുകൾ അയാളുടെ മുഖം സ്പഷ്ടമാക്കി. ഇരുട്ടത്ത് തിളങ്ങുന്ന രണ്ടു കണ്ണുകൾ, കഷണ്ടിത്തല, പൊങ്ങിനില്ക്കുന്ന മൂക്ക്, ചാരനിറമുള്ള മീശ. ആളൊരു മധ്യവയസ്കനാണ്. ഓവർകോട്ടും ഓപ്പറാ തൊപ്പിയും പുറത്തേക്കു തള്ളിനില്ക്കുന്ന ഷർട്ടും അയാളെയൊരു ഭ്രാന്തനെപ്പോലെ തോന്നിച്ചു. കൈയിൽ വെച്ചിരുന്ന വടിയെന്നു കരുതിയ സാധനം നിലത്തുവെച്ചപ്പോൾ ഒരു ലോഹം നിലത്ത് അമരുന്ന ശബ്ദം കേട്ടു. പിന്നീടയാൾ പോക്കറ്റിൽനിന്ന് എന്തോ സാധനമെടുത്ത് അതിന്റെ ബോൾട്ട് ശരിയാക്കി മുഴുവൻ ശക്തിയുമെടുത്ത് എതിരെയുള്ള മഞ്ഞശ്ശീല ലാക്കാക്കി ലിവർ വലിച്ചു. തെരുവിനപ്പുറമുള്ള പ്രതിമയാണ് അയാളുടെ ഉന്നം എന്ന് എനിക്ക് മനസ്സിലായി. വീണ്ടും കാഞ്ചിവലിച്ചപ്പോൾ ഒരു ഗ്ലാസ് പൊട്ടിവീഴുന്ന ശബ്ദം കേട്ടു. പെട്ടെന്ന് ഒരു കടുവയുടെ വേഗതയോടെ ഹോംസ് അയാളെ കടന്നുപിടിച്ചു. നിലത്തുവീണെങ്കിലും അയാൾ കുടഞ്ഞെഴുന്നേറ്റ് ഹോംസിന്റെ കഴുത്തിൽ പിടിമുറുക്കി. എന്റെ റിവോൾവറിന്റെ പാത്തികൊണ്ട് ഉന്നംതെറ്റാതെ ഞാനയാളെ തലയ്ക്കടിച്ചു. അയാൾ വീണയുടൻ ഹോംസ് അയാളെ അടക്കിപ്പിടിച്ച് വിസിലടിച്ചു. പെട്ടെന്ന് രണ്ട് പോലീസുകാർ വീടിനു മുമ്പിലെത്തി. മൂന്നാമതൊരാൾ ഡിറ്റക്ടീവായിരുന്നു.

"ലെസ്ട്രേഡ്." ഹോംസ് വിളിച്ചു.

"യെസ് മി. ഹോംസ്. ഞാൻ തന്നെ ഈ ജോലി ഏറ്റെടുത്തു. താങ്കളെ ലണ്ടനിൽ വീണ്ടും കാണാനായതിൽ വളരെ സന്തോഷം." തന്റെ സ്വതസിദ്ധമായ മനസ്സാന്നിധ്യം വീണ്ടെടുത്ത് ഹോംസ് പറഞ്ഞു–

"താങ്കളെ അനൗദ്യോഗികമായി മൂന്നു കൊലപാതകക്കേസ്സുകളിൽ ഒറ്റയടിക്ക് സഹായിക്കാമെന്ന് കരുതി. തെളിയിക്കപ്പെടാത്ത മൂന്ന് കൊലപാതകങ്ങൾ. ഇതിൽ മോൻസി കേസ് താങ്കൾ കൈകാര്യം ചെയ്ത രീതി വളരെ ഗംഭീരമായിരിക്കുന്നു, പറയാതെ വയ്യ!"

രണ്ടു പോലീസുകാരുംകൂടി നടുവിൽ അക്രമിയെ ബലമായി പിടിച്ചു നിർത്തിയപ്പോൾ ഞങ്ങൾ എഴുന്നേറ്റു. പുറത്ത് കുറെ ആൾക്കാർ എത്തി നോക്കാൻ തുടങ്ങിയിരുന്നു. ഹോംസ് ജനവാതിലുകൾ കൊട്ടിയടച്ചു. ലെസ്ട്രേഡ് കൊടുത്ത മെഴുകുതിരി കത്തിച്ച് പോലീസുകാർക്കു നടുവിൽ നിന്ന അക്രമിയെ ശരിക്കും കാണാൻ ഞങ്ങൾക്കു കഴിഞ്ഞു.

തികച്ചും പൗരുഷമുള്ള, അതേസമയം ചെകുത്താന്റെ മുഖമുള്ള അയാൾ എന്തിനും പോന്നവനെപ്പോലെ തോന്നിച്ചു. വിശാലമായ നെറ്റിയും നീണ്ട താടിയും അയാളെ ഒരു തത്ത്വചിന്തകനായും തോന്നിപ്പിക്കാൻ സഹായിച്ചു. നല്ലതും ചീത്തയും അയാൾക്ക് ഒരുപോലെയെന്ന് തോന്നി. അയാളുടെ കണ്ണുകളിൽ അധികനേരം നോക്കിനില്ക്കാൻ ആർക്കും കഴിയുമായിരുന്നില്ല. ഏറ്റവും അതിശയകരമായി തോന്നിയത് അയാൾ ഞങ്ങളെ ആരേയും ശ്രദ്ധിക്കുന്നുണ്ടായിരുന്നില്ല എന്നതാണ്. അതേസമയം അയാൾ ഇടയ്ക്കിടയ്ക്ക് ഹോംസിനു നേരെ തിരിഞ്ഞ് എന്തോ മുറുമുറുക്കുന്നുണ്ടായിരുന്നു. 'പിശാചേ, കഴിവുള്ള നീചമൃഗമേ' എന്നൊക്കെയുള്ള ആക്രോശങ്ങൾ അയാളുടെ വായിൽനിന്നും വന്നു കൊണ്ടേയിരുന്നു.

'ഹലോ കേണൽ' ചുളുങ്ങിയ കോളർ നിവർത്തിക്കൊണ്ട് ഹോംസ് പറഞ്ഞു.

'വിഘ്നം കടന്നുവരുമനുരാഗനദിയ്ക്കവസാനം ശുഭമായ് വരും' എന്ന പഴയ ഗീതകം ഹോംസ് ഉരുവിട്ടു.

"റിച്ചൻബാക്കിലെ ജലപാതത്തിന് മുകളിൽ നിങ്ങളെനിക്കു നല്കിയ ആതിഥ്യം നിങ്ങളെന്നെ ഓർമ്മപ്പെടുത്തുന്നു."

കേണൽ അപ്പോഴും കുരയ്ക്കുന്നുണ്ടായിരുന്നു - നീചൻ, പിശാച് എന്നിങ്ങനെ.

"ആ... ഞാനിയാളെ നിങ്ങൾക്കു പരിചയപ്പെടുത്തിയില്ലല്ലോ. ഇയാളാണ് കേണൽ സെബാസ്റ്റ്യൻ മോറാൻ." ഹോംസ് ഞങ്ങളുടെ നേർക്ക് തിരിഞ്ഞു പറഞ്ഞു. "ആർമിയിലെ ഏറ്റവും നല്ല ഓഫീസർ. ഇയാളുടെ വേട്ടക്കടുവകളുടെ എണ്ണത്തെ വെല്ലാൻ ഇനിയും ആർക്കും കഴിഞ്ഞിട്ടില്ല."

കേണൽ ഒന്നും പറയാതെ മുരണ്ടുകൊണ്ട് എന്റെ സുഹൃത്തിനെ നോക്കിക്കൊണ്ടിരുന്നു. ക്രൂരത നിറഞ്ഞ കണ്ണുകളും എഴുന്നുനില്ക്കുന്ന മീശയും അയാളെ മറ്റൊരു കടുവയായി തോന്നിച്ചു.

"എന്റെ ഈ ചെറിയ കൗശലം എങ്ങനെ ഈ ഭൂലോകശിക്കാരിയെ വീഴ്ത്താൻ ഉപകരിച്ചു എന്നാണ് എന്റെ വിസ്മയം."

"താങ്കൾക്ക് ഇത്തരം കൗശലങ്ങൾ പരിചിതങ്ങളാണെന്നറിയാം. താഴെ കാളക്കുട്ടിയെ കെട്ടിയിട്ട് തോക്കുമായി മരക്കൊമ്പിൽ കടുവയെ

കാത്തിരിക്കുന്ന വേട്ടക്കാരനല്ലേ നിങ്ങൾ? ഈ ഒഴിഞ്ഞ വീട് ഞാൻ കയറിക്കൂടിയ മരവും ഉന്നം പിഴയ്ക്കാതെ എന്റെ മുന്നിൽ വന്നുപെട്ട കടുവ താങ്കളും - എന്താ ഉപമ ശരിയല്ലേ?" ഹോംസ് പറഞ്ഞു.

"ഇനിയും കടുവകളുണ്ടെങ്കിൽ എന്റെ കൈയിൽ ഇനിയും തോക്കുകളുണ്ട്. ഇതാ ഇവരൊക്കെ." രോഷം പൊട്ടിയൊഴുകിയ മുഖവുമായി കേണൽ മോറാൻ മുന്നോട്ടു കുതിച്ചു. പോലീസുകാർ അയാളെ ബലമായി പിടിക്കുന്നുണ്ടായിരുന്നു. "എനിക്കൊരു അപ്രതീക്ഷിത സമ്മാനമാണ് ഇത്. ഞാൻ കരുതിയത് താങ്കൾ തെരുവിൽനിന്നുതന്നെ കാര്യങ്ങൾ നടത്തുമെന്നാണ്. എന്നാൽ ഈ ആളൊഴിഞ്ഞ വീട്ടിലേക്കുതന്നെ കയറിയതിൽ വളരെ സന്തോഷം. ലെസ്ട്രേഡും കൂട്ടുകാരും അത് കൈകാര്യം ചെയ്യാനായി റോഡിൽ കാത്തുനില്ക്കുന്നുണ്ടായിരുന്നു."

"താങ്കൾക്ക് എന്നെ അറസ്റ്റുചെയ്യുകയോ ചെയ്യാതിരിക്കുകയോ എന്തു വേണമെങ്കിലും ചെയ്യാം. പക്ഷേ, ഈ മനുഷ്യന്റെ പുച്ഛത്തിനും പരിഹാസത്തിനും ഞാൻ കാരണമാകേണ്ട ആവശ്യം കാണുന്നില്ല. എല്ലാം നിയമത്തിന്റെ വഴിക്കുതന്നെ നടക്കട്ടെ."

"അത് ന്യായമാണ്", ലെസ്ട്രേഡ് പറഞ്ഞു-

"മി. ഹോംസ് താങ്കൾ ഇനി ശബ്ദിക്കണ്ട."

ഇതിനിടയിൽ ഹോംസ് നിലത്തുകിടക്കുന്ന എയർഗൺ പൊക്കിയെടുത്ത് പരിശോധിക്കുകയായിരുന്നു.

"വളരെ പേരുകേട്ട ഉഗ്രൻസാധനമാണിത്." ഹോംസ് പറഞ്ഞു. "നിശ്ശബ്ദമായി ഇവൻ പെരുമാറും. പക്ഷേ, ഉന്നവും ശക്തിയും അപാരമാണ്. ഇത് തട്ടിക്കൂട്ടിയെടുത്ത അന്ധനായ ആ ജർമ്മൻ മെക്കാനിക് 'വോൺ ഹെർഡറെ' എനിക്കറിയാം. ഇപ്പോഴാണ് എനിക്കിത് കൈകാര്യം ചെയ്യാൻ ഒത്തത്. ഇത് ഉപയോഗിക്കുന്ന രീതിയും ഇതിലെ ഉണ്ടകളും പ്രത്യേകം ശ്രദ്ധിക്കപ്പെടേണ്ടതാണ്, മി. ലെസ്ട്രേഡ്."

"അത് പഠിച്ചെടുക്കുന്ന കാര്യം ഞാനേറ്റു. ഹോംസ് ഇനിയെന്തെങ്കിലും..." ലെസ്ട്രേഡ് കേണലിനേയുംകൊണ്ട് പുറത്തുകടന്നു.

"എന്താണ് നിങ്ങളുടെ ചാർജ്ജ് എന്നറിഞ്ഞാൽ കൊള്ളാം."

"ചാർജ്ജ് മി. ഷെർലക് ഹോംസിനെ കൊലപ്പെടുത്താൻ ശ്രമിച്ചു എന്നതുതന്നെ."

"അതു വേണ്ട, മി. ലെസ്ട്രേഡ്. ഇയാളെ അറസ്റ്റുചെയ്തതിന്റെ എല്ലാ അഭിനന്ദനങ്ങളും താങ്കൾക്കുള്ളതാണ്. തേടിനടന്ന ആളെ തന്നെ താങ്കൾക്ക് കിട്ടിയിരിക്കുകയാണല്ലൊ."

"തേടിനടന്ന ആളോ?"

"അതെ. അതാണ് ശരി. ഇനി കഥയിലേക്ക് വരാം - പാർക്ക്ലെയിനിലെ 427-ാം നമ്പർ കെട്ടിടത്തിന്റെ രണ്ടാംനിലയിൽ തുറന്ന ജനാലയിലൂടെ

എയർഗൺ ഉപയോഗിച്ച് റൊണാൾഡ് അഡയറെ കൊലപ്പെടുത്തിയ കൊലയാളിയാണ് നിങ്ങളുടെ കസ്റ്റഡിയിൽ. അതെ കേണൽ സെബാസ്റ്റ്യൻ മോറാൻ. താങ്കൾ ചാർജ്ജ് ചെയ്യേണ്ട കുറ്റം അതുതന്നെ. മി. വാട്സൺ. വരൂ, നമുക്കിനി ഓരോ സിഗരറ്റ് വലിക്കാം. അല്പം ശാന്തി ലഭിക്കട്ടെ."

ഞങ്ങൾ പഴയ മുറിയിലേക്ക് നടന്നു. മിസ്സിസ് ഹഡ്സന്റെയും മൈക്രോഫ്ട് ഹോംസിന്റെയും മേൽനോട്ടത്തിൽ എല്ലാം ഭംഗിയായി മുറിക്കകത്ത് ഇരിക്കുന്നുണ്ടായിരുന്നു. ഒരുപക്ഷേ, കുറേക്കൂടി ഒതുക്കത്തോടുകൂടി. വീട്ടിനുള്ളിൽ മിസ്സിസ് ഹഡ്സനെ കൂടാതെ ആ രാത്രിയിലെ പ്രധാന കഥാപാത്രമായ പ്രതിമയും അവിടെയുണ്ടായിരുന്നു. ഞങ്ങളെ വരവേൽക്കാൻ! മെഴുകിൽ തീർത്ത ആ പ്രതിമ കണ്ടാൽ ആരും പറയുകയില്ല അത് ഹോംസ് അല്ല എന്ന്. അത്രയ്ക്ക് സാദൃശ്യമുണ്ടായിരുന്നു ആ പ്രതിമയ്ക്ക് എന്റെ സുഹൃത്തുമായി. ഹോംസിന്റെ പഴയ ഗൗൺ പുതപ്പിക്കുകകൂടി ചെയ്തപ്പോൾ അത് പൂർണമായി.

"എല്ലാം വളരെ നന്നായി കഴിഞ്ഞു. അല്ലേ മിസ്സിസ് ഹഡ്സൻ?"

"കുനിഞ്ഞിരുന്ന് എന്റെ മുട്ട് വേദനിക്കുന്നുണ്ടായിരുന്നു." മിസ്സിസ് ഹഡ്സൻ പറഞ്ഞു.

"എന്തായാലും എല്ലാം ഭംഗിയായി. വെടിയുണ്ട വീണത് എവിടെയാണ്?" ഹോംസ് ചോദിച്ചു.

"പ്രതിമയുടെ തല കണ്ടില്ലേ? ഇത് തുളച്ചാണ് അത് കടന്നത്. മതിലിൽ തട്ടി ഇതാ കാർപ്പെറ്റിൽ കിടക്കുന്നു."

വെടിയുണ്ട വാങ്ങിനോക്കിയശേഷം ഹോംസ് പറഞ്ഞു. "ഒരു ചെറിയ എയർഗണ്ണിൽനിന്നും വന്ന വെടിയുണ്ട കാണണ്ടേ? മിസ്സിസ് ഹഡ്സൻ, ഒരിക്കൽകൂടി വളരെ നന്ദി. ഇനി എനിക്ക് നമ്മുടെ സുഹൃത്ത് മി. വാട്സൺ എന്റെ കസേരയിൽ ഇരിക്കുന്നതൊന്നു കാണണം. എനിക്കു ചില കാര്യങ്ങൾ പറയാനുണ്ട്."

കോട്ട് ഊരി പഴയ ഹോംസായി തിരിച്ചുവന്ന് പ്രതിമയുടെ ഡ്രസ്സിംഗ് ഗൗൺ പുതച്ച് ഹോംസ് നിർവൃതിയോടെ പ്രതിമയുടെ നെറ്റി പരിശോധിച്ചുകൊണ്ടു പറഞ്ഞു. "ശിക്കാരിയുടെ പഴയ ഊറ്റം ഒട്ടും നഷ്ടമായിട്ടില്ല. എന്തു നല്ല ഉന്നം! നിങ്ങൾക്കറിയാമോ, ഇന്ത്യയിലെ ഏറ്റവും പേരുകേട്ട ഷൂട്ടറായിരുന്നു മോറാൻ. ഇതുപോലൊരു ഷൂട്ടർ ലണ്ടനിൽ എങ്ങും തന്നെയില്ല. കേട്ടിട്ടില്ലേ?"

"ഇല്ല. ഞാൻ കേട്ടിട്ടില്ല." ഞാൻ പറഞ്ഞു.

"വളരെ മോശം. അതുപോട്ടെ ഈ നൂറ്റാണ്ടിലെ ഏറ്റവും വലിയ ബുദ്ധിമാനായ പ്രൊഫ. ജെയിംസ് മൊറിയാർട്ടിയെക്കുറിച്ച് കേട്ടിട്ടുണ്ടോ? ദയവുചെയ്ത് എനിക്ക് ആത്മകഥകളുടെ ഇൻഡെക്സ് പുസ്തകം ഷെൽഫിൽ നിന്ന് എടുത്തുതരൂ."

ഇൻഡെക്സ് പുസ്തകത്തിൽനിന്ന് 'M' തിരഞ്ഞെടുത്ത് ഹോംസ് വായിച്ചു. 'M'ന്റെ എല്ലാ പ്രശസ്തിയും പ്രൊഫ. മൊറിയാർട്ടിക്ക് പിന്നെയിതാ മോർഗൻ എന്ന ജയിൽപുള്ളി. മെറിഡ്യൂ, ചാരിംഗ്ക്രോസിന്റെ മാത്യൂസ് പിന്നെ നമ്മുടെ പുതിയ സുഹൃത്തും.

അദ്ദേഹം പുസ്തകം എന്റെ കൈയിലേക്ക് തന്നു.

ഞാൻ വായിച്ചു. "മൊറാൻ സെബാസ്റ്റ്യൻ, കേണൽ, തൊഴിൽ രഹിതൻ, മുൻ മിസ്റ്റർ ബംഗളൂരു' ജനനം ലണ്ടനിൽ - 1840-ൽ. പിതാവ് - അഗസ്റ്റസ് മോറാൻ, മുൻപേഴ്സ്യൻ മന്ത്രി, വിദ്യാഭ്യാസം ഏറ്റൺ, ഓക്സ്ഫോർഡ് സർവ്വകലാശാലാശാലകളിൽ, ജോവാകി, അഫ്ഗാൻ, ചാരാസാബ്, ഷേർപൂർ, കാബൂൾ എന്നീ സ്ഥലങ്ങളിൽ സൈനികസേവനം, പശ്ചിമഹിമാലയത്തിലെ സ്കേറ്റിംഗ് ചാമ്പ്യൻഷിപ്പിന്റെ (1881) സ്ഥാപകൻ, മറ്റൊരു പുസ്തകം 'കാട്ടിലെ മൂന്നുമാസ ജീവിതം' (1884), അഡ്രസ്സ് കൊൺഡ്യുട് സ്ട്രീറ്റ്, ക്ലബ്ബുകൾ - ആംഗ്ലോ ഇന്ത്യൻ, ടാങ്കർവിൽ, ബെഗാറ്റിൽ ചീട്ടുകളി ക്ലബ്ബ്' പുസ്തകത്തിന്റെ മാർജ്ജിനിൽ ലണ്ടനിലെ ഏറ്റവും അപകടകാരിയായ രണ്ടാമത്തെയാൾ എന്നെഴുതിയിട്ടുണ്ട്."

"അതിശയകരമായിരിക്കുന്നു." ഞാൻ പറഞ്ഞു. "ഒരു മാന്യനായ പട്ടാളക്കാരന്റെ ഔദ്യോഗികജീവിതം."

"അത് ശരിയാണ് വാട്സൺ." ഹോംസ് വിശദീകരിച്ചു. "ഒരു വഴിക്ക് ആലോചിച്ചാൽ അയാൾ മാന്യൻ തന്നെയായിരുന്നു. ഉരുക്കുമനുഷ്യൻ തന്നെ. ഒരിക്കൽ ഒരു നരഭോജി കടുവയെ മുറിവേൽപ്പിച്ചശേഷം കാട്ടിലെ ഇടുങ്ങിയ ചാലിലൂടെ ഇഴഞ്ഞ് രക്ഷപ്പെട്ട കഥ ഇപ്പോഴും ഇന്ത്യക്കാർ ഇയാളെക്കുറിച്ചു പറയാറുണ്ട്. വാട്സൺ, ചില വൃക്ഷങ്ങളെ ശ്രദ്ധിച്ചില്ലേ? ഒരളവു കഴിഞ്ഞാൽ അവയുടെ വളർച്ചയ്ക്ക് അന്തമില്ല. മനുഷ്യരുടെ കാര്യത്തിലും ഇത് വളരെ ശരിയാണ്. വളർന്ന് ഒരു ഘട്ടം കഴിയുമ്പോൾ പിന്നെ പിടിച്ചാൽ കിട്ടില്ല. ഓരോ മനുഷ്യനും ജീവിക്കുന്നത് അവന്റെ പൂർവ്വീകരുടെ പിന്തുടർച്ചയാണ്. അതിനിടയിൽ എപ്പോഴെങ്കിലും നന്മയിലേക്കോ തിന്മയിലേക്കോ ഉള്ള ചായ്വ് വംശപരമ്പരയിൽ എവിടെയെങ്കിലും വന്നു കഴിഞ്ഞാൽ അതിന്റെ സ്വാധീനം താഴേക്ക് പകർന്നുകിട്ടും. ഓരോ കുടുംബവും അതിന്റെ പിന്ഗാമികളുടെ ചരിത്രത്തിന്റെ സംഗ്രഹമാണ്. ഒരു വലിയ ചരിത്രപുസ്തകത്തിന്റെ അവസാനത്തെ ഏടാണ് ഓരോ കുടുംബവും."

"തികച്ചും ഭാവനാപൂർണമായ സിദ്ധാന്തം."

"ആയിരിക്കാം. എന്തായാലും കേണൽ മൊറാന്റെ കാര്യത്തിൽ ഇത് കുറേയൊക്കെ ശരിയാണ്. തിന്മയിലേക്ക് പതുക്കെ അടുത്തുതുടങ്ങിയ മൊറാൻ അതിൽ ആനന്ദം കണ്ടു. അപവാദങ്ങൾ ഒന്നും ഉണ്ടായില്ലെങ്കിൽതന്നെ അയാൾക്ക് ഇന്ത്യയിൽ നില്ക്കാനായില്ല. റിട്ടയർ ചെയ്ത് അയാൾ ലണ്ടനിൽ തിരിച്ചെത്തി. തക്കസമയത്താണ് പ്രൊഫ. മൊറിയാർട്ടി അയാളെ കണ്ടെത്തിയതും തന്റെ സൈനികത്തലവനാക്കിയതും.

ഒന്നോ രണ്ടോ പ്രധാനപ്പെട്ട കേസ്സുകൾ മാത്രമേ അയാളെ ഏല്പിച്ചിരുന്നുള്ളൂവെങ്കിലും മൊറിയാർട്ടി അയാൾക്ക് ധാരാളം പണം നല്കി. താങ്കൾക്ക് 1887-ലെ 'ലോഡറി'ലെ കൊലപാതകത്തെക്കുറിച്ച് ഓർമ്മ കാണും. മിസ്സിസ് സ്റ്റീവാർട്ട് കൊല്ലപ്പെട്ട സംഭവം. അതിന്റെ ആണിവേര് കേണൽ മൊറാനായിരുന്നു. പക്ഷേ, തെളിവൊന്നും കിട്ടിയില്ല. ഈ സംഭവത്തെ തുടർന്ന് മൊറിയാർട്ടിയുടെ കൊള്ളസംഘം തല്ലിപ്പിരിഞ്ഞപ്പോഴും മൊറാൻ അതിന്റെ തെളിവുകളിൽനിന്നും രക്ഷപ്പെടുകയായിരുന്നു. താങ്കൾക്ക് ഓർമ്മയുണ്ടോ, അന്ന് ഞാൻ താങ്കളുടെ മുറിയിൽ കടന്ന ഉടനെ ഷട്ടർ താഴ്ത്തുകയുണ്ടായി. എനിക്കുറപ്പുണ്ടായിരുന്നു എന്റെ പിന്നിൽ ഒളിച്ചുനില്ക്കുന്ന ശക്തിയേറിയ എയർഗണ്ണിനെക്കുറിച്ചും ഉന്നം പിഴയ്ക്കാത്ത വെടിയുണ്ടകളെക്കുറിച്ചും! സ്വിറ്റ്സർലണ്ടിൽ മൊറിയാർട്ടിയുമൊത്ത് അയാളെന്നെ പിന്തുടർന്നു. എനിക്ക് എന്റെ ഏറ്റവും വലിയ പേടിസ്വപ്നം - റിച്ചൻബാഷിന്റെ വെള്ളച്ചാട്ടത്തിന് മുകളിലെ അതിക്രൂരമായ അഞ്ചുനിമിഷങ്ങൾ - അയാൾ സമ്മാനിച്ചു.

"ഫ്രാൻസിൽ ഞാൻ കഴിയുമ്പോൾ എന്റെ ആകാംക്ഷ മുഴുവൻ കേണൽ മൊറാൻ എന്നെങ്കിലും പോലീസിന്റെ പിടിയിലാവുമെന്നും എനിക്ക് അല്പമെങ്കിലും ആശ്വാസം കിട്ടുമെന്നുമായിരുന്നു. ലണ്ടനിൽ അയാൾ സ്വതന്ത്രനായി കഴിയുമ്പോൾ എന്റെ ജീവിതമായിരുന്നു മരണത്തുമ്പിൽ തൂങ്ങിനിന്നിരുന്നത്. ഞാൻ നിസ്സഹായനായിരുന്നു. എനിക്കെന്തു ചെയ്യാൻ കഴിയും? അയാളെ ഒരു വെടിക്ക് തീർക്കുക! ഞാൻ പ്രതിക്കൂട്ടിലാവും. കോടതിയിൽ പരാതിപ്പെട്ടിട്ട് കാര്യമൊന്നുമില്ല. സംശയത്തിന്റെ വലിയ നിഴലിൽനിന്നുകൊണ്ട് അവർക്ക് ഒന്നും ചെയ്യാനാവുമായിരുന്നില്ല. അതുകൊണ്ടുതന്നെ ഞാൻ വെറുമൊരു സാക്ഷിയായി മാറി. കുറ്റകൃത്യങ്ങളെക്കുറിച്ചുള്ള എല്ലാ വാർത്തകളും സശ്രദ്ധം വായിച്ചു. ഇന്നല്ലെങ്കിൽ നാളെ മൊറാൻ എന്റെ കൈയിൽ കുടുങ്ങുമെന്ന് എനിക്കുറപ്പായിരുന്നു. അങ്ങനെയിരിക്കുമ്പോഴാണ് റൊണാൾഡ് അഡയറുടെ ദാരുണമായ കൊലപാതകം. ആരെയും അതിശയിപ്പിക്കുന്ന രീതിയിൽ അത് ആസൂത്രണം ചെയ്തത് മൊറാനായിരുന്നു. റൊണാൾഡിനൊപ്പം അയാൾ ചീട്ടുകളിച്ചു. ഒരിക്കൽ ചീട്ടുകളികഴിഞ്ഞ് റൊണാൾഡിനെ പിന്തുടർന്നു. തുറന്ന ജനാലയിലൂടെ അയാൾ എയർഗണ്ണിന്റെ ശക്തി തെളിയിച്ചു. മൊറാനെ കൊലമരം കയറ്റുന്നതിന് ഈ വെടിയുണ്ടകൾ മാത്രം മതി. ഞാൻ ഉടനെ സംഭവസ്ഥലത്തെത്തി. ഞാൻ പോയതും വെടിയുണ്ടയുടെ വിവരങ്ങൾ അറിഞ്ഞതും കാവൽക്കാരൻ കണ്ടിരുന്നു. അങ്ങനെ വിവരം മൊറാൻ അറിയാനും ഇടയാകുമെന്ന് എനിക്ക് ഉറപ്പുണ്ടായിരുന്നു. റൊണാൾഡിന്റെ മരണത്തോടുകൂടിയുള്ള എന്റെ പ്രത്യക്ഷപ്പെടൽ തീർച്ചയായും മൊറാനെ പരിഭ്രമിപ്പിക്കും. അയാൾ എന്നെ നിർമ്മാർജ്ജനം ചെയ്യുന്നതിൽ കുറഞ്ഞൊന്നും ആലോചിക്കുക കൂടിയില്ല. അങ്ങനെയാണ് ഞാൻ ജനാലയ്ക്കരികിൽ ആ കെണിയൊരുക്കി കാത്തിരുന്നത്.

പോലീസുകാരേയും ചട്ടംകെട്ടി. അവരെയാണ് വാട്സൺ മൂന്നുനാലു നിഴലുകളായി ജനാലയ്ക്കരികിൽ കണ്ടത്. ഞാൻ ഒരുക്കിവെച്ച കെണിയിൽ അവൻ വന്നുവീഴുകതന്നെ ചെയ്തു. ഇനിയെന്തെങ്കിലും അറിയാനുണ്ടോ മി. വാട്സൺ?"

"ഉണ്ട്, മി. ഹോംസ്, ഒരു സംശയം മാത്രം ബാക്കിനില്ക്കുന്നു. എന്തിനാണ് കേണൽ മൊറാൻ റൊണാൾഡിനെ കൊലപ്പെടുത്തിയത്?"

"അത് വളരെ യുക്തിപൂർവ്വം കണ്ടെത്തേണ്ട വസ്തുതയാണ്. എന്തായാലും തെളിവുകളുടെ അടിസ്ഥാനത്തിൽ കൊന്നത് കേണൽ മൊറാനും ചത്തത് റൊണാൾഡ് അഡയറുമാണെന്നത് തർക്കമില്ലാത്ത വിഷയമാണ്. എന്നിരുന്നാലും നാം ഓരോരുത്തരും ഓരോ കാരണങ്ങൾ അവയ്ക്കു പിന്നിൽ കണ്ടെത്തുന്നു, സ്ഥാപിക്കുന്നു. എന്റെ കണ്ടെത്തൽ ശരിയാവാം. താങ്കളുടെ കണ്ടെത്തലുകളും ശരിയാവാം."

"അപ്പോൾ താങ്കൾ എന്താണ് കണ്ടെത്തിയത്?"

"എന്റെ നിഗമനങ്ങൾ വളരെ എളുപ്പമായിരുന്നു. കേണൽ മൊറാനും റൊണാൾഡും ചീട്ടുകളിയിൽ വളരെ പേരുകേട്ടവരും ഒന്നിച്ചുകളിച്ച് ധാരാളം പണം ഉണ്ടാക്കിയവരുമാണ്. പക്ഷേ, മൊറാൻ കള്ളക്കളിയിൽ വിദഗ്ധനാണ്. മൊറാന്റെ തട്ടിപ്പ് റൊണാൾഡിന്റെ ശ്രദ്ധയിൽപെടുകയും അയാൾ മൊറാനെ ശാസിക്കുകയും ചെയ്തിട്ടുണ്ടാവാം. ക്ലബ്ബ് മെമ്പർഷിപ്പ് ഉപേക്ഷിക്കാൻ റൊണാൾഡ് ആവശ്യപ്പെടുകയും ചെയ്തിരിക്കാം. ഇവർ രണ്ടുപേരും സ്വഭാവത്തിൽ രണ്ടറ്റത്താണ്. തന്നേക്കാൾ പ്രായം കൂടിയ മൊറാനോടുള്ള ആദരവുകൊണ്ട് റൊണാൾഡ് കാര്യം പെട്ടെന്ന് പരസ്യമാക്കിക്കാണില്ല. മൊറാനെ സംബന്ധിച്ച് ക്ലബ്ബിലെ അംഗത്വം നഷ്ടപ്പെടുന്നത് തന്റെ അഭിമാനത്തിന്റെ പ്രശ്നം കൂടിയാണ്.

"റൊണാൾഡ് വീട്ടിലെത്തിയശേഷം തന്റെ നേർവഴിക്കുള്ള ചിന്തയിൽ അന്യായമായി നേടിയ പണം ആർക്കൊക്കെ തിരിച്ചുകൊടുക്കണം എന്ന് കണക്ക് എഴുതിയുണ്ടാക്കുകയും നാണയത്തുട്ടുകൾ നിരത്തിവെക്കുകയും ചെയ്തുകൊണ്ടിരിക്കുമ്പോൾ മൊറാന്റെ എയർഗൺ അയാളെ നിശ്ശബ്ദനാക്കുന്നു. കണക്കുകളിലെ വിവരങ്ങളും നാണയങ്ങളുടെ നിരകളും വീട്ടുകാർ കാണാതിരിക്കാനാവും വാതിൽ ഉള്ളിൽനിന്ന് റൊണാൾഡ് കുറ്റിയിട്ടത്. എന്താ ശരിയല്ലേ?"

"താങ്കൾ സത്യം കണ്ടെത്തിയിരിക്കുന്നു." ഞാൻ പറഞ്ഞു.

"കോടതിയിൽ ഇത് തെളിയിക്കപ്പെട്ടാലും ഇല്ലെങ്കിലും കേണൽ മൊറാൻ നമുക്കൊരു ഭീഷണിയാവില്ല. വോൺഹെർഡർ കണ്ടുപിടിച്ച എയർഗൺ ഇനി മുതൽ സ്കോട്ട്ലണ്ട്യാർഡ് മ്യൂസിയത്തിന് ഒരു മുതൽക്കൂട്ടാവും." ലണ്ടനിലെ സങ്കീർണജീവിതത്തിലെ ചെറിയതും വലിയതുമായ പ്രശ്നങ്ങൾ ഇനി മുതൽ ഷെർലക്ഹോംസിന് മുമ്പിൽ ഒന്നുകൂടി അന്വേഷണവിധേയവുമായിത്തീരും. ■

നോർവുഡിലെ കോൺട്രാക്ടർ

"പ്രൊഫസർ മോറിയാർട്ടിയുടെ മരണത്തോടെ ലണ്ടൻ നഗരം കുറ്റവിമുക്തനഗരമായി മാറിയിരിക്കുന്നു, അതുകൊണ്ടുതന്നെ ആകെ വിരസമായും തോന്നിക്കുന്നു." ഹോംസ് പറയുന്നുണ്ടായിരുന്നു.

"അങ്ങയോട് വളരെപേരൊന്നും യോജിക്കുന്നതായി ഞാൻ കാണുന്നില്ല." ഞാൻ പറഞ്ഞു.

"ശരിയാണ്. ഞാനെപ്പോഴും ഒരു സ്വാർത്ഥിയായിക്കൂടല്ലൊ."

ഡൈനിംഗ്റൂമിലെ കസേരയിൽ ചാരിയിരുന്ന് ഹോംസ് ഒന്നുകൂടി വാചാലനായി. "സമൂഹമാണ് തീർച്ചയായും നേടുന്നത്. ആരും നഷ്ടപ്പെടുന്നുമില്ല. പക്ഷേ, ഈ പാവം കുറ്റാന്വേഷണവിദഗ്ധന്റെ തൊഴിലിനു മാത്രം കോട്ടംതട്ടുന്നു." തൊഴിൽരംഗത്ത് അനന്തമായ സാധ്യതകളുണ്ടായിരുന്നകാലത്ത് ഈ തൊഴിലാളികളുടെ ഓരോ നീക്കങ്ങളും മുതൽകൂട്ടുകളായിരുന്നു. ഉദാഹരണമായി രാവിലെയുള്ള പത്രപാരായണത്തിലൂടെ അനന്തമായ സാധ്യതകളിലേക്ക് അയാൾ നമ്മെ നയിക്കുമായിരുന്നു. ചെറിയ സൂചനകൾ വരെ ആശ്രേഷ്ഠബുദ്ധിയുടെ കൂർമ്മനിരീക്ഷണം വിളിച്ചുപറയുമായിരുന്നു. ചിലന്തിവലയിലെ നേരിയ ചലനംപോലും അതിനിടയിൽ ദുഷ്ടവിചാരങ്ങളുമായി പതിയിരിക്കുന്ന എട്ടുകാലിയെ എന്നവണ്ണം പുറത്തുകൊണ്ടുവരുമായിരുന്നു. എത്രയെത്ര നിസ്സാരമോഷണങ്ങൾതൊട്ട് കാമാന്ധമായ നീക്കങ്ങളും ഉദ്ദേശ്യരഹിതമായ ആക്രമണങ്ങളുംവരെ വലിയ വലിയ ക്രിമിനൽ കണ്ടുപിടുത്തങ്ങളിലേക്ക് നീങ്ങിയിരിക്കുന്നു. "പക്ഷേ, ഇതിനൊക്കെ ആസ്ഥാനമാവാൻ പറ്റിയ സ്ഥലം ലണ്ടൻപോലെ ഈ ലോകത്ത് വേറെ രാജ്യമില്ല. പക്ഷേ, ഇപ്പോൾ" - തന്റെ ചുമലുകൾകുലുക്കി ഹാസ്യാത്മകമായി പരിതപിച്ചുകൊണ്ട് ഹോംസ് തന്റെ ഇന്നത്തെ അവസ്ഥയിലെ അദ്ഭുതം പങ്കുവെച്ചു.

ഹോംസ് ബെക്കർ സ്ട്രീറ്റിലെ ക്വാർട്ടേഴ്സിൽ തിരിച്ചെത്തിയിട്ട് ഏതാനും മാസങ്ങളേ ആയുള്ളൂ. ഞാനാവട്ടെ അദ്ദേഹത്തിന്റെ നിർദ്ദേശപ്രകാരം തന്നെ പ്രാക്ടീസ് ഉപേക്ഷിച്ച് അദ്ദേഹത്തിന്റെ കൂടെ താമസമാക്കി. കെൻസിംഗ്ടണിലെ എന്റെ ഡിസ്പെൻസറി, ഞാൻ ആവശ്യപ്പെട്ട

തുക തന്ന് ചെറുപ്പക്കാരനായ ഒരു 'ഡോക്ടർ വെർനർ' വാങ്ങിക്കുക യായിരുന്നു. പിന്നീടാണറിയുന്നത്, അയാൾ ഹോംസുമായി നേരിയ ബന്ധമുള്ളയാളാണെന്നും അതിനാവശ്യമായ പണം കണ്ടെത്തി നല്കി യത് ഹോംസ് തന്നെയാണെന്നും.

ഞങ്ങളുടെ മാസങ്ങളോളം ഉള്ള കൂട്ടുകെട്ട് തീർത്തും സംഭവബഹുല മല്ലാത്തതായിരുന്നു എന്ന് പറഞ്ഞുകൂടാ. അക്കാലത്തെ ഡയറിക്കുറിപ്പു കൾ ഇതിന് സാക്ഷിയാണ്. മുൻപ്രസിഡണ്ട് മ്യൂറില്ലോയുടെ കേസ് ഡയറി, ഡച്ച് ആവി കപ്പൽ, 'ഫ്രീസ്ലാന്റ്'-നെ സംബന്ധിച്ച വിവാദങ്ങൾ തുടങ്ങിയ കേസ്സുകളെല്ലാം കോരിത്തരിപ്പിക്കുന്നവയായിരുന്നു. ജീവൻ പണയംവെച്ചുള്ള കേസ്സന്വേഷണങ്ങൾ. ഈ കാര്യങ്ങളിൽ, പക്ഷേ ഹോംസ് തന്റെ നിലപാട് വ്യക്തമാക്കിയിരുന്നു. പൊതുജനസമ്മതിയും പ്രശസ്തിയും കിട്ടുന്നവിധത്തിൽ ഒരു കാര്യവും എഴുതുകയോ പ്രസിദ്ധ പ്പെടുത്തുകയോ ചെയ്യരുതെന്നായിരുന്നു അദ്ദേഹത്തിന്റെ താക്കീത്. ആ വിലക്കുകളിൽനിന്ന് തല്കാലം വിടുതൽ കിട്ടിയത് ഈയിടെയാണ്.

കസേരയിലേക്ക് പിന്നോക്കം ചാരിയിരുന്ന് അന്നത്തെ ദിനപത്രം വിടർത്തിവായിക്കുകയായിരുന്നു ഹോംസ്. അതിനിടയിലാണ് ഞങ്ങ ളുടെ ശ്രദ്ധ മുഴുവൻ ആകർഷിച്ചുകൊണ്ട് കോളിംഗ്ബെൽ മുഴങ്ങിയതും ചെണ്ട മുഴക്കിയപോലെ വാതിലിൽ മുട്ട് കേട്ടതും. ആരോ വാതിൽ തല്ലിപ്പൊളിക്കുന്നവിധം കൈകളിട്ടടിച്ചതാണ്. വാതിൽ തുറന്നതും ഹാളിലേക്ക് തള്ളിവന്ന ആ മനുഷ്യൻ വിളർത്ത് കരുവാളിച്ച് ദുഃഖം നിറഞ്ഞ കണ്ണുകളോടെ ഞങ്ങളെ നോക്കി നെടുനിശ്വാസങ്ങളുതിർത്തു. അയാൾ ഞങ്ങളുടെ കണ്ണുകളിലേക്ക് മാറിമാറി നോക്കി ക്ഷമാപണ പൂർവ്വം പറഞ്ഞു.

"ക്ഷമിക്കണം, മി. ഹോംസ്. എന്നെ ഒരിക്കലും പഴിചാരരുത്. ഞാൻ ഭ്രാന്തിന്റെ വക്കിലാണ്. ഞാനാണ് ആ ദൗർഭാഗ്യവാനായ 'ജോൺ ഹെക്ടർ മാക്ഫർലേൻ'." അയാൾ പറഞ്ഞതുകേട്ടാൽ തോന്നും അതിൽ അയാളുടെ സന്ദർശനത്തിന്റെ ഉദ്ദേശ്യംകൂടി അടങ്ങിയിട്ടുണ്ടെന്ന്. ഹോംസ് തികച്ചും ശാന്തനായിരുന്നു. അദ്ദേഹത്തിനും എന്നെപ്പോലെ അധികം കാര്യങ്ങളൊന്നും തന്നെ പിടികിട്ടിയില്ല. "ഒരു സിഗരറ്റ് വലിക്കൂ മി. ഫർലേൻ." ഹോംസ് സിഗരറ്റ് പാക്കറ്റെടുത്തു നീട്ടി. "താങ്കളുടെ ഭാവം കണ്ടിട്ട് എനിക്ക് എന്റെ സുഹൃത്ത് ഡോ. വാട്സനോട് ഒരു മയക്കു മരുന്നു തരുവാൻ അഭ്യർത്ഥിക്കാനാണ് തോന്നുന്നത്. പുറത്ത് കാലാവ സ്ഥയും വളരെ മോശമാണ്. ആദ്യംതന്നെ താങ്കൾ ആ കസേരയിലി രുന്ന് കുറച്ച് വിശ്രമിക്കുക. എന്നിട്ട് പതുക്കെ താങ്കളുടെ പ്രശ്നങ്ങൾ ഓരോന്നായി ഞങ്ങളോട് പറയുക. താങ്കളുടെ പേരു പറഞ്ഞതിൽനിന്ന് താങ്കൾ ഒരു അവിവാഹിതൻ, ഒരു ഫ്രീ മേസൺ, അഭിഭാഷകൻ, ആസ്ത്മരോഗി എന്നിവയ്ക്കപ്പുറം ബാക്കി ഒന്നുംതന്നെ മനസ്സിലായില്ല."

എന്റെ സുഹൃത്തിന്റെ വിവരണരീതികൾ എന്നിൽ തെല്ലും അദ്ഭുതം ഉളവാക്കിയില്ല. അദ്ദേഹത്തിന്റെ നിഗമനങ്ങളുടെ രീതി അതാണല്ലോ. അയാളുടെ അലസമായ വസ്ത്രധാരണം, കൈയിലെ കേസുകെട്ടുകൾ, കൈയിലെ 'മേസൺ' അടയാളം, പിന്നെ വലിച്ചുവലിച്ചുള്ള ശ്വാസോച്ഛ്വാസവും അദ്ദേഹം പറഞ്ഞതിനെ ശരിവെക്കുന്നവയായിരുന്നു. എന്നാലും ഞങ്ങളുടെ സന്ദർശകന്റെ അദ്ഭുതത്തിന് അതിരില്ലായിരുന്നു.

"ശരിയാണ്, സർ. അങ്ങ് പറഞ്ഞതെല്ലാംതന്നെ വളരെ ശരിയാണ്. അതിന്റെ കൂടെ ഒന്നുകൂടി പറയട്ടെ, ലണ്ടൻ നഗരത്തിലെ ഏറ്റവും നിർഭാഗ്യവാനായ ജീവിച്ചിരിക്കുന്ന മനുഷ്യനും ഞാൻ തന്നെ. ദൈവത്തെയോർത്ത് അങ്ങ് എന്നെ കൈവിടരുത്. ഞാൻ മുഴുവൻ പറഞ്ഞുതീരുന്നതിന് മുമ്പ് അവരെങ്ങാനും വന്ന് എന്നെ അറസ്റ്റ് ചെയ്താൽ പിന്നെ ഞാൻ ജീവിച്ചിരിക്കുകയില്ല. അതിനുമുമ്പായി അങ്ങ് ഒരു സഹായം ചെയ്തുതരണം. സത്യം എന്താണെന്ന് വിശദമായി അങ്ങയെ ബോധിപ്പിക്കാൻ എന്നെ അനുവദിക്കണം. അതു പറഞ്ഞുകഴിഞ്ഞാൽ ഞാൻ അകത്താണെങ്കിലും താങ്കൾക്ക് പുറത്ത് എന്നെ സഹായിക്കാനാവും തീർച്ച!"

"എന്ത്! നിങ്ങളെ അറസ്റ്റുചെയ്യുകയോ?" ഹോംസ് പറഞ്ഞു-

"ഇത് വിചിത്രമായിരിക്കുന്നുവല്ലോ. എന്ത് കുറ്റത്തിന്റെ പേരിലാണ് താങ്കൾ അറസ്റ്റിലാവുന്നത്?"

"ലോവർ നോർവുഡിലെ ജോനാസ് ഓൾഡേക്കറെ കൊന്ന കുറ്റത്തിന്."

ഹോംസിന്റെ മുഖം പ്രസന്നമാവുന്നത് ഞാൻ ശ്രദ്ധിച്ചു.

"കൊള്ളാമല്ലോ. കേസ്സുകളൊന്നുംതന്നെ പത്രങ്ങളിൽ കാണുന്നില്ലല്ലോ എന്ന് എന്റെ സുഹൃത്തിനോട് പറഞ്ഞുകഴിഞ്ഞതേയുള്ളൂ."

താഴെനിന്ന് ഹോംസിന്റെ കാൽച്ചുവട്ടിൽ കിടക്കുന്ന 'ഡെയ്‌ലി ടെലഗ്രാഫ്' പത്രം കുനിഞ്ഞെടുക്കുമ്പോൾ മാക്ഫെർലേനിന്റെ കൈവിരലുകൾ വിറയ്ക്കുന്നുണ്ടായിരുന്നു.

"അങ്ങ് ഒരു തവണയെങ്കിലും ഈ പത്രം മുഴുവൻ നിവർത്തി നോക്കിയിരുന്നുവെങ്കിൽ എന്റെ ഇന്നത്തെ അവസ്ഥ ഇവിടെ വിവരിക്കേണ്ടി വരുമായിരുന്നില്ല. ഈ നാട്ടിലെ മുഴുവൻ ജനങ്ങളുടേയും സംസാരവിഷയം എന്റെ ദയനീയാവസ്ഥയെക്കുറിച്ചാണ്."

അയാൾ പത്രത്തിന്റെ നടുവിലത്തെ പേജ് കാണിച്ച് ഉറക്കെ വായിച്ചു- "ലോവർ നോർവുഡിലെ ദുരൂഹമായ സംഭവവികാസങ്ങൾ, കോൺട്രാക്ടറുടെ തിരോധാനം, കൊള്ളയും കൊലപാതകവും, കൊലയാളിയെക്കുറിച്ച് സൂചന."

“കണ്ടോ ഇതാണ് എന്റെ ഇന്നത്തെ ദയനീയാവസ്ഥ. അവരെന്നെ പിന്തുടരുന്നുണ്ട്. ലണ്ടൻ ബ്രിഡ്ജ് സ്റ്റേഷൻതൊട്ട്. വാറണ്ട് കൈയിൽ കിട്ടാത്തതുകൊണ്ടു മാത്രമാണ് എന്നെ അറസ്റ്റുചെയ്യാത്തത്. എന്റെ അമ്മ ഇതറിഞ്ഞാൽ ഹൃദയംപൊട്ടി മരിക്കും. എന്റെ ഹൃദയവും തകർന്നു പോകും. ഒരു സംശയവും വേണ്ട.” തന്റെ കൈകൾ കൂട്ടിത്തിരുമ്മി തീരെ നിസ്സഹായനായവനെപോലെ അയാൾ കസേരയിൽ മുന്നോട്ടും പിന്നോട്ടും ചാഞ്ഞുതുടങ്ങി.

കൊലപാതകക്കുറ്റം ആരോപിക്കപ്പെട്ട നിസ്സഹായനായ ആ സാധുവിനെ ഞാൻ കുറെനേരം നോക്കിയിരുന്നു. ഇരുപത്തിയേഴിൽ കൂടുതൽ വയസ്സ് തോന്നിക്കാത്ത സുമുഖനായ ചെറുപ്പക്കാരൻ. മാന്യമായ വസ്ത്രധാരണം. ഷേവ് ചെയ്ത് സുന്ദരമാക്കിയ മുഖം. ഓവർകോട്ടിൽനിന്നും ഹോംസ് സൂചിപ്പിച്ച കേസ്സിന്റെ കടലാസുകൾ തള്ളിനില്ക്കുന്നുണ്ടായിരുന്നു.

“ഇനി ഒട്ടും സമയം കളയാനില്ല, മി. വാട്സൺ, ആ പത്രവാർത്തയൊന്നു മുഴുവൻ വായിക്കൂ.” ഹോംസ് പറഞ്ഞു. മാക്ഫെർലേൻ വായിച്ച തലക്കെട്ടിനു ചുവടെയുള്ള വാർത്താശകലം ഞാൻ വായിച്ചു.

“കഴിഞ്ഞ രാത്രിയിലെ അവസാനയാമങ്ങളിലോ ഇന്നു പുലർച്ചയോ ലോവർനോർവുഡിൽ നടന്ന ഗുരുതരമായ സംഭവം ഒരു കൊലപാതകത്തിലേക്ക് വിരൽചൂണ്ടുന്നവയാണ്. മി. ജോനാസ് ഓൾഡേക്കർ അറിയപ്പെടുന്ന കോൺട്രാക്ടറും അവിവാഹിതനും ഏതാണ്ട് അമ്പത്തിരണ്ടു വയസ്സ് പ്രായമുള്ളവനുമാണ്. അദ്ദേഹം സിഡ്നാം റോഡിന്റെ അറ്റത്തുള്ള ‘സീപ്ഡെൻ’ ഹൗസിലാണ് താമസം. വ്യാപാരത്തിലൂടെയും കരാർ ബിസിനസ്സിലൂടെയും ധാരാളം പണം സമ്പാദിച്ചുകഴിഞ്ഞ ഈ വയോധികൻ ബിസിനസ്സിൽനിന്ന് വിരമിച്ച് ഒരു വിശ്രമജീവിതം നയിച്ചുവരികയായിരുന്നു. തടിക്കച്ചവടം ചെയ്തിരുന്ന ഇദ്ദേഹം വീടിനടുത്തുള്ള തടിഡിപ്പോയിൽ ഇടയ്ക്കൊക്കെ പോയിവരുകയെന്നത് മാത്രമായിരുന്നു ആകെയുള്ള ജോലി. തടി ഡിപ്പോയിൽ ഏതാണ്ട് രാത്രി പന്ത്രണ്ടു മണിയോടു കൂടി തീപ്പിടുത്തമുണ്ടായതായി അലാറം അടിച്ചു. അഗ്നിശമനവാഹനങ്ങൾ എത്തിയെങ്കിലും വേനൽക്കാലമായതുകൊണ്ടും ഉണക്കത്തടികൾ പെട്ടെന്ന് കത്തുന്ന ഇനങ്ങളിൽപെട്ടവ ആയതുകൊണ്ടും തീ നിയന്ത്രണാധീനമായിരുന്നില്ല. ഇതൊരു സാധാരണ സംഭവമായി കാണാമെങ്കിലും തുടർന്നുള്ള അന്വേഷണങ്ങൾ ഒരസാധാരണ കൊലപാതകത്തിലേക്ക് കാര്യങ്ങൾ കൊണ്ടെത്തിച്ചു. അഗ്നിബാധയുണ്ടായിട്ടും അതിന്റെ ഉടമസ്ഥനെ കാണാൻ കഴിഞ്ഞിരുന്നില്ല. അന്വേഷണത്തിൽ ആൾ അപ്രത്യക്ഷനായിരിക്കുകയാണെന്ന് വിവരം ലഭിച്ചു. ആ രാത്രിയിൽ ഓൾഡേക്കർ കിടപ്പുമുറി ഉപയോഗിച്ചിരുന്നില്ല. (വൃത്തിയായി വിരിച്ച കിടക്കവിരിയിൽ ചുളിവുകളുണ്ടായിരുന്നില്ല) മാത്രമല്ല വലിയ അലമാര

മലർക്കെ തുറന്നുകിടക്കുന്നുമുണ്ടായിരുന്നു. വിലപിടിപ്പുള്ള രേഖകളും മറ്റും മുറിയിൽ ചിതറിക്കിടക്കുന്നുണ്ടായിരുന്നു. ഒരു മൽപ്പിടുത്തം നട ന്നതിന്റെ എല്ലാ തെളിവുകളും അവിടെനിന്നും ലഭിച്ചു. നിലത്തും ഓക്ക് മരത്തിന്റെ തടികൊണ്ടുള്ള വാക്കിംഗ് സ്റ്റിക്കിന്റെ പിടിയിലും രക്തക്കറ കൾ പറ്റികിടക്കുന്നുണ്ടായിരുന്നു. രാത്രി വളരെ വൈകി ഏതോ ഒരു സന്ദർശകനെ ഓൾഡേക്കർ മുറിയിൽ സ്വീകരിച്ചിരുന്നതായി അറിയാൻ കഴിഞ്ഞിട്ടുണ്ട്. ഓക്കുതടിമരത്തിന്റെ തടികൊണ്ടുള്ള വാക്കിംഗ് സ്റ്റിക്ക് ആ സന്ദർശകന്റെയാണോ എന്നു സംശയമുണ്ട്. തുടർന്ന് നടന്ന അന്വേ ഷണത്തിൽ ഈ വാക്കിംഗ് സ്റ്റിക്ക് 26, ഗ്രഷാംബിൽഡിംഗിലെ ഗ്രഹാം ആന്റ് മാക്ഫെർലേന്റെ പാർട്ണറായ മാക്ഫെർലേന്റേതാണെന്നും തെളിഞ്ഞിട്ടുണ്ട്. വധഉദ്ദേശ്യത്തെക്കുറിച്ചും പോലീസിന് വ്യക്തമായ തെളി വുകൾ ലഭിച്ചിട്ടുണ്ട്. അന്വേഷണം തുടർന്നുകൊണ്ടിരിക്കുന്നു."

"പിന്നീട് മി. ജോൺ ഹെക്ടർ മാക്ഫെർലേൻ മി. ജോനാസ് ഓൾഡേ ക്കറെ വധിച്ചതുമായി ബന്ധപ്പെട്ട് അറസ്റ്റു ചെയ്യപ്പെട്ടതായി സ്ഥിരീകരി ക്കാത്ത വാർത്തകൾ കിട്ടിയിട്ടുണ്ട്. അയാൾക്കെതിരെ വാറണ്ട് പുറപ്പെ ടുവിച്ചതായി നേരത്തെ പോലീസ് സ്ഥിരീകരിച്ചതാണ്. നോർവുഡിൽ നടത്തിയ തുടരന്വേഷണം കൂടുതൽ സംഭവങ്ങളിലേക്ക് വെളിച്ചം വീശു ന്നതായിരുന്നു. മൽപ്പിടുത്തം നടന്നതിന്റെ അടയാളങ്ങൾക്ക് പുറമെ കിട ക്കറയിലെ ഫ്രഞ്ച് ജനാലയിലൂടെ ഏതോ ഭാരപ്പെട്ട സാധനം വലിച്ചിഴച്ചു കൊണ്ടുപോയതായും കണ്ടെത്തിയിട്ടുണ്ട്. കൽക്കരിയുടെയും ചാരത്തി ന്റെയും അവശിഷ്ടങ്ങൾ കാണുകയുണ്ടായിട്ടുണ്ട്. കിടപ്പറയിൽ കൊല നടത്തിയശേഷം മൃതശരീരം വലിച്ചിഴച്ചുകൊണ്ടുപോയി തടിഡിപ്പോയി ലിട്ട് തീകൊളുത്തുകയായിരുന്നു എന്നാണ് പോലീസ് ഭാഷ്യം. ഊർജ്ജ സ്വലനായ സ്കോട്ലാന്റ് പോലീസ് ഇൻസ്പെക്ടർ ലെസ്ട്രേഡാണ് കുറ്റാന്വേഷണചുമതല ഏറ്റെടുത്തിരിക്കുന്നത്. അദ്ദേഹത്തിന്റെ അനുഭ വപരിജ്ഞാനവും ഊർജ്ജസ്വലതയും കാര്യങ്ങൾക്ക് വേഗംകൂട്ടുമെന്നും കൊലപാതകത്തിന്റെ വിശദവിവരങ്ങളെല്ലാംതന്നെ ഉടനെ പുറത്തുവരു മെന്നും ഉറപ്പാണ്."

ഒരു പ്രാണായാമത്തിലെന്നപോലെ കണ്ണുകളടച്ചും കൈകൾ കൂട്ടി പ്പിടിച്ചും ഷെർലക്ഹോംസ് ഈ വിവരണം കേട്ടുകൊണ്ടിരുന്നു.

"വളരെ താല്പര്യജനകമായ കുറെ വിവരങ്ങൾ ഈ കേസ്സിലുണ്ട്. അതിരിക്കട്ടെ, മി. മാക്ഫോർലേൻ, അറസ്റ്റിനാവശ്യമായ ഒട്ടുമിക്ക തെളി വുകളും ശരിയായിരിക്കെ താങ്കളെങ്ങനെ ഇന്നും സ്വതന്ത്രനായിരി ക്കുന്നു?" ഹോംസ് തിരക്കി.

"ഞാൻ താമസിക്കുന്നത് 'ബ്ലാക്ക് ഹീത്തി'ലുള്ള ടെറിംഗ്ടൺ ലോഡ്ജിലാണ്. മാതാപിതാക്കളും കൂടെ താമസിക്കുന്നുണ്ട്. കഴിഞ്ഞ ദിവസം രാത്രി ജോനാസ് ഓൾഡേക്കറുമായുള്ള ബിസിനസ് കാര്യങ്ങൾ

സംസാരിച്ചിരുന്ന് വളരെ വൈകിപ്പോയതിനാൽ ഞാൻ നോർവുഡിലെ ഒരു ഹോട്ടലിൽ തങ്ങി. ട്രെയിനിൽ കയറുന്നതുവരെ ഞാനീ വിവരമൊന്നും അറിഞ്ഞിരുന്നില്ല. ട്രെയിനിൽ വെച്ചാണ് ഈ ഞെട്ടിപ്പിക്കുന്ന വാർത്ത ഞാൻ വായിക്കുന്നത്. അപകടത്തിന്റെ ഗൗരവം എനിക്കു മനസ്സിലായി. എന്റെ സിറ്റി ഓഫീസിൽവെച്ചോ വീട്ടിൽവെച്ചോ ഞാൻ അറസ്റ്റു ചെയ്യപ്പെടാം. ലണ്ടൻ ബ്രിഡ്ജ് മുതൽക്കേ എന്നെ ആരോ പിന്തുടരുന്നുണ്ടായിരുന്നു. ഈ വിവരങ്ങളെല്ലാം അങ്ങയെ അറിയിക്കാൻ വേണ്ടിയാണ് ഞാൻ ഓടിപ്പോന്നത്."

"ദൈവമേ - എന്താണാ ശബ്ദം?"

ഒരു വലിയ മണിയടിശബ്ദവും പുറമെ പടികൾ കയറിവരുന്ന കാലൊച്ചകളുമായിരുന്നു ഞങ്ങൾ കേട്ടത്. അടുത്തനിമിഷംതന്നെ പോലീസ് ഇൻസ്പെക്ടർ ലെസ്ട്രേഡ് വാതിൽക്കൽ പ്രത്യക്ഷപ്പെട്ടു. അദ്ദേഹത്തിന് പുറകിൽ യൂണിഫോമിട്ട രണ്ട് പോലീസുകാരും.

"മിസ്റ്റർ ജോൺ ഹെക്ടർ മാക്ഫെർലേൻ." ലെസ്ട്രേഡിന്റെ കനത്ത ശബ്ദം മുറിയിൽ മുങ്ങി. ഞങ്ങളുടെ നിർഭാഗ്യവാനായ കക്ഷി വിളറിയ മുഖവുമായി എഴുന്നേറ്റു. പിന്നെ ആകെ തളർന്ന് കസേരയിൽതന്നെ വീണു.

ലെസ്ട്രേഡ്, ഒരു കുറ്റവാളിയെ കിട്ടിയ സന്തോഷം മുഴുവൻ പുറത്തുകാട്ടി പറഞ്ഞു - "നോർവുഡിലെ ജോനാസ് ഓൾഡേക്കറെ കരുതിക്കൂട്ടി കൊലപ്പെടുത്തിയ കുറ്റത്തിന് താങ്കളെ ഞാൻ അറസ്റ്റുചെയ്യുന്നു."

"മിസ്റ്റർ ലെസ്ട്രേഡ്, താങ്കൾ അല്പസമയംകൂടി ദയവുചെയ്ത് ഞങ്ങൾക്കനുവദിക്കണം. ഇത്രയുമായ സ്ഥിതിക്ക് അരമണിക്കൂർകൂടി വൈകുന്നതിൽ തെറ്റൊന്നുമില്ലല്ലോ. സംഭവങ്ങൾ ഇയാൾ വിശദമായി വിവരിച്ചുകൊണ്ടിരിക്കുകയായിരുന്നു. അത് മുഴുവനാക്കിയാൽ കാര്യങ്ങളുടെ കിടപ്പ് മനസ്സിലാക്കാൻ വളരെ സഹായിക്കും." ഹോംസ് പറഞ്ഞു.

"കാര്യങ്ങളുടെ കിടപ്പൊക്കെ ഇപ്പോൾതന്നെ മനസ്സിലായിക്കഴിഞ്ഞു." ലെസ്ട്രേഡ് പറഞ്ഞു.

"താങ്കളുടെ അനുവാദത്തോടെ കാര്യങ്ങൾ മുഴുവനാക്കാൻ ഇയാളെ പ്രേരിപ്പിച്ചാലും." ഹോംസ് അഭ്യർത്ഥിച്ചു.

"ഓ.കെ. മി. ഹോംസ്. താങ്കളുടെ അഭ്യർത്ഥന നിരസിക്കാൻ എനിക്കു കഴിയില്ല. ഒന്നുരണ്ടു തവണ താങ്കൾ ഞങ്ങളെ സഹായിച്ചത് ഞങ്ങൾക്ക് മറക്കാനാവില്ല. ഞങ്ങളതുകൊണ്ട് താങ്കൾക്ക് പ്രത്യുപകാരം ചെയ്യാൻ ബാധ്യസ്ഥരാണ്. അതേസമയം ഒരു കാര്യം വ്യക്തമാക്കാൻ ഞാൻ ആഗ്രഹിക്കുന്നു. തടവുകാരനെ വിട്ടുനില്ക്കാൻ എനിക്കാവില്ല. മാത്രമല്ല, അയാളുടെ എല്ലാ പ്രസ്താവനകളും അയാൾക്കെതിരായ തെളിവുകൾക്കായി ഉപയോഗിക്കുമെന്നും പറയേണ്ടിയിരിക്കുന്നു."

ലെസ്ട്രേഡ് സമ്മതിച്ചു.

"അതുമാത്രമെ എനിക്ക് ആവശ്യമുള്ളൂ." മാക്ഫെർലേൻ പറഞ്ഞു.

"ഞാൻ ആകെ ചോദിക്കുന്നത് എന്നെ കേൾക്കാൻ ദയവുണ്ടാകണമെന്നും അതിൽ അടങ്ങിയിരിക്കുന്ന സത്യം തിരിച്ചറിയണമെന്നു മാത്രം."

"ശരി. അരമണിക്കൂർ സമയം അനുവദിച്ചിരിക്കുന്നു."

മാക്ഫെർലേൻ പറഞ്ഞുതുടങ്ങി. "ആദ്യമേ പറയട്ടെ, എനിക്ക് മി. ജോനാസ് ഓൾഡേക്കറെക്കുറിച്ച് യാതൊന്നുംതന്നെ അറിയില്ല. എന്റെ മാതാപിതാക്കൾക്ക്, പക്ഷേ, അയാളെ അറിയാം. അവർ മുഖേന ഞാൻ അയാളുടെ പേർ കേട്ടിട്ടുണ്ട്. എന്നാൽ പിന്നീട് അവർ പിണങ്ങിപ്പിരിഞ്ഞു. ഇന്നലെ ഉച്ചകഴിഞ്ഞ് മൂന്നുമണിയോടെ ഓൾഡേക്കർ എന്റെ സിറ്റി ഓഫീസിൽ കയറിവന്നു. അയാളുടെ സന്ദർശനത്തിന്റെ ഉദ്ദേശ്യം വ്യക്തമാക്കിയപ്പോൾ ഞാൻ അമ്പരക്കുകതന്നെ ചെയ്തു. അയാളുടെ കൈയിൽ കുത്തിക്കുറിച്ച കുറെ കടലാസുകഷണങ്ങൾ ഉണ്ടായിരുന്നു. ഇതാ ആ കടലാസുകൾ. ഇവ അദ്ദേഹം എന്റെ മേശപ്പുറത്തുവെച്ചു. ആ കടലാസുകൾ തന്റെ വിൽപ്പത്രമാണെന്നും അവ നിയമാനുസൃതമായ രീതിയിൽ ഒരു ഡോക്യുമെന്റ് ആയി ശരിയാക്കണമെന്നും അതുവരെ അവിടെ കാത്തിരിക്കാമെന്നും അയാൾ പറഞ്ഞു. അതിന്റെ പകർപ്പെടുത്ത് ഡോക്യുമെന്റ് തയ്യാറാക്കുമ്പോഴാണ് ഞാൻ അറിയുന്നത് തന്റെ സ്വത്തുക്കൾ എല്ലാംതന്നെ എന്റെ പേർക്ക് എഴുതിവെച്ചിരിക്കുകയാണെന്ന്. വളരെ വിസ്മയത്തോടെ, വിശ്വസിക്കാനാവാതെ, അയാളെ നോക്കിയപ്പോൾ അദ്ദേഹം കണ്ണെടുക്കാതെ, വികാരമൊന്നുമില്ലാതെ എന്നെതന്നെ നോക്കുന്നതാണ് കണ്ടത്. വിൽപ്പത്രത്തിലെ വിശദാംശങ്ങൾ വായിക്കുമ്പോൾ എനിക്കു എന്നെത്തന്നെ വിശ്വസിക്കാൻ വിഷമമായി. അവിവാഹിതനായ തനിക്ക് ബന്ധുക്കളായി ആരുമില്ലെന്നും അതുകൊണ്ട് സമ്പാദ്യമത്രയും നശിച്ചുപോകാതിരിക്കാനാണ് ഈ വിൽപ്പത്രംകൊണ്ട് ഉദ്ദേശിക്കുന്നതെന്നും അദ്ദേഹം പറഞ്ഞു. എന്റെ മാതാപിതാക്കളെ അദ്ദേഹം നന്നേ ചെറുപ്പത്തിലേ അറിയാമെന്നും അയാൾ കൂട്ടിച്ചേർത്തു. എനിക്ക് വിങ്ങലോടെ നന്ദി പറയാൻ മാത്രമേ കഴിഞ്ഞുള്ളൂ. വിൽപ്പത്രം ശരിയാക്കി എന്റെ ക്ലാർക്കിന്റെ സാക്ഷ്യത്തോടെ അദ്ദേഹം അതിൽ ഒപ്പുവെക്കുകയും ചെയ്തു. ഈ നീലകടലാസാണ് യഥാർത്ഥ വിൽപ്പത്രം. ഈ കടലാസുകൾ നേരത്തെ പറഞ്ഞതുപോലെ അദ്ദേഹം കൊണ്ടുവന്ന ഡ്രാഫ്റ്റ് രേഖകളും. അദ്ദേഹം രാത്രിയോടെ എന്നെ നോർവുഡിലെത്താൻ ക്ഷണിച്ചു. കെട്ടിടത്തിന്റെ വാടകചീട്ടുകൾ, ആധാരങ്ങൾ, പണയാധാരങ്ങൾ, മറ്റു രേഖകൾ തുടങ്ങി വളരെയേറെ കടലാസുകൾ ഞാൻ കണ്ടു ബോധ്യപ്പെടേണ്ടതുണ്ട്. നോർവുഡിലെത്താൻ വൈകരുതെന്നും ഈ കാര്യങ്ങളൊക്കെ ശരിയാവുന്നതുവരെ തനിക്ക് മനസ്സമാധാനം കിട്ടില്ലെന്നും അദ്ദേഹം പറഞ്ഞു. ഇത് മുഴുവൻ ശരിയാവുന്നതുവരെ എന്റെ

മാതാപിതാക്കളെ ഇതൊന്നും അറിയിക്കരുതെന്നും അവർക്ക് ഇതൊരു യാദൃച്ഛികസമ്മാനമാകണമെന്നും അദ്ദേഹം പറഞ്ഞു. വീണ്ടും ഇതെന്നെ ഓർമ്മപ്പെടുത്താനും ഒന്നുകൂടി വാഗ്ദാനം നല്കാനും അദ്ദേഹം നിർബ ന്ധിച്ചു.

മാക്ഫെർലേൻ തുടർന്നു:

"അദ്ദേഹത്തിന്റെ അഭിലാഷങ്ങൾ നിരസിക്കാൻ കഴിയുന്ന മനോ നിലയിലല്ല ഞാൻ. ഞാൻ അദ്ദേഹത്തോട് അത്രയധികം കടപ്പെട്ടിരി ക്കുന്നു. എന്നെ ഇത്ര വലിയ സമ്പത്തിന് ഉടമയാക്കുകകൂടി ചെയ്യുന്ന മഹാനായ വ്യക്തികൂടിയാണല്ലോ അദ്ദേഹം ഇപ്പോൾ. അത്യാവശ്യം ജോലിയുള്ളതിനാൽ വീട്ടിലെത്താൻ വൈകുമെന്നു കാണിച്ച് ഞാൻ ഉടനെ കമ്പിയടിച്ചു.രാത്രി ഒമ്പതുമണിക്കുതന്നെ എത്തണമെന്നും അത്താഴം ഒരുമിച്ചാണെന്നും മി. ഓൾഡേക്കർ പറഞ്ഞതനുസരിച്ച് ഒമ്പതരമണിയാവുമ്പോഴേക്കും ഞാൻ അവിടെയെത്തി. അദ്ദേഹത്തിന്റെ വീട് കണ്ടുപിടിക്കാൻ അല്പം വിഷമിച്ചെങ്കിലും, ഞാൻ അദ്ദേഹത്തെ കണ്ടു.

"ഒരു നിമിഷം." ഇടയ്ക്കുകയറി ഹോംസ് ചോദിച്ചു.

"ആരാണ് അപ്പോൾ വാതിൽ തുറന്നത്?"

"ഒരു മധ്യവയസ്കയായ സ്ത്രീ, വേലക്കാരിയാണെന്ന് തോന്നുന്നു."

"അവർ വാതിൽ തുറക്കുമ്പോൾ താങ്കളെ പേരുവിളിച്ച് സംബോ ധന ചെയ്തു അല്ലേ?"

"വളരെ ശരി." മാക്ഫെർലേൻ പറഞ്ഞു.

"അവരായിരിക്കും ഒരുപക്ഷേ പോലീസുകാർക്ക് നിങ്ങളുടെ പേരു പറഞ്ഞുകൊടുത്തിരിക്കുക." ഹോംസ് പറഞ്ഞു.

മാക്ഫെർലേൻ നെറ്റിത്തടത്തിലെ വിയർപ്പുതുടച്ചുകൊണ്ടു തുടർന്നു.

"സ്വീകരണമുറിയിലേക്കുള്ള വഴി കാണിച്ചുതന്നതും ആ സ്ത്രീ തന്നെയായിരുന്നു. അത്താഴത്തിനുശേഷം മി. ജോനാസ് ഓൾഡേക്കർ എന്നെ അദ്ദേഹത്തിന്റെ കിടപ്പുമുറിയിലേക്ക് കൊണ്ടുപോയി. കിടക്കറ യിലെ വലിയ ഒരു അലമാരയിൽ നിറച്ച് ആധാരങ്ങളും പ്രമാണങ്ങളും നിറഞ്ഞിരുന്നു. അവ ഓരോന്നുമെടുത്ത് രാത്രി പന്ത്രണ്ടുമണിവരെ ഞങ്ങൾ പരിശോധിച്ചു.

"പിരിയാൻ നേരമായപ്പോൾ വേലക്കാരിയെ ഉപദ്രവിക്കേണ്ട എന്നു കരുതി തുറന്നുകിടക്കുന്ന ഫ്രഞ്ച് ജനാലവഴി പുറത്തുകടക്കാൻ അദ്ദേഹം എന്നോടു പറഞ്ഞു."

"ജനാലയിലെ കർട്ടനുകൾ താഴ്ത്തിയിട്ടിരിക്കുകയായിരുന്നോ?" ഇടയ്ക്ക് കയറി ഹോംസ് ചോദിച്ചു.

‘‘എനിക്കത്ര ഓർമ്മ വരുന്നില്ല. പകുതി താഴ്ത്തിയിരുന്നു എന്നു തോന്നുന്നു. അതേയതെ, അദ്ദേഹം അത് പൊക്കിവെച്ചാണ് ജനാല തുറന്നത്. അപ്പോൾ എന്റെ വാക്കിംഗ്സ്റ്റിക്ക് കാണുന്നില്ലായിരുന്നു. “അതു സാരമില്ല. ഇനി വരുമ്പോൾ അത് സുരക്ഷിതമായി എന്റെ അടുത്തുതന്നെ ഉണ്ടാകും” എന്ന് അദ്ദേഹം പറഞ്ഞു. പിന്നെ ഒട്ടും വൈകിക്കാതെ ഞാൻ മടങ്ങി. രേഖകളും മറ്റു കടലാസുകളും മേശപ്പുറത്തുതന്നെ കിടക്കുന്നുണ്ടായിരുന്നു. അലമാരയാകട്ടെ തുറന്നുതന്നെ കിടന്നിരുന്നു. വളരെ വൈകിപ്പോയതിനാൽ എനിക്ക് ബ്ലാക് ഹീത്തിലെത്താൻ കഴിയുമായിരുന്നില്ല. അതുകൊണ്ട് അന്നുരാത്രി ‘അനർലി ആംസ്’ എന്ന ഹോട്ടലിൽ തങ്ങി, രാവിലെ ട്രെയിനിൽ കയറി പത്രം വായിക്കുമ്പോഴാണ് ഈ ദുരന്തം ഞാനറിയുന്നത്.” മാക്ഫെർലേനിന്റെ വിശദീകരണം കഴിഞ്ഞതും ലെസ്ട്രേഡ് ഒരുങ്ങി എഴുന്നേറ്റു. അദ്ദേഹത്തിന്റെ പുരികങ്ങൾ താഴേക്കും മുകളിലേക്കും ചലിച്ചുകൊണ്ടിരുന്നു.

“ഇനി എന്തെങ്കിലും ചോദിക്കാനുണ്ടോ, മി. ഹോംസ്?”

“ഇല്ല. ഇനി ബ്ലാക്ഹീത്ത് വരെ പോകുന്നതിനു മുമ്പായി ഒന്നും തന്നെ അറിയാനില്ല.” ഹോംസ് പറഞ്ഞു.

“അപ്പോൾ നോർവുഡ്?” ലെസ്ട്രേഡ് ചോദിച്ചു.

“ഓ, യെസ്. അതായിരുന്നു ഞാൻ ഉദ്ദേശിച്ചത്?”

ലെസ്ട്രേഡ് തന്റെ അനുഭവം തനിക്കു പരിചയമാക്കിത്തന്ന മൂർച്ചയേറിയ മസ്തിഷ്ക്കത്തിന്റെ ഉടമയെ ഒന്നു നോക്കി. ഈ സംഭവത്തിനിടയ്ക്കും തനിക്കറിയാത്ത കുറെ കൂട്ടിക്കിഴിക്കലുകൾ ഹോംസ് നടത്തുന്നുണ്ടാവുമെന്ന് ലെസ്ട്രേഡിന്റെ നോട്ടം സമ്മതിച്ചു.

“എനിക്ക് സ്വകാര്യമായി ചിലത് സംസാരിക്കാനുണ്ട്.”

ലെസ്ട്രേഡ് ഹോംസിനോടായി പറഞ്ഞു. അയാൾ പുറത്തു കാത്തുകിടക്കുന്ന വണ്ടിയിൽ മാക്ഫെർലേനിനെ കയറ്റാൻ ആജ്ഞാപിച്ചശേഷം ഹോംസിനടുത്തേക്കു നീങ്ങി. ഞങ്ങളെ ദയനീയമായി നോക്കിക്കൊണ്ട് മാക്ഫെർലേൻ പുറത്തേക്ക് പോലീസുകാരോടൊപ്പം പോയി.

മാക്ഫെർലേൻ തന്ന വിൽപ്പത്രത്തിന്റെ രേഖകൾ തിരിച്ചും മറിച്ചും ഹോംസ് പരിശോധിക്കുന്നുണ്ടായിരുന്നു. അവ കുറെ നിർണായക തെളിവുകൾ നല്കുന്നുണ്ടെന്ന് ഹോംസ് പറഞ്ഞു. അത്തരം എന്തെങ്കിലും സൂചനകൾ നല്കുന്നുണ്ടോ എന്നറിയാൻ ഇൻസ്പെക്ടറോട് ഹോംസ് അഭിപ്രായമാരാഞ്ഞു.

ലെസ്ട്രേഡ് അദ്ഭുതപ്പെട്ടുനിന്നതേയുള്ളൂ.

വിൽപ്പത്രത്തിന്റെ നോട്ടുകൾ നോക്കി തനിക്ക് കുറെ പേജുകളൊന്നും വായിക്കാൻ കഴിയുന്നില്ലെന്ന് ലെസ്ട്രേഡ് പറഞ്ഞു. ആദ്യത്തെ പേജിലെ

കുറെ വരികളും രണ്ടാമത്തെ പേജിന്റെ നടുക്കും മൂന്നാമത്തെ പേജിന്റെ അവസാനവും മാത്രമാണ് തനിക്കല്പമെങ്കിലും വായിക്കാനാവുന്നത്.

"അതിൽ നിന്നു താങ്കൾക്കെന്താണ് മനസ്സിലാക്കാൻ കഴിയുന്നത്?" ഹോംസ് ചോദിച്ചു.

"ആവോ. എന്താണ് അറിയാൻ കഴിയുക?"

ലെസ്ട്രേഡ് ചോദ്യം തിരിച്ചു ഹോംസിനോടുതന്നെ ചോദിച്ചു.

"തീവണ്ടിയിൽ വെച്ചാണ് അത് എഴുതപ്പെട്ടിരിക്കുന്നത്. നല്ല കൈയക്ഷരം കാണുന്നിടത്ത് വണ്ടി നിൽക്കുകയായിരുന്നുവെന്നും കൈയക്ഷരം മോശമായിടത്ത് വണ്ടി ഓട്ടത്തിലായിരുന്നുവെന്നും നമുക്ക് അനുമാനിക്കാം. ഈ ട്രെയിൻ ഒരു സബർബൻ ട്രെയിൻ ആവാനാണ് സാധ്യത. കാരണം നഗരത്തിലെ പ്രാന്തപ്രദേശങ്ങളെ കൂട്ടിയിണക്കുന്ന ട്രെയിനുകൾക്കേ ഇങ്ങനെ അടുത്തടുത്ത് സ്റ്റോപ്പുകൾ ഉണ്ടാവുകയുള്ളൂ. ഈ നോട്ട്സ് മുഴുവൻ തയ്യാറാക്കിയിരിക്കുന്നത് ഒരു എക്സ്പ്രസ് ട്രെയിനിൽ വെച്ചാണെന്നും അത് നോർവുഡിനും ലണ്ടൻ ബ്രിഡ്ജിനും ഇടയ്ക്ക് ഒരു സ്റ്റോപ്പ് മാത്രമുള്ള വണ്ടിയായിരിക്കും എന്നുമാണ് നിഗമനങ്ങൾ."

ഹോംസ് ഇത്രയും പറഞ്ഞുകഴിഞ്ഞപ്പോൾ ലെസ്ട്രേഡിന് ചിരി ഒതുക്കാനായില്ല.

"സിദ്ധാന്തങ്ങൾ ഉണ്ടാക്കുന്നതിൽ താങ്കൾ ഒരു മാസ്റ്റർ തന്നെ, മി. ഹോംസ്. പക്ഷേ, ഇതു കേസ്സിനെ എങ്ങനെ ബാധിക്കുന്നു?" ലെസ്ട്രേഡ് പറഞ്ഞു.

"ഇതിൽനിന്ന് അനുമാനിക്കേണ്ടത് വിൽപ്പത്രത്തിന്റെ നോട്സ് മുഴുവൻ തയ്യാറാക്കിയത് ഇന്നലത്തെ യാത്രാവേളയിൽതന്നെ ആണെന്നാണ്. മി. ഓൾഡേക്കർ തന്നെ ഇത്ര സുപ്രധാനമായ ഒരു രേഖ അലക്ഷ്യമായി ട്രെയിനിൽ ഇരുന്നുകൊണ്ട് തയ്യാറാക്കിയെന്നതും തികച്ചും വിചിത്രം തന്നെയല്ലേ! അതായത് അയാൾ തന്നെ ഈ രേഖയ്ക്കു പറയത്തക്ക പ്രാധാന്യമൊന്നും നല്കിയിട്ടില്ലെന്ന് ചുരുക്കം. ചിലപ്പോൾ ഒരിക്കലും നടക്കാത്ത ഒരു പദ്ധതിയെന്ന് ഇതിനെ കണ്ടിരിക്കാനും മതി."

"അതായത് ഒരേസമയത്തുതന്നെ അയാൾ തന്റെ വിൽപ്പത്രവും മരണവാറണ്ടും തയ്യാറാക്കുകയായിരുന്നുവെന്നു പറയാം എന്ന്?" ലെസ്ട്രേഡ് ചോദിച്ചു.

"എന്ന് താങ്കൾ വിശ്വസിക്കുന്നുവോ?"

"എന്തുകൊണ്ട് വിശ്വസിച്ചുകൂടാ?"

"സാധ്യതകൾ ഇല്ലാതെയില്ല; പക്ഷേ, കുറെ കാര്യങ്ങൾ ഇപ്പോഴും അവ്യക്തങ്ങളാണ്."

"ഇതിൽ അവ്യക്തത ഒന്നുംതന്നെയില്ല. ഒരു കിഴവൻ മരിക്കാൻ പോകുന്നുവെന്നും അയാളുടെ സകല സമ്പാദ്യങ്ങളും തന്റേതായി

ത്തീരാൻ പോകുന്നുവെന്നും അറിയുന്നു. അയാൾ ആരേയും അറിയിക്കേണ്ട ആവശ്യമില്ലല്ലൊ. എന്തെങ്കിലും കാരണമുണ്ടാക്കി രാത്രി അയാളെ കണ്ടുമുട്ടുന്നു. ഉറങ്ങാൻ പോകുന്ന സമയത്ത്, ആരും അറിയാത്ത സമയത്ത് അയാളെ വകവരുത്തുന്നു. തെളിവുകളൊന്നും അവശേഷിപ്പിക്കാതെ മൃതദേഹം തീയിൽ ചാരമാക്കുക, പിന്നെ അടുത്ത ഏതെങ്കിലും ഹോട്ടലിൽ അഭയം തേടുക. മുറിയിലേയും വാക്കിംഗ്സ്റ്റിക്കിലേയും ചോരപ്പാടുകൾ നിസ്സാരങ്ങളാണ്. അയാളുദ്ദേശിച്ചത് ഒരു രക്തരഹിതകൊലപാതകം ആണ്. അങ്ങനെ ചെയ്താൽ ശരീരം കത്തിക്കുന്നതോടുകൂടി എല്ലാ തെളിവുകളും നഷ്ടമാവുമല്ലൊ."

"മി. ലെസ്ട്രേഡ്, ഇതൊരു സാധാരണക്കാരന്റെ കണ്ടെത്തലുകളാണ്. എന്റെ അദ്ഭുതം താങ്കൾ കഴിവുകൾക്കൊപ്പം ഭാവനയെ ഉണർത്തുന്നില്ല എന്നതാണ്." ഹോംസ് പറഞ്ഞുതുടങ്ങി. "താങ്കൾ തന്നെ ഈ ചെറുപ്പക്കാരന്റെ സ്ഥാനത്തുനിന്ന് ചിന്തിച്ചുനോക്കണം. തനിക്കുവേണ്ടി സ്വമേധയാ വിൽപ്പത്രം തയ്യാറാക്കിയ മനുഷ്യനെ അതുണ്ടാക്കിയ ദിവസം തന്നെ വകവരുത്തുമോ? ഈ രണ്ടു സംഭവങ്ങളേയും അടുപ്പിക്കുന്നത് അപകടകരമാണെന്ന് ആരും ഓർക്കില്ലേ? വീണ്ടും, ഒരാൾ വീട്ടിനകത്ത്, വേലക്കാരി സ്വീകരിച്ച വീട്ടിനകത്ത് അപ്പോൾതന്നെ കൊലപാതകം നടത്താൻ തയ്യാറാവുമോ? അവസാനമായി വളരെ പാടുപെട്ട് കൊലചെയ്തശേഷം മൃതദേഹം കരിച്ചുകളഞ്ഞ്, അത് താൻതന്നെയാണെന്ന് തെളിവ് നിർത്താൻ പാകത്തിൽ വാക്കിംഗ്സ്റ്റിക്ക് അവിടെ ഉപേക്ഷിച്ചുപോരുമോ? മി. ലെസ്ട്രേഡ് ഇതെല്ലാം അസംഭവ്യമല്ലെ?"

"ഒരു കുറ്റകൃത്യം അതും കൊലപാതകം ചെയ്തുകഴിഞ്ഞാൽ കുറ്റവാളി വേഗം രക്ഷപ്പെടാനല്ലേ ശ്രമിക്കൂ. അതിനിടയിൽ വാക്കിംഗ്സ്റ്റിക്കും മറ്റും അപ്പോൾ നോക്കിയെന്നു വരില്ല. ഇതു വളരെ സാധാരണമല്ലെ, മി. ഹോംസ്. ഇതിനെ ന്യായീകരിക്കാൻ വേറെന്തെങ്കിലും തിയറി പറഞ്ഞാലും."

"എന്തിന് ഒരെണ്ണം? അരഡസൻ വേണമെങ്കിലും പറയാം." ഹോംസ് പറഞ്ഞു.

"വൃദ്ധൻ അലമാര തുറന്ന് രേഖകൾ പരിശോധിക്കുന്ന സമയത്ത് അതുവഴി പോകുന്ന ഒരു ക്രിമിനൽ പതുങ്ങിയിരിക്കുന്നു. പാതിതുറന്ന ജനലിലൂടെ മാക്ഫെർലേൻ പുറത്തുകടന്ന തക്കം നോക്കി അകത്ത് കടക്കുന്നു. ആദ്യംകിട്ടിയ തടിയെടുത്ത് വൃദ്ധനെ കൊല്ലുന്നു, ശരീരം ദഹിപ്പിച്ചശേഷം കടന്നുകളയുന്നു."

"അങ്ങനെയൊരാൾ എന്തിനു ശരീരം ദഹിപ്പിക്കണം?"

"അതേ ചോദ്യം തിരിച്ചും ഞാൻ ചോദിക്കട്ടെ. മാക്ഫെർലേൻ എന്തിന് അതു ചെയ്യണം?" ഹോംസ് വിട്ടുകൊടുത്തില്ല.

"തെളിവ് നശിപ്പിക്കുന്നതിന്."

"ആ ക്രിമിനലും ചെയ്തത് അതുതന്നെ. തെളിവ് നശിപ്പിക്കുന്നതിന്."

"എങ്കിൽ എന്തുകൊണ്ട് അയാൾ യാതൊന്നും കൈക്കലാക്കിയില്ല?"

"തനിക്ക് പ്രയോജനപ്പെടുത്താനാവാത്ത കടലാസുകൾ ആയതുകൊണ്ടുതന്നെ."

ലെസ്ട്രേഡ് തലകുലുക്കുകമാത്രം ചെയ്തു. മുഴുവൻ തൃപ്തിയില്ലാത്ത സമ്മതം.

"ശരി. മി. ഷെർലക്ഹോംസ്." ലെസ്ട്രേഡ് പറഞ്ഞു.

"താങ്കൾ ക്രിമിനലിനെ തേടുക. അതുവരെ ഞങ്ങൾക്കു കിട്ടിയ പുള്ളിയെ ഞങ്ങൾ സൂക്ഷിക്കും. എവിടെയാണ് സത്യം കിടക്കുന്നതെന്നറിയില്ലല്ലൊ. ഒരു കാര്യം മാത്രം ശ്രദ്ധിക്കുക. കിട്ടിയ വിവരംവെച്ച് സംഭവസ്ഥലത്തുനിന്ന് രേഖകളൊന്നും തന്നെ നഷ്ടമായിട്ടില്ല. നിയമപരമായി അവയുടെ അവകാശി താൻതന്നെയെന്ന് വ്യക്തമായി അറിയുന്ന ആളാണ് ഞങ്ങളുടെ കക്ഷി. എങ്ങനെയായാലും അത് അയാളിൽതന്നെ വന്നുചേരുമെന്ന് നല്ലവണ്ണം അറിയാവുന്ന ആളും."

ഹോംസ് തെല്ലൊന്നമ്പരന്നുകൊണ്ട് പറഞ്ഞു.

"കിട്ടിയ തെളിവുകൾവെച്ച് താങ്കളുടെ തിയറിതന്നെയാണ് ശക്തം എന്ന് ഞാനും സമ്മതിക്കുന്നു. മറ്റു തിയറികൾക്കും ഇവിടെ സാധ്യത കാണുന്നുണ്ട് എന്നേ ഞാൻ പറഞ്ഞതിനർത്ഥമുള്ളൂ. താങ്കൾ പറഞ്ഞതുപോലെ എല്ലാം കാലം നിശ്ചയിക്കും. ഇന്ന് എപ്പോഴെങ്കിലും നോർവുഡിൽ എത്തി കാര്യങ്ങൾ എങ്ങനെ പുരോഗമിക്കുന്നുവെന്ന് അറിയാമല്ലൊ."

ലെസ്ട്രേഡും ഫെർലേനും പോലീസുകാരും മുറിയിൽനിന്ന് പിരിഞ്ഞ ഉടൻ പുതിയ സാഹസത്തിനുള്ള ഒരു തയ്യാറെടുപ്പെന്നോണം, ഹോംസ് എഴുന്നേറ്റ് കോട്ട് ധരിച്ചു. "എന്റെ ആദ്യനീക്കം 'ബ്ലാക്ക് ഫീത്തി'ലേക്കു തന്നെയാവട്ടെ." ഹോംസ് പറഞ്ഞു.

"അപ്പോൾ നോർവുഡിലേക്കല്ലെ?" ഞാൻ ചോദിച്ചു.

"അല്ല. ഈ കേസ്സിൽ രണ്ട് ആകസ്മികസംഭവങ്ങൾ നടന്നിട്ടുണ്ട്. ഒന്നിനുപുറകെ മറ്റൊന്ന്. പോലീസാകട്ടെ, രണ്ടാമത് നടന്ന സംഭവത്തിന് പിറകെയാണ്. ആ സംഭവത്തിന് ക്രിമിനൽസ്വഭാവം കൂടുതൽ ഉള്ളതുകൊണ്ടാവാം. എന്റെ നിഗമനശാസ്ത്രം പറയുന്നത്, ആദ്യസംഭവത്തെ ആദ്യം സമീപിക്കണമെന്ന്. അതിലാണ് യുക്തിയും. ധൃതിയിൽ തയ്യാറാക്കി തീരെ പ്രതീക്ഷിക്കാത്ത ഒരു അവകാശിക്കുവേണ്ടിയുണ്ടാക്കിയ ആ വിൽപ്പത്രം രണ്ടാമത്തെ സംഭവത്തിലേക്കുള്ള ചൂണ്ടുപലകയാവാൻ വഴിയുണ്ട്. ഈ കാര്യത്തിൽ താങ്കൾക്ക് എന്നെ സഹായിക്കാനാവുമെന്ന് തോന്നുന്നില്ല. ഇതിൽ ആപത്ക്കരമായി ഒന്നുംതന്നെ കാണുന്നില്ല. വൈകുന്നേരം മടങ്ങിവരുമ്പോഴേക്കും നമ്മളിന്നു പരിചയപ്പെട്ട

ആ ഹതഭാഗ്യനായ ചെറുപ്പക്കാരനുവേണ്ടി എന്തെങ്കിലും നമുക്കു ചെയ്യാൻ കഴിഞ്ഞെന്ന് പറയാൻ കഴിയും എന്നാണെന്റെ പ്രതീക്ഷ."

വളരെ വൈകിയാണ് ഹോംസ് തിരിച്ചെത്തിയത്. വരുമ്പോൾതന്നെ മുഖം മ്ലാനമായിരുന്നു. പോയ കാര്യങ്ങൾ ഒന്നുംതന്നെ അയാളുടെ പ്രതീക്ഷകൾക്കൊത്ത് സഫലമായില്ല എന്ന് വ്യക്തമാക്കുന്ന മുഖഭാവം. മനോനില വീണ്ടെടുക്കുവാൻ സാധാരണപോലെ ഹോംസ് വയലിനിൽ അഭയംപ്രാപിച്ചു. കുറെനേരത്തെ വയലിൻ വായനയ്ക്കുശേഷം തന്റെ പാളിപ്പോയ അന്വേഷണങ്ങൾ അദ്ദേഹം വിശദീകരിക്കാൻ തുടങ്ങി.

"കാര്യങ്ങൾ അത്ര എളുപ്പമല്ല, മി. വാട്സൺ. നമ്മൾ കരുതിയിരുന്നതുപോലെയല്ല കാര്യങ്ങൾ പുരോഗമിക്കുന്നത്. ലെസ്ട്രേഡിന്റെ കണ്ടെത്തലുകൾ ന്യായീകരിക്കുന്ന വഴിക്കാണ് കാര്യങ്ങൾ നീങ്ങിക്കൊണ്ടിരിക്കുന്നത്. ചിലപ്പോൾ എനിക്ക് അയാളുടെ വഴിയല്ലേ കൂടുതൽ ശരിയെന്ന് തോന്നായ്കയും ഇല്ല. എന്റെ തോന്നലുകളും തെളിവുകളുമായി ബന്ധിപ്പിക്കാൻ കഴിയുന്നില്ല. ലെസ്ട്രേഡിന്റെ വളരെ ലളിതമായ തിയറിക്കു മുന്നിൽ എന്റെ തിയറി കൊണ്ടുവരാൻ മാത്രം ബുദ്ധിപരമായ വളർച്ച ബ്രിട്ടീഷ് ജൂറി കാണിക്കും എന്നു തോന്നുന്നില്ല."

"അങ്ങ് ബ്ലാക്ക് ഫീത്തിൽ പോയിരുന്നുവോ?"

"ഉവ്വ്. പോയിരുന്നു. ഓൾഡേക്കറിന്റെ പശ്ചാത്തലം വളരെ സമൃദ്ധമാണ്. മകനെ തിരക്കിയിറങ്ങിയിരിക്കുകയാണ് അയാളുടെ പിതാവ്, മാതാവാകട്ടെ ഭയവും രോഷവുംകൊണ്ട് തകർന്നിരിക്കുന്നു. തന്റെ മകൻ അങ്ങനെയൊരു കൃത്യം ചെയ്യുമെന്ന് അവർ കരുതുന്നില്ല. പക്ഷേ, അദ്ഭുതം തോന്നിയത് മറ്റൊരു കാര്യത്തിലാണ്. ഓൾഡേക്കറിന്റെ മരണത്തിൽ അവർ തീരെ ഖേദം പ്രകടിപ്പിക്കുകയുണ്ടായില്ല. അവരുടെ സംഭാഷണത്തിലെ വെറുപ്പും വിദ്വേഷവും അവർ അറിയാതെയാണെങ്കിലും പോലീസ് തിയറിയെ സഹായിക്കുകയില്ലേ എന്നും എനിക്ക് ആശങ്കയുണ്ട്. ഓൾഡേക്കർ ഒരു മനുഷ്യനായിരുന്നില്ല, ഒരു വൃത്തികെട്ട കൗശലക്കാരനായ കുരങ്ങനായിരുന്നുവെന്നാണ് അവർ പറഞ്ഞത്."

"വളരെ ചെറുപ്പംമുതലേ ആ സ്ത്രീക്ക് ഓൾഡേക്കറെ അറിയാമായിരുന്നു. ഒരിക്കൽ അയാൾ അവരോട് വിവാഹ അഭ്യർത്ഥന നടത്തിയിട്ടുണ്ടത്രെ. അതിൽനിന്നും രക്ഷപ്പെട്ട് അത്രയൊന്നും പണക്കാരനല്ലാത്ത സാധുവായ ഒരാളെ വിവാഹം ചെയ്തതിൽ അവർക്കിന്നും സന്തോഷമേയുള്ളൂവെന്നും അവർ വ്യക്തമാക്കി. ഓൾഡേക്കറുടെ ക്രൂരമായ സ്വഭാവവിശേഷങ്ങൾ പറയുന്നതിനൊപ്പം പണ്ടുനടന്ന ഒരു കാര്യവും അവർ വിവരിക്കുകയുണ്ടായി. അയാൾ ഒരിക്കൽ താൻതന്നെ വളർത്തിയിരുന്ന പക്ഷിക്കൂട്ടത്തിലേക്ക് ഒരു കരിമ്പൂച്ചയെ കടത്തിവിട്ടിരുന്നുവത്രെ. ഇത്രയും പറഞ്ഞ് ആ സ്ത്രീ അകത്തുപോയി കത്തികൊണ്ട് കീറിവരച്ച ഒരു സ്ത്രീയുടെ ഫോട്ടോ കാണിച്ചുകൊണ്ടു പറഞ്ഞു. 'ഇതെനിക്കയാൾ

വിവാഹദിവസം കൊടുത്തയച്ചതാണ്. അത് എന്റെതന്നെ ചിത്രമായിരുന്നു.' എന്നാൽ സകല സമ്പാദ്യങ്ങളുടെയും വിൽപ്പത്രം താങ്കളുടെ മകന്റെ പേരിൽ തയ്യാറാക്കി അയാൾ ചെയ്ത തെറ്റുകൾക്കെല്ലാം മാപ്പു പറഞ്ഞിരിക്കുകയാണല്ലോ.' ഹോംസ് പറഞ്ഞുനോക്കി.

"ജോനാസ് ഓൾഡേക്കറുടെ യാതൊന്നും ഞങ്ങൾക്കാവശ്യമില്ല. എന്റെ മകന് പ്രത്യേകിച്ച് അതൊന്നും വേണ്ട." ആവേശത്തോടെ ആ സ്ത്രീ പറഞ്ഞു. "ഇതെല്ലാം മുകളിലിരിക്കുന്ന ആ ദൈവം കാണുന്നുണ്ട്, മി. ഹോംസ്. അയാളെ ശിക്ഷിച്ച ആ ദൈവംതന്നെ എന്റെ മകൻ നിരപരാധിയാണെന്നും അവന് ആ രക്തത്തിൽ പങ്കില്ലെന്നും തെളിയിക്കും."

ഹോംസ് പറഞ്ഞു- "എന്നാലും കേൾക്കൂ, വാട്സൺ, അവരുടെ മൊഴികളിൽ എന്തെങ്കിലും നമുക്ക് അനുകൂലമായി തെളിവിനായി കിണഞ്ഞു നോക്കിയെങ്കിലും എനിക്ക് ഒന്നുംതന്നെ കണ്ടെത്താനായില്ല. അങ്ങനെ നിരാശനായി ഞാൻ നോർവുഡിലേക്ക് തിരിച്ചു."

ഓൾഡേക്കർ താമസിച്ചിരുന്ന 'ഡീപ്ഡെൻ' ഹൗസ് മനോഹരമായ ഒരു സൗധം തന്നെയായിരുന്നു. ചുവന്ന ഇഷ്ടികക്കല്ലുകൊണ്ട് നിർമ്മിച്ച ആ കെട്ടിടത്തിന് മുന്നിലായി മനോഹരമായ പൂന്തോട്ടവും ലാൻഡ്സ്കേപ്പിംഗും. രാജകീയം എന്നുതന്നെ വിശേഷിപ്പിക്കാവുന്ന തലയെടുപ്പുള്ള കെട്ടിടം. റോഡിന് തൊട്ട് വലത്തോട്ടുമാറി അയാളുടെ തീപ്പിടുത്തമുണ്ടായ തടി ഗോഡൗൺ. ഈ പ്ലാനിലെ (നോട്ട്ബുക്കിലെ രൂപരേഖ കാണിച്ചുകൊണ്ട്) ഈ കാണുന്ന ജനാല ഓൾഡേക്കറുടെ വീട്ടിലേക്ക് തുറക്കാവുന്ന ഫ്രഞ്ച് ജനാലയാണ്. റോഡിൽനിന്നുതന്നെ കാണാവുന്ന വിധത്തിലാണ് ഈ ജനാല വെച്ചിരിക്കുന്നത്. ഇന്നെനിക്ക് ആശ്വാസം തന്ന ആകെയൊരു സൂചന ഇത് മാത്രമാണ്. ലെസ്ട്രേഡ് സ്ഥലത്തില്ലായിരുന്നുവെങ്കിലും അയാളുടെ പോലീസുകാർ അവിടെയൊക്കെ അരിച്ചുപെറുക്കുന്നുണ്ടായിരുന്നു. കത്തിച്ചാമ്പലായ അവശിഷ്ടങ്ങൾ അവർ ശരിക്കും പരതുന്നുണ്ടായിരുന്നു. അതിനിടയിൽനിന്നും പിഞ്ഞിപ്പോയ ട്രൗസർഭാഗങ്ങളും ബട്ടണിന്റെ ലോഹക്ഷണങ്ങളും അവർ കണ്ടെടുത്തു. സൂക്ഷ്മമായി പരിശോധിച്ചതിൽ അതിലൊരെണ്ണത്തിൽ 'ഹാംസ്' എന്നെഴുതിയ ടെയ്‌ലർ ലേബൽ - ഓൾഡേക്കറുടെ ടെയ്‌ലറാണത്രെ - വരെ കിട്ടുകയുണ്ടായി. പുറത്തും പരിസരങ്ങളിലും ഞാൻ കുറേനേരം പരതിനടന്നു, എന്തെങ്കിലും തെളിവുകൾ കിട്ടുമോ എന്നറിയാനായി. തടികൾക്കിടയിലൂടെ എന്തോ വലിച്ചുകൊണ്ടുപോയതിന്റെ പാട് കണ്ടിരുന്നു. പക്ഷേ, അതിൽ പ്രത്യേകതയൊന്നുംതന്നെ തോന്നിയില്ല. പോലീസിന്റെ നിഗമനങ്ങൾ വേണമെങ്കിൽ ശരിവെക്കാവുന്ന കുറെ അടയാളങ്ങൾ. ആഗസ്റ്റിലെ ഉച്ചസൂര്യന്റെ ചൂടുകൊണ്ട് കുറെനേരം പരതിനടന്നു എന്നല്ലാതെ പ്രത്യേകിച്ച് ഗുണമൊന്നുമുണ്ടായില്ല.

“അതുകഴിഞ്ഞു ഞാൻ കിടപ്പുമുറിയിലേക്ക് പോയി. രക്തക്കറകൾ വളരെ നേർത്തതും തീരെ വ്യക്തമല്ലാത്തതുമായിരുന്നു. വാക്കിംഗ്സ്റ്റിക്ക് അവിടെനിന്നു നീക്കംചെയ്തിരുന്നു. അതിലെ ചോരപ്പാടും തീരെ വ്യക്തമാവുന്നില്ല. അത് ഫെർലേനിന്റേതാണെന്ന് ഞാനും ഉറപ്പിച്ചു. കാർപ്പെറ്റിൽ കൃത്യം രണ്ടുപേരുടെ കാൽപ്പാടുകൾ മാത്രം. ഇതും പോലീസ് തിയറിയെ സഹായിക്കാൻ പോന്നവയാണ്. അവരുടെ തെളിവുകൾ വീണ്ടും വീണ്ടും തെളിഞ്ഞുവരുമ്പോൾ നമ്മുടെ സമയം വൃഥാവിലാകുകയായിരുന്നു എന്നതാണ് സത്യം. ആകെ ഒരു സംഗതി മാത്രമാണ് അല്പമെങ്കിലും ആശ തരുന്നതായി കണ്ടെത്തിയത്. പക്ഷേ, അവസാന വിശകലനത്തിൽ അതിനും അത്ര പ്രാധാന്യം തോന്നുന്നില്ല. അലമാരിയിലെ രേഖകളൊക്കെ ഞാനും പരിശോധിച്ചു. മുദ്രവെച്ചു ഭദ്രമാക്കിയിരുന്ന കവറുകൾ മേശപ്പുറത്തുതന്നെ ഉണ്ടായിരുന്നു. അവയിൽ ചിലതു മാത്രമേ പോലീസുകാർ പരിശോധിച്ചിരുന്നുള്ളൂ. അവയ്ക്കാകട്ടെ എന്റെ കാഴ്ചപ്പാടിൽ വലിയ പ്രാധാന്യവും തോന്നിയില്ല. ബാങ്ക് പാസ്സ്ബുക്കും ഞാൻ പരിശോധിക്കുകയുണ്ടായി. അതിലും അയാളുടെ സമ്പത്ത് തെളിയിക്കാൻ തക്കവണ്ണം ബാലൻസ് ഒന്നും കാണുകയുണ്ടായില്ല. എന്റെ സംശയം ഒന്നു മാത്രമായിരുന്നു, അവിടെനിന്നും വിലപ്പെട്ട ചില രേഖകൾ നഷ്ടപ്പെട്ടിട്ടില്ലേ എന്ന്. വിലപിടിപ്പുള്ള മുഴുവൻ രേഖകളും എനിക്കവിടെ കാണാൻ കഴിഞ്ഞില്ല. അതുകൊണ്ടുതന്നെ ഈ വഴിക്കുള്ള ഒരന്വേഷണം ചിലപ്പോൾ അത് ലെസ്ട്രേഡിന്റെ പ്രസ്താവനയ്ക്കെതിരാവാതിരിക്കില്ല. തനിക്ക് അവകാശപ്പെട്ട സ്വത്ത് താൻതന്നെ മോഷ്ടിക്കുമോ എന്നയാൾ ഒരിക്കൽ ചോദിക്കുകയുണ്ടായല്ലൊ. ഒടുവിൽ ഒന്നും കിട്ടാതായപ്പോൾ ഞാൻ എന്തെങ്കിലും സൂചന തേടി വേലക്കാരിയെ സമീപിച്ചു. സംശയം നിഴലിക്കുന്ന കണ്ണുകളും കറുത്തു കുറുകിയ ശരീരപ്രകൃതിയുമുള്ള മിസ്സിസ് ലെക്സിംഗ്ടൺ. ഒറ്റനോട്ടത്തിൽതന്നെ അവർക്കെന്തോ പറയാനുണ്ടെന്ന് എനിക്കു തോന്നി. എന്നാൽ എന്തെങ്കിലും പറഞ്ഞുകിട്ടാൻ ഞാൻ വളരെ വിഷമിച്ചു. മെഴുകുകൊണ്ട് അടച്ചതുപോലെയാണ് അവരുടെ ചുണ്ടുകൾ. ഒമ്പതരമണിയോടെ മാക്ഫെർലേനിനെ വാതിൽക്കൽ സ്വീകരിച്ച് അകത്തേക്ക് ആനയിച്ചത് താനാണെന്ന് അവർ പറഞ്ഞു. അയാളെ സ്വീകരിക്കുന്ന വേളയിൽ തന്റെ കൈ തളർന്നുപോയിരുന്നുവെങ്കിൽ എന്നൊരു പ്രസ്താവനയും അവരിൽനിന്നുണ്ടായി. പത്തരമണിക്ക് അവർ ഉറങ്ങാൻ കിടന്നുവെന്ന് പറഞ്ഞു. അവരുടെ കിടപ്പുമുറിയും ഓൾഡേക്കർ കിടക്കുന്ന മുറിയും രണ്ടറ്റങ്ങളിലാണ്. അതുകൊണ്ടുതന്നെ ഓൾഡേക്കറുടെ മുറിയിൽ നടക്കുന്നതൊന്നും അവിടെ കേൾക്കുകയില്ല. സ്വീകരണമുറിയിൽ മാക്ഫെർലേനിൻ അയാളുടെ തൊപ്പിയും വാക്കിംഗ് സ്റ്റിക്കും വെക്കുകയുണ്ടായി എന്നും അവൾ ഓർമ്മിച്ചു. തീപ്പിടുത്തത്തിന്റെ ശബ്ദവും ബഹളവും കേട്ടാണ് അവർ ഉണർന്നത്. തങ്ങളുടെ യജമാനൻ ദയനീയമായി

കൊല്ലപ്പെട്ടുവെന്ന് തന്നെയാണ് അവർ വിശ്വസിക്കുന്നത്. അദ്ദേഹത്തിന് ശത്രുക്കൾ ഉണ്ടായിരുന്നോ എന്ന ചോദ്യത്തിന് 'ആർക്കാണ് ശത്രുക്കൾ ഇല്ലാത്തത്' എന്നാണവർ പറഞ്ഞത്. ബിസിനസ് കാര്യങ്ങൾക്കല്ലാതെ ആരുമായും അടുപ്പം കാണിക്കുന്ന സ്വഭാവക്കാരനായിരുന്നില്ല ഓൾഡേക്കർ. തടികത്തിയമർന്ന ചാമ്പലുകൾക്കിടയിൽനിന്നും കിട്ടിയ ബട്ടൺ ലോഹക്കഷണങ്ങൾ അയാൾ രാത്രിയിൽ ധരിച്ചിരുന്ന വസ്ത്രത്തിലേതുതന്നെയാണെന്ന് അവർ തിരിച്ചറിഞ്ഞു. കടുത്ത വേനൽ ആയിരുന്നതുകൊണ്ട് തടിക്ക് തീപിടിച്ചപ്പോൾ തീജ്ജ്വാലകളല്ലാതെ മറ്റൊന്നും കാണാൻ കഴിഞ്ഞിരുന്നില്ലെന്ന് അവർ പറഞ്ഞു. കരിഞ്ഞ മാംസത്തിന്റെ ദുർഗന്ധം മറ്റുള്ളവർക്കെന്നപോലെ അവർക്കും അനുഭവപ്പെട്ടു. ഓൾഡേക്കറുടെ പ്രമാണങ്ങളെക്കുറിച്ചോ വ്യക്തിപരമായ മറ്റു കാര്യങ്ങളെക്കുറിച്ചോ അവർക്കൊന്നുമറിയില്ല. അപ്പോൾ, ഇതാണ് മി. വാട്സൺ എന്നെ നിരാശനാക്കിയ എന്റെ അന്വേഷണ റിപ്പോർട്ട്. എന്നാലും എനിക്ക് സമ്മതിച്ചുതരാൻ വയ്യ." ഹോംസ് രണ്ടു കൈയും കൂട്ടിത്തിരുമ്മി തന്റെ ധർമ്മസങ്കടം അറിയിക്കാനാവാതെ തുടർന്നു. "എനിക്ക് നല്ല ബോധ്യമുണ്ട്. നല്ല ഉറപ്പുണ്ട്. ഈ കേൾക്കുന്നത് മാത്രമല്ല മുഴുവൻ ശരിയെന്ന്. എന്തോ ഒന്ന് പുറത്തുവരാത്തതായി ഇപ്പോഴും ഉള്ളിലുണ്ട്. അത് ആ വീടു വേലക്കാരിക്കറിയാമെന്നും എനിക്കറിയാം. അവരുടെ ഒളിച്ചുകളി ആ കണ്ണുകൾതന്നെ വിളിച്ചുപറയുന്നുണ്ട്. അവരുടെ ഉള്ളിൽ കുറ്റബോധത്തിന്റെ തീപ്പൊരി എരിയുന്നുണ്ട്. എന്തായാലും അതിനെക്കുറിച്ച് ഇനി അധികം സംസാരിച്ചിട്ട് പ്രയോജനമില്ല. എന്റെ ഭയം മറ്റൊന്നാണ് മി. വാട്സൺ. നമ്മുടെ വഴിക്ക് തെളിവുകളൊന്നും വന്നില്ലെങ്കിൽ നോർവുഡ് കേസ് നമ്മുടെ പരാജയപ്പട്ടികയിലെ അധ്യായമായി മാറുമോ?"

"നമ്മുടെ കക്ഷിയുടെ പ്രകൃതം ഏതെങ്കിലും വിധത്തിൽ ജൂറിയെ സ്വാധീനിക്കാൻ സാധ്യതയുണ്ടോ?" ഞാൻ ചോദിച്ചു.

"അതും അപകടകരമായ സമീപനം തന്നെയാണ്, മി. വാട്സൺ. താങ്കൾക്ക് ഓർമ്മയില്ലേ? '87-ലെ കേസ് - ബർട്ട്സ്റ്റീവൻസിന്റെ കേസ് - കണ്ടാൽ എന്തൊരു ശാന്തപ്രകൃതിക്കാരൻ. ഒരു കൊലപാതകം അയാൾ നടത്തിയെന്നു പറഞ്ഞാൽ ആരെങ്കിലും വിശ്വസിക്കുമോ?"

"അതും ശരിതന്നെ." ഞാൻ പറഞ്ഞു.

"നമുക്ക് ഇതിന് വിപരീതമായി മറ്റൊരു തിയറി സ്ഥാപിച്ചെടുക്കുവാൻ കഴിയുന്നില്ലെങ്കിൽ നമ്മുടെ കക്ഷിയുടെ കാര്യം പരുങ്ങലിലാണ്. കേസ് തുടങ്ങിയ സമയംതൊട്ട് ഇയാൾക്കെതിരെയുള്ള തെളിവുകൾ വളരെ ശക്തമാണ്. അത് കൂടുതൽ ശക്തമാകുകയേയുള്ളൂ. ഇനി വേണമെങ്കിൽ നമ്മൾക്ക് ഇങ്ങനെ തുടങ്ങാം. അന്വേഷണത്തിന്റെ മറ്റൊരു തലക്കൽനിന്ന് നമുക്ക് അത് തുടങ്ങിയാലോ - അലമാരയിലെ രേഖകളും

ബാങ്ക് പാസ്ബുക്കും പരിശോധിച്ചപ്പോൾ കൗതുകകരമായ ഒരു കാര്യം എന്റെ ശ്രദ്ധയിൽപെട്ടു. ഓൾഡേക്കറുടെ ബാങ്കിടപാടുകൾ കൂടുതൽ ശ്രദ്ധയോടെ ഞാൻ നോക്കുകയായിരുന്നു. അതിൽ ഒരു കാലഘട്ടത്തിൽ വലിയ ബാങ്ക് ബാലൻസ് കുറഞ്ഞുകുറഞ്ഞുവന്നിരിക്കുന്നത്, കോർണേലിയസ് എന്നൊരാൾക്കു കൊടുത്ത ചെക്കുകൾ വരവുവെച്ചപ്പോഴാണ്. ബിസിനസ് നിർത്തി വിശ്രമജീവിതം നയിക്കുന്ന ഓൾഡേക്കറും കോർണേലിയസും തമ്മിലുള്ള ബന്ധം എന്താണെന്നറിയാൻ എനിക്ക് ആകാംക്ഷയുണ്ട്. അയാൾക്ക് ഈ സംഭവവുമായി വല്ല ബന്ധവും? ഇത്രയും വലിയ ഇടപാടുകൾക്ക് സമാനമായ ഒരു കത്തിടപാടും ഞാൻ അവിടെ കണ്ടില്ല. ഈ മാന്യനായ വ്യക്തിയെക്കുറിച്ച് ബാങ്കിൽ തിരക്കേണ്ടതുണ്ട്. പക്ഷേ, അതിനിടയിൽ ലെസ്ട്രേഡ് നമ്മുടെ കക്ഷിയെ തൂക്കിക്കൊല്ലുമോ എന്നാണ് എന്റെ ഭയം. അങ്ങനെ വന്നാൽ സ്കോട്ലാന്റ് യാർഡിന് അതൊരു വിജയക്കുറി ആവുകയും ചെയ്യും."

ചോദിക്കാതെതന്നെ എനിക്കു പറയാൻകഴിയും, ആ രാത്രി ഹോംസ് ഉറങ്ങുകയുണ്ടായിട്ടില്ല എന്ന്. പ്രാതലിനിരിക്കുമ്പോൾ വിളറിയ ഹോംസിന്റെ മുഖം അത് അടിവരയിട്ട് ഉറപ്പിക്കുന്നതായിരുന്നു. കൺതടങ്ങൾ വീർത്തിരുന്നു. കസേരയ്ക്കുചുറ്റും വലിച്ചുതള്ളിയ സിഗരറ്റ് കുറ്റികൾ കിടന്നു. ദിനപ്പത്രങ്ങൾ ചുറ്റും നിരന്നുകിടന്നു. അതിന്റെ കൂടെ പൊട്ടിച്ചുവായിച്ച ഒരു ടെലഗ്രാം സന്ദേശവും - അത് കാണിച്ച് ഹോംസ് ചോദിച്ചു.

"ഇതേക്കുറിച്ച് എന്തുപറയുന്നു?"

നോർവുഡിൽ നിന്നയച്ച കമ്പിസന്ദേശം വളരെ വ്യക്തമായിരുന്നു. "സുപ്രധാന വിവരങ്ങൾ ലഭിച്ചു. മാക്ഫെർലേൻ കുറ്റവാളിയെന്ന് തെളിഞ്ഞു. കേസ് ഉപേക്ഷിക്കാൻ താത്പര്യം." ലെസ്ട്രേഡ്.

"സംഗതി ഗൗരവമുള്ളതാണല്ലോ." ഞാൻ പറഞ്ഞു.

"അങ്ങനെ ലെസ്ട്രേഡ് തന്റെ വിജയം ഉറപ്പിച്ചുകഴിഞ്ഞു." വളരെ വിഷമത്തോടെ ഹോംസ് പറഞ്ഞു.

"എന്നാലും നമുക്ക് പെട്ടെന്ന് ഒരു തീരുമാനത്തിലെത്തേണ്ടെന്ന് തോന്നുന്നു. പുതിയ വിവരങ്ങൾ എന്ന് പറയുന്നതിനും രണ്ടുവശങ്ങളുണ്ടല്ലോ. ലെസ്ട്രേഡിന്റെ വഴിക്കുതന്നെ അവ തിങ്ങിക്കൊള്ളണമെന്നില്ലല്ലോ. ഭക്ഷണം കഴിക്കൂ, വാട്സൺ. നമുക്കൊന്നു പുറത്തിറങ്ങിവരാം. താങ്കളുടെ സാമീപ്യവും ധാർമ്മികപിന്തുണയും എന്നെ കൂടുതൽ ശക്തനാക്കുമെന്നുറപ്പുണ്ട്."

ഹോംസ് ഭക്ഷണം കഴിച്ചില്ല. അതങ്ങനെയാണ്. എന്തെങ്കിലും സങ്കീർണമായ പ്രശ്നം മുന്നിലുള്ളപ്പോൾ ഹോംസ് ഒന്നുതന്നെ കഴിക്കാറില്ല. പട്ടിണി കിടന്നു തന്റെ ഉറങ്ങിക്കിടക്കുന്ന ശക്തി മുഴുവൻ

പുറത്തെടുക്കും. ആരോഗ്യശ്രദ്ധയെക്കുറിച്ച് ഞാൻ പറഞ്ഞാലോ, ഹോംസ് പറയും – "ഇപ്പോൾ എന്റെ ശക്തിയും നാഡീബലവും ഒന്നു തന്നെ വെറും ദഹനത്തിനായി മാത്രം കളയാനുള്ളതല്ല."

അതുകൊണ്ടുതന്നെ ഞങ്ങൾ നോർവുഡിലേക്ക് യാത്രയായപ്പോൾ അദ്ദേഹത്തിന്റെ പ്രഭാതഭക്ഷണം ആരും തൊടാതെ പ്രാതൽ മേശയ്ക്കു മുകളിൽ ഉണ്ടായിരുന്നു. ഞാൻ പ്രതീക്ഷിച്ചപോലെതന്നെ നഗരപ്രാന്തത്തിലെ വലിയൊരു ബംഗ്ലാവായിരുന്നു 'ഡീപ്ഡെൻ'. ആകാംക്ഷാഭരിതരായ ഒരു ജനക്കൂട്ടംതന്നെ ആ വീടിനു മുമ്പിലുണ്ടായിരുന്നു. വാതിൽക്കൽതന്നെ ലെസ്ട്രേഡും നിന്നിരുന്നു.

"കൊള്ളാം മി. ഹോംസ്. ഇനിയും ഞങ്ങൾക്ക് തെറ്റിയെന്ന് പറയാൻ വന്നതാണോ? എവിടെ താങ്കൾ പറഞ്ഞ വഴിപോക്കൻ?" ലെസ്ട്രേഡ് ചോദിച്ചു.

ഇൻസ്പെക്ടറുടെ ചോദ്യത്തിന്റെ പരിഹാസച്ചുവ തികച്ചും അവഗണിച്ച് ഹോംസ് പറഞ്ഞു– "ഞാൻ ഇനിയും ഒരു നിഗമനത്തിൽ എത്താൻ ഇരിക്കുന്നതേയുള്ളൂ."

"പക്ഷേ, ഞങ്ങൾ ഇന്നലെതന്നെ നിഗമനങ്ങളിലെത്തിയല്ലോ. അത് ശരിയാണെന്ന് തെളിയുകയും ചെയ്തിരിക്കുന്നു. ഇത്തവണ ഞങ്ങളെല്ലാം മുന്നിലാണ് മി. ഹോംസ്."

"എന്തോ പുതിയതായി സംഭവിച്ചതുപോലെയുണ്ടല്ലോ, താങ്കളുടെ സംസാരരീതി?"

ഉറക്കെ ചിരിച്ചുകൊണ്ട് ലെസ്ട്രേഡ് പറഞ്ഞു.

"തോറ്റുകൊടുക്കുക എന്നത് ഞങ്ങളെപ്പോലെതന്നെ താങ്കൾക്കും ഇഷ്ടമുള്ള കാര്യമല്ലല്ലോ – പക്ഷേ, എല്ലായ്പോഴും വിജയിക്കണമെന്ന് ഒരാൾക്ക് ശഠിക്കാമോ, അല്ലേ മി. വാട്സൺ? ഏതായാലും ഈ വഴിക്കു വരിക. മാക്ഫെർലേൻ തന്നെയാണ് ഈ പാതകം ചെയ്തിരിക്കുന്നതെന്ന് നിങ്ങളെ ബോധ്യപ്പെടുത്താൻ പറ്റുമോ എന്നു നോക്കട്ടെ."

ഇരുട്ടുനിറഞ്ഞ ഒരു ഹാളിലേക്ക് അയാളെ ഞങ്ങൾ അനുഗമിച്ചു.

"കൊല നടത്തിയശേഷം തന്റെ തൊപ്പിയെടുക്കാൻ മാക്ഫെർലേൻ ഇവിടെ വന്നുകാണണം. ഇനി, ഇവിടെ നോക്കൂ." ഇരുട്ടുമുറിയിൽ തീപ്പെട്ടിയുരച്ച് വെള്ളഭിത്തിയിലെ ചോരപ്പാട് ലെസ്ട്രേഡ് ചൂണ്ടിക്കാണിച്ചുകൊണ്ട് പറഞ്ഞു.

"ഇനി താങ്കൾ ഭൂതക്കണ്ണാടിയെടുത്ത് നോക്കണം!"

"അതുതന്നെയാണ് ഞാൻ ചെയ്യുന്നത്." "ഒരിക്കലും രണ്ട് വിരലടയാളങ്ങൾ ഒരുപോലെ ആവില്ലല്ലോ?"

"അങ്ങനെ മുമ്പൊരിക്കൽ ഞാനും കേട്ടിട്ടുണ്ട്."

“എങ്കിൽ ദയവുചെയ്ത് ഭിത്തിയിൽ കാണുന്ന പാടും മെഴുകിൽ ഉണ്ടാക്കിയ ഈ പാടും ഒത്തുനോക്കുക. മാക്ഫെർലേനിന്റെ വലതു കൈയിലെ പെരുവിരൽപ്പാട് മുകളിൽനിന്ന് കിട്ടിയ ഉത്തരവിൻപ്രകാരം ഇന്നു രാവിലെ എടുത്തതാണ്.”

രണ്ടു കൈവിരൽപ്പാടുകളും തമ്മിൽ ഒരു വ്യത്യാസവുമില്ലെന്ന് അറിയാൻ ഞങ്ങൾക്ക് ഭൂതക്കണ്ണാടിയുടെ ആവശ്യംതന്നെ വേണ്ടിവന്നില്ല. അത്രയ്ക്ക് സാമ്യമുണ്ടായിരുന്നു രണ്ടിനും. ഞങ്ങളുടെ നിർഭാഗ്യവാനായ കക്ഷിയുടെ കുറ്റം സ്ഥിരീകരിക്കപ്പെടുകയാണ് എന്ന് വ്യക്തമായി.

“അപ്പോൾ അത് പൂർണമായി.” ലെസ്ട്രേഡ് പറഞ്ഞു.

“അതെ, അത് പൂർണമായി.” ഞാനും അറിയാതെ പറഞ്ഞുപോയി.

“അതെ, പൂർണമായി” എന്ന് ഹോംസും പറഞ്ഞു.

പക്ഷേ, എനിക്കറിയാവുന്ന ഹോംസിന്റെ ഉള്ളിൽനിന്ന് വന്നതായിരുന്നില്ല ആ വാചകം. അദ്ദേഹത്തിൽ പ്രകടമായ വ്യത്യാസം ഞാൻ കണ്ടു. ആന്തരികമായ ആഹ്ലാദത്തിന്റെ ബാഹ്യപ്രകടനമായിരുന്നു അത്. മുമ്പും ഇതേ അനുഭവം എനിക്കുണ്ടായിട്ടുണ്ട്.

“അതെ, ഇങ്ങനെ വരുമെന്ന് ആരും കരുതിയതല്ലല്ലോ– ബാഹ്യമായി എത്ര നല്ല മനുഷ്യൻ! കാഴ്ചയിലും സുമുഖൻ!”

“പുറത്തു കാണുന്നതുവെച്ച് നമ്മൾതന്നെയുണ്ടാക്കുന്ന അഭിപ്രായം സ്ഥായിയല്ല എന്നതിന് ഇനി വേറെ ഉദാഹരണം വേണ്ടല്ലോ. നല്ലൊരു പാഠമാണ് ഇത്, ലെസ്ട്രേഡ്?”

“നമ്മളിലൊക്കെയുള്ള ഒരു ചെറിയ അബദ്ധമാണ് ഈ വിലയിരുത്തലുകൾ. അയാളുടെ നൈർമ്മല്യം നമ്മളൊക്കെ വിശ്വസിച്ചുപോയി. ലെസ്ട്രേഡ് പറഞ്ഞു.

“എന്നാലും ഞാൻ ആലോചിച്ചുപോവുകയാണ്. തൊപ്പിയെടുക്കാൻ വന്ന ചെറുപ്പക്കാരൻ തന്റെ കൈവിരൽ ചോരയിൽ മുക്കി ചുവരിൽ പതിച്ചുപോയതുകൊണ്ട് നമുക്കുണ്ടായ മഹാഭാഗ്യം. ആലോചിച്ചുനോക്കിയാൽ വളരെ സ്വാഭാവികമായി ആരും ചെയ്തുപോകുന്നത്.” പുറമെ ശാന്തനായ ഹോംസിന്റെ ഉള്ളിലിരുന്ന് ആ കുറ്റാന്വേഷകൻ ഉറക്കെച്ചിരിക്കുന്നത് എനിക്കു കേൾക്കാം. അദ്ദേഹത്തിന്റെ ശരീരം അതു ന്യായീകരിക്കുന്ന രീതിയിൽ ഉത്സാഹപ്പെടുന്നത് എനിക്കു കാണാമായിരുന്നു.

“അതിരിക്കട്ടെ. ആരാണ് ഈ വിദഗ്ധ കണ്ടുപിടുത്തം നടത്തിയത്, ലെഡ്ട്രേഡ്?” ഹോംസ് ചോദിച്ചു.

“രാത്രി ഡ്യൂട്ടിയിലുണ്ടായിരുന്ന പോലീസുകാർക്ക് ആ വീട്ടുവേലക്കാരിതന്നെയാണ് - മിസ്സിസ് ലെക്സിംഗ്ടൺ - ഇത് കാണിച്ചുകൊടുത്തത്.”

“ഡ്യൂട്ടി പോലീസുകാരൻ എവിടെയായിരുന്നു?”

“കിടപ്പുമുറിക്ക് കാവൽനില്ക്കുകയായിരുന്നു അയാൾ.”

“പക്ഷേ, എന്തുകൊണ്ട് പോലീസുകാർ ഈ അടയാളം തലേദിവസം കണ്ടില്ല?”

“ഞങ്ങൾക്ക് ഹാളിൽ വിശദമായി പരിശോധിക്കേണ്ട ആവശ്യം ഉണ്ടായില്ല. മാത്രമല്ല അത്ര പ്രധാന സ്ഥലമല്ലല്ലോ, ആ ഹാൾ നില്ക്കുന്ന ഇടം.”

“അതൊക്കെ സമ്മതിക്കുന്നു. ആ അടയാളം പക്ഷേ, ഇന്നലെ അവിടെയുണ്ടായിരുന്നു എന്ന് ഉറപ്പാണല്ലോ?”

ഇൻസ്പെക്ടർ ലെസ്ട്രേഡ് അദ്ഭുതത്തോടെ ഹോംസിനെ നോക്കി. ഇയാൾക്കെന്തുപറ്റിയെന്ന ഭാവത്തോടെ. അതിരുകവിഞ്ഞ നിരീക്ഷണവും അദ്ദേഹത്തിന്റെ നർമ്മരസം നിറഞ്ഞ പ്രസ്താവനയും എന്നെയും ഒരളവോളം അദ്ഭുതപ്പെടുത്തി.

“തനിക്കെതിരെയുള്ള തെളിവുകൾ പ്രബലമാക്കാൻ മാക്ഫെർലേൻ ജയിലിൽനിന്നുവന്ന് ഈ അടയാളം ഇവിടെ പതിച്ചുവെന്നാണോ താങ്കൾ സ്ഥാപിക്കാൻ ശ്രമിക്കുന്നത്. അതോ, ഇത് മാക്ഫെർലേനിന്റെയല്ല എന്നാണോ. എങ്കിൽ അതു തെളിയിക്കാൻ കഴിവുള്ളവർ വരട്ടെ.” ലെസ്ട്രേഡ് പറഞ്ഞു.

“അത് അയാളുടെ വിരലടയാളം തന്നെയാണ്.” ഹോംസ് പറഞ്ഞു.

“ഹാവൂ. അതെങ്കിലും സമ്മതിച്ചല്ലോ.” ലെസ്ട്രേഡ് പറഞ്ഞു. “മി. ഹോംസ്, ഞാൻ വളരെ പ്രാക്ടിക്കലായി ചിന്തിക്കുന്ന പോലീസ് ഓഫീസറാണ്. തെളിവുകളുടെ അടിസ്ഥാനത്തിൽ മാത്രം ഞാൻ നിഗമനങ്ങളിലെത്തുന്നു. ഞാൻ റിപ്പോർട്ട് തയ്യാറാക്കാൻ എന്റെ മുറിയിലേക്ക് പോകുന്നു. നിങ്ങൾക്കും സ്വാഗതം”

ഹോംസ് തന്റെ മനസ്സാന്നിധ്യം വീണ്ടെടുത്തുവെങ്കിലും അയാൾ ഇനിയും ഗൗരവക്കാരനാവുന്നില്ല എന്ന് എനിക്കു തോന്നി.

“ദയനീയമായ ഒരു വഴിത്തിരിവിലാണ് നമ്മൾ ഇപ്പോൾ അല്ലെ, വാട്സൺ! എന്നാലും പ്രതീക്ഷയില്ലാതെയില്ല!” ഹോംസ് പറഞ്ഞു.

“അങ്ങ് എന്തെങ്കിലും പറയുന്നതിൽ എനിക്ക് വലിയ സന്തോഷമുണ്ട്. താങ്കളും കൈവിട്ടുവോ എന്ന് ഞാൻ സംശയിക്കുകയായിരുന്നു” - ഞാൻ പറഞ്ഞു.

“അങ്ങനെ പറയാൻ വരട്ടെ. ലെസ്ട്രേഡ് വളരെയേറെ പ്രാധാന്യം കല്പിക്കുന്ന ഈ വിരലടയാളത്തെ സംബന്ധിച്ച് ഗുരുതരമായ ഒരു വീഴ്ചയുണ്ടെന്ന് എനിക്കു തോന്നുന്നു.”

“എങ്കിൽ എന്താണത്?”

"ഇത്രയേ ഉള്ളൂ. ഇന്നലെ ഞാൻ ആ ഹാൾ പരിശോധിച്ചപ്പോൾ ആ വിരലടയാളം അവിടെ ഇല്ലായിരുന്നു."

"വരൂ വാട്സൺ, നമുക്കല്പം നടക്കാം."

എനിക്ക് ഒന്നും തീരുമാനിക്കാനാവുന്നില്ല. എന്നാലും ഹോംസിന്റെ ഒപ്പം ഉദ്യാനത്തിൽ നടക്കുമ്പോൾ എവിടെയോ ഒരു പ്രതീക്ഷ എന്നിൽ ഉണരുന്നുണ്ടായിരുന്നു. വീടിന്റെ ഓരോ വശവും വളരെ കൃത്യതയോടെ ഹോംസ് നിരീക്ഷിക്കുന്നുണ്ടായിരുന്നു. പുറത്തളങ്ങളിലും പൂന്തോട്ടത്തിലുമെല്ലാം അയാളുടെ കണ്ണുകൾ ഉഴറിനടന്നു. കെട്ടിടത്തിന്റെ ഒരറ്റം മുതൽ മറ്റേയറ്റം വരെ നടന്നും മുറികൾ തുറന്നു നോക്കിയും, എല്ലാ വീട്ടുപകരണങ്ങളും വിശദമായി നോക്കി ഹോംസ് അവിടമെല്ലാം പരിശോധിച്ചു. മിക്ക മുറികളിലും ഗൃഹോപകരണങ്ങൾ ഉണ്ടായിരുന്നില്ല. ഏറ്റവും ഒടുവിൽ മുകളിലത്തെ നിലയിൽ പുറംവരാന്തയോടുചേർന്ന് മൂന്നു കിടപ്പുമുറികൾ ഹോംസ് പ്രത്യേകം ശ്രദ്ധിക്കുന്നുണ്ടായിരുന്നു.

"ഈ കേസ്സിനെ സംബന്ധിച്ചു രസകരമായ കുറെ വസ്തുതകൾ ഉണ്ട്. എനിക്കു തോന്നുന്നു നമുക്ക് ലെസ്ട്രേഡിനെ കൈയിലെടുക്കേണ്ടതുണ്ടെന്ന്." ഹോംസ് പറഞ്ഞു. "ഇപ്പോൾ അയാൾ നമുക്ക് മുന്നിൽ ചിരിക്കുകയാണ്. നാളെ അയാളുടെ മുന്നിൽ നമുക്ക് ചിരിക്കാനുള്ള അവസ്ഥയുണ്ടാവണം. അതെ, അതിനു കഴിയുമെന്ന് എനിക്കുറപ്പുണ്ട്. നമുക്കയാളെ കാണാം."

ഞങ്ങൾ ചെല്ലുമ്പോൾ സ്കോട്ട്ലാണ്ട്യാർഡ് ഇൻസ്പെക്ടർ പാർലറിൽ ഇരുന്ന് റിപ്പോർട്ട് തയ്യാറാക്കുകയാണ്.

"താങ്കൾ റിപ്പോർട്ട് മുഴുമിപ്പിക്കുകയാണെന്ന് കരുതുന്നു." ഹോംസ് ചോദിച്ചു.

"അതെ."

"അതല്പം തിടുക്കത്തിലായിപ്പോയില്ലെ? തെളിവുകൾ മുഴുവൻ കിട്ടിക്കഴിഞ്ഞിട്ടില്ല എന്ന് എനിക്കു തോന്നുന്നു."

ഹോംസിനെ നന്നായി അറിയുന്ന ലെസ്ട്രേഡിന് ആ വാക്കുകൾ അവഗണിക്കാനായില്ല. എഴുത്ത് നിർത്തി ഹോംസിന്റെ മുഖത്തേക്ക് ആകാംക്ഷയോടെ അയാൾ നോക്കി.

"താങ്കൾ എന്താണ് ഉദ്ദേശിക്കുന്നത് ഹോംസ്?"

"താങ്കൾ ഒരു സാക്ഷിയെക്കൂടി പരിചയപ്പെടാനുണ്ട്?"

"നിങ്ങൾക്കയാളെ ഹാജരാക്കാനാവുമോ?"

"കഴിയുമെന്ന് തോന്നുന്നു."

"എങ്കിൽ വേഗമാകട്ടെ."

"ഞാൻ കഴിവതും ശ്രമിക്കാം, താങ്കളുടെ കസ്റ്റഡിയിൽ എത്ര പോലീസുകാരുണ്ട്?"

"തല്ക്കാലം മൂന്നുപേരുണ്ട്."

"വളരെ നല്ലത്." ഹോംസ് പറഞ്ഞു. "അവരൊക്കെ തടിമിടുക്കും ശബ്ദശേഷിയുള്ളവരും ആണോ?"

"നല്ല തടിമിടുക്കുള്ളവർ തന്നെയാണ്, പക്ഷേ, 'ശബ്ദശേഷി'കൊണ്ടുദ്ദേശിച്ചത് എന്താണ്?"

"ശരി, അത് ഞാൻ വിവരിക്കാം. കൂടെ മറ്റു ചില കാര്യങ്ങളും. അവരെ വിളിക്കൂ." ഹോംസ് പറഞ്ഞു.

അഞ്ചുമിനിട്ട് കഴിഞ്ഞ് മൂന്നു പോലീസുകാരും മുറിയിലെത്തി.

"പുറത്ത് ഔട്ട്ഹൗസിൽ ധാരാളം വൈക്കോൽ കിടപ്പുണ്ട്. അതിൽ നിന്ന് രണ്ടുകെട്ട് എടുത്തുകൊണ്ടുവരണം." ഹോംസ് പറഞ്ഞു.

"ഞാൻ പറഞ്ഞ സാക്ഷിയെ ഹാജരാക്കുവാൻ അത് സഹായിക്കും. കൈയിൽ തീപ്പെട്ടിക്കൊള്ളിയുണ്ടല്ലോ, വാട്സൺ? ലെസ്ട്രേഡ്, ഇനി നമുക്ക് എല്ലാവർക്കും മുകളിലേക്കു പോകാം."

നേരത്തെ സൂചിപ്പിച്ചതുപോലെ നീണ്ട വരാന്തയോടു ചേർന്ന് മൂന്നു കിടപ്പറകൾ. ഹോംസിന്റെ നിർദ്ദേശമനുസരിച്ച് പിന്നിൽ നടന്ന പോലീസുകാരുടേയും ലെസ്ട്രേഡിന്റേയും മുഖത്ത് സമ്മിശ്രവികാരങ്ങൾ മിന്നിമറഞ്ഞു. അദ്ഭുതം, കോപം, ആകാംക്ഷ, ഭയം എന്നിവ ആ മുഖങ്ങളിൽ മാറി മാറി കണ്ടു. ഒരു വലിയ രഹസ്യം വെളിപ്പെടുത്താൻ പോകുന്ന രീതിയിൽ എല്ലാറ്റിനും മുമ്പിൽ ഹോംസ് നിന്നു. "ദയവുചെയ്ത് ഇനി രണ്ടുബക്കറ്റ് വെള്ളം കൊണ്ടുവരിക. ഭിത്തിയിലൊന്നും തൊടാതെ വൈക്കോൽ നിലത്ത് വിരിക്കുക. ഇപ്പോൾ നാം തയ്യാറായിക്കഴിഞ്ഞു." ഹോംസ് രണ്ടു കൈകളും ഉയർത്തി പറഞ്ഞു.

ലെസ്ട്രേഡിന്റെ ക്ഷമ തീരെ നശിക്കുന്നതും മുഖമാകെ ചുവക്കുന്നതും വ്യക്തമായി കണ്ടു.

"എന്ത് കളിതമാശയാണ് ഇതെല്ലാം മി. ഹോംസ്?" അയാൾ പറഞ്ഞു. "എന്തെങ്കിലും പറയാനുണ്ടെങ്കിൽ നേരിട്ടു പറയുന്നതല്ലേ ബുദ്ധി. ഇങ്ങനെ മനുഷ്യരെ മുഴുവൻ വിഡ്ഢികളാക്കേണ്ട ആവശ്യമുണ്ടോ?"

"കാരണമില്ലാതെ ഞാനൊന്നും ചെയ്യുകയില്ല മി. ലെഡ്ട്രേഡ്. നിമിഷങ്ങൾക്കുമുമ്പ് താങ്കൾ അനുകൂലമായ തെളിവുകൾ കിട്ടിയപ്പോൾ എന്നോട് വിഡ്ഢികളോടെന്നപോലെ സംസാരിച്ചു. ഇനി അല്പംകൂടി ക്ഷമിക്കൂ. ഈ നാടകത്തിന് അവസാനം വന്നുകഴിഞ്ഞു - വാട്സൺ, ദയവുചെയ്ത് ആ ജനാല തുറന്ന് ഇവിടെയിട്ട വൈക്കോലിന് തീകൊളുത്തുക."

അദ്ദേഹം പറഞ്ഞപോലെ ഞാൻ ചെയ്തു.

വൈക്കോലിന് തീപിടിച്ചു. അവിടെയെല്ലാം പുകകൊണ്ടു നിറഞ്ഞു.

"ഇനി ഞാൻ ഉദ്ദേശിച്ച കള്ളനെ കണ്ടെത്താൻ കഴിയുമോ എന്നു നോക്കാം. എല്ലാവരും ഉച്ചത്തിൽ ഉറക്കെ വിളിക്കണം."

"തീ.... തീ...."

ഉടനെ ഞങ്ങളൊക്കെ ആർത്തുകൂവി.

"തീ... തീ... ഓടിവരണേ."

"ദയവുചെയ്ത് ഒരിക്കൽകൂടി..." ആവേശത്തോടെ ഹോംസ് പറഞ്ഞു.

"തീ... തീ പിടിക്കുന്നേ..." ആ ശബ്ദത്തിൽ നോർവുഡ് മുഴുവൻ മുങ്ങിക്കാണും.

പെട്ടെന്ന് വരാന്തയുടെ അറ്റത്തുനിന്ന് ഭിത്തി പിളരുന്നതുപോലെ വാതിൽ ശബ്ദത്തോടെ തുറന്നു. മാളത്തിൽനിന്നും ഭയന്ന് ഓടിയ മുയ ലിനെപ്പോലെ ഒരാൾരൂപം പുറത്തേക്ക് വന്നു.

"ഗ്രേറ്റ്." ഹോംസ് തുള്ളിച്ചാടിക്കൊണ്ടു പറഞ്ഞു.

"വാട്സൺ, ഇനി ആ തീ അണച്ചേക്കുക. ഇനി, മി. ലെസ്ട്രേഡ് ഇതാ, താങ്കൾ കാണാൻ ആഗ്രഹിച്ച ആ സുപ്രധാന സാക്ഷി മി. ജോനാസ് ഓൾഡേക്കർ."

വിശ്വസിക്കാനാവാത്ത കണ്ണുകളോടെ ആ പോലീസ് ഉദ്യോഗസ്ഥൻ പുതിയ ആളെ തുറിച്ചുനോക്കി. അയാളാകട്ടെ, ഞങ്ങളെയും അണ യുന്ന തീനാളങ്ങളെയും കണ്ണുകൾ തിരുമ്മി മാറിമാറി നോക്കി. അയാളുടെ കണ്ണുകൾക്ക് മഞ്ഞനിറമായിരുന്നു. വിദ്വേഷം സ്ഫുരിക്കുന്ന മുഖം. ഭയവും വിഭ്രാന്തിയും ഒരുപോലെ ആ മുഖത്ത് കാണാനുണ്ടായി രുന്നു.

"എന്തൊക്കെയാണ് ഇവിടെ നടക്കുന്നത്?" ഒടുവിൽ ലെസ്ട്രേഡ് ചോദിച്ചു. "നിങ്ങൾ എന്ത് ചെയ്യുകയാണ് ഇവിടെ?"

തന്റെ കരിവാളിച്ച മുഖം പുറത്തുകാണിക്കാതെ ഓൾഡേക്കർ ലെസ് ട്രേഡിന്റെ ദേഷ്യംകൊണ്ട് ചുവന്ന മുഖത്ത് നോക്കാതെ പറഞ്ഞു.

"ഞാൻ ആരെയും ദ്രോഹിച്ചിട്ടില്ല."

"നിങ്ങൾ ആരെയും ദ്രോഹിച്ചിട്ടില്ലെന്നോ? ഒരു പാവം മനുഷ്യനെ തൂക്കുകയറിന്റെ വക്കത്തുവരെ നിങ്ങൾ കൊണ്ടെത്തിച്ചു. ഒരു മാന്യനായ ഡിറ്റക്ടീവ് ഇവിടെയില്ലായിരുന്നുവെങ്കിൽ ഒരുപക്ഷേ, തന്റെ ശ്രമം വിജ യിച്ച് പോയേനെ."

ഓൾഡേക്കർ വിങ്ങിക്കരയുന്നപോലെ പറഞ്ഞു-

"അത് എന്റെയൊരു തമാശ മാത്രമായിരുന്നു."

"തമാശയെന്നോ? എങ്കിൽ താനിനി ഇത്തരം തമാശകൾ ആവർത്തി ക്കരുത്."

അയാളെ താഴെ മുറിയിൽ കൊണ്ടുപോയി ഇരുത്താൻ പോലീസു കാരോട് പറഞ്ഞശേഷം - ലെസ്ട്രേഡ് ഹോംസിനെ നോക്കി പറഞ്ഞു, "ഇനി പോലീസുകാരുടെ സാന്നിധ്യത്തിൽ എനിക്ക് സംസാരിക്കാൻ കഴിയില്ല. ഡോ. വാട്സൺ, താങ്കൾകൂടി ഞാൻ പറയുന്നതു കേൾക്കണം. മി. ഹോംസ് താങ്കൾ ഈ ചെയ്തത് താങ്കളുടെ കുറ്റാന്വേഷണ ജീവിത ത്തിലെ ഏറ്റവും വലിയ നേട്ടമായി ഞാൻ കണക്കാക്കുന്നു. നിരപരാധി യായ ഒരു പാവത്തിനെ താങ്കൾ രക്ഷിച്ചുവെന്നു മാത്രമല്ല, താങ്കൾ വലിയ ഒരു അപവാദത്തിൽനിന്ന് എന്നേയും എന്റെ പോലീസ്സേനയേയും രക്ഷി ക്കുകയും ചെയ്തിരിക്കുന്നു."

ഹോംസ് ചിരിച്ചുകൊണ്ട് ലെഡ്ട്രേഡിന്റെ തോളിൽ തട്ടി, ഒരു സാന്ത്വനം പോലെ.

"താങ്കളുടെ പ്രശസ്തിക്ക് കോട്ടംതട്ടുകയല്ല അത് വീണ്ടും പ്രശസ്തി യിലേക്ക് ഉയരുകയാണ് ചെയ്തത്. താങ്കൾ തയ്യാറാക്കിക്കൊണ്ടിരിക്കുന്ന റിപ്പോർട്ടിൽ വേണ്ട ഭേദഗതികൾ വരുത്തുക. ഇൻസ്പെക്ടർ ലെസ്ട്രേ ഡിന്റെ കണ്ണിൽ പൊടിയിടാൻ ആർക്കും കഴിയില്ലെന്ന് ജനം മനസ്സിലാ ക്കിക്കൊള്ളും."

"അപ്പോൾ താങ്കൾക്ക് ഇതിന്റെ പ്രശസ്തിയൊന്നും വേണ്ടേ?"

"ഒരിക്കലും വേണ്ട. എന്റെ പ്രതിഫലം ഞാൻ ചെയ്തുതീർത്ത ജോലിതന്നെ. മാത്രമല്ല, എന്നെങ്കിലുമൊരിക്കൽ ഇതെഴുതിത്തീർക്കാൻ ഒരു മുഴുവൻ പേജുകൂടി ചരിത്രകാരന്മാർ ആവശ്യപ്പെടും. അന്ന് ഞാൻ തൃപ്തനാകും. നമുക്കിനി ആ നരാധമൻ ഒളിച്ചിരുന്ന സ്ഥലം നോക്കാം."

വരാന്തയിൽനിന്ന് ആറടി മാറി പ്രത്യേകം സജ്ജീകരിച്ച ആ മുറി യിൽ ആവശ്യത്തിന് മാത്രം ഗൃഹോപകരണങ്ങൾ മാത്രമാണ് ഉണ്ടായി രുന്നത്. പുറത്തുനിന്ന് നോക്കിയാൽ വാതിൽപോലും കാണാത്ത രീതി യിലാണ് ആ മുറി ക്രമീകരിച്ചിരിക്കുന്നത്.

"അതാണ് ഒരു കോൺട്രാക്ടർ ആയാലുള്ള മഹത്വം."

മുറിയിൽനിന്ന് പുറത്തിറങ്ങുമ്പോൾ ഹോംസ് പറഞ്ഞു, "ആരും സംശയിക്കുകപോലും ചെയ്യാത്ത ഒരു കിടപ്പുമുറി ഒരുക്കാൻ അയാൾക്കു കഴിഞ്ഞു. ഈ കാര്യത്തിൽ അയാളുടെ വലംകൈയായി പ്രവർത്തിച്ച ആ വേലക്കാരി, മിസ്സിസ് ലെക്സിംഗ്ടണെ താങ്കൾ ശരിക്ക് കൈകാര്യം ചെയ്യുമെന്ന് കരുതുന്നു."

"താങ്കളുടെ ഉപദേശം തീർച്ചയായും സ്വീകരിക്കുന്നു. പക്ഷേ, ഒരു സംശയം, താങ്കൾക്കെങ്ങനെ ഈ രഹസ്യം മനസ്സിലാക്കാൻ കഴിഞ്ഞു?" ലെസ്ട്രേഡ് ചോദിച്ചു.

"തുടക്കംമുതലേ എനിക്ക് സംശയമുണ്ടായിരുന്നു, അയാൾ കൊല്ലപ്പെട്ടതല്ലെന്നും, ഒരുപക്ഷേ, ഈ വീടിനകത്തെവിടെയോ ഉണ്ടെന്നും. വരാന്തയിലൂടെ നടന്നു കിടപ്പുമുറിയിലേക്ക് കടക്കുമ്പോൾ താഴത്തെ വരാന്തയും മുകളിലത്തേതും തമ്മിൽ ആറടിയോളം വീതിയിൽ വ്യത്യാസമുള്ളത് എന്റെ ശ്രദ്ധയിൽപെട്ടു. ഈ ആറടിക്കുള്ളിൽ ഒരു കിടപ്പുമുറി -അതിലെന്തോ അപാകതയില്ലേ? അകത്തേക്ക് കടന്ന് അയാളെ പിടികൂടാമായിരുന്നു. പക്ഷേ, അതിൽ ഒരു 'ത്രിൽ' ഇല്ല. തീ എന്നു പറഞ്ഞ് പേടിപ്പിച്ചാൽ പുറത്തുവരാതിരിക്കാൻ കഴിയില്ല, ശാന്തമായി മുറിയിലിരിക്കാൻ തന്റേടമില്ലാത്ത ആ മൃഗത്തെ പുറത്തുചാടിച്ച് പിടിക്കുന്നതിൽ ഒരു രസവും ഉണ്ടല്ലോ. എല്ലാറ്റിനും പുറമെ താങ്കൾ നടത്തിയ പരിഹാസച്ചുവയുള്ള പ്രസ്താവനയ്ക്ക് ഇതൊരു പറ്റിയ മറുപടിയുമാകും." ലെസ്ട്രേഡ് ചൂളുന്നപോലെ ചിരിച്ചുകൊണ്ട് സമ്മതിച്ചു.

"പക്ഷേ, ഇയാൾ വീടിനകത്ത് തന്നെ എന്നുറപ്പിക്കാൻതക്ക വല്ലതും?" ലെഡ്ട്രേഡ് ചോദിച്ചു.

"ആ വിരലടയാളം ചുവരിൽ കണ്ടതുതന്നെ. താങ്കൾ പറയുകയുണ്ടായല്ലോ അവസാനത്തെ തെളിവെന്ന്. അത് അക്ഷരാർത്ഥത്തിൽ ശരിയായിരുന്നു. അതുതന്നെയായിരുന്നു ഒടുക്കത്തെ തെളിവ്. തലേദിവസം ഈ ഹാളിൽ വളരെ വിശദമായിത്തന്നെ ഞാൻ പരിശോധന നടത്തിയതാണ്. ചുവരിൽ അങ്ങനെയൊരടയാളം ഉണ്ടായിരുന്നില്ല എന്ന് എനിക്കുറപ്പാണ്. അങ്ങനെയെങ്കിൽ രാത്രി ആരോ അവിടെ ആ ചോരപ്പാട് പതിപ്പിച്ചതായിരിക്കണം."

"എങ്ങനെ?" ലെഡ്ട്രേഡ് ചോദിച്ചു.

"അത് നിസ്സാരമാണ്. തലേന്ന് രേഖകൾ മുദ്രവെച്ച് അടുക്കുമ്പോൾ മാക്ഫെർലേന്റെ വിരലടയാളം മെഴുകിൽ പതിച്ചെടുത്തിരിക്കണം. അത് മാക്ഫെർലേൻപോലും ഓർത്തിട്ടുണ്ടാവില്ല. വിരലടയാളത്തിന്റെ ഈ ഉപയോഗം ഒരുപക്ഷേ, ഓൾഡേക്കർക്കുതന്നെ ആദ്യം മനസ്സിലായിട്ടുണ്ടാവില്ല. പിന്നീട് ആലോചിച്ചപ്പോൾ ഈ പ്രാകൃത ആശയം അയാളുടെ മനസ്സിൽ വന്നുകാണണം. പ്രമാണക്കടലാസിലെ മുദ്രയിൽനിന്ന് മെഴുകു പകർപ്പുണ്ടാക്കി ഒരു തുള്ളി ചോരയിറ്റിച്ച് അത് ചുവരിൽ പതിക്കുക. വേണമെങ്കിൽ വീട്ടുവേലക്കാരിയുടെ സഹായവും തേടിക്കാണണം. ആ രേഖകൾ പരിശോധിച്ചാൽ വിരലടയാളമുദ്ര കാണാൻ കഴിയുന്നതാണ്."

"അദ്ഭുതമായിരിക്കുന്നു, ഹോംസ് തികച്ചും അവിശ്വസനീയം. ഇനി എനിക്ക് ഒരു സംശയം മാത്രമേ ബാക്കിയുള്ളൂ."

"ഈ ചതി ഓൾഡേക്കർ ചെയ്യാൻ തക്ക കാരണം എന്ത്?"

ഇത്രനേരവും ധാർഷ്ട്യം നിറഞ്ഞ വാക്കുകൾകൊണ്ട് ഡിറ്റക്ടീവ് ജോലി ഭംഗിയായി നിർവഹിച്ച ലെസ്ട്രേഡ് പെട്ടെന്ന് അധ്യാപകന്റെ

മുന്നിൽ സംശയം ചോദിക്കുന്ന വിദ്യാർത്ഥിയായി മാറുന്നതും കൗതുകം തന്നെയായിരുന്നു.

“വിവരിക്കാൻ അത്ര പ്രയാസമുള്ള കാര്യമൊന്നുമല്ല അത്. ആദ്യ മായി പറയട്ടെ. നാം വിചാരിക്കുന്നതിനേക്കാൾ മോശമായ, തകർച്ച മാത്രം ഇഷ്ടപ്പെടുന്ന ഒരു പ്രത്യേകതരം മനസ്സിന്റെ ഉടമയാണ് ഓൾഡേക്കർ. വർഷങ്ങൾക്കുമുമ്പ് മാക്ഫെർലേനിന്റെ അമ്മ അയാൾ നടത്തിയ വിവാഹാഭ്യർത്ഥന നിരസിക്കുകയുണ്ടായി. ഈ സംഭവത്തിന്റെ പശ്ചാത്തലത്തിലാണ്, നിങ്ങൾ ഓർക്കുന്നുണ്ടാവും, അന്ന് ഞാൻ പറഞ്ഞത് - നോർവുഡിലേക്കല്ല ബ്ലാക്ക് ഫീത്തിലേക്കാണ് ഇതിന്റെ ഉത്ഭവമന്വേഷിച്ച് ആദ്യം പോകേണ്ടതെന്ന്. അന്ന് മുറിവേറ്റ മനസ്സ് പ്രതി കാരത്തിനായി ഇന്നും ഓൾഡേക്കറിനകത്തുണ്ട്. കഴിഞ്ഞ രണ്ടുമൂന്നു വർഷങ്ങളായി ഓൾഡേക്കർ ബിസിനസ്സിൽ നഷ്ടം നേരിടുകയായിരി ക്കണം. കടക്കെണിയിൽനിന്ന് കരകയറാൻ, കടക്കാരിൽനിന്ന് രക്ഷ പ്പെടാൻ അയാൾ ഒരുക്കിയ വലിയൊരു പദ്ധതിയുടെ ഭാഗമാണ് കോർണീ ലിയസ് എന്ന മനുഷ്യസൃഷ്ടി. ബാങ്ക് ബാലൻസ് മുഴുവൻ അയാൾ കോർണീലിയസ് എന്നയാളുടെ പേരിലേക്ക് മാറ്റുകയായിരുന്നു. കോർണീലിയസ് മറ്റാരുമല്ല, അത് ഓൾഡേക്കർ തന്നെയാവാനാണ് സാധ്യത. ഇവിടെനിന്നും മുങ്ങി ആ പേരിൽ നഗരത്തിന്റെ മറ്റേതോ സ്ഥലത്ത് പൊങ്ങാനുമാവണം ഓൾഡേക്കറുടെ പദ്ധതി. പിന്നെ പുതി യൊരു ജീവിതവും ആകാമല്ലൊ?”

“അത് ശരിയാവാൻ സാധ്യതയുണ്ട്.” ലെസ്ട്രേഡ് പറഞ്ഞു. “ബാധ്യത കളിൽനിന്ന് ഒളിച്ചോടുന്നതിൽ വലിയ വിജയം നേടാനും അതേസമയം തന്റെ പഴയ പ്രേമഭാജനത്തിനോട് പകതീർക്കാനും അയാൾ പദ്ധതി യിട്ടു. ഇതൊരു മാസ്റ്റർപീസ് ക്രൈം തന്നെ. അതിന്റെ നടപ്പാക്കൽ രീതിയോ അതിഗംഭീരം. ഇതിൽ ശ്രദ്ധിക്കപ്പെടേണ്ട ഭാവനയുടെ ചങ്ങല ക്കണ്ണികൾ വിൽപ്പത്രം എന്ന ആശയം, മാതാപിതാക്കളെ അറിയിക്കാതെ മാക്ഫെർലേനെ മാത്രം കൊളുത്തിട്ടുപിടിക്കുന്നത്, വാക്കിംഗ്സ്റ്റിക്ക് വീട്ടിൽതന്നെ സൂക്ഷിക്കുന്നത്, രക്തപ്പാടുകൾ, തീക്കൂനയിൽ വെന്തെ രിഞ്ഞ മൃഗത്തിന്റെ അവശിഷ്ടങ്ങൾ, ഷർട്ടിന്റെയും പാന്റിന്റെയും ബാക്കിപത്രങ്ങൾ, ബട്ടണുകൾ അടക്കം - എല്ലാം അയാളുടെ കൗശലം വിളിച്ചോതുന്ന കാര്യങ്ങളാണ്. എവിടെയാണ് നിർത്തേണ്ടത് എന്ന് മാത്രം അയാൾക്ക് പിടിയില്ലാതെ പോയി. ഒരു ഭാഗ്യഹീനനെ കുടുക്കിയതു പോരാതെ അയാളുടെ കഴുത്തിലെ കയർ ഒന്നുകൂടി മുറുക്കാൻ ശ്രമി ച്ചത് തനിക്കുതന്നെ വിനയായി. നമുക്കിനി താഴേക്കിറങ്ങാം. ആ മൃഗ ത്തിനോട് ഒന്നുരണ്ടു ചോദ്യങ്ങൾകൂടി ചോദിക്കാനുണ്ട്.”

അയാൾ ഇരുവശവും പോലീസ് പാറാവുമായി താഴത്തെ മുറിയിൽ ഇരിപ്പുണ്ടായിരുന്നു.

"ഇതൊരു തമാശ മാത്രമായിരുന്നു സർ, മറ്റൊന്നും ഞാൻ ഉദ്ദേശി ച്ചിട്ടില്ല." അയാൾ ഇടവിടാതെ പറഞ്ഞുകൊണ്ടിരുന്നു. "എന്റെ ഒളി വാസം, എന്തെല്ലാം പ്രത്യാഘാതങ്ങൾ ഉണ്ടാക്കുമെന്ന് അറിയാനുള്ള ജിജ്ഞാസ മാത്രമായിരുന്നു അത്. അല്ലാതെ മാക്ഫെർലേനിനെ ഞാൻ കഷ്ടത്തിലാക്കുമെന്ന് നിങ്ങൾ കരുതുന്നുണ്ടോ?"

"എന്തായാലും അതെല്ലാം കോടതി തീരുമാനിക്കട്ടെ. വധശ്രമം ഇല്ലെ ങ്കിൽ ഗൂഢാലോചനയ്ക്കെങ്കിലും നിങ്ങൾക്ക് മറുപടി പറയാതെ ഒഴിയാ നാവില്ല." ലെസ്ട്രേഡ് പറഞ്ഞു.

"അത് മാത്രമല്ല മി. കോർണീലിയാസിന്റെ എക്കൗണ്ടും ചിലപ്പോൾ കടക്കാർ കണ്ടുകെട്ടിയെന്നിരിക്കും." ഹോംസ് പറഞ്ഞു.

അയാളുടെ കുറുക്കൻ കണ്ണുകൾ ഹോംസിനുനേരെ തിരിഞ്ഞു-

"നിങ്ങൾ ചെയ്തതിനൊക്കെ നന്ദി. കൊടുക്കാനുള്ള കടം മുഴുവൻ ഞാൻ വീട്ടിയെന്നിരിക്കും."

ഹോംസ് മൃദുവായി ചിരിച്ചു. "എന്തായാലും കുറെ വർഷങ്ങൾ നിങ്ങൾ തിരക്കിലായിരിക്കുകതന്നെ ചെയ്യും." ഹോംസ് പറഞ്ഞു.

"അതിരിക്കട്ടെ. പഴയ ട്രൗസറുകൾക്കൊപ്പം എത്ര പട്ടികളെ നിങ്ങൾ വെന്തുചാമ്പലാക്കി. അതോ മുയലുകളോ? എന്തായാലും മി. വാട്സൺ, താങ്കളുടെ കഥയിൽ അത് മുയലുകൾ എന്നുതന്നെ ആയിക്കൊള്ളട്ടെ." ∎

ഏകാകിനിയായ സൈക്കിൾ യാത്രക്കാരി

1894 മുതൽ 1901 വരെ എട്ടുവർഷക്കാലം ഷെർലക്ഹോംസിന്റെ ജീവിതത്തിലെ ഏറ്റവും തിരക്കുപിടിച്ച കാലമായിരുന്നു. ഈ കാലയളവിലെ ഒട്ടുമിക്ക കേസ്സന്വേഷണങ്ങളിലും ഹോംസ് ഒഴിച്ചുകൂടാനാവാത്ത അന്വേഷകനായിരുന്നു. ചില കേസ്സുകൾ വളരെ വിഷമംപിടിച്ചതും ദുരൂഹത നിറഞ്ഞതുമായിരുന്നു. എന്നിരുന്നാലും ഭൂരിഭാഗം കേസ്സുകളിലും അദ്ദേഹം വിജയം കൈവരിക്കുകതന്നെ ചെയ്തു. അപൂർവ്വം ചില പരാജയങ്ങൾ ഉണ്ടായെങ്കിലും. ഇതിന്റെയൊക്കെ കേസ് ഡയറി എന്റെ കൈവശമുണ്ടെന്ന് മാത്രമല്ല, ഒട്ടുമിക്ക സംഭവങ്ങളിലും എന്റെ പങ്ക് വളരെ നിർണായകവുമായിരുന്നു. അപ്പോൾ മാന്യരായ വായനക്കാർക്ക് ഊഹിക്കാവുന്നതേയുള്ളൂ. ഇതിൽനിന്നും ഒരെണ്ണം തിരഞ്ഞെടുത്ത് നിങ്ങളുടെ മുമ്പിൽ സമർപ്പിക്കാനുള്ള എന്റെ വൈഷമ്യം - അതുകൊണ്ടുതന്നെ ഇതിനു മുമ്പെഴുതിയ ഹോംസ്കഥകളിലെ നിലപാടുതന്നെ ഇത്തവണയും ഞാൻ അവലംബിക്കുന്നു - കുറ്റാന്വേഷണങ്ങളുടെ ഭീകരപശ്ചാത്തലത്തേക്കാൾ, അവയിലെ രഹസ്യസ്വഭാവങ്ങളും അത് കണ്ടെത്താൻ ഹോംസ് നടത്തിയ നാടകീയത നിറഞ്ഞ സവിശേഷമാർഗ്ഗങ്ങളും, ഇവയ്ക്കാണ് ഞാൻ മുൻഗണന നല്കുന്നത്.

ഇതിലേക്കായി ചാർലിങ്ടണിലെ ഏകാകിനിയായ സൈക്കിൾ യാത്രക്കാരി, മിസ് വയലറ്റ് സ്മിത്തുമായി ബന്ധപ്പെട്ട കേസ്സും അതിനെ തുടർന്ന് അറിയാനിടവന്ന അപ്രതീക്ഷിത പരിണാമങ്ങളും അങ്ങനെ ഒരു ദുരന്തത്തിൽ ചെന്നുകലാശിക്കാനിടയായ സംഭവവും ഞാനിവിടെ വിവിരിക്കാം. പറയുകയാണെങ്കിൽ, മി. ഹോംസിന്റെ പ്രത്യേക സവിശേഷതയാർന്ന ഗവേഷണ പ്രാഗത്ഭ്യമൊന്നുംതന്നെ ഈ കേസ്സിൽ ഉൾപ്പെട്ടിരുന്നില്ല. എന്നിരിക്കലും ഈ കേസ് ഡയറിക്ക് അതിന്റേതായ സവിശേഷതകളുണ്ട്. അതെ, 1895 ഏപ്രിൽ 23നാണ് ഞങ്ങൾ മിസ് വയലറ്റ് സ്മിത്തിനെക്കുറിച്ച് ആദ്യം കേൾക്കാനിടയായത്. അവരുടെ ആദ്യസന്ദർശനംതന്നെ പോലീസിന് തീരെ രുചിക്കുന്നതായിരുന്നില്ല എന്നത് പ്രത്യേകം ഓർക്കുന്നു. ആ സമയത്താണ് അത്യന്തം സങ്കീർണ്ണമായ സുപ്രധാന

പുകയില കച്ചവടക്കാരൻ ജോൺ വിൻസന്റ് വാർഡന്റെ കേസ്സിന്റെ അന്വേഷണത്തിൽ അദ്ദേഹം മുഴുകിയിരുന്നത്.

ഏതൊരു കാര്യത്തിലും തികഞ്ഞ സമർപ്പണമനോഭാവവും ഏകാഗ്രതയും വേണമെന്ന് നിർബന്ധമുള്ള ആളാണ് ഹോംസ് എന്നതുകൊണ്ടുതന്നെ, രണ്ടു കേസ്സുകൾ ഒരേ സമയത്ത് അദ്ദേഹത്തിന്റെ മുമ്പിൽ വരുന്നതുതന്നെ അദ്ദേഹത്തിന് വെറുപ്പായിരുന്നു. എന്നിട്ടും ഒരു ഭാവമാറ്റവുംകൂടാതെ - കടുപ്പമാർന്ന പെരുമാറ്റം അദ്ദേഹത്തിന്റെ ഡിക്ഷ്ണറിയിലില്ലല്ലൊ- ആ ചെറുപ്പക്കാരി സുന്ദരിയുടെ കഥ മുഴുവനും അദ്ദേഹം ക്ഷമയോടെ കേൾക്കുകയുണ്ടായി. മാത്രമല്ല ബേക്കർ സ്ട്രീറ്റിലെ ഹോംസിന്റെ മുറിക്കുള്ളിൽ കടന്നുവന്ന ആ സ്ത്രീ പറയേണ്ടതെല്ലാം പറയാതെ സ്ഥലം വിടുകയില്ലെന്ന ഭാവത്തോടെയാണ് അവിടെ നിന്നിരുന്നത്. ഒരു ബലപ്രയോഗംകൊണ്ടല്ലാതെ അവരെ പറഞ്ഞയയ്ക്കാൻ സാധിക്കില്ലെന്ന് ഏതാണ്ട് ഹോംസിനുതന്നെ മനസ്സിലായിരുന്നു. അവരോട് ഇരിക്കാൻ പറയുകയും അവരെ അലട്ടുന്ന പ്രശ്നമെന്താണെന്ന് ചോദിക്കുകയും ചെയ്തു.

"എന്തായാലും താങ്കൾക്ക് ആരോഗ്യപ്രശ്നങ്ങളൊന്നുമാവില്ല പറയാനുള്ളത്. ഒരു സൈക്കിൾ യാത്രക്കാരിക്കുവേണ്ട ആരോഗ്യം എന്തായാലും ഉണ്ടല്ലൊ." ചെറുമന്ദഹാസത്തോടെ അവരെ അടിമുടി നോക്കിയ ശേഷം ഹോംസ് പറഞ്ഞു.

അവർ അദ്ഭുതത്തോടെ അവരുടെ കാലിലേക്ക് നോക്കി. അവരുടെ തന്നെ ഉപ്പൂറ്റിയിലെ ഒരു ഭാഗം തേഞ്ഞിരിക്കുന്നത് ഞാൻ ശ്രദ്ധിച്ചു. അവർ പറഞ്ഞുതുടങ്ങി.

"ശരിയാണ് മി. ഹോംസ്, ഞാൻ ഒരുപാട് സൈക്കിൾ ഓടിക്കാറുണ്ട്. ശരിക്കുപറഞ്ഞാൽ എന്റെ ഇന്നത്തെ സന്ദർശനവും എന്റെ സൈക്കിൾ സവാരിയുമായി ബന്ധപ്പെട്ടതാണ്."

ഹോംസ് യുവതിയുടെ കൈപിടിച്ചു. കൈപ്പത്തി മുഴുവൻ പരിശോധിക്കുന്നുണ്ടായിരുന്നു, ഒരു സൂക്ഷ്മനിരീക്ഷണംപോലെ.

"ക്ഷമിക്കണം മാഡം." കൈ പിടിവിടുവിച്ചുകൊണ്ട് ഹോംസ് പറഞ്ഞു. "എനിക്കാദ്യം തോന്നിയത് താങ്കളൊരു ടൈപ്പിസ്റ്റാണെന്നാണ്. പക്ഷേ, പിന്നീട് മനസ്സിലായി താങ്കളൊരു സംഗീതജ്ഞയാണെന്ന്. ഈ അറ്റംകൂർത്ത വിരൽതുമ്പുകൾ ശ്രദ്ധിച്ചുവോ മി. വാട്സൺ. ഈ രണ്ടു തൊഴിലുകാർക്കും പൊതുവായി കാണാവുന്ന പ്രത്യേകതയാണ് ഇത്. പക്ഷേ, നിങ്ങളുടെ മുഖത്ത് വ്യക്തമായ സംഗീതാത്മകമായ ഒരു ആത്മീയഭാവമുണ്ട്." മേശപ്പുറത്തെ വിളക്കിന് അഭിമുഖമായി നിന്നുകൊണ്ട് ഹോംസ് പറഞ്ഞു.

"താങ്കൾ ഒരു ടൈപ്പിസ്റ്റാവാൻ സാധ്യതയില്ല. ഒരു സംഗീതജ്ഞയാവാനാണ് സാധ്യത."

“അതെ മി. ഹോംസ് ഞാനൊരു സംഗീത അധ്യാപികയാണ്.”

“ഇവിടെ, നാട്ടിൻപുറത്തുതന്നെ അല്ലെ? നിങ്ങളുടെ മങ്ങാത്ത നിറം അതാണ് സൂചിപ്പിക്കുന്നത്.”

“അതെ സർ, ‘ഫേൺഹാമി’നടുത്ത് ‘സർറേ’യുടെ അതിർത്തിപ്രദേശത്ത്.”

“അതൊരു രസകരമായ സ്ഥലമാണല്ലോ. വാട്സൺ, താങ്കൾക്ക് ഓർമ്മയില്ലേ, അവിടെവെച്ചല്ലേ കള്ളരേഖകൾ ഉണ്ടാക്കാൻ സമർത്ഥനായ ആർച്ചി സ്റ്റാം ഫോർഡിനെ നാം കുരുക്കിയത്? അതെല്ലാം ഇരിക്കട്ടെ മിസ് വയലറ്റ്, ഭവതിക്കു സംഭവിച്ചതെന്താണെന്ന് വിശദമായി പറയൂ?”

യുവതി പതുക്കെ തന്റെ കഥ വ്യക്തമായ ഭാഷയിൽ വിവരിക്കാൻ ആരംഭിച്ചു.

“എന്റെ പിതാവ് ജീവിച്ചിരിപ്പില്ല, മി. ഹോംസ്. ജെയിംസ് സ്മിത്ത് എന്നായിരുന്നു അദ്ദേഹത്തിന്റെ മുഴുവൻ പേര്. ഇംപീരിയൽ തിയേറ്ററിൽ ഓർക്കസ്ട്ര നടത്തിയിരുന്നത് അദ്ദേഹമായിരുന്നു. അച്ഛന്റെ മരണശേഷം ഞാനും അമ്മയും തനിച്ചായി. ആകെ ബന്ധുവെന്ന് പറയാനുണ്ടായിരുന്നത് അകന്ന ഒരു അമ്മാവൻ മാത്രമാണ് - മി. റാൽഫ് സ്മിത്ത്. അദ്ദേഹമാവട്ടെ ഇരുപത്തിയഞ്ചുവർഷം മുമ്പ് സൗത്ത് ആഫ്രിക്കയിലേക്ക് പോയതാണ്. പിന്നീട് വിവരമൊന്നുമില്ല. എന്റെ പിതാവ് മരിച്ചതോടെ ഞങ്ങൾ തീർത്തും ദരിദ്രരായി. ആ സമയത്താണ് ‘ടൈംസ്’ പത്രത്തിൽ ഞങ്ങളുടെ ചുറ്റുപാടുകൾ അന്വേഷിച്ചുകൊണ്ടുള്ള പരസ്യം വന്നതായി ആരോ ശ്രദ്ധയിൽപെടുത്തിയത്. ഉടനെ ഞാനും അമ്മയും പരസ്യം കൊടുത്ത വക്കീലിനെ ചെന്നു കണ്ടു. ഞങ്ങളാകെ ആവേശഭരിതരായിരുന്നു, നിധിപോലെ എന്തോ ഞങ്ങൾക്കു ലഭിക്കാൻ പോകുന്നുവെന്ന തോന്നൽകൊണ്ട്. വക്കീൽ ഞങ്ങൾക്ക് രണ്ട് ആഫ്രിക്കക്കാരെ പരിചയപ്പെടുത്തി. മി. കറുത്തർ, പിന്നെ മി. വൂട്ലി. ആഫ്രിക്കയിൽനിന്ന് അവധിക്കുവന്നവരായിരുന്നു അവർ രണ്ടുപേരും. അമ്മാവന്റെ സുഹൃത്തുക്കളാണെന്നും അമ്മാവന്റെ അവസാന ആഗ്രഹപ്രകാരമാണ് ഞങ്ങളെ അന്വേഷിച്ചുവന്നതെന്നും പറഞ്ഞപ്പോൾ ഞങ്ങൾക്ക് അദ്ഭുതമാണ് തോന്നിയത്. ജീവിച്ചിരുന്നകാലത്ത് ഞങ്ങളെ ഒന്നന്വേഷിക്കാൻപോലും തോന്നാതിരുന്ന റാൽഫ് അമ്മാവൻ ഏതാനും മാസങ്ങൾക്കു മുമ്പ് ജോഹനാസ്ബർഗിൽവെച്ച് നിര്യാതനായെന്നും അപ്പോൾ ഞങ്ങളെക്കുറിച്ച് അന്വേഷിച്ചുവെന്നും പറയുന്നത് അദ്ഭുതമുണ്ടാക്കിയില്ലെങ്കിലേ അതിൽ അസ്വാഭാവികതയുള്ളൂ. തീരെ ദരിദ്രനായി മരിച്ച അദ്ദേഹം മരിക്കുന്നതിന് ഏതാനും ദിവസം മുമ്പ് മാത്രമാണത്രെ ഞങ്ങളുടെ അച്ഛന്റെ മരണത്തെക്കുറിച്ചും ഞങ്ങൾ ഇവിടെയാണെന്നും മറ്റും അറിയുന്നത്.

ഇടയ്ക്കു കയറി ഹോംസ് ചോദിച്ചു.

“എക്സ്ക്യൂസ്മി. ഈ സംഭാഷണം നടന്നത് എന്നാണ്?”

"കഴിഞ്ഞ ഡിസംബറിൽ, നാലുമാസം മുമ്പ്."

"എന്നിട്ട്?"

"കാണുമ്പോൾ വൂട്‌ലി ഒരു മുരടനാണെന്ന് ആർക്കും തോന്നും. തടിയൻ മുഖവും ചെമ്പിച്ച മീശയും - തലമുടി നെറ്റിയുടെ രണ്ടുവശവും ഒട്ടിച്ചുവെച്ചിരിക്കുന്നു. തുളച്ചുകയറുന്ന നോട്ടവും രീതികളും അയാളിൽ ഉറങ്ങിയിരുന്ന മൃഗീയത വെളിപ്പെടുത്തുന്നവ ആയിരുന്നു. എന്റെ സിറിൾ ഇത്തരമൊരുത്തനുമായി സംസാരിക്കുന്നതു കണ്ടാൽതന്നെ കുഴപ്പമാകും എന്ന് എനിക്കു തോന്നി."

"ഓ, സിറിൾ - അതാണയാളുടെ പേര്, അല്ലേ?"

ചിരിച്ചുകൊണ്ട് ഹോംസ് ചോദിച്ചു.

"അതെ ഹോംസ്, സിറിൾ മോർട്ടൻ. അദ്ദേഹം ഇലക്ട്രിക്കൽ എഞ്ചിനീയറാണ്. ഈ സീസൺ അവസാനത്തോടെ ഞങ്ങൾ വിവാഹിതരാകും. ഈശ്വരാ-ഞാനെന്തിനാണ് സിറിളിന്റെ കാര്യമൊക്കെ ഇവിടെ പറയുന്നത്? മി. ഹോംസ് ഞാൻ ഉദ്ദേശിച്ചത് ഇതുമാത്രം - മി. വൂട്‌ലി ആളൊരു മുരടനും മി. കറൂത്തർ ആവട്ടെ വളരെ മര്യാദക്കാരനും ആയിരുന്നു എന്നാണ്. നല്ലവണ്ണം കറുത്തു മെലിഞ്ഞ് വൃത്തിയായി ക്ഷൗരം ചെയ്ത ഒരു മധ്യവയസ്കൻ. പ്രായം വൂട്‌ലിയേക്കാൾ തോന്നിച്ചിരുന്നു. വളരെ സൗമ്യനായി ഹൃദ്യമായ പുഞ്ചിരിയോടെയാണ് അയാൾ സംസാരിച്ചത്. ഞങ്ങളുടെ സാമ്പത്തികനിലയെക്കുറിച്ച് അദ്ദേഹം പ്രത്യേകം ആരാഞ്ഞു - തന്റെ പത്തുവയസ്സുകാരി മകളെ പാട്ടു പഠിപ്പിക്കാമോ എന്ന് അന്വേഷിച്ചു. അമ്മയെ തനിച്ചാക്കി ദൂരയാത്ര ബുദ്ധിമുട്ടാണെന്ന് പറഞ്ഞപ്പോൾ എല്ലാ ആഴ്ചയിലും അവസാനദിവസം വീട്ടിൽ ചെല്ലാമെന്നും വർഷത്തിൽ നല്ലൊരു സംഖ്യ ശമ്പളം തരാമെന്നും അദ്ദേഹം പറഞ്ഞു. അങ്ങനെ ആ ജോലി ഞാനേറ്റെടുത്തു. ആഴ്ച തുടങ്ങുമ്പോൾ 'ഫേൺഹാമി'ൽ നിന്നും ആറുമൈൽ അകലെയുള്ള ചിൽടൻഗ്രാഞ്ചിൽ പോയി കുട്ടിയെ സംഗീതം പഠിപ്പിക്കാനാരംഭിച്ചു. മി. കറൂത്തരുടെ ഭാര്യ മരിച്ചിരുന്നു. വീട്ടുകാര്യങ്ങൾ നോക്കുന്നതിനായി പ്രായമായ ഒരു സ്ത്രീയെ - മിസ്സിസ് സിക്സൻ - നിർത്തിയിട്ടുണ്ടായിരുന്നു. അദ്ദേഹത്തിന്റെ മകളാവട്ടെ ഒരു കൊച്ചുമിടുക്കി ആയിരുന്നു. എല്ലാംകൊണ്ടും എനിക്കിഷ്ടമായി. മി. കറൂത്തർ വളരെ സൗമ്യമായിത്തന്നെ എന്നോട് പെരുമാറി. അദ്ദേഹത്തിനും സംഗീതം വളരെ ഇഷ്ടമായിരുന്നു. വൈകുന്നേരങ്ങളിൽ ഞങ്ങൾ ഒരുപാടുനേരം സംസാരിച്ച് സമയം ചെലവാക്കുന്നത് പതിവായി. വാരാന്ത്യങ്ങളിൽ ഞാൻ അമ്മയെ കാണാൻ ടൗണിലേക്ക് പോകുമായിരുന്നു. പിന്നെയാണ് മി. വൂട്‌ലിയുടെ വരവ്. ആ ചെമ്പൻമീശക്കാരന്റെ വരവോടെ എന്റെ സമാധാനവും പോയി. ഒരാഴ്ചക്കാലത്തെ താമസത്തിനാണ് അയാൾ വന്നതെങ്കിലും എത്രയോ കാലം അയാൾ അവിടെ കഴിഞ്ഞുവെന്ന തോന്നലാണ് ഇപ്പോഴും. അയാൾ ശരിക്കും ഒരു ഭീകരനും

സ്വഭാവത്തിൽ തനി ഗുണ്ടയും ആയിരുന്നു. അയാൾക്ക് എന്നെ പ്രേമിക്കണമായിരുന്നു. താൻ വലിയ സമ്പന്നനാണെന്നും വിവാഹം കഴിക്കുകയാണെങ്കിൽ ലോകത്തിലേക്ക് വെച്ചുതന്നെ ഏറ്റവും വിലകൂടിയ രത്നങ്ങൾ എനിക്കു സമ്മാനിക്കുമെന്നുമൊക്കെ വീമ്പിളക്കി. ഒന്നും ഫലിക്കാതെ വന്നപ്പോൾ ഒരു ദിവസം അയാളെന്നെ കടന്നുപിടിച്ചു. ഒന്നു ചുംബിക്കാൻ അനുവദിക്കുന്നതുവരെ എന്നെ പോകാൻ അനുവദിക്കില്ല എന്ന് അട്ടഹസിച്ചു. തക്കസമയത്തുതന്നെ മി. കറൂത്തർ വന്നതുകൊണ്ട് ഞാൻ രക്ഷപ്പെട്ടു. കറൂത്തറും വൂട്‌ലിയും തമ്മിൽ ഉന്തും തള്ളുമായി. കറൂത്തരുടെ മുഖത്ത് ആഞ്ഞടിച്ചശേഷം വൂട്‌ലി അവിടെനിന്നും ഇറങ്ങിപ്പോയി. പിന്നെ അവിടേക്കു വന്നിട്ടില്ല. മി. കറൂത്തർ എന്നോട് സംഭവിച്ചതിനെല്ലാം ക്ഷമായാചനം നടത്തി. ഇനിയൊരിക്കലും ഇങ്ങനെയൊന്നും സംഭവിക്കുകയില്ലെന്നും അയാൾ ഉറപ്പുനല്കി. അതിനുശേഷം വൂട്‌ലിയെ ഞാൻ കണ്ടിട്ടില്ല.

മി. ഹോംസ്, ഇനി ഞാൻ വിഷയത്തിലേക്ക് വരാം. ഈ സംഭവത്തെക്കുറിച്ച് താങ്കൾ എനിക്ക് ഉപദേശം തന്ന് സഹായിക്കണം. എല്ലാ ശനിയാഴ്ചകളിലും ഞാൻ വീട്ടിലേക്കു പോകാറുള്ള കാര്യം പറഞ്ഞിരുന്നുവല്ലോ. എന്റെ സൈക്കിളിൽ തന്നെയാണ് ഞാൻ ഫർനാം സ്റ്റേഷനിലേക്ക് പോയിരുന്നത്. അവിടെ നിന്നുള്ള 12.20നുള്ള ട്രെയിനിൽ ടൗണിലേക്ക് പുറപ്പെടും. ചിൽട്ടൺഗ്രാഞ്ചിൽനിന്നുള്ള സ്റ്റേഷനിലേക്കുള്ള റോഡ് വളരെ വിജനമാണ്. പ്രത്യേകിച്ച് ചാർലിങ്ങ്ടൺ ഹീത്തിനും ചാർലിങ്ങ്ടൺ ഹാളിനും ഇടയ്ക്കുള്ള സ്ഥലം. ആ റോഡിലൂടെ ഏതാണ്ട് ഒരു മൈൽ സഞ്ചരിച്ചുകഴിയുമ്പോൾ ക്രൂക്സ്ബറിക്കുന്നിനു സമീപമുള്ള മെയിൻറോഡിലെത്തും. അവിടെ മാത്രമാണ് അല്പമെങ്കിലും ആളനക്കമുള്ളത്. ഒരു കാളവണ്ടിയെയോ മനുഷ്യജീവിയെയോ അവിടെ കാണാറില്ല. രണ്ടാഴ്ചമുമ്പാണ്, ഞാൻ അതുവഴി സൈക്കിളിൽ പോവുകയായിരുന്നു. വെറുതെ ഒന്നു തിരിഞ്ഞുനോക്കിയപ്പോൾ ഏതാണ്ട് ഒരു നൂറുവാര പിറകിൽ ഒരാൾ സൈക്കിളിൽ വരുന്നു. കറുത്ത മീശയുള്ള ഒരു മധ്യവയസ്കനായിരുന്നു അയാൾ. ഫർനാമിനെത്തുന്നതിനുമുമ്പ് ഒരിക്കൽകൂടി തിരിഞ്ഞുനോക്കിയപ്പോൾ അയാളെ കണ്ടതുമില്ല. അത് അത്ര ഗൗരവമുള്ള സംഭവമായി ഞാൻ കരുതിയില്ല. പക്ഷേ, മി. ഹോംസ് ആശ്ചര്യമെന്നുപറയട്ടെ, ഞാൻ തിങ്കളാഴ്ച മടങ്ങുമ്പോഴും ഇതേ സംഭവം ആവർത്തിച്ചു. അതേ റോഡിൽവെച്ച് പിന്നീട് വീണ്ടും അടുത്ത ശനിയും തിങ്കളും ഇതേ സംഭവം ആവർത്തിച്ചു. എല്ലായ്പോഴും അയാൾ ഒരു നിശ്ചിത അകലം പുലർത്തിയിരുന്നു. മാത്രമല്ല എന്നെ തടസ്സപ്പെടുത്താനോ അപമാനിക്കാനോ അയാൾ ശ്രമിച്ചതുമില്ല. പക്ഷേ, ഈ സംഭവം എനിക്ക് വിചിത്രമായി തോന്നിയതിനാൽ ഞാൻ വിവരം മി. കറൂത്തറെ അറിയിച്ചു. അദ്ദേഹത്തിന് ഈ സംഭവത്തിൽ വളരെ താത്പര്യം തോന്നുകയും ഒരു കുതിരവണ്ടി വാങ്ങാനുള്ള ഏർപ്പാടുണ്ടാക്കുകയും ചെയ്തു.

എന്നെ തനിച്ച് യാത്രചെയ്യുന്നതിൽനിന്നും അദ്ദേഹം വിലക്കുകയും ചെയ്തു.

ഉടനെ തന്നെ കുതിരവണ്ടി എത്തുമെന്ന് കരുതിയെങ്കിലും അത് ഈ ആഴ്ച എത്തിയില്ല. അതുകൊണ്ട് സൈക്കിളിൽതന്നെ ഞാൻ യാത്ര തുടർന്നു. ഇന്നു രാവിലെ ഞാൻ പതിവുപോലെ ചാർലിങ്ടൺ റോഡിലെ വിജനമായ പാതയിലെത്തിയപ്പോൾ പെട്ടെന്നുള്ള തോന്നലിൽ ഞാൻ തിരിഞ്ഞുനോക്കിയപ്പോൾ അവിടെയതാ ആ മനുഷ്യൻതന്നെ, വീണ്ടും! കഴിഞ്ഞ രണ്ടു ആഴ്ചകളിലും കണ്ട അതേ സ്ഥലത്തുതന്നെ ആയി രുന്നു അയാൾ. എന്നെ കുറച്ച് ദൂരത്തായി പിന്തുടരുന്നതുകൊണ്ട് എനിക്കയാളുടെ മുഖം മുഴുവൻ കാണാൻ കഴിഞ്ഞില്ല. എങ്കിലും അയാളെ എനിക്കു പരിചയമുള്ളതായി തോന്നിയില്ല. അയാൾ ധരിച്ചിരു ന്നത് കറുത്ത വസ്ത്രങ്ങളായിരുന്നു. അയാളുടെ മുഖത്ത് ഞാൻ സ്പഷ്ട മായി കണ്ടത് അയാളുടെ കറുത്ത തടിച്ച മീശയാണ്. തലയിൽ കറുത്ത തൊപ്പിയുണ്ടായിരുന്നു. ഇന്ന് പതിവുപോലെ ഞാൻ പതറിയില്ല. നേരെ മറിച്ച് അയാളെ അടുത്തറിയണമെന്ന് തോന്നി. ഞാൻ സൈക്കിളിന്റെ വേഗം കുറച്ചു. അതു കണ്ടപ്പോൾ അയാളും വേഗം കുറച്ചു. പിന്നെ ഞാൻ ബ്രേക്കിട്ടു നിർത്തുകതന്നെ ചെയ്തു. അയാളും ബ്രേക്കിട്ട് സൈക്കിൾ നിർത്തി. അപ്പോൾ എനിക്ക് ഒരു ആശയം തോന്നി. റോഡിന്റെ മുന്നിൽ വളവാണ്. അതിവേഗത്തിൽ സൈക്കിൾ ചവിട്ടി വളവുതിരിഞ്ഞ് അയാൾ കാണാത്തവിധത്തിൽ ഞാൻ കാത്തുനിന്നു. അയാളും വേഗംകൂട്ടി വരു മെന്നും എന്റെ മുമ്പിലെത്തി ബ്രേക്ക് പിടിക്കുന്നതിനു മുമ്പായി എതി രിടും എന്നുമായിരുന്നു ഞാൻ പ്രതീക്ഷിച്ചത്. പക്ഷേ, അയാളെ കണ്ടതേ യില്ല. ഞാൻ പിന്നോക്കം പോയി അയാളെ തിരഞ്ഞെങ്കിലും അവിടെ യെങ്ങും അയാളെ കാണാനായില്ല. ഒരു മൈലോളം റോഡ് നീണ്ടു കിടന്നു. ഒരു തിരിവുപോലുമില്ല; പ്രധാന റോഡിൽനിന്നും എങ്ങനെ തിരിഞ്ഞുപോകും എന്നതും എന്നെ വീണ്ടും ആശ്ചര്യപ്പെടുത്തി."

ഹോംസ് മുഖം ചെരിച്ച് കൈകൾ കൂട്ടിത്തിരുമ്മിക്കൊണ്ട് പറഞ്ഞു,

"ഈ കേസ് തീർച്ചയായും വിചിത്രമായതുതന്നെ. നിങ്ങൾ വളവു തിരിഞ്ഞതും തിരിച്ച് റോഡ് ശൂന്യമായിക്കണ്ടതും തമ്മിൽ എത്ര സമ യത്തെ വ്യത്യാസമുണ്ടായിരുന്നു?"

"രണ്ടോ മൂന്നോ മിനിട്ടുകൾ മാത്രം."

"അപ്പോൾ അയാൾക്ക് അതേ റോഡിലൂടെ മടങ്ങാൻ കഴിയുകയില്ല എന്ന് ഉറപ്പാണ്. ഇടയ്ക്കുവെച്ച് പോകാനാണെങ്കിൽ സൈഡ് റോഡു കൾ ഉണ്ടായിരുന്നില്ലതാനും!"

"അതെ."

"അങ്ങനെയെങ്കിൽ അയാൾ ഏതെങ്കിലും നടപ്പാതയിലൂടെ അപ്ര ത്യക്ഷനായിക്കാണണം."

"ഹീത്തിന്റെ വശങ്ങളിൽ കൂടിയാവണം അയാൾ അപ്രത്യക്ഷനായത്. അല്ലെങ്കിൽ ഞാൻ അയാളെ കണ്ടുമുട്ടുമായിരുന്നു."

"ശരി. അങ്ങനെയെങ്കിൽ റോഡിന്റെ ഒരു വശത്തുള്ള ചാർലിംങ്ടൺ ഹാളിന് നേരെയാവണം അയാൾ പോയത്. വേറെ എന്തെങ്കിലും?"

"വേറെ ഒന്നുമില്ല, മി. ഹോംസ്. ഈ സംഭവം എന്തുകൊണ്ടോ എന്റെ മനസ്സിനെയാകെ ഉലച്ചിരിക്കുകയാണ്. അതുകൊണ്ടുതന്നെയാണ് താങ്കളുടെ ഉപദേശത്തിന് വേണ്ടി വേഗം വന്നത്."

കുറച്ചുനേരത്തെ നിശ്ശബ്ദതയ്ക്കുശേഷം ഹോംസ് ചോദിച്ചു.

"നിങ്ങളുമായി വിവാഹനിശ്ചയം നടത്തിയിരിക്കുന്ന ആ യുവാവ് എവിടെയാണ് ജോലിചെയ്യുന്നത്?"

"കോവെൻട്രിയിലെ 'മിഡ്‌ലാന്റ് ഇലക്ട്രിക് കമ്പനി'യിലാണ് അദ്ദേഹം."

"അദ്ദേഹം താങ്കളെയൊന്ന് അദ്ഭുതപ്പെടുത്താൻവേണ്ടി ചെയ്തതാവുമോ ഇത്?"

"ഹോംസ് താങ്കളെന്താണീ പറയുന്നത്? സിറിളിനെ എവിടെക്കണ്ടാലും എനിക്കറിയാൻ കഴിയില്ലേ?"

"താങ്കൾക്ക് മറ്റു ആരാധകർ ആരെങ്കിലും ഉണ്ടോ?"

"സിറിളിന് മുമ്പ് പലരുമുണ്ടായിരുന്നു."

"അതിനുശേഷം-"

"അതിനുശേഷം ഈ ഭീകരൻ വൂട്‌ലി മാത്രം - അയാളെ ആരാധകരുടെ കൂട്ടത്തിൽപെടുത്താമെങ്കിൽ."

"വേറെ ആരുമില്ല?"

ഈ ഘട്ടത്തിൽ നമ്മുടെ കക്ഷി അല്പം പരുങ്ങലിലായി.

"ആ പറയൂ, ആരാണത്?"

"ഓ, ഒരുപക്ഷേ, എന്റെ തോന്നൽ മാത്രമാവാം. മി. കറൂത്തർ ചിലപ്പോൾ വേണ്ടതിലുമധികം താല്പര്യം എന്നോട് കാണിക്കാറുണ്ട്. ചില വൈകുന്നേരങ്ങളിൽ ഞങ്ങൾ തനിച്ചിരുന്ന് സംസാരിക്കാറുണ്ട്. എന്നിട്ടും വെറുതെ ഒരു തോന്നൽ.."

"ആ." ഹോംസ് ക്ഷമയോടെ ചോദിച്ചു. "അയാൾ എങ്ങനെയാണ് സാമ്പത്തികമായി?"

"അയാൾ ഒരു ധനികനാണ്."

"അയാൾക്ക് കുതിരയും വണ്ടിയുമൊക്കെ ഉണ്ടോ?"

"അയാൾക്ക് സുഖമായി കഴിയാനുള്ള സ്വത്തുണ്ട്. മിക്ക ദിവസവും അയാൾ പട്ടണത്തിലേക്ക് പോകും. തെക്കെ ആഫ്രിക്കയിലെ സ്വർണക്കമ്പനി ഓഹരികളിൽ വലിയ താല്പര്യമാണെന്നു തോന്നുന്നു."

"ശരി. മിസ് സ്മിത്ത്." ഹോംസ് പറഞ്ഞു. "ഇനി എന്തെങ്കിലും പുതിയതായി സംഭവിച്ചാൽ എന്നെ അറിയിക്കണം. ഇപ്പോൾ ഞാൻ വളരെ തിരക്കിലാണെന്നു പറയാം. എങ്കിലും നിങ്ങളുടെ കേസ്സിൽ ഞാൻ ചില അന്വേഷണങ്ങൾ നടത്താതിരിക്കില്ല. അതിനിടയിൽ എന്നെ അറിയിക്കാതെ ഒന്നിനും മുതിരരുത്. എല്ലാം ശരിയാവും. ധൈര്യമായി പോയിക്കൊള്ളൂ."

"ഇതുപോലെയുള്ള പൂമ്പാറ്റകൾക്കുചുറ്റും വണ്ടുകൾ മൂളിപ്പറക്കു മെന്നത് പ്രകൃതിനിയമമാണ്." പൈപ്പ് കടിച്ചുപിടിച്ചുകൊണ്ട് ഹോംസ് പറഞ്ഞു.

"പക്ഷേ, ഒരു സൈക്കിൾ അഭ്യാസിയെതന്നെ വേണമോ? ഏതോ അജ്ഞാത കാമുകനാണെങ്കിൽ സംശയമില്ല. എന്നാലും ഈ കേസ്സിൽ വിചിത്രമായ കുറേ സൂചനകൾ അടങ്ങിയിട്ടുണ്ട്."

"അതായത് അയാൾ എല്ലായ്പോഴും ഒരു സ്ഥലത്തുതന്നെ പ്രത്യ ക്ഷപ്പെട്ടു. മറ്റൊരു സ്ഥലത്ത് അപ്രത്യക്ഷനാവുന്നു, എന്നത്, അല്ലേ?"

"അതുതന്നെ. നമ്മുടെ അടുത്ത ശ്രമം ചാർലിങ്ടൺ ഹാളിലെ താമസക്കാരെകുറിച്ച് അറിയാനായിരിക്കണം. അതിനുശേഷം ആ ദക്ഷി ണാഫ്രിക്കക്കാരെക്കുറിച്ചു നാമറിയേണ്ടിയിരിക്കുന്നു, അവർ തമ്മി ലുള്ള ബന്ധത്തെക്കുറിച്ച്. വൂട്ലിയും കറൂത്തറും രണ്ടുതരം ആൾക്കാ രായതുകൊണ്ട് ഇവർക്കു രണ്ടുപേർക്കും ഒരുപോലെ മിസ് സ്മിത്തിന്റെ കുടുംബത്തിന്റെ കാര്യത്തിൽ താല്പര്യമുണ്ടായത് എങ്ങനെയാണ്? അതുപോലെതന്നെ പരസ്പരവൈരുദ്ധ്യങ്ങളല്ലേ, ഇയാൾ അധ്യാപി കയ്ക്ക് ഇരട്ടി ശമ്പളം നല്കുന്നതും റെയിൽവേസ്റ്റേഷനിൽനിന്ന് അഞ്ചാറുമൈലുകൾ ദൂരെയാണെങ്കിലും ഒരു കുതിരവണ്ടിപോലും സ്വന്ത മായി ഇല്ലാത്തതും."

"താങ്കൾ നേരിട്ടുതന്നെ അന്വേഷിക്കുന്നതാവും നല്ലത്." "അല്ല മി. വാട്സൺ, താങ്കൾതന്നെ ഇതന്വേഷിക്കണം. ചിലപ്പോൾ ഇതൊരു കുഴഞ്ഞ പ്രശ്നമാകാനും മതി. ഞാൻ അവിടെ പോയി ഇതിലെങ്ങാനും കുടുങ്ങിയാൽ പിന്നെ ഞാനിപ്പോൾ അന്വേഷിക്കുന്ന മറ്റേ കേസ്സിന്റെ കാര്യം കുഴപ്പത്തിലാവും. താങ്കൾ അതുകൊണ്ട് തിങ്കളാഴ്ച രാവിലെ ചാർലിങ്ടൺ ഹാളിനടുത്തെത്തുക. കാര്യങ്ങളെല്ലാം മാറിനിന്ന് വീക്ഷി ക്കുക. യുക്തി പറയുന്നതുപോലെ കാര്യങ്ങൾ നേരിടുക. തിരിച്ചുവരു മ്പോൾ ചാർലിങ്ടൺ ഹാളിൽ കയറി അവിടെയുള്ള താമസക്കാരെ കുറിച്ചുകൂടി അറിയണം. പിന്നെ മി. വാട്സൺ, ഇതിനെക്കുറിച്ച് കുറെ ക്കൂടി കാര്യങ്ങൾ പുറത്തുവരുന്നതുവരെ ഇനി ചർച്ച വേണ്ട."

മിസ് സ്മിത്ത് യാത്രചെയ്യുന്ന ട്രെയിൻ ഏതാണെന്ന് ഞങ്ങൾ അന്വേഷിച്ചറിഞ്ഞു. വാട്ടർലൂവിൽനിന്ന് 9.50ന് പുറപ്പെടുന്ന ട്രെയിനിലാണ് അവരുടെ യാത്ര. അതുകൊണ്ട് 9.13നുള്ള ട്രെയിനിൽതന്നെ കയറി

ഫേൺഹോം സ്റ്റേഷനിലെത്തി. ചാർലിങ്ടൺ ഹീത്ത് എല്ലാവർക്കും അറിയാവുന്ന സ്ഥലമായതുകൊണ്ട് കണ്ടെത്താൻ ഒട്ടുംതന്നെ വിഷമിക്കേണ്ടി വന്നില്ല. യുവതി പറഞ്ഞ വിജനമായ സ്ഥലം കണ്ടെത്താനും ബുദ്ധിമുട്ടുണ്ടായില്ല. ഒഴിഞ്ഞുകിടക്കുന്ന റോഡിന്റെ ഒരു വശം 'ഹീത്തും' മറുവശം വൃക്ഷങ്ങൾ നിറഞ്ഞുനിൽക്കുന്ന പാർക്കിന്റെ മതിൽകെട്ടും ആയിരുന്നു. പാർക്കിന് ഒരു വലിയ കവാടമുണ്ട്. കവാടത്തിനിരുവശവും കൂറ്റൻ പ്രതിമകൾ നില്പുണ്ടായിരുന്നു. വാഹനങ്ങൾക്ക് കടന്നുപോകാൻ കഴിയുന്ന കവാടത്തിന്റെ ചുറ്റുമുള്ള ഈ മതിലിൽ ഇടയ്ക്കിടയ്ക്ക് ചെറിയ വിടവുകളും അവയിലൂടെ അടുത്തേക്കു നീളുന്ന കൊച്ചുകൊച്ചുവഴികളും എന്റെ ശ്രദ്ധയിൽപെട്ടു. മതിൽകെട്ടിനകത്തെ പഴയ വീട് റോഡിൽനിന്ന് കാണാൻ കഴിയില്ല. ആകെ ജീർണതയുടെ പര്യായങ്ങളായിരുന്നു ചുറ്റുപാടൊക്കെയും.

മറുവശത്ത് സ്വർണനിറത്തിലുള്ള ചെടികൾ പൂത്തുനില്ക്കുന്ന സ്ഥലമായിരുന്നു ചാർലിങ്ടൺ ഹീത്ത്. ചെടികൾ സൂര്യപ്രകാശത്തിൽ തിളങ്ങിനിന്നു. അതിനപ്പുറത്ത് ഒരു പൊന്തയ്ക്കു പിറകിൽ ഞാൻ സ്ഥലംപിടിച്ചു. അവിടെനിന്ന് ഹാളിന്റെ പ്രധാന കവാടവും റോഡും വ്യക്തമായി കാണാൻ കഴിയുമായിരുന്നു. റോഡിലൂടെ നടന്നുനീങ്ങുമ്പോൾ അവിടം മുഴുവൻ വിജനമായിരുന്നു. നടന്നുനടന്ന് പൊന്തയ്ക്കരികിലെത്തിയപ്പോൾ എതിർവശത്തുനിന്നായി ഒരാൾ സൈക്കിൾ ചവിട്ടി നീങ്ങിവരുന്നത് കാണാറായി. കറുത്ത സൂട്ടു ധരിച്ച കറുത്ത മീശയുള്ള ഒരാൾ, ചാർലിങ്ടൺ മൈതാനത്തിന് സമീപം എത്തിയപ്പോൾ സൈക്കിളിൽനിന്നും ഇറങ്ങി മതിൽകെട്ടിലെ വിടവുകളിലൊന്നിലൂടെ അപ്രത്യക്ഷനായി.

കാൽമണിക്കൂർ കഴിഞ്ഞപ്പോൾ മറ്റൊരു സൈക്കിൾ യാത്രക്കാരി മുന്നിൽ പ്രത്യക്ഷപ്പെട്ടു. മിസ് സ്മിത്തായിരുന്നു ആ യാത്രക്കാരി. അവർ സ്റ്റേഷനിൽനിന്ന് വരികയാണ്. ചാർലിങ്ടൺ മൈതാനത്തിന് സമീപമെത്തിയപ്പോൾ അവർ പുറകോട്ട് തിരിഞ്ഞുനോക്കുന്നതായി കണ്ടു. ഒരു നിമിഷം കഴിഞ്ഞില്ല, നേരത്തെ കണ്ടയാൾ സൈക്കിളിൽ ചാടിക്കയറി യുവതിയെ പിന്തുടരുന്നതു കാണാറായി. റോഡിൽ ഇവർ രണ്ടുപേരുമല്ലാതെ വേറെ ആരുമില്ല. യുവതി നിവർന്നിരുന്ന് മുന്നിലേക്ക് സശ്രദ്ധം സൈക്കിൾ ഓടിച്ചു. പിന്തുടരുന്ന ആ മനുഷ്യനാവട്ടെ കുനിഞ്ഞിരുന്ന്, ഹാൻഡിൽ ബാറിലേക്ക് നോക്കിയാണ് സൈക്കിൾ സവാരി നടത്തിയിരുന്നത്. അയാളുടെ ചലനങ്ങൾക്കു തന്നെ രഹസ്യസ്വഭാവം ഉള്ളതായി തോന്നി. യുവതി അയാളെ നോക്കിയശേഷം സൈക്കിളിന്റെ വേഗം കുറച്ചപ്പോൾ അയാളും വേഗം കുറച്ചു പതുക്കെയാക്കി. പെട്ടെന്ന് അവൾ ബ്രേക്കിട്ട് സൈക്കിൾ നിർത്തി. അയാളും ഉടനെ ബ്രേക്കിട്ട് സൈക്കിൾ നിർത്തി. ഏതാണ്ട് ഇരുനൂറുവാര മാത്രം അകലത്തിൽ അവർ നിന്നു. പെട്ടെന്ന് വളരെ അപ്രതീക്ഷിതമായി യുവതി സൈക്കിൾ തിരിച്ച് അയാൾക്കുനേരെ വിട്ടു. അയാൾ അപ്രതീക്ഷിതമാണെങ്കിലും,

പെട്ടെന്നുതന്നെ തിരിച്ച് വളരെ വേഗത്തിൽ സൈക്കിൾ പായിച്ചു. ഒരു പാടു ദൂരത്തിന്റെ വ്യത്യാസം കണ്ടതോടെ അവൾ തിരിച്ചുവന്നു. പിന്നീട് തിരിഞ്ഞുനോക്കില്ലെന്ന് ഉറച്ച തീരുമാനമെടുത്തപോലെ അവൾ തല യുയർത്തിപ്പിടിച്ച് സൈക്കിൾ ചവിട്ടി. അവൾക്കു പിന്നാലെ അയാളും. റോഡിന്റെ വളവുതിരിഞ്ഞ് അവർ അപ്രത്യക്ഷമായതോടെ ഞാൻ ദീർഘനിശ്വാസമെടുത്ത് ഇനിയെന്ത് ചെയ്യണമെന്ന് കുറച്ചുനേരം ആലോചിച്ചു.

ഞാൻ കുറെനേരംകൂടി ചെടികൾക്കിടയിൽ ഒളിഞ്ഞിരുന്നു. ആ മനുഷ്യൻ അല്പസമയത്തിനകം സൈക്കിളിൽ വീണ്ടും പ്രത്യക്ഷനായി. കാത്തിരിപ്പ് വ്യർത്ഥമായില്ലെന്ന് ഞാൻ മനസ്സിൽ കരുതി. മുഖ്യകവാടത്തിന് മുന്നിലെത്തിയപ്പോൾ അയാൾ സൈക്കിളിൽനിന്നും ഇറങ്ങി അവിടെതന്നെ ചുറ്റിപ്പറ്റിനിന്നു. കൈയുയർത്തിപ്പിടിച്ച് ടൈ ശരിയാക്കി സൈക്കിളിൽ കയറി ഹാളിന് നേരെ നീങ്ങിത്തുടങ്ങി. ഹീത്തിന് കുറുകെ കുറെദൂരം ഞാൻ ഓടിനോക്കി. ചാരനിറമാർന്ന കെട്ടിടവും പഴയ ചിമ്മിനികളും അതിനിടയിൽ വളർന്നുനിന്ന പൊന്തക്കാടുകളും – അതിനിടയിൽ അയാൾ എങ്ങോ മറഞ്ഞു.

നല്ലൊരു പ്രഭാതകൃത്യം കഴിഞ്ഞ സന്തോഷത്തോടെ ഞാൻ ഫോൺപാമിലേക്ക് നടന്നു. അവിടെ പരിചയപ്പെട്ട ഒരു ഹൗസ്ബ്രോക്കർ പക്ഷേ, ചാർലിങ്ടൺ ഹാളിനെക്കുറിച്ച് വലിയ പിടിപാടൊന്നുംതന്നെ ഇല്ലായിരുന്നു. അയാൾ പാൽമാളിലുള്ള ഒരു കമ്പനിക്കാരന്റെ മേൽ-വിലാസം തന്നു. അവിടെയെത്തിയപ്പോൾ അറിയാൻ കഴിഞ്ഞു, ഒരു വില്യംസൺ ചാർലിങ്ടൺ ഹാൾ വാടകയ്ക്ക് എടുത്തുവെന്നും ഇനി ഈ വേനലിന് അവിടെ കഴിയാൻ പറ്റില്ലെന്നും. വില്യംസനെകുറിച്ച് അന്വേഷിച്ചപ്പോൾ അയാൾ കൂടുതൽ കാര്യങ്ങൾ പറയാൻ വിമുഖത കാട്ടി.

അന്ന് വൈകുന്നേരം ഹോംസിന് ഒരു പ്രവർത്തനറിപ്പോർട്ട് സമർപ്പിച്ചപ്പോൾ ഞാൻ പ്രതീക്ഷിച്ചിരുന്നതുപോലുള്ള പ്രശംസാവചനങ്ങളൊന്നുംതന്നെ അദ്ദേഹത്തിൽനിന്നും ഉണ്ടായില്ല. മാത്രമല്ല, ഞാൻ ചെയ്യേണ്ടിയിരുന്നതും അല്ലാത്തതുമായ കാര്യങ്ങൾ എണ്ണിയെണ്ണി പറഞ്ഞു. അപ്പോൾ അദ്ദേഹത്തിന്റെ മുഖത്ത് ക്രമാതീതമായ ഗൗരവഭാവം കാണുകയും ചെയ്തു.

“ആദ്യമേ പറയട്ടെ, മി.വാട്സൺ, താങ്കൾ ഒളിക്കാൻ തിരഞ്ഞെടുത്ത സ്ഥലംതന്നെ ശരിയായില്ല. ആ മതിൽകെട്ടിനകത്ത് നിന്നിരുന്നെങ്കിൽ താങ്കൾക്കു കുറേകൂടി വ്യക്തമായി അയാളെ കാണാൻ കഴിയുമായിരുന്നു. അതിനുപകരം ഇത്രയും ദൂരെയിരുന്നു നോക്കിയതുകൊണ്ട് മിസ് സ്മിത്തിന് തരാൻ കഴിഞ്ഞതിൽ കൂടുതൽ വിവരമൊന്നും താങ്കൾക്കും തരാൻ കഴിഞ്ഞില്ല. അവൾ പറയുന്നത് ആ മനുഷ്യനെ പരിചയമില്ല

എന്നാണല്ലോ. എന്നാൽ എനിക്കുറപ്പുണ്ട് അവൾക്കയാളെ അറിയാമെന്ന്. അല്ലെങ്കിൽ പിന്നെ അയാൾ ഇത്ര കഷ്ടപ്പെട്ട് തന്റെ മുഖം മറച്ചുപിടിക്കാൻ ശ്രമിക്കില്ലല്ലോ. സൈക്കിളിൽ തലതാഴ്ത്തി ഹാൻഡിൽ ബാറിൽ മുഖം കുനിച്ചതും ഇതുതന്നെയാണ് സൂചിപ്പിക്കുന്നത്. എന്തായാലും ഇതിലും മോശമായി താങ്കൾക്ക് ഈ അന്വേഷണം മുഴുവനാക്കാൻ കഴിയില്ല! അയാൾ താങ്കളെ കബളിപ്പിച്ച് അയാളുടെ വീട്ടിലേക്ക് പോയി. താങ്കളാവട്ടെ അയാളെ അന്വേഷിച്ചുപോയത് ഒരു ഹൗസ്ബ്രോക്കറുടെ അടുത്തും!"

"മി. ഹോംസ്, ഞാൻ പിന്നെ എന്തുചെയ്യണമായിരുന്നു എന്നാണ് പറയുന്നത്?" അല്പം ദേഷ്യത്തോടെതന്നെ ഞാൻ ചോദിച്ചു.

"അത് ഞാൻ പറഞ്ഞുതരണമെന്നുണ്ടോ? അവിടെയുള്ള ഏറ്റവും പേരുകേട്ട 'പബ്ബി'ൽ പോയി അന്വേഷിക്കണമായിരുന്നു. അപ്പോൾ അറിയാമായിരുന്നു താങ്കൾക്ക് നാട്ടിൻപുറത്തെ വിശേഷങ്ങളുടെ ഒരു മുഴുവൻ കഥതന്നെ. പക്ഷേ, താങ്കൾക്കാകെ ഒരാളെ അറിയാൻ കഴിഞ്ഞത് മി. വില്യംസൺ എന്ന വൃദ്ധനെക്കുറിച്ചു മാത്രം. അയാൾ അവളുടെ പുറകെ സൈക്കിൾ ചവിട്ടി റൊമാൻസ് കാണിക്കുമെന്ന് കരുതുന്നതു തന്നെ മണ്ടത്തരമല്ലേ? ചുരുക്കത്തിൽ താങ്കളുടെ അന്വേഷണംകൊണ്ട് പുതിയതായി എന്തെങ്കിലും കണ്ടെത്താനായോ! ആ യുവതി പറഞ്ഞതു മുഴുവൻ സത്യമാണെന്ന് തെളിഞ്ഞതോ? അതെനിക്ക് നേരത്തെ അറിയാമായിരുന്ന കാര്യംതന്നെ. ഇനി സൈക്കിൾക്കാരനും ചാർലിങ്ടൺ ഹാളും തമ്മിലുള്ള ബന്ധമാണോ? അതിലും ഞാൻ സംശയിച്ചിരുന്നില്ല. പിന്നെ നേരത്തെ പറഞ്ഞതുപോലെ മി. വില്യംസനെ പരിചയപ്പെടാൻ ഇടയായതുമാത്രമാണ് ഇന്നലെയുണ്ടായ നേട്ടം എന്നു പറയുന്നത്. ആ നേട്ടംകൊണ്ട് എന്തു പ്രയോജനം? ഓ.കെ. മി. വാട്സൺ, അതൊന്നും സാരമില്ല. അടുത്ത ശനിയാഴ്ചയ്ക്കു മുമ്പ് നമുക്ക് ചിലതൊക്കെ ചെയ്യാനുണ്ട്. ഞാനും ചില അന്വേഷണങ്ങളൊക്കെ നടത്തട്ടെ!"

അടുത്ത ദിവസം മി. സ്മിത്തിന്റെ ഒരു കത്ത് ഞങ്ങൾക്ക് കിട്ടി. ഞാൻ കണ്ട കാര്യങ്ങൾ തന്നെയായിരുന്നു കത്തിൽ വിവരിച്ചിരുന്നത്. എന്നാൽ അവസാനം ഒരു കുറിപ്പ് കൊടുത്തിരുന്നു. "മി. ഹോംസ്, താങ്കൾ എന്റെ വിശ്വാസത്തെ മാനിക്കുമെന്ന് എനിക്കറിയാം. എന്റെ സ്ഥിതി ഇനിയും കഷ്ടമായിരിക്കുന്നു. മി.കറൂത്തർ എന്നോട് വിവാഹാഭ്യർത്ഥന നടത്തി. അദ്ദേഹത്തിന്റെ അപേക്ഷയിൽ ആത്മാർത്ഥതയുണ്ടെന്ന് എനിക്കറിയാം. പക്ഷേ, ഞാൻ മറ്റൊരാൾക്ക് വാക്കു നല്കിയെന്ന് പറഞ്ഞതാണല്ലോ. ഞാൻ വിവാഹാഭ്യർത്ഥന നിരസിച്ചത് അയാൾക്കും ഇഷ്ടമായിട്ടില്ലെന്ന് തോന്നുന്നു. പക്ഷേ, മാന്യനായിതന്നെ അയാൾ പെരുമാറി. ഇപ്പോൾ എന്റെ അവസ്ഥ പഴയതിലും ദയനീയമാണ്."

"നമ്മുടെ ഈ യുവസുഹൃത്ത് വീണ്ടും അപകടങ്ങളിൽ ചെന്നുചാടിയിരിക്കുന്നു!" ഹോംസ് കുറെ ചിന്താധീനനായി കാണപ്പെട്ടു. "ഈ

കേസ്സിൽ പ്രതീക്ഷിച്ചതിലുമധികം കാര്യങ്ങളുണ്ടെന്നു തോന്നുന്നു. കാര്യങ്ങൾ മുറുകുന്തോറും എന്റെ മനസ്സമാധാനവും കുറയുന്നുണ്ട്. ഏതെങ്കിലും നാട്ടിൻപുറത്തുപോയി കുറച്ചുദിവസമെങ്കിലും ശാന്തമായി ഇരുന്നില്ലെങ്കിൽ ചിലപ്പോൾ ഞാനും വീണുപോകും. ഇന്നു വൈകുന്നേരംതന്നെ യാത്രതിരിച്ചാലോ എന്ന് ആലോചിക്കുകയാണ്. എന്റെ കണക്കുകൂട്ടലുകളിൽ ചിലത് ശരിയാണോ എന്നും അറിയേണ്ടതുണ്ട്."

പക്ഷേ, ഹോംസിന്റെ ഒഴിവുദിനയാത്ര അന്നുരാത്രികൊണ്ടുതന്നെ അവസാനിച്ചു. അദ്ദേഹത്തിന്റെ വിചിത്രമായ രൂപം ആ കാര്യം എടുത്തു പറയുന്നുണ്ടായിരുന്നു. മുറിഞ്ഞ ചുണ്ടും നെറ്റിയിലൊരു മുഴയും മറ്റുമായി ഹോംസിനെ കണ്ടാൽ സ്കോട്ട്ലണ്ട്യാർഡ് പോലീസുകാർക്കുതന്നെ അതൊരു വലിയ തലവേദനയാകുമായിരുന്നു. അദ്ദേഹം പക്ഷേ, ചിരിച്ചുകൊണ്ട് തന്റെ സാഹസങ്ങളെ രസകരമായി വിവരിക്കാൻ തുടങ്ങി. "ഈയിടെ, വാട്സനറിയാമല്ലൊ, എനിക്ക് വ്യായാമം തീരെയില്ല. ഇന്ന് എനിക്ക് അല്പം വ്യായാമമൊക്കെ കിട്ടി. പഴയ 'ബോക്സിംഗ്' കല പഠിച്ചത് വെറുതെയായില്ല. ഗുസ്തി അറിയുന്നതുകൊണ്ടുമാത്രമാണ് ഇങ്ങനെയെങ്കിലും രക്ഷപ്പെടാൻ കഴിഞ്ഞത്."

എന്റെ ക്ഷമ നശിച്ചിരുന്നു. എന്താണുണ്ടായത് എന്ന് വിശദമായി പറയുവാൻ ഞാൻ അദ്ദേഹത്തോട് അഭ്യർത്ഥിച്ചു.

"അന്വേഷണത്തിന് പറ്റിയ സ്ഥലം അവിടുത്തെ പേരുകേട്ട 'പബ്ബാ'ണെന്ന് ഞാൻ ഇന്നലെ പറഞ്ഞിരുന്നുവല്ലൊ. അതുപോലെ രാവിലെത്തന്നെ സ്ഥലത്തെ 'പബ്ബി'ൽ എത്തി ഞാൻ അന്വേഷണം തുടങ്ങി. കടയുടമ എന്റെ ചോദ്യങ്ങൾക്കെല്ലാം അറിയാവുന്നവിധത്തിൽ മറുപടി തന്നു. വില്യംസൺ ഒരു നരച്ച താടിക്കാരനാണെന്നും അയാൾ ഒരു പാതിരിയാണോ എന്ന് സംശയമുള്ളതായും അയാൾ പറഞ്ഞു. അയാളും അയാളുടെ ചില വേലക്കാരുമാണ് ചാർലിങ്ടൺ ഹാളിൽ താമസിക്കുന്നതെന്നും അയാൾ പറഞ്ഞു. പക്ഷേ, അയാളുടെ ചെയ്തികൾ അയാളൊരു പാതിരി തന്നെയാണോ എന്ന് സംശയിക്കുന്നവ ആയിരുന്നു. പള്ളിയിൽ പോയി അന്വേഷിച്ചപ്പോൾ അയാൾ അവിടെ താമസിക്കുന്നുണ്ടെന്നും പക്ഷേ, അയാളെക്കുറിച്ചുള്ള റിപ്പോർട്ടുകൾ കൊള്ളാവുന്നതല്ലെന്നും മനസ്സിലായി. വാരാന്ത്യദിനങ്ങളിൽ ധാരാളംപേർ പുറമെനിന്നും ഹാളിൽ എത്താറുണ്ടെന്നും അവരിലൊരാൾ ചെമ്പൻമീശക്കാരനായ മി. വൂട്ലി എന്നു പേരുള്ള ആളാണെന്നും കടയുടമ പറഞ്ഞു. ഇത്രയുമായപ്പോൾ സാക്ഷാൽ വൂട്ലി രംഗത്തേക്ക് കയറിവന്നു. അയാൾ അടുത്ത മുറിയിലെവിടെയോ ഇരുന്ന് ബിയർ കഴിക്കുകയായിരുന്നു എന്നു തോന്നുന്നു. അടുത്തുവന്ന ഉടനെ അയാൾ ആക്രോശിച്ചു. 'ആരാണ് താൻ? തനിക്കെന്തുവേണം? ഇതൊക്കെയറിഞ്ഞിട്ട് തനിക്കെന്തുവേണം?' എന്നിങ്ങനെ ചോദ്യങ്ങൾ ഒന്നൊന്നായി ഒഴുകാൻ തുടങ്ങി. കുറെ അസഭ്യങ്ങളും എന്റെ നേരെ ചൊരിഞ്ഞു. ഞാൻ ഒട്ടും പ്രതീക്ഷിച്ചില്ല. അയാൾ

എന്റെ നേരെ മുഷ്ടി ചുരുട്ടി 'ഒന്ന്' തന്നു. പ്രതീക്ഷിക്കാത്തതുകൊണ്ട് ഒഴിവാക്കാൻ കഴിഞ്ഞില്ല. അതിനുശേഷം ഞങ്ങൾ രണ്ടുപേരുംകൂടി ഒരു നല്ല മല്പിടുത്തം തന്നെ നടന്നു. എന്നിട്ടുള്ള രൂപമാണ് ഇത്. വൂട്ലി ഒരു കുതിരവണ്ടിപിടിച്ച് സ്ഥലംവിട്ടു. അങ്ങനെ എന്റെ ഒഴിവുകാലദിന ങ്ങൾ പെട്ടെന്നുതന്നെ അവസാനിച്ചു. അതുകൊണ്ട് താങ്കളുടേതുപോലെ തന്നെ പ്രത്യേകിച്ച് പ്രയോജനമൊന്നും കിട്ടിയില്ലെന്നുമാത്രം."

അടുത്ത വ്യാഴാഴ്ച മിസ് സ്മിത്തിന്റെ മറ്റൊരു കത്ത് ഞങ്ങൾക്ക് ലഭിച്ചു.

"മി. ഹോംസ് താങ്കൾ അദ്ഭുതപ്പെടില്ലെന്ന് കരുതുന്നു. ഞാൻ മി. കറൂത്തറുടെ ജോലി വേണ്ടെന്ന് വെക്കാൻ തീരുമാനിച്ചു. അദ്ദേഹം ഉയർന്ന ശമ്പളം തന്നിരുന്നുവെങ്കിലും ഈ ചുറ്റുപാടിൽ കഴിയാൻ എനി ക്കാവുന്നില്ല. ഈ ശനിയാഴ്ച ഞാൻ ടൗണിലേക്ക് വന്നുകഴിഞ്ഞാൽ പിന്നെ തിരിച്ചുപോരാൻ ഉദ്ദേശിക്കുന്നില്ല. മി. കറൂത്തർ പറഞ്ഞിരുന്ന കുതിരവണ്ടി എത്തിയതുകൊണ്ട് അഥവാ വഴിയിൽ എന്തെങ്കിലും അപ കടം പതിയിരിപ്പുണ്ടെങ്കിൽ തന്നെ ഇനി അതിനെ ഭയക്കേണ്ടതില്ല."

"ഞാൻ ജോലി ഉപേക്ഷിച്ചതിന് കാരണം കറൂത്തറുടെ പെരുമാറ്റം മാത്രമല്ല. ആ വികൃതരൂപം, മി. വൂട്ലി വീണ്ടും അവതരിച്ചിരിക്കുന്നു. അയാൾ അല്ലെങ്കിൽതന്നെ എന്തൊക്കെയോ ഒളിച്ചുവെക്കുന്ന പ്രകൃത ക്കാരനാണ്. പക്ഷേ, ഇപ്പോൾ അയാളുടെ രൂപം പഴയതിലും ഭീകരമാ യിരിക്കുന്നു. എവിടെയോ പോയി അയാൾക്ക് എന്തോ കിട്ടിയതിന്റെ ലക്ഷണം അയാളിൽ കാണാനുണ്ട്. മുഖത്തെല്ലാം വലിയ മുറിവുകളുണ്ട്. ഞാൻ ജനാലയിലൂടെ കണ്ടതേയുള്ളൂ. അയാൾ കറൂത്തറുമായി കുറേ നേരം സംസാരിക്കുന്നതുകണ്ടു. കറൂത്തർ ആകെ വികാരഭരിതനായി രുന്നു. വൂട്ലി ഇവിടെ അടുത്തെവിടെയോ ആണ് താമസിക്കുന്നത്. അയാൾ ഉറങ്ങുന്നത് ഇവിടെയല്ല. ഇന്നു രാവിലെ വീണ്ടും ഞാനയാളെ കണ്ടു. ഇനി അയാൾ പഴയതുപോലെ ഇവിടെത്തന്നെയുണ്ടാകുമെന്ന് തോന്നുന്നു. അയാളെ എത്രമാത്രം ഞാൻ ഭയപ്പെടുന്നുണ്ടെന്ന് പറഞ്ഞ റിയിക്കാൻ പ്രയാസം. കറൂത്തർ എങ്ങനെ ഇയാളെ സഹിക്കുന്നുവെ ന്നത് ഒരു അദ്ഭുതംതന്നെ. എന്തായാലും ശനിയാഴ്ചയോടുകൂടി എന്റെ പ്രശ്നങ്ങൾ അവസാനിക്കും."

കത്ത് വായിച്ച് ഹോംസിന്റെ മുഖം വിവർണമായി. മി. വാട്സൺ, 'ആ സാധു യുവതിക്കു പിന്നിൽ ആരൊക്കെയോ കളിക്കുന്നുണ്ട്. ശനി യാഴ്ചത്തെ അവരുടെ അവസാനത്തെ യാത്രയിൽ അവർ അപമാനിക്ക പ്പെടുകയില്ലെന്ന് നമുക്ക് ഉറപ്പുവരുത്തണം. ശനിയാഴ്ച രാവിലെ നമുക്കും അവിടെ എത്തണം. കേസ്സന്വേഷണം പൂർത്തിയാവുംമുമ്പ് ദുരന്തങ്ങ ളൊന്നും സംഭവിക്കാതെ നോക്കേണ്ടത് നമ്മുടെ ചുമതലകൂടിയാണല്ലോ." ഹോംസ് പറഞ്ഞു.

ഇതുവരെയും അത്ര ഗൗരവമാണെന്ന് തോന്നാത്ത ഈ കേസ്സിന് ദിവസം കഴിയുന്തോറും കൂടുതൽ ഭീകരത്വം കൈവരുന്നുവെന്ന് ഞാൻ ഹോംസിനോട് പറഞ്ഞു. മാത്രമല്ല, ഇത് വളരെയധികം വിചിത്രമായതും ദുരൂഹമായതുമായി മാറിക്കൊണ്ടിരിക്കുന്നു. സുന്ദരിയായ ഒരു യുവതിക്ക് ചുറ്റും ഒരു യുവാവ് കറങ്ങുകയെന്നത് വലിയൊരു ക്രൈം അല്ലെങ്കിലും, അയാൾ ഒരു ദുർബലനാണെന്നത്, എന്നുവെച്ചാൽ അടുത്തുചെല്ലാൻ പോലും ധൈര്യമില്ലാത്തയാൾ ആണെന്നിരിക്കെ, ഇതിൽ മറ്റെന്തോ ദുരൂഹത ഒളിഞ്ഞിരിപ്പില്ലേ? മുരടൻ വൂട്ലി ആകെ ഒരു തവണയാണ് ആ യുവതിയെ ഉപദ്രവിക്കാൻ ശ്രമിച്ചിട്ടുള്ളത്. ഇത്തവണ കറൂത്തറുടെ വീട്ടിൽ വന്നപ്പോൾ മിസ് സ്മിത്തിനെക്കുറിച്ച് ഒന്നന്വേഷിച്ചതുപോലു മില്ലതാനും. മിസ് സ്മിത്തിനെ പിന്തുടർന്ന ആ സൈക്കിൾ സവാരി ക്കാരൻ വാരാന്ത്യങ്ങളിലെ സന്ദർശകരിൽ ആരോ ആണെന്നതിൽ സംശയമില്ല. പക്ഷേ, എന്താണ് അയാളുടെ ഉദ്ദേശ്യം, അയാൾ ആരാണ് ഇതൊക്കെ ഉത്തരംകിട്ടാത്ത ചോദ്യങ്ങളായി മറഞ്ഞുകിടക്കുന്നു. ഹോംസിന്റെ മുഖത്തും പെരുമാറ്റരീതികളിലും കണ്ട പ്രകടമായ കർക്ക ശസ്വഭാവമാണ് എന്നെ ഒന്നുകൂടി ഉണർത്തിയത്. ഹോംസ് തന്റെ കൈത്തോക്ക് പോക്കറ്റിനുള്ളിൽ നിക്ഷേപിക്കുകകൂടി ചെയ്തപ്പോൾ ഒരു ഞെട്ടലോടെ ഞാൻ ഓർത്തു – എത്ര ദൂരത്തേക്കാണ് ഞങ്ങൾ മുന്നേറു ന്നത്?

രാത്രി മുഴുവൻ മഴ പെയ്തിരുന്നു. നനഞ്ഞു കുതിർന്ന പ്രഭാതത്തിൽ ഞങ്ങൾ വീണ്ടും ആ നഗരപ്രാന്തത്തിലെ നാട്ടിൻപുറത്തെത്തി. നഗര ത്തിലെ മടുപ്പിക്കുന്ന കോൺക്രീറ്റ് ചാരനിറങ്ങൾ കണ്ടുമടുത്ത ഞങ്ങളെ വർണാഭമായ പൂക്കളും ചിരിച്ചുനില്ക്കുന്ന പ്രഭാതവും കുളിരേകി വര വേറ്റു. മണൽപ്പാതയിലൂടെ സ്വച്ഛമായ ആകാശം നോക്കി പ്രഭാതവായു ശ്വസിച്ച് കിളികളുടെ കളകൂജനവും കേട്ട് ഞങ്ങൾ നടന്നു. ക്രൂക്സ്ബറി ക്കുന്നിന്റെ മുകളിൽ, വളവുതിരിയുന്ന റോഡിന്റെ വലതുവശത്ത് ഓക്കു മരങ്ങൾക്കിടയിൽ ചാർലിങ്ടൺ ഹാൾ ഞങ്ങൾ നോക്കിനിന്നു. പെട്ടെന്ന് എന്തോ ഒന്ന് ഹോംസിന്റെ ശ്രദ്ധയിൽപെട്ടു. താഴേക്ക് ചുവപ്പുനിറം കലർന്ന മഞ്ഞ അരികുകളിലൂടെ റോഡ് ഒരു റിബ്ബൺപോലെ കിട ക്കുന്നു. അങ്ങകലെ ഒരു കറുത്ത പൊട്ടുപോലെ ഒരു കുതിരവണ്ടി ഞങ്ങ ളുടെ ദിശയിൽ നീങ്ങുന്നത് കാണാറായി.

ഹോംസ് അക്ഷമപൂണ്ട് പറഞ്ഞു.

"അരമണിക്കൂർ മുമ്പ് ഇറങ്ങിയെന്നായിരുന്നു എന്റെ വിശ്വാസം. ആ കാണുന്ന കുതിരവണ്ടിയിൽ ആ യുവതിയുണ്ടെങ്കിൽ അവൾ ആദ്യത്തെ തീവണ്ടിയിൽതന്നെ പോകാനുള്ള തയ്യാറെടുപ്പിലായിരിക്കും. അങ്ങനെ യെങ്കിൽ അവൾ ചാർലിങ്ടൺ ഹാളിനു മുന്നിലെത്തുമ്പോൾ നമ്മൾ വളരെ പുറകിലായിരിക്കും."

ഞങ്ങൾ റോഡിലൂടെ താഴേക്ക് ഇറങ്ങിയപ്പോഴേക്കും കുതിരവണ്ടി അപ്രത്യക്ഷമായി. വേഗതകൂട്ടി ഞങ്ങൾ നടന്നു. ക്ഷീണം കാരണം വഴിയിലെങ്ങാനും വീഴുമോ എന്നുവരെ എനിക്കു ഭയംതോന്നി. പക്ഷേ, ഹോംസാകട്ടെ, കൂടുതൽ ഊർജ്ജസ്വലതയോടെ മുന്നോട്ട് ആഞ്ഞു നടന്നുകൊണ്ടിരുന്നു. അതങ്ങനെയാണെന്ന് എനിക്കു മുമ്പും തോന്നിയിട്ടുള്ളതാണ്. പരിക്ഷീണിതനാകുന്ന സന്ദർഭങ്ങളിൽ അദ്ദേഹം കൂടുതൽ ഉന്മേഷവാനാവുന്നത് സാധാരണയാണ്. പക്ഷേ, നൂറുവാര പോയിക്കഴിഞ്ഞപ്പോൾ ഹോംസ് പെട്ടെന്ന് നിർത്തി. എനിക്കുനേരെ പരിഭ്രാന്തിയോടെ എന്തോ ആംഗ്യം കാണിച്ചു. അതേസമയം ഒരു ആളൊഴിഞ്ഞ കുതിരവണ്ടി ഞങ്ങൾക്കു മുന്നിലേക്ക് വളവുതിരിഞ്ഞ് ഓടിവരുന്നുണ്ടായിരുന്നു.

"വാട്സൺ, നമ്മൾ വൈകിപ്പോയിരിക്കുന്നു വാട്സൺ."

അദ്ദേഹം ഉച്ചത്തിൽ വിളിച്ചുപറഞ്ഞുകൊണ്ടിരുന്നു.

"ഛെ, നമ്മൾ എന്തു വിഡ്ഢിത്തമാണ് ചെയ്തത്. കുറേക്കൂടി നേരത്തെ ഇറങ്ങേണ്ടതായിരുന്നു, നമ്മൾ."

"എല്ലാം തകരാറിലായി. തട്ടിക്കൊണ്ടുപോകലോ കൊലപാതകമോ എന്തുവേണമെങ്കിലും ഇനി നടക്കാം വാട്സൺ. ആ കുതിരവണ്ടി തടഞ്ഞുനിർത്തൂ. നമുക്കതിൽ ചാടിക്കയറാം. എന്റെ അല്പം മനസ്സാന്നിധ്യമില്ലായ്മകൊണ്ട് ആപത്തൊന്നും സംഭവിച്ചുകൂടല്ലൊ!"

ഞങ്ങൾ കുതിരവണ്ടിയിലേക്ക് ചാടിക്കയറി. ഹോംസ് കുതിരയെ പുറകോട്ടുതിരിച്ചു. ചാട്ടവാറടി രണ്ടെണ്ണം കിട്ടിയപ്പോൾ കുതിര പറക്കാൻ തുടങ്ങി. വണ്ടി വളവുതിരിഞ്ഞതോടെ റോഡിന്റെ കുറേയറ്റംവരെ ഞങ്ങൾക്കു കാണാറായി. ഹാളിനും ഹീത്തിനും ഇടയിൽ പാത നീണ്ടു കിടന്നു. ഞാൻ ഹോംസിന്റെ കൈയിൽ പിടിച്ചമർത്തി മന്ത്രിച്ചു-

"അതാ, ആ മനുഷ്യൻ."

സൈക്കിൾ യാത്രക്കാരൻ അതിവേഗം സൈക്കിൾ മുമ്പോട്ടു ചവിട്ടുന്നുണ്ടായിരുന്നു. പഴയതുപോലെ തലകുനിച്ച് സർവ്വശക്തിയുമെടുത്ത് അയാൾ സൈക്കിൾ ചവിട്ടുന്നതു കണ്ടാലറിയാം, അതൊരു ജീവന്മരണ പോരാട്ടമാണെന്ന്. ഞങ്ങളുടെ വണ്ടി അയാളുടെ സമീപം എത്തിയതും അയാൾ തലയുയർത്തി. ഞങ്ങളെ കണ്ടതും അയാൾ ഷോക്കേറ്റതുപോലെ ചാടി സൈക്കിളിൽ നിന്നിറങ്ങി. അയാളുടെ മുഖം പനിപിടിച്ചതുപോലെ വിളറിയിരുന്നു. കറുത്ത താടിയും തുറിച്ച കണ്ണുകളും അയാളുടെ ഭീകരഭാവം എടുത്തുകാണിച്ചു. അയാൾ വണ്ടിക്കകത്തേക്ക് തുറിച്ചുനോക്കുന്നുണ്ടായിരുന്നു.

സൈക്കിൾ റോഡിന് കുറുകെയിട്ട് അയാൾ വിളിച്ചുകൂവി.

"വണ്ടി നിറുത്തടോ!"

"നിങ്ങൾക്കെവിടെനിന്നാണ് വണ്ടി കിട്ടിയത്? മര്യാദയ്ക്ക് വണ്ടി നിറുത്തെടോ! ഇല്ലെങ്കിൽ ഒരടി മുന്നോട്ടു നീങ്ങിയാൽ കുതിരയുടെ തലയ്ക്ക് ഞാൻ വെടിവെയ്ക്കും." അയാൾ പോക്കറ്റിലിരുന്ന കൈത്തോക്ക് കൈയിലെടുത്ത് പറഞ്ഞു. കുതിരയുടെ വണ്ടിച്ചരട് എന്റെ കൈയിൽ തന്ന ശേഷം ഹോംസ് വണ്ടിയിൽനിന്ന് ചാടിയിറങ്ങി.

"തന്നെയാണ് ഞങ്ങൾ അന്വേഷിക്കുന്നത്. എവിടെ മിസ്സ് വയലറ്റ് സ്മിത്ത്?" ദൃഢവും സ്പഷ്ടവുമായിരുന്നു ഹോംസിന്റെ വാക്കുകൾ.

"അതുതന്നെയാണ് എനിക്കുമറിയേണ്ടത്. അവൾ യാത്രചെയ്ത വണ്ടിയിലാണ് നിങ്ങളിരിക്കുന്നത്. അപ്പോൾ അവൾ എവിടെയെന്ന് നിങ്ങൾക്കറിയാം."

"ഈ വണ്ടി വഴിയിലാണ് ഞങ്ങൾ കാണുന്നത്. അതിൽ ആരുമുണ്ടായിരുന്നില്ല. വയലറ്റ് സ്മിത്തിനെ സഹായിക്കാൻ തന്നെയാണ് ഞങ്ങളും ഇറങ്ങിത്തിരിച്ചിരിക്കുന്നത്!"

"ദൈവമേ! ഇനി ഞാനെന്തുചെയ്യും." പരിഭ്രാന്തനായി അയാൾ ഉറക്കെ നിലവിളിച്ചു. "അയ്യോ അവർ അവളെ തട്ടിയെടുത്തുകഴിഞ്ഞു. ആ വൂട്‌ലിയും അയാളുടെ കൂട്ടുകാരനും. നിങ്ങൾ ശരിക്കും സ്മിത്തിന്റെ സുഹൃത്തുക്കളാണെങ്കിൽ എന്റെ പുറകെ വരൂ. വേഗം വരൂ. ഈ കാട്ടിനുള്ളിൽ മരിച്ചുവീണാലും നമുക്കവളെ രക്ഷിച്ചേ മതിയാകൂ!"

സമനില തെറ്റിയവനെപ്പോലെ കൈയിൽ കൈതോക്കുമായി മുന്നിൽ കണ്ട മതിൽക്കെട്ടിന്റെ വിടവിലൂടെ അയാൾ പാഞ്ഞു. ഹോംസും ഞാനും അയാളെ പിന്തുടർന്നു. കുതിര റോഡിലൂടെ മേഞ്ഞുതുടങ്ങിയിരുന്നു. മണ്ണിൽ പതിഞ്ഞുകിടക്കുന്ന കാൽപ്പാടുകളെ പിന്തുടർന്ന് അയാൾ പറയുന്നുണ്ടായിരുന്നു. 'ഇതിലേയാണ് അവർ പോയിരിക്കുന്നത്.' ഒരു പൊന്തയുടെ സമീപമെത്തിയപ്പോൾ അയാൾ നിശ്ശബ്ദമായിരിക്കാൻ കൈകൊണ്ട് ആംഗ്യം കാണിച്ചു പറഞ്ഞു.

"ശ്ശ്.... ഈ പൊന്തയിൽ ആരോ അനങ്ങുന്നുണ്ട്."

പൊന്തപ്പടർപ്പിൽ പതിനേഴുവയസ്സു തോന്നിക്കുന്ന ഒരു യുവാവ് മുറിവേറ്റ നിലയിൽ കിടക്കുന്നുണ്ടായിരുന്നു. കാൽമുട്ട് വളഞ്ഞ് മുകളിലേക്ക് നോക്കി കിടക്കുന്നയാൾ ഒരു കുതിരസവാരിക്കാരന്റെ വസ്ത്രത്തിലായിരുന്നു. അയാളുടെ നില വളരെ ഗുരുതരമാണെന്ന് കണ്ടാലറിയാം. നെറ്റിയിലെ മുറിവിൽനിന്ന് രക്തം പ്രവഹിച്ചുകൊണ്ടിരുന്നു. ബോധം നഷ്ടപ്പെട്ടെങ്കിലും മുറിവ് അധികം ആഴമില്ലാത്തതാണെന്ന് ഞാൻ സമാധാനിച്ചു.

"അത് പീറ്ററാണ്. അവളുടെ കുതിരവണ്ടി ഓടിച്ച കുതിരക്കാരൻ!" അയാൾ പറഞ്ഞു. "ഇവനെ തള്ളിയിട്ടശേഷം അവർ ആ യുവതിയേയും കൊണ്ടു കടന്നുകളഞ്ഞതാണ്. ഇയാളെ ഇനി രക്ഷിക്കാൻ കഴിയുമെന്ന്

തോന്നുന്നില്ല. നമുക്കവളെ രക്ഷിച്ചേ മതിയാവൂ. ഒരു സ്ത്രീക്ക് സംഭവിക്കാവുന്ന ഏറ്റവും വലിയ വിപത്തിൽനിന്ന് അവളെ രക്ഷിച്ചേ മതിയാവൂ."

മരക്കൂട്ടങ്ങൾക്കിടയിലൂടെ വളഞ്ഞുപുളഞ്ഞുപോകുന്ന റോഡിലൂടെ ഞങ്ങൾ ഓടി. വീടിനടുത്തുവരെ എത്തിയപ്പോൾ ഹോംസ് പെട്ടെന്നു നിന്നു. എന്നിട്ട് പറഞ്ഞു.

"അവർ വീട്ടിനകത്തേക്ക് കടന്നിട്ടില്ല. ഇവിടെ ഇടതുഭാഗത്തായി കുറെ കാല്പാടുകൾ കാണുന്നുണ്ട്. ഈ പൊന്തയുടെ പുറകിലേക്കാണ് അവർ കടന്നിരിക്കുന്നത്."

സംസാരിച്ചുകഴിഞ്ഞപ്പോഴേക്കും അകലെ ഒരു സ്ത്രീയുടെ ദീനരോദനം കേൾക്കാറായി. രോദനം പെട്ടെന്ന് ഉച്ചത്തിലുള്ള നിലവിളിയായി.

"ഇതുവഴി, ഇതുവഴി." അജ്ഞാതൻ തന്റെ ആവേശം മുഴുവൻ പുറത്തെടുത്തുകൊണ്ട് ചെടികളെ വകഞ്ഞുമാറ്റി അട്ടഹസിച്ചു. "ആ ദുഷ്ടന്മാർ ഇവിടെയുണ്ട്. അയ്യോ! നമ്മൾ വൈകിപ്പോയല്ലോ!"

ചെടിക്കൂട്ടങ്ങൾക്കിടയിലൂടെ നടന്നുനീങ്ങിയപ്പോൾ ഞങ്ങൾ എത്തിയത് അതിമനോഹരമായ ഒരു പുൽത്തകിടിയിലേക്കാണ്. പുൽത്തകിടിക്കറ്റത്തായി ഒരു വലിയ ഓക്കുമരം നില്ക്കുന്നു. അതിന് ചുവട്ടിലായിരുന്നു നാടകം അരങ്ങേറിയിരുന്നത്. മൂന്നുപേരടങ്ങുന്ന സംഘം അവിടെ നില്ക്കുന്നുണ്ടായിരുന്നു. ഒരാൾ മിസ് സ്മിത്ത്. അവളുടെ വായ കർച്ചീഫുകൊണ്ടു കെട്ടിയിരുന്നു. തളർന്ന് ഒരു താളുപോലെ തകർന്നിരുന്നു അവൾ. അവൾക്കഭിമുഖമായി ക്രൂരമായ നോട്ടവും ചെമ്പൻമീശയും എടുത്തുകാണിക്കുന്ന ഒരു തടിയൻ നിന്നിരുന്നു. കൈയിൽ ചാട്ടവാറേന്തി നില്ക്കുന്ന അയാൾ ഒരു ജേതാവിനെപ്പോലെ തോന്നിച്ചു. അവരുടെ നടുവിലായി നരച്ച താടിയുള്ള ഒരു ആജാനുബാഹു നില്ക്കുന്നുണ്ടായിരുന്നു. ഒരു പാതിരിയുടെ വേഷത്തിൽ അയാൾ പ്രാർത്ഥനാപുസ്തകം മടക്കി പോക്കറ്റിലിട്ട് തടിയനെ അനുഗ്രഹിക്കുന്നതാണ് ഞങ്ങൾ കണ്ടത്. ഞാൻ പിറുപിറുത്തു - വിവാഹം കഴിഞ്ഞുവെന്ന് തോന്നുന്നു!

"മുന്നോട്ടു പോകാം." ഞങ്ങളുടെ അതിഥി പറഞ്ഞു.

ഞങ്ങൾ ഒരുമിച്ച് മുന്നോട്ട് കുതിച്ചു. ഞങ്ങൾ അടുത്തെത്തിയപ്പോൾ യുവതി പരവശയായി ഓക്കുമരത്തിൽ പിടിച്ചുനില്ക്കാൻ ശ്രമിക്കുന്നതാണ് കണ്ടത്. പാതിരിവേഷത്തിൽ നില്ക്കുന്നയാൾ - വില്യംസൺ - പുച്ഛഭാവത്തിൽ ഞങ്ങളെ സ്വാഗതം ചെയ്തു. മറ്റേ തടിയൻ വൂട്‌ലിയാണെന്ന് എളുപ്പം മനസ്സിലായി. അയാൾ ഉറക്കെ ചിരിച്ച് പരിഹസിച്ചുകൊണ്ട് ഞങ്ങളെ നേരിട്ടു.

"ബോസ്, നിന്റെ കള്ളത്താടി ഇനി മാറ്റിയേക്ക്. നിങ്ങളൊക്കെ തക്കസമയത്തുതന്നെ വന്നതിൽ വളരെ സന്തോഷം. ഇതാണ് മിസ്സിസ് വൂട്‌ലി." യുവതിയുടെ നേരെ വിരൽചൂണ്ടി അയാൾ ആക്രോശിച്ചു.

“അതെയെടോ, ഞാൻ ബോബ് കറൂത്തർ. ഞാൻ മരിക്കേണ്ടി വന്നാലും ഇവളെ നിനക്കു തരുന്ന പ്രശ്നമില്ല. ഞാൻ നിന്നോടൊരിക്കൽ പറഞ്ഞതാണല്ലൊ. ഇവളുടെ ദേഹത്ത് കൈവച്ചാൽ നിന്നെ വെച്ചിരിക്കില്ലാ എന്ന്. ഞാനെന്റെ വാക്കു പാലിക്കാൻ തന്നെ വന്നതാണ്.”

“പക്ഷേ, നിങ്ങൾ വൈകിപ്പോയി. അവൾ എന്റേതായിക്കഴിഞ്ഞു.”

“ഇല്ല. അവൾ നിന്റേതല്ല. അവൾ ചിലപ്പോൾ നിന്റെ വിധവയായിക്കൂടെന്നില്ല.”

ഇതുപറഞ്ഞുതീരുന്നതിനു മുമ്പുതന്നെ കറൂത്തറുടെ കൈതോക്കിൽ നിന്നും വെടിയുതിർന്നുകഴിഞ്ഞു. വൂട്ലിയുടെ വെയ്സ്റ്റ്കോട്ടിൽനിന്നും രക്തം ചീറി. അയാൾ ഉച്ചത്തിൽ അലറിക്കൊണ്ട് പുറകോട്ട് മറിഞ്ഞു വീണു. അയാളുടെ മുഖം ചോര വാർന്നു നീലനിറമായി. പാതിരിയാവട്ടെ, എന്തൊക്കെയോ ഉറക്കെ പുലമ്പുന്നുണ്ടായിരുന്നു. ചീത്ത വിളിച്ചുകൊണ്ട് അയാൾ ആകെ വിറയ്ക്കുന്നുണ്ടായിരുന്നു. അയാളും പോക്കറ്റിൽനിന്ന് റിവോൾവർ എടുത്തു. അപ്പോഴേക്കും ഹോംസ് അയാളുടെ കഴുത്തിൽ തോക്കമർത്തിക്കഴിഞ്ഞിരുന്നു.

“ഇത്രയും മതി.” എന്റെ സുഹൃത്ത് വളരെ മൃദുവായിത്തന്നെ എങ്കിലും ഉറച്ച സ്വരത്തിൽ പറഞ്ഞു.

“കൈതോക്ക് താഴെയിടൂ. വാട്സൺ, അതെടുത്ത് അയാളുടെ തലയ്ക്കുനേരെ പിടിക്കൂ. ശരി ഇനി നിങ്ങളുടെ തോക്ക് എനിക്കു തരൂ മി. കറൂത്തർ. ഇനി നമുക്ക് അക്രമം വേണ്ട.”

“നിങ്ങൾ ആരാണ്?” കറൂത്തർ ചോദിച്ചു.

“എന്റെ പേര് ഷെർലക്ഹോംസ്.”

“എന്റെ കർത്താവേ!”

“അപ്പോൾ നിങ്ങൾ എന്നെക്കുറിച്ചു കേട്ടിട്ടുണ്ട്, അല്ലേ?”

“ശരി. ഇനി പോലീസ് വരുന്നതുവരെ നിങ്ങളെ സൂക്ഷിക്കേണ്ട ചുമതല എനിക്കാണ്.”

ഇതിനിടയിൽ മരത്തിനിടയിൽ ഓടിയെത്തിയ കുതിരവണ്ടിക്കാരനെ ചൂണ്ടി പോക്കറ്റിലെ നോട്ടുബുക്കിൽനിന്നും ഒരേട് കീറിയെടുത്ത് എന്തോ എഴുതി ഹോംസ് പറഞ്ഞു, “ഇത് പോലീസ്സ്റ്റേഷനിൽ എത്തിക്കുക. അവർ വരുന്നതുവരെ എല്ലാവരും എന്റെ കസ്റ്റഡിയിലാണെന്ന് ഓർമ്മയിരിക്കട്ടെ.” എല്ലാവരേയും നോക്കി ഹോംസ് പറഞ്ഞു.

ഒരിക്കൽകൂടി എന്റെ സുഹൃത്തിന്റെ അഭൗമമായ വ്യക്തിത്വം കാണാനും ആസ്വദിക്കാനും എനിക്ക് അവസരം കിട്ടി. അദ്ദേഹത്തിന് മുമ്പിൽ വില്യംസണും കറൂത്തറും വെറും പാവകളായി. അവർ രണ്ടു പേരുംകൂടി വൂട്ലിയെ താങ്ങിയെടുത്ത് വീട്ടിലെ മുറിയിൽ കൊണ്ടുപോയി കിടത്തി. മുറിയിലെത്തിക്കാൻ ഞാനും സഹായിച്ചു. അത് കഴിഞ്ഞ്

ഹോംസിന്റെ ആവശ്യപ്രകാരം ഞാൻ വൂട്‌ലിയെ പരിശോധിച്ചു. ഞാൻ അദ്ദേഹവും മറ്റു രണ്ടു തടവുകാരും ഇരിക്കുന്ന പഴയ ഡൈനിംഗ് റൂമിലേക്ക് റിപ്പോർട്ടുമായി ചെന്നു. ഞാൻ പറഞ്ഞു– "അയാൾ രക്ഷപ്പെടും."

"എന്ത്?" കറൂത്തർ തന്റെ കസേരയിൽനിന്നും ചാടി എഴുന്നേറ്റ് പറഞ്ഞു. "ഞാൻ അതിന് സമ്മതിക്കുകയില്ല. അവൻ ഇനിയും ജീവിക്കണമെന്നോ? അതായത് ആ പാവം സുന്ദരി അയാളുടെ അടിമയായി ജീവിക്കേണ്ടിവരുമെന്നോ? ഇല്ല ഞാനതിന് സമ്മതിക്കുകയില്ല."

"അതിനെക്കുറിച്ച് താങ്കൾ വ്യാകുലപ്പെടേണ്ടതില്ല?" ഹോംസ് പറഞ്ഞു. "ആ യുവതി ഒരുകാലത്തും വൂട്‌ലിയുടെ ഭാര്യയായി വാഴാൻ പോകുന്നില്ല. രണ്ടു കാരണങ്ങളുണ്ട്. ഒന്നാമതായി വില്യംസണ് വിവാഹം നടത്തിക്കൊടുക്കാൻ അർഹതയുണ്ടോ എന്ന കാര്യത്തിൽ സംശയമുണ്ട്."

"ഞാൻ പാതിരിയായി വാഴ്ത്തപ്പെട്ടവനാണ്."

"ആ കുപ്പായം ഊരിവെപ്പിച്ചതായും എനിക്കറിയാൻ കഴിഞ്ഞു."

"ഒരിക്കൽ പാതിരിയായാൽ എന്നും പാതിരിതന്നെ."

"അത് ശരിയല്ല. പിന്നെ വിവാഹത്തിന് ലൈസൻസുണ്ടോ?"

"ലൈസൻസ്. ഇതാ എന്റെ പോക്കറ്റിലുണ്ട്."

"എങ്കിൽ അതിലും താനെന്തോ കളിച്ചിട്ടുണ്ട്. എന്തായാലും അവരുടെ സമ്മതമില്ലാതെ നടത്തിയ വിവാഹം ഒരു നിയമസാധുതയും ഇല്ലാത്തതാണ്. അത്യന്തം ഗുരുതരമായ കുറ്റംകൂടിയാണ്. നിങ്ങൾക്കുതന്നെ ഇതിനെക്കുറിച്ച് ആലോചിച്ച് തീരുമാനത്തിലെത്താൻ, എനിക്കു തെറ്റിയില്ലെങ്കിൽ പത്തുവർഷം ചുരുങ്ങിയത് ലഭിക്കും."

"ഇനി മി. കറൂത്തർ താങ്കൾ ആ കൈതോക്ക് പോക്കറ്റിൽതന്നെ സൂക്ഷിക്കുന്നതാണ് നല്ലത്."

"എനിക്കും അങ്ങനെ തോന്നാഞ്ഞിട്ടല്ല, മി. ഹോംസ്. പക്ഷേ, ഞാനിവൾക്കുവേണ്ടിയെടുത്ത മുൻകരുതലുകളെല്ലാംതന്നെ വിഫലമായിപ്പോയല്ലോ എന്നോർത്തപ്പോൾ എനിക്ക് സഹിക്കാൻ കഴിഞ്ഞില്ല. അത്രയ്ക്ക് ഞാനവളെ സ്നേഹിച്ചിരുന്നു. സ്നേഹമെന്തെന്ന് സത്യമായും ഞാനറിഞ്ഞത് ഇവളിൽനിന്നാണ്. അവൾ തെക്കേ ആഫ്രിക്കയിൽനിന്നും വന്ന ഒരു റൗഡിയുടെ – അതും കിംബർലി മുതൽ ജോഹനസ്ബർഗ് വരെ കുപ്രസിദ്ധിയാർജ്ജിച്ച ഈ റൗഡിയുടെ – കൈയിൽ അകപ്പെടുമെന്നോർത്തപ്പോൾ ഞാൻ എന്നെത്തന്നെ കുറച്ചുസമയത്തേക്കു മറന്നുപോയി. മി. ഹോംസ് താങ്കൾക്ക് ഒരുപക്ഷേ, അറിയുമോ എന്നറിയില്ല. ഇവളെ ഒറ്റയ്ക്കു സഞ്ചരിക്കാൻ ഞാൻ ഒരിക്കലും അവസരം കൊടുത്തിരുന്നില്ല. ആ ദ്രോഹികൾ അവളെ ഉപദ്രവിക്കാൻ ഈ വഴി ചുറ്റിക്കറങ്ങുന്നുണ്ടായിരുന്നു. അവൾ സൈക്കിളിൽ ഇതുവഴി സഞ്ചരിക്കുമ്പോഴൊക്കെ

ഞാനും പിന്തുടരുമായിരുന്നു, അവളറിയാതെ. അവളിൽനിന്നും ഏതാനും ദൂരം അകന്നാണ് എല്ലായ്പോഴും ഞാൻ സൈക്കിൾ ചവിട്ടിയിരുന്നത്. എന്നെ തിരിച്ചറിയാതിരിക്കാൻ കറുത്ത താടിയും തൊപ്പിയും ധരിക്കുമായിരുന്നു. ഞാനാരാണെന്ന് മനസ്സിലാക്കിയാൽ അവൾ ജോലിക്കു വരാതായാലോ എന്ന് ഞാൻ ഭയന്നു."

"ഈ അപകടങ്ങളെക്കുറിച്ചൊന്നും അവളെ ഇതുവരെ അറിയിക്കാതിരുന്നത് എന്തുകൊണ്ട്?"

"എന്നെങ്കിലും ഞാനതു പറഞ്ഞാൽ അവൾ എന്നെ വിട്ടുപോകുമായിരുന്നു. അതെനിക്ക് ചിന്തിക്കാൻകൂടി വയ്യ. അവൾ എന്നെ സ്നേഹിക്കുന്നുണ്ടോ എന്നതിനേക്കാളുപരി, അവളുടെ രൂപവും മധുരശബ്ദവും എന്റെ സമീപമുള്ളതുതന്നെ എനിക്ക് ആഹ്ലാദം തന്നിരുന്നു."

"ഇതിന് നിങ്ങൾ പറയുന്ന പേര് സ്നേഹം എന്നാണെങ്കിലും, ഞാൻ അതിനെ വിളിക്കുക സ്വാർത്ഥത എന്നുതന്നെയാണ്." ഞാൻ പറഞ്ഞു.

"ഒരുപക്ഷേ, ഈ വികാരം രണ്ടും ഒന്നുതന്നെ ആയിരിക്കാം - എന്തായാലും എനിക്കവളെ പിരിയുക എന്നത് വലിയ വിഷമമായിരുന്നു. മാത്രമല്ല, ഈ ഭീകരന്മാർക്കിടയിൽ അവളെ സംരക്ഷിക്കാൻ ആരെങ്കിലും ഉള്ളത് വളരെ നല്ലതാണെന്നും തോന്നിയിരുന്നു. അങ്ങനെയിരിക്കുമ്പോഴാണ് ആ ടെലഗ്രാം വന്നത്. അവർ എന്തെങ്കിലും നീക്കങ്ങൾ നടത്തും എന്ന് എനിക്കുതോന്നി."

ഒരു ടെലഗ്രാം പുറത്തെടുത്ത് കറൂത്തർ ഹോംസിന് നല്കി.

അതിലെഴുതിയിരുന്നു. "വൃദ്ധൻ മരണമടഞ്ഞു."

"ഓഹോ." ഹോംസ് തലയാട്ടിക്കൊണ്ട് പറഞ്ഞു.

"ഇതാണ് സംഗതി അല്ലേ! കാര്യങ്ങളുടെ കിടപ്പ് എങ്ങനെയാണെന്ന് ഇപ്പോൾ മനസ്സിലായി. എന്നാലും താങ്കൾ പറഞ്ഞുവന്നത് തുടർന്നുകൊള്ളൂ."

ഈ അവസരത്തിൽ കറുത്ത പാതിരി എന്തൊക്കെയോ ചീത്തവിളിക്കാൻ തുടങ്ങി.

"എടോ കറൂത്തർ, താങ്കൾ ഞങ്ങളെ കരിവാരിത്തേക്കാനാണ് പുറപ്പാടെങ്കിൽ ഓർത്തോ വൂട്ലിക്ക് കിട്ടിയതുതന്നെ നിനക്കും കിട്ടും. തന്റെ പെണ്ണിനെക്കുറിച്ച് തനിക്കെന്തും പറയാം. അത് തന്റെ സ്വാതന്ത്ര്യം. പക്ഷേ, ഞങ്ങളെ പോലീസുകാർക്ക് ഒറ്റുകൊടുക്കാനാണ് ഭാവമെങ്കിൽ താൻ അനുഭവിക്കും പറഞ്ഞേക്കാം."

"തിരുപുത്രൻ ഇങ്ങനെ ആവേശം കാണിക്കരുത്." ഹോംസ് ഒരു സിഗാർ കത്തിച്ചുകൊണ്ട് പറഞ്ഞു. "ഈ കേസ്സിൽ താങ്കൾ കുരുങ്ങിക്കഴിഞ്ഞു. നിങ്ങൾ എന്നോട് സഹകരിക്കുകയാണ് നല്ലത്. ഞാൻ ചോദിക്കുന്നവയ്ക്കെല്ലാം മറുപടി പറയുക. അല്ല, സംസാരിക്കാൻ ബുദ്ധി

മുട്ടാണെങ്കിൽ ചരിത്രം, ഞാൻതന്നെ പറഞ്ഞുതുടങ്ങാം. നിങ്ങൾക്ക് രഹസ്യം ഇനി എത്രനേരം കാത്തുസൂക്ഷിക്കാൻ കഴിയുമെന്ന് നമുക്കു നോക്കാം. നിങ്ങൾ മൂന്നുപേരും, വില്യംസണും കറൂത്തറും വൂട്‌ലിയും സൗത്ത് ആഫ്രിക്കയിൽ നിന്നു വന്നതുതന്നെ ഒരുമിച്ചു തയ്യാറാക്കിയ പരിപാടിയുമായാണ്."

"ശുദ്ധനുണ." കിളവൻ ചാടിക്കയറി പറഞ്ഞു. "ഞാൻ ഇവരെ രണ്ടു പേരെയും കാണുന്നതുതന്നെ രണ്ടുമാസം മുമ്പു മാത്രമാണ്. മാത്രമല്ല ഞാൻ തെക്കെ ആഫ്രിക്ക ഇന്നുവരെ കണ്ടിട്ടില്ല. താങ്കൾ തന്റെ കഥ പൈപ്പിലിട്ട് വലിക്കണം, മി. ഹോംസ്."

"അയാൾ പറയുന്നതു ശരിയാണ്." കറൂത്തർ പറഞ്ഞു. "ഓ.കെ. എങ്കിൽ നിങ്ങൾ രണ്ടുപേരും ആഫ്രിക്കയിൽനിന്നു വന്നവർ. തിരുപുത്രൻ സാക്ഷാൽ നാടൻപുത്രൻ തന്നെ. നിങ്ങൾ ആഫ്രിക്കയിൽവെച്ച് റാൾഫ് സ്മിത്തിനെ പരിചയപ്പെടുന്നു. അയാൾ അധികകാലം ജീവിച്ചിരിക്കയില്ലെന്ന് നിങ്ങൾ മനസ്സിലാക്കി. അയാളുടെ കാലശേഷം സ്വത്തുക്കളെല്ലാം അയാളുടെ ഏക മരുമകൾക്ക് വന്നുചേരുമെന്ന് നിങ്ങൾ അറിയാനിടയായി. എന്താ ശരിയല്ലെ?"

കറൂത്തർ തലയാട്ടിയപ്പോൾ വില്യംസണും അതിൽ പങ്കുചേർന്നു.

"സ്മിത്തിന്റെ ഏറ്റവും അടുത്ത ഒരേയൊരു ബന്ധു മിസ് വയലറ്റ് സ്മിത്താണ്. അദ്ദേഹം വിൽപ്പത്രമൊന്നും തയ്യാറാക്കില്ലെന്ന് നിങ്ങൾക്കറിയാമായിരുന്നു."

"ശരിയാണ്. അയാൾക്ക് എഴുത്തും വായനയും അറിയുമായിരുന്നില്ല." കറൂത്തർ പറഞ്ഞു.

"അങ്ങനെ നിങ്ങൾ നാട്ടിലെത്തുന്നു. നിങ്ങളിലൊരാൾ മിസ് സ്മിത്തിനെ വിവാഹം കഴിക്കുമെന്നും ബാക്കി രണ്ടുപേരടക്കം മൂന്നു പേർക്കും സ്വത്തിന്റെ ഓഹരി നല്കാമെന്നുമായിരുന്നു നിങ്ങളുടെ തീരുമാനം. ഏതോ കാരണത്താൽ വൂട്‌ലിയെക്കൊണ്ട് വിവാഹം കഴിപ്പിക്കാനാണ് തീരുമാനിച്ചത്. എന്തായിരുന്നു അതിന് കാരണം?"

"ഞങ്ങൾ വരുന്ന വഴിക്ക് ബെറ്റുവെച്ച് ചീട്ടുകളിച്ചു. അതിൽ വൂട്‌ലി ജയിച്ചു."

"അതുശരി. അങ്ങനെയാണ് ഈ യുവതിയെ നിങ്ങൾ വീട്ടിൽ ടീച്ചറാക്കിയതും വൂട്‌ലി അവളെ പിന്തുടരാൻ തുടങ്ങിയതും അല്ലെ?"

"അവൾ തുടക്കത്തിൽതന്നെ എനിക്ക് വൂട്‌ലിയെ ഇഷ്ടമില്ലെന്ന് പറഞ്ഞുകാണും. അതിനിടയിൽ നിങ്ങൾക്ക് അവളോട് അഗാധമായ പ്രേമം തോന്നുകയും പിന്നീട് വൂട്‌ലി അവളെ വിവാഹം കഴിക്കുന്നത് ഓർക്കാൻപോലും നിങ്ങൾക്കു വയ്യാതാവുകയും ചെയ്തു."

"വളരെ ശരിയാണ് സർ, എനിക്കതോർക്കാൻപോലും വയ്യ."

"അതിനിടയിൽ നിങ്ങൾ തമ്മിൽ വഴക്കാവുകയും നിങ്ങൾ തനിച്ച് കാര്യങ്ങൾ ചെയ്യാനും തുടങ്ങി."

"വില്യംസൺ, ഇനി ഇദ്ദേഹത്തിനോട് ഒന്നും പറയാനില്ലല്ലൊ?"

കറൂത്തർ ഉച്ചത്തിൽ പറഞ്ഞുതുടങ്ങി. "അതെ, ഞങ്ങൾ തമ്മിൽ വലിയ കലഹമുണ്ടായി. അയാൾ എന്നെ ഇടിച്ചുവീഴ്ത്തുകയും ചെയ്തു. ഇപ്പോൾ ഞാനതിന് തക്ക പകരം കൊടുക്കുകയും ചെയ്തു. പക്ഷേ, പിന്നെ കുറെക്കാലത്തേക്ക് അയാളെ കാണാനുണ്ടായിരുന്നില്ല. അങ്ങനെ യിരിക്കുമ്പോഴാണ് ഈ ദ്രോഹി വില്യംസണുമായി കൂട്ടുകൂടുന്നതും രണ്ടുപേരുംകൂടി എന്റെ വീട്ടിൽ താമസമാക്കുന്നതും. രണ്ടുപേരുടേയും താല്പര്യം മിസ് വയലറ്റിനോടായിരുന്നു. അവർ സ്റ്റേഷനിലേക്ക് പോകു ന്നവഴി ഇവർക്കറിയാമായിരുന്നു. അന്തരീക്ഷത്തിൽ എന്തോ പന്തികേട് അന്നുതന്നെ ഞാൻ മണത്തുതുടങ്ങി. അതിനുശേഷം അവളുടെ മേൽ എല്ലായ്പോഴും എന്റെ കണ്ണുകളുണ്ടായിരുന്നു. രണ്ടുദിവസം മുമ്പാണ് വൂട്ലി ടെലഗ്രാമുമായി എന്റെയടുത്തേക്കു വന്നത്. റാൽഫ് സ്മിത്ത് മരിച്ച വിവരമായിരുന്നു അതിൽ. അയാളുടെ വ്യവസ്ഥകളുമായി സഹ കരിക്കുവാൻ അയാൾ അഭ്യർത്ഥിച്ചു. അതിന് തയ്യാറല്ലെന്ന് ഞാൻ തറ പ്പിച്ചു പറഞ്ഞു. ഒരു കരാർ എന്നപോലെ എന്നോട് അവളെ വിവാഹം ചെയ്യാനും പകരം പകുതി സ്വത്തിന്റെ ഓഹരി അയാൾക്കു നല്കാനും അയാൾ അഭ്യർത്ഥിച്ചു. മിസ് സ്മിത്തിന് എന്നെ സ്വീകരിക്കാൻ താല്പര്യ മില്ലെന്ന കാര്യം അപ്പോൾ ഞാനയാളോട് പറഞ്ഞു. അപ്പോൾ അയാ ളുടെ ഉപദേശം ആദ്യം അവളെ വിവാഹം കഴിക്കാനും പിന്നീട് സ്വത്തു ക്കളെക്കുറിച്ച് അന്വേഷിക്കാമെന്നും ആയിരുന്നു. ഒരു കാര്യം ഞാനപ്പോൾ തീർത്തുപറഞ്ഞു, ഇതു സംബന്ധിച്ച് ഒരാക്രമണത്തിനും ഞാൻ കൂട്ടു നില്ക്കുകയില്ല എന്ന്. അതയാൾക്ക് തീരെ ഇഷ്ടമായില്ല. അയാൾ എന്നെ ശപിച്ചുകൊണ്ടു സ്ഥലംവിട്ടുപോകുമ്പോൾ എന്തു വിലകൊടുത്തും അവളെ അയാൾ സ്വന്തമാക്കും എന്നുപറഞ്ഞാണ് സ്ഥലംവിട്ടത്. ഈയാഴ്ച അവസാനത്തോടെ ജോലി മതിയാക്കി വീട്ടിലേക്ക് പോകാൻ ഒരുങ്ങിയതായിരുന്നു അവൾ. അവൾക്കുവേണ്ടി ഞാൻ ഒരു കുതിരവണ്ടി ഏർപ്പാടു ചെയ്തു. നിങ്ങളെ രണ്ടുപേരെയും ആ കുതിരവണ്ടിയിൽ കണ്ടതോടെയാണ് എനിക്ക് അപകടം നടന്നുകഴിഞ്ഞുവെന്ന് മനസ്സിലാ യത്."

ഹോംസ് സിഗാർകുറ്റി ദൂരേക്ക് വലിച്ചെറിഞ്ഞ് കസേരയിൽനിന്നും എഴുന്നേറ്റു. "ഇക്കാര്യത്തിൽ ഞാൻ ഒരു ഒളിച്ചുകളി നടത്തുകയായി രുന്നു, മി. വാട്സൺ. താങ്കളുടെ ആദ്യസന്ദർശന റിപ്പോർട്ടിൽനിന്നുതന്നെ എനിക്കേതാണ്ടെല്ലാ വിവരങ്ങളും മനസ്സിലായിരുന്നു. ഏതായാലും ഇങ്ങനെയെങ്കിലും ഈ കേസ് അവസാനിപ്പിക്കാൻ കഴിഞ്ഞതിൽ നമുക്ക് സന്തോഷിക്കാം." പുറത്തേക്കു നോക്കി ഹോംസ് പറഞ്ഞു.

“മൂന്നു പോലീസുകാർ ഇതുവഴി വരുന്നുണ്ട്. ആ പാവം കുതിര വണ്ടിക്കാരനും അവരുടെ മുന്നിൽ ഓടിവരുന്നുണ്ട്. അവന് ഒന്നും കാര്യമായി സംഭവിക്കാഞ്ഞത് ഭാഗ്യം. നമ്മുടെ കല്യാണച്ചെക്കനും കാര്യമായി ഒന്നും സംഭവിച്ചിട്ടില്ലല്ലോ? ഡോ. വാട്സൺ, താങ്കൾക്ക് മിസ് സ്മിത്തിന്റെ കാര്യത്തിൽ ഒന്നുകൂടി ശ്രദ്ധ വേണം. അവർ സുഖമായിക്കഴിഞ്ഞെങ്കിൽ നമുക്ക് അവരെ അമ്മയുടെ അടുത്ത് എത്തിക്കാം. ഇല്ലെങ്കിൽ ആ ഇലക്ട്രിക് എഞ്ചിനീയർക്ക് കമ്പിയടിക്കാം. അത് അല്പം ആശ്വാസം നല്കും. മി. കറൂത്തർ, നിങ്ങളുടെ ചെയ്തികൾക്ക് ആവശ്യത്തിന് പ്രായശ്ചിത്തമായിക്കഴിഞ്ഞു. ഇനി കേസ്സിന്റെ സമയത്ത് ആവശ്യമുണ്ടെങ്കിൽ എന്നെ അറിയിക്കാം. എന്നാൽ കഴിയുന്ന സഹായം ചെയ്യുന്നതാണ്.”

ജോലിക്കൂടുതൽകൊണ്ട് എന്റെ ഡയറിയിൽ പലപ്പോഴും മുഴുവൻ വിവരങ്ങൾ എഴുതാൻ കഴിയാറില്ല. എന്നിരുന്നാലും ഈ കേസ്സിന്റെ അവസാനം ചില കാര്യങ്ങൾ ഞാൻ കുത്തിക്കുറിച്ചതായി കാണുന്നു. മിസ് വയലറ്റ് സ്മിത്ത് കുറേയധികം സ്വത്തിന്റെ ഉടമയായിത്തീർന്നു. അവരുടെ ഭർത്താവ് മി. സിറിൾ മേർട്ടൻ ഇപ്പോൾ പ്രമുഖ ഇലക്ട്രിക്കൽ സ്ഥാപനമായ ‘മോർട്ടൻ ആന്റ് കെന്നഡി’യുടെ സീനിയർ പാർട്ണറാണ്. വില്യംസിന്റെയും വൂട്‌ലിയുടേയും വിസ്താരം കഴിഞ്ഞ് യഥാക്രമം ഏഴും പത്തും കൊല്ലത്തെ തടവിന് കോടതി അവരെ ശിക്ഷിച്ചു. കറൂത്തറുടെ കാര്യങ്ങൾ മാത്രം ഒന്നും എഴുതിക്കണ്ടില്ല. പക്ഷേ, അയാളുടെ കുറ്റകൃത്യം മറ്റുള്ളവരുടേതുമായി തട്ടിച്ചുനോക്കുമ്പോൾ വളരെ കുറവാണെന്നതും വൂട്‌ലിയെന്ന ഭീകരന്റെ മുമ്പിൽ അയാളൊന്നുമായിരുന്നില്ല എന്നതും എനിക്ക് ആശ്വാസം തരുന്നു.

■

നെപ്പോളിയന്റെ തല

സ്കോട്‌ലാന്റ് യാർഡിലെ പോലീസ് ഹെഡ്ക്വാർട്ടേഴ്സുമായി ഷെർലക് ഹോംസിനുള്ള ബന്ധം ഇന്നും ഇന്നലെയും തുടങ്ങിയതല്ല. എത്രയോ പോലീസ് കുറ്റാന്വേഷണങ്ങളിൽ വിലപ്പെട്ട സൂചനകൾ നല്കി മി. ലെസ്ട്രേഡിനെ സഹായിച്ചിരിക്കുന്നു. തന്റെ അനന്തമായ അറിവും അനുഭവവും അവരുമായി പങ്കുവെയ്ക്കാൻ ഹോംസിന് എന്നും ഉത്സാഹമായിരുന്നു.

അന്നു വൈകുന്നേരവും ലെസ്ട്രേഡ് തുടങ്ങിവെച്ചത് കാലാവസ്ഥയേയും അന്നത്തെ പത്രത്തിൽവന്ന ചുടുവാർത്തകളെയുംകുറിച്ചുള്ള മുഖവുരയോടെതന്നെ ആയിരുന്നു. ചുരുട്ടുവലിച്ചുതള്ളുന്ന ലെസ്ട്രേഡിനെ കൗതുകപൂർവ്വം ഹോംസ് നോക്കിയിരുന്നു, കുറെനേരം.

"എന്തെങ്കിലും വിശേഷിച്ച്?"

ഹോംസ് തുടങ്ങിവെച്ചു.

"അങ്ങനെ പ്രത്യേകിച്ചൊന്നുമില്ല."

"എന്നാലും പറയൂ കേൾക്കട്ടെ!"

"ശരി, മി. ഹോംസ്. താങ്കൾ ഉദ്ദേശിക്കുന്നതുപോലെ എന്നെ ഒരു കാര്യം അലട്ടിക്കൊണ്ടിരിക്കുകയാണ്. കേൾക്കുമ്പോൾ അസംബന്ധമെന്ന് തോന്നാം. പക്ഷേ, വിചിത്രമായ ഈ കേസ്സിലും താങ്കൾക്ക് താത്പര്യമുള്ള എന്തെങ്കിലും കാണാതിരിക്കില്ല. ചിലപ്പോൾ മി. വാട്സന് ഇതിൽ കൂടുതൽ താല്പര്യമുണ്ടാകാനും വഴികാണുന്നു."

"എന്താ, അസുഖം വല്ലതും?" ഞാൻ ചോദിച്ചു.

"അസുഖമല്ല. ഇതിന് ശുദ്ധ ഭ്രാന്താണെന്നാണ് പറയുക. നെപ്പോളിയൻ ഒന്നാമനോട് ഇത്രയധികം വിദ്വേഷം വെച്ചുപുലർത്തുന്ന ഒരാൾ, നെപ്പോളിയന്റെ ചിത്രമോ പ്രതിമയോ എന്തുകണ്ടാലും നശിപ്പിക്കുന്ന ഒരാൾ - അയാൾക്ക് ഭ്രാന്തല്ലാതെ മറ്റെന്തസുഖം വരാൻ."

"പക്ഷേ, അസുഖംമാറ്റൽ എന്റെ പരിധിയിൽ വരുന്നതല്ലല്ലോ." ഹോംസ് പറഞ്ഞു.

“നെപ്പോളിയനോടുള്ള വിദ്വേഷം തീർക്കൽ പ്രതിമകൾ തല്ലിപ്പൊളിച്ചു മാത്രമല്ല, വീടുകൾ നശിപ്പിച്ചും.”

ആകാംക്ഷയോടെ ഹോംസ് പറഞ്ഞു:

“ഭവനഭേദനം - ഇത് ആശ്ചര്യമായിരിക്കുന്നല്ലോ - മുഴുവൻ പറയൂ.”

തന്റെ ഔദ്യോഗിക ഡയറി പുറത്തെടുത്ത് ലെസ്ട്രേഡ് വിവരിക്കാൻ തുടങ്ങി.

“ആദ്യസംഭവം റിപ്പോർട്ട് ചെയ്തിരിക്കുന്നത് -

കെന്നിംഗ്ടൗൺ റോഡിലെ ചിത്രങ്ങളും പ്രതിമകളും വിൽക്കുന്ന ഹഡ്സന്റെ കടയാണ് നാലുദിവസം മുമ്പ് ആദ്യം തകർത്തത്. ഹഡ്സന്റെ അസിസ്റ്റന്റ് പുറത്തുപോയ സമയം, പെട്ടെന്ന് പ്രതിമകൾ പൊട്ടിയുടയുന്ന ശബ്ദം കേട്ട് തിരികെ വന്നപ്പോൾ കാണുന്നത് നെപ്പോളിയന്റെ പ്രതിമ തകർന്നുകിടക്കുന്നതാണ്. അയാൾ ധൃതിപിടിച്ച് റോഡിലിറങ്ങി ഓടിയെങ്കിലും ആരെയും കണ്ടെത്താനായില്ല. വഴിപോക്കരിൽ പലരും ഒരാൾ തിരക്കിൽ ഓടിമറയുന്നത് കാണുകയുണ്ടായി. പക്ഷേ, ആ ദ്രോഹിയെ കണ്ടുപിടിക്കാൻ കഴിഞ്ഞിട്ടില്ല ഇതുവരെ. സംഭവം ബീറ്റ് പോലീസുകാരനോട് റിപ്പോർട്ട് ചെയ്തപ്പോഴാണ് ഞങ്ങളറിഞ്ഞത്. പ്രതിമയ്ക്ക് നിസ്സാരവിലയേ വരുന്നുള്ളൂ. അതുകൊണ്ടുതന്നെ വലിയ അന്വേഷണത്തിന് പ്രസക്തിയില്ലെന്ന് ആദ്യം കരുതി. പക്ഷേ, ഇന്നലെ രാത്രി പിന്നെയും ഒരു സംഭവം. വളരെ വിചിത്രവും ഒറ്റപ്പെട്ടതുമായ സംഭവം. കെന്നിംഗ്ടൺ റോഡിൽ ഹഡ്സന്റെ കടയ്ക്ക് കുറച്ചുദൂരം മാറി ഒരു ഡോക്ടർ താമസിക്കുന്നുണ്ട്. ഡോ. ബാർനിക്കോട്ട്. വളരെ പ്രശസ്തിയും പേരുമുള്ള ഡോക്ടർ. ഡോക്ടർ താമസിക്കുന്ന വീടും ക്ലിനിക്കും കെന്നിംഗ്ടൺ റോഡിലാണെങ്കിലും രണ്ടു മൈലുകൾ മാറി അദ്ദേഹത്തിന് മറ്റൊരു ക്ലിനിക് കൂടിയുണ്ട്. ഡോക്ടർ ബാർനിക്കോട്ട് നെപ്പോളിയൻ ചക്രവർത്തിയുടെ കടുത്ത ആരാധകനാണ്. കുറച്ചു ദിവസങ്ങൾക്കുമുമ്പാണ് അദ്ദേഹം ഫ്രഞ്ച് ശില്പി ‘ഡിവൈൻ’ ചെയ്ത രണ്ടു പ്ലാസ്റ്റർ പ്രതിരൂപങ്ങൾ വാങ്ങിയത്. ഒരെണ്ണം തന്റെ വീട്ടിലും മറ്റേത് ലോവർ കെന്നിംഗ്ടൺ റോഡിലെ ക്ലിനിക്കിലും സ്ഥാപിച്ചു. ഇന്നു രാവിലെ വീട്ടിലെത്തിയപ്പോഴാണ് ഡോക്ടർ കാണുന്നത് - തലേദിവസം ആരോ മോഷ്ടിക്കാൻ കടന്നിരിക്കുന്നു. ‘നെപ്പോളിയന്റെ തല’യല്ലാതെ മറ്റൊന്നും നഷ്ടപ്പെട്ടിട്ടില്ല. അതാകട്ടെ വീടിനുപുറത്ത് ഗാർഡന്റെ മതിലിൽ അടിച്ചുതകർത്ത നിലയിൽ ചിതറിക്കിടക്കുന്നു.”

ഹോംസ് തന്റെ കൈകൾ കൂട്ടിത്തിരുമ്മി.

“ഇതു വളരെ വിചിത്രമായിരിക്കുന്നു.”

“നോക്കൂ! കഥ ഇവിടെയും അവസാനിച്ചിട്ടില്ല. തിരിച്ച് ക്ലിനിക്കിലെത്തിയപ്പോൾ കണ്ട കാഴ്ച അതിലും വിചിത്രമായിരിക്കുന്നു. 12 മണിക്ക്

ഏറ്റിരുന്ന സർജറിക്ക് തയ്യാറെടുത്തുവന്ന ഡോക്ടർ കണ്ടത് രണ്ടാമത്തെ പ്രതിമ – നെപ്പോളിയന്റെ തല – അടിച്ചുതകർത്തിരിക്കുന്നതാണ്. അവിടെ യാകട്ടെ ഒരു തുമ്പും അവശേഷിപ്പിക്കാതെ. ഇവൻ ഭ്രാന്തനാണോ, ക്രിമിന ലാണോ എന്നതിനൊന്നും ഇടകൊടുക്കാതെ രക്ഷപ്പെട്ടിരിക്കുന്നു. ഇപ്പോൾ മി. ഹോംസ് എന്തുപറയുന്നു?"

"എല്ലാം വളരെ വിചിത്രമായി തോന്നുന്നു. ആട്ടെ ഡോ. ബാർനി ക്കോട്ടിന്റെ രണ്ടു പ്രതിമകളും ഹഡ്സന്റെ കടയിലെ പ്രതിമയുടെതന്നെ ഡ്യൂപ്ലിക്കേറ്റുകളായിരുന്നോ?"

"അതെ. ഒരേ അച്ചിൽനിന്നും വാർത്തെടുത്ത്."

"ഈ വസ്തുതയിൽനിന്നും ഒരു കാര്യം തെളിയുന്നുണ്ട്. നെപ്പോളി യനോടുള്ള വിദ്വേഷം ഒന്നുകൊണ്ടു മാത്രമല്ല ഈ ധ്വംസനം നടന്നിട്ടു ള്ളത്. അങ്ങനെയെങ്കിൽ ലണ്ടനിൽ എത്ര നെപ്പോളിയൻ പ്രതിമകൾ തകർക്കപ്പെടണം! ഈ മൂന്നും ഒരേ അച്ചിൽ വാർത്തതുതന്നെ തിരഞ്ഞെ ടുക്കുന്നതിൽ എന്തോ പന്തികേടുണ്ട്!"

"ഞാനും അങ്ങനെതന്നെ കരുതുന്നു." ലെസ്ട്രേഡ് പറഞ്ഞു.

"വേറൊരു രീതിയിൽ ചിന്തിച്ചാൽ അയാൾക്ക് അറിയാവുന്ന മൂന്നു പ്രതിമകൾ അടുത്തുകിട്ടിയപ്പോൾ അവ തകർത്തുകളഞ്ഞു. ഉദ്ദേശ്യം, കിട്ടാവുന്ന പ്രതിമകൾ തല്ലിക്കളയൽ അല്ലെന്നുണ്ടോ, എന്തു തോന്നുന്നു മി. വാട്സൺ?"

"മെനോമാനിയ' എന്ന അസുഖത്തിന് ഇത്തരത്തിലുള്ള പ്രത്യേക തരത്തിലുള്ള പെരുമാറ്റങ്ങൾ കാണാറുണ്ട്. ചിലപ്പോൾ അത് ഭ്രാന്തു വരെ എത്താറുണ്ട്. നെപ്പോളിയനെ കൂടുതൽ അറിയുന്ന ഒരാൾക്ക് അല്ലെങ്കിൽ നെപ്പോളിയൻ യുദ്ധത്തിൽ പരിക്കുപറ്റിയ ആരുടെയെങ്കിലും ബന്ധുവോ ഒക്കെയാകാം. മനസ്സിൽ കുമിഞ്ഞുകൂടിയ അമർഷത്തിന്റെ അണപൊട്ടൽ, അങ്ങനെ വേണമെങ്കിൽ വ്യാഖ്യാനിക്കാം." ഞാൻ പറഞ്ഞു.

"മി. വാട്സൺ, ഞാനാ വ്യാഖ്യാനത്തിനോട് തീരെ യോജിക്കുന്നില്ല. ഇതൊരു 'മെനോമാനിയാക്' തന്നെയാവട്ടെ, പക്ഷേ, അയാൾക്കെങ്ങനെ ഇത്ര കൃത്യമായി ഈ പ്രതിമകളുടെ ഉത്ഭവസ്ഥാനം പിടികിട്ടി?"

–ഹോംസ് നിഷേധാർത്ഥത്തിൽ തലയാട്ടി പറഞ്ഞു.

"പിന്നെ നമ്മളെങ്ങനെ ഈ പ്രതിഭാസത്തെ വിലയിരുത്തണം?"

"ഞാൻ വിലയിരുത്തുകയല്ല. ഇതിൽ പ്രത്യേകിച്ചൊരു കാര്യം എനിക്ക് തോന്നിയത് ഈ രണ്ടു ധ്വംസനങ്ങളും കൈകാര്യം ചെയ്ത രീതിയാണ്. വീട്ടിനുള്ളിലെ പ്രതിമ അകത്തുള്ളവരാരും അറിയാതെ പുറത്തുകൊണ്ടുപോയി നശിപ്പിച്ചിരിക്കുന്നു. ക്ലിനിക്കിലെ പ്രതിമയാകട്ടെ അതിരുന്ന സ്ഥലത്തുതന്നെ തകർത്തിരിക്കുന്നു. ഇത് നിസ്സാരമാണെന്ന്

തോന്നാമെങ്കിലും തള്ളിക്കളയാനാവില്ല. ഇത്തരം നിസ്സാരസംഭവങ്ങൾ ഭാവിയിലേക്കുള്ള വഴികാട്ടിയാവാറുണ്ട്. പ്രത്യേകിച്ച് മുമ്പുള്ള അനുഭവ ങ്ങൾ, എന്നെ അങ്ങനെ കാണാനാണ് പഠിപ്പിച്ചിട്ടുള്ളത്. മി. വാട്സൺ, അബർനെറ്റി കുടുംബത്തിൽ നടന്ന കഥ താങ്കൾ ഓർക്കുന്നുണ്ടാവുമല്ലോ. എന്തായാലും ഞാൻ ഈ സംഭവത്തെ നിസ്സാരമായി കാണുന്നില്ല. ഇത്തര ത്തിൽ എന്തെങ്കിലും സംഭവം ഇനി ആവർത്തിച്ചാൽ എന്നെ വിവരം അറിയിക്കാൻ മടിക്കരുത്; മി. ലെസ്ട്രേഡ്."

എന്തായാലും അധികം താമസിച്ചില്ല, അടുത്ത ദിവസംതന്നെ രാവിലെ വാതിൽക്കൽ ഒരു മുട്ടുകേട്ട് വാതിൽ തുറന്ന് അയാൾ നോക്കി യത് മി. ഹോംസിന്റെ മുഖത്തേക്കാണ്. കൈയിലെ ഒരു ടെലഗ്രാം അയാൾ ഉച്ചത്തിൽ വായിച്ചു.

"ഉടനെ എത്തുക – 131 പിറ്റ് സ്ട്രീറ്റ് കെൻഡിങ്ങ്ടൻ റോഡ്, ലെസ് ട്രേഡ്."

"എന്താണ് സംഗതി?" ഞാൻ ആരാഞ്ഞു. "ഒന്നും പിടികിട്ടുന്നില്ല. ആ ഭ്രാന്തന്റെ ധ്വംസനങ്ങൾ പിന്നെയും തുടരുന്നുണ്ടാവണം. മേശപ്പു റത്ത് കാപ്പിയുണ്ട്. കാപ്പി കുടിച്ച് വേഗം വരൂ. കാർ പുറത്തു കാത്തു നില്ക്കുന്നു."

അരമണിക്കൂറിനകം ഞങ്ങൾ പിറ്റ് സ്ട്രീറ്റിലെത്തി. ലണ്ടനിലെ താരതമ്യേന തിരക്കുകുറഞ്ഞ ശാന്തമായ സ്ഥലം. 131-ാം നമ്പർ കെട്ടിടം പഴകിയ ഒരുനില കെട്ടിടത്തിന് ഇടയിലായിരുന്നു. അതിന് മുമ്പിൽ ഒരു ആൾക്കൂട്ടം. പെട്ടെന്ന് ഹോംസ് ഉറക്കെ വിളിച്ചുപറഞ്ഞു. "ഇവിടെ ഒരു കൊലപാതകശ്രമമെങ്കിലും നടന്നിരിക്കുമെന്ന് ഉറപ്പാണ്. ലണ്ടനിലെ ചെറുകിടപത്രക്കാർ മുഴുവൻ ഇവിടെയെത്തിയിട്ടുണ്ട്. നമുക്ക് അയാളുടെ അടുത്തേക്കു നീങ്ങാം."

ലെസ്ട്രേഡ് ഗൗരവത്തോടെ ഞങ്ങളെ സ്വീകരിച്ച് മുറിക്കക ത്തേക്ക് ആനയിച്ചു. അവിടെ അല്പം മുതിർന്ന ഒരാൾ വളരെ അസ്വ സ്ഥനായി കസേരയിൽ ഇരിക്കുന്നു. അയാളെ ലെസ്ട്രേഡ് പരിചയ പ്പെടുത്തി – മി. ഹൊറേസ്ഹാർക്കർ, സെൻട്രൽ പ്രസ് സിൻഡിക്കേറ്റിൽ ജോലി ചെയ്യുന്നു.

"പ്രശ്നം നെപ്പോളിയൻ പ്രതിമതന്നെ, അല്ലെ?"

ലെസ്ട്രേഡ് വിശദീകരിച്ചു. "ഇന്നലെ നമ്മൾ തമ്മിൽ സംസാരിച്ച തല്ലേയുള്ളൂ. ഒരു ദിവസം തികച്ചും കഴിയുന്നതിനുമുമ്പ് വീണ്ടും ഒരു സംഭവം. അതാണ് ഉടനെ കമ്പിയടിച്ചുവരുത്തിയത്."

ഇതു ശ്രദ്ധിച്ചിരുന്ന വീട്ടുടമസ്ഥൻ വിഷാദത്തോടെ വിവരിച്ചു:

"ഒരു പാവം പത്രപ്രവർത്തകനാണ് ഞാൻ. ഇതുവരെ മറ്റുള്ളവ രുടെ കഥകളായിരുന്നു എന്റെ പത്രക്കോളങ്ങളിൽ വന്നിരുന്നത്. ഇതാ

ഇന്നിപ്പോൾ എന്റെതന്നെ വാർത്ത പത്രങ്ങളെ അറിയിക്കേണ്ട ഗതികേടി ലാണ്. അതും വേണമെങ്കിൽ പേജുകൾ നിറയ്ക്കാവുന്ന ചുടുവാർത്ത കൾ."

"താങ്കളല്ലേ പേരുകേട്ട ഡിറ്റക്ടീവ് മി. ഷെർലക്ഹോംസ്! താങ്കൾ ക്കെങ്കിലും ഈ കടങ്കഥയുടെ കെട്ടഴിച്ചുതരുവാനാവുമോ സർ?" അയാൾ തുടർന്നു.

വളരെ കൗതുകപൂർവ്വം ഹോംസ് അയാൾക്കരികിൽ കസേര വലി ച്ചിട്ട് ഇരുന്നു.

"ഞാൻ ഹൈസ്ട്രീറ്റ് സ്റ്റേഷനടുത്തുള്ള ഹാർഡിങ്ങ് ബ്രദേഴ്സിൽ നിന്നും വാങ്ങിയ നെപ്പോളിയന്റെ പ്രതിമയാണെന്ന് തോന്നുന്നു ഇതി നൊക്കെ തുടക്കംകുറിച്ചത്. നാലുമാസം മുമ്പാണ് വളരെ കുറഞ്ഞ വിലയ്ക്ക് ഞാനതു വാങ്ങിക്കൊണ്ടുവന്നത്. ദിവസേന രാത്രി വളരെ വൈകുന്നതുവരെ ഞാൻ ജോലിചെയ്യാറുണ്ട്. ഇന്നലെയും അങ്ങനെ എഴുതിക്കൊണ്ടിരിക്കുമ്പോൾ താഴത്തെ നിലയിൽനിന്നും ഒരു ശബ്ദം കേട്ടു. ശ്രദ്ധിച്ചെങ്കിലും പിന്നീട് അത് തുടരുകയുണ്ടായില്ല. ഒന്നുമില്ലെന്ന് സമാധാനിച്ച് ഒരുമിനിട്ടു കഴിയുന്നതിനുമുമ്പുതന്നെ ഉച്ചത്തിലുള്ള ശബ്ദം കേട്ട് ഞാനാകെ തരിച്ചിരുന്നുപോയി. അതുപോലൊരു ശബ്ദം ഇതു വരെ ഞാൻ കേട്ടിട്ടില്ല. ഇനി കേൾക്കുകയുമില്ല. ഇപ്പോഴും ആ ശബ്ദം എന്റെ ചെവികളിൽ മുഴങ്ങിക്കൊണ്ടിരിക്കുന്നു. ഞാനെന്റെ കൈതോക്കു മെടുത്ത് താഴെയിറങ്ങി. മുറിയുടെ ജനാലകളെല്ലാം തുറന്നുകിടക്കുന്നു. ആകെ അലങ്കോലമായ മുറിയിൽ നെപ്പോളിയന്റെ തല മാത്രം കാണാ നില്ല. ഈ വിലകുറഞ്ഞ പ്രതിമയ്ക്കുവേണ്ടി ആരാണ് ഇത്രയും സാഹസം ചെയ്തതെന്ന് എനിക്ക് ഊഹിക്കാൻ കഴിഞ്ഞില്ല. വാതിൽ തുറന്നുകിടക്കുന്നു. ഈ വാതിലിലൂടെ കുറ്റവാളിക്ക് എളുപ്പത്തിൽ രക്ഷ പ്പെടാം. ഞാൻ മറുവശത്തെ വാതിലിലൂടെ തിരക്കിട്ട് പുറത്തു കടക്കു മ്പോഴേക്കും എന്തോ തടഞ്ഞു ഞാൻ വീഴുകയായിരുന്നു. തടഞ്ഞത് മറ്റൊന്നുമല്ല - ഒരു ശവശരീരം. അയാൾ മലർന്നുകിടക്കുന്നു - തളം കെട്ടിയ രക്തക്കുളത്തിൽ! ഹോ! ഇന്നും എനിക്കയാളെ കൺമുന്നിൽ കാണാം. വായ മുഴുവനായി തുറന്ന് ഒരു വല്ലാത്ത ഭീകരരൂപം! ഉടനെ പോലീസ് വിസിലെടുത്ത് ഊതിയതുമാത്രം എനിക്ക് ഓർമ്മയുണ്ട്. പിന്നെ ഉണരുമ്പോൾ എന്റെ മുന്നിൽ രണ്ടു പോലീസുകാരാണ് നിന്നിരുന്നത്!"

"ആരായിരുന്നു മരിച്ചത്?" ഹോംസ് ചോദിച്ചു.

"അതാരാണെന്ന് ഇതുവരെയും തിരിച്ചറിഞ്ഞിട്ടില്ല." ലെസ്ട്രേഡ് തുടർന്നു. "ശവശരീരം ഇപ്പോഴും മോർച്ചറിയിലുണ്ട്. വളരെ തരംതാണ വസ്ത്രധാരണം, ഉദ്ദേശം മുപ്പതോടടുത്ത പ്രായം, നല്ല ഉയരം, ശക്തനായ ഒരാളുടെ എല്ലാ തലയെടുപ്പും - ആൾ വെറുമൊരു കൂലിപ്പണിക്കാരനാ ണെന്നു തോന്നുന്നില്ല. കൊമ്പിന്റെ പിടിയുള്ള ഒരു കത്തി അരികത്തു

144

തന്നെ കിടക്കുന്നുണ്ടായിരുന്നു. ഷർട്ടിന്റെ പോക്കറ്റിൽനിന്ന് ഒരു കഷണം ആപ്പിളും, ഒരുണ്ടനൂലും, ലണ്ടൻനഗരത്തിന്റെ ഒരു പഴയ ഭൂപടവും പിന്നെ ഒരു ഫോട്ടോയും ഉണ്ടായിരുന്നു. ഇതാണ് ആ ഫോട്ടോ."

ഒരു ചെറിയ ക്യാമറയിലെടുത്ത ഫോട്ടോ - കറുത്തുതടിച്ച പുരികങ്ങളുള്ള, ഉണർന്ന ഭാവങ്ങളുള്ള മുഖം. മുഖത്തിന് താഴെ താടി ഒരു കുരങ്ങന്റേതുപോലെ തള്ളിനില്ക്കുന്നുണ്ട്. വിശദമായി ഫോട്ടോ കണ്ട ശേഷം ഹോംസ് ചോദിച്ചു.

"നെപ്പോളിയന്റെ തലയ്ക്ക് എന്തു സംഭവിച്ചു?"

"താങ്കൾ എത്തുന്നതിനു തൊട്ടുമുമ്പ് അറിയാൻ കഴിഞ്ഞു, കാമ്പ്ഹൗസ് റോഡിനു മുന്നിലുള്ള തോട്ടത്തിൽ അതു തകർന്നുകിടക്കുന്നുണ്ടത്രെ. ഞാൻ അങ്ങോട്ടിറങ്ങുകയാണ്. താങ്കളും വരുന്നോ?" ലെസ്ട്രേഡ്.

"തീർച്ചയായും." കാർപെറ്റും ജനവാതിലുകളും വിശദമായി പരിശോധിച്ചശേഷം ഹോംസ് പറഞ്ഞു, "നമ്മുടെ സുഹൃത്തിന്റെ നീണ്ടകാലുകളാണ് ഒരുപക്ഷേ, ഇത്ര ലാഘവത്തോടെ ഈ സാഹസം നടത്താൻ സഹായിച്ചത്. അല്ലെങ്കിൽ പുറത്തുനിന്ന് ഉയരത്തിൽ ജനവാതിൽ തുറക്കാനും എളുപ്പം കൃത്യം കഴിഞ്ഞ് രക്ഷപ്പെടാനും കഴിയുമായിരുന്നില്ല. അതൊക്കെ പോകട്ടെ മി. ഹാർക്കർ താങ്കളും ഞങ്ങളുടെ കൂടെ പോരുന്നോ?" മി. ഹാർക്കർ അസ്വസ്ഥനായി കാണപ്പെട്ടു. "ഞാൻ ഈ സംഭവത്തെക്കുറിച്ച് ഒരു റിപ്പോർട്ട് തയ്യാറാക്കുന്ന കാര്യം ആലോചിക്കുകയായിരുന്നു. ഇപ്പോൾതന്നെ വ്യത്യസ്ത വ്യാഖ്യാനങ്ങളോടെ അവ സായാഹ്നപത്രങ്ങളിൽ വന്നുകാണും. സംഭവസ്ഥലത്ത് ഉണ്ടായിരുന്ന പത്രാധിപരെന്ന നിലയ്ക്ക് എനിക്ക് ഉത്തരവാദിത്വമുണ്ടല്ലോ. ഞാനാണെങ്കിൽ ഇത് നേരിൽ കണ്ടതു കാരണം ആകെ തളർന്നുപോയിരിക്കുന്നു. ഇനിയും വൈകിയാൽ പിന്നെ ഞാൻ റിപ്പോർട്ട് എഴുതുന്നതിൽ ഒരു കാര്യവുമില്ലാതാവും."

ഞങ്ങൾ പുറത്തിറങ്ങുമ്പോഴേക്കും പത്രപ്രവർത്തകൻ പേനകൊണ്ട് കടലാസിൽ വരച്ചുതുടങ്ങി.

കുറച്ചു ദൂരമേയുണ്ടായിരുന്നുള്ളൂ ഞങ്ങൾക്ക് സഞ്ചരിക്കാൻ. പ്രതിമ തകർന്നുകിടക്കുന്ന സ്ഥലം വിശദമായിതന്നെ ഹോംസ് പരിശോധിച്ചു കൊണ്ടിരുന്നു. ആ അജ്ഞാതന്റെ മനസ്സിൽ വിദ്വേഷവും വെറുപ്പും ജനിപ്പിച്ച നെപ്പോളിയൻ പ്രതിമ കഷണങ്ങളായി ചിതറിക്കിടക്കുന്നു. ഹോംസിന്റെ മുഖത്ത് എന്തൊക്കെയോ സൂചനകൾ ലഭിച്ചതിന്റെ അടയാളങ്ങൾ.

ലെസ്ട്രേഡ് അന്തരീക്ഷമാകെ വീക്ഷിച്ച് ഹോംസിനോട് ചോദിച്ചു.

"എന്ത് തോന്നുന്നു?"

ഹോംസ് ചുമലുകൾ ചെരിച്ച് പതുക്കെ പറഞ്ഞു.

"നമുക്കിനിയും എത്രയോ സഞ്ചരിക്കാനുണ്ട്. ചില വസ്തുതകൾ എന്റെ ശ്രദ്ധയിൽ വന്നിരിക്കുന്നു. ഈ പ്രതിമ തട്ടിയെടുക്കുക എന്നത് ആ അജ്ഞാതന്റെ ഒരേ ഒരു ലക്ഷ്യമായിരുന്നു, അതിന് എന്തുവിലയും നല്കാൻ തക്കവണ്ണം. പിന്നെ മറ്റൊരു വസ്തുത അയാൾ അത് വീട്ടിൽകണ്ട സ്ഥലത്തുതന്നെ തല്ലിത്തകർക്കാൻ ശ്രമിച്ചില്ല എന്നതാണ്."

"മോഷണശ്രമത്തിനിടയിൽ ആ മനുഷ്യനെ കണ്ടത് അയാളെ പ്രകോപിപ്പിച്ചിരിക്കണം."

"അതു ശരിതന്നെ. പക്ഷേ, ഈ സ്ഥലം പ്രത്യേകം ശ്രദ്ധിക്കപ്പെടേണ്ടതാണ്. എന്തുകൊണ്ട് ഈ സ്ഥലംതന്നെ തിരഞ്ഞെടുത്തു?"

ലെസ്ട്രേഡ് എല്ലാം ശ്രദ്ധിക്കുന്നുണ്ടായിരുന്നു. "ഒരുപക്ഷേ, ഈ ഒഴിഞ്ഞ സ്ഥലം മറ്റാരുടേയും ശ്രദ്ധയിൽനിന്ന് മാറിനില്ക്കുന്നതുകൊണ്ടായിരിക്കും." അയാൾ പറഞ്ഞു.

"ശരി. പക്ഷേ, പ്രതിമയുണ്ടായിരുന്ന വീടിനും ഈ സ്ഥലത്തിനും ഇടയ്ക്ക് ഒറ്റപ്പെട്ട സ്ഥലങ്ങൾ കുറേയുണ്ടായിരുന്നുവല്ലോ. എന്തുകൊണ്ട് ഈ സ്ഥലംതന്നെ...?"

"എനിക്ക് ഒന്നും പറയാനില്ല." ലെസ്ട്രേഡ് പറഞ്ഞു.

ഞങ്ങളുടെ തലയ്ക്കു മുകളിലുള്ള തെരുവുവിളക്ക് ചൂണ്ടി ഹോംസ് പറഞ്ഞു. "ഇവിടെയാവുമ്പോൾ വെളിച്ചത്ത് എല്ലാം കാണാം. അതൊരു കാരണമല്ലെ?"

"ദൈവമെ അത് ശരിയാണല്ലൊ!" ലെസ്ട്രേഡ് പറഞ്ഞു.

"ഡോക്ടർ ബാർനിക്കോട്ടിന്റെ വീട്ടിലെ പ്രതിമയും ഇങ്ങനെയൊരു വിളക്കുകാലിന് ചുവട്ടിൽവെച്ചാണ് നശിപ്പിച്ചിരിക്കുന്നത് എന്നത് ഇപ്പോൾ ഓർമ്മവരുന്നു. മി. ഹോംസ് നമുക്കിനി എന്തുചെയ്യാനാവും?"

"മനസ്സിൽ ഇത് കുറിച്ചുവെക്കുക. ഇപ്പോൾ അത്രമാത്രം ചെയ്താൽ മതി. ഇതിനെ കൂട്ടിയിണക്കുന്ന എന്തെങ്കിലും നമുക്ക് വഴിയെ ലഭിക്കാതിരിക്കുകയില്ല."

"എനിക്കു തോന്നുന്നു ഇനി നമുക്കു ചെയ്യാനുള്ളത് മരിച്ചുപോയ ആളെ തിരിച്ചറിയലാണ്. അത് മനസ്സിലായിക്കഴിഞ്ഞാൽ പിറ്റ്സ് തെരുവിൽ അയാളെന്തിനു വന്നുവെന്നും ഹൊറെയ്സ് ഹാർക്കറുടെ വീട്ടിൽവെച്ച് അയാളെ കൊന്നതാരാണെന്നും നമുക്കറിയാൻ കഴിഞ്ഞേക്കും. എന്തു പറയുന്നു?" ലെസ്ട്രേഡ് ചോദിച്ചു.

"അതു ശരിതന്നെ. പക്ഷേ, അങ്ങനെയല്ല. ഈ പ്രശ്നത്തെ സമീപിക്കേണ്ടത് എന്ന് എനിക്കു തോന്നുന്നു."

"പിന്നെ എങ്ങനെയാണ്?"

"അതു ഞാനിപ്പോൾ പറയാൻ ഉദ്ദേശിക്കുന്നില്ല. ഒരു കാര്യം ചെയ്യൂ. താങ്കൾ താങ്കളുടെ വഴിയിൽ മുന്നോട്ടു പോകൂ. ഞാൻ എന്റെ വഴിയേയും സഞ്ചരിക്കാം. നമ്മുടെ രണ്ടുപേരുടേയും കണ്ടെത്തലുകൾ കുറച്ചു ദിവസങ്ങൾക്കുശേഷം വീണ്ടും കാണുമ്പോൾ നമുക്ക് ചർച്ച ചെയ്യാം."

"സമ്മതിച്ചു." ലെസ്ട്രേഡ് പറഞ്ഞു.

"താങ്കൾ പിറ്റ്സ് തെരുവിലേക്കു തിരിച്ചുപോവുകയാണെങ്കിൽ, മി. ഹൊറെയ്സ് ഹാർക്കറോട് പറയണം. അയാളുടെ വീട്ടിൽ ഇന്നലെ കയറിയത് ഒരു ഭയങ്കരനായ സമനില തെറ്റിയ നരഭോജിതന്നെയാണെന്ന്. അതയാൾക്ക് അയാളുടെ റിപ്പോർട്ടിന് സഹായമായേക്കാം."

ഹോംസ് പറഞ്ഞുകഴിഞ്ഞപ്പോൾ ലെസ്ട്രേഡ് അന്തംവിട്ടുനോക്കി.

"താങ്കൾക്കെന്താ വിശ്വാസംവരുന്നില്ലേ? എന്തായാലും മി. ഹാർക്കർക്കും അയാളുടെ പത്രം സെൻട്രൽ പ്രസ്സ് സിൻഡിക്കേറ്റിനും ഇതൊരു രസകരമായ വാർത്തയായിരിക്കും എന്ന് തീർച്ച. അതിരിക്കട്ടെ, താങ്കൾ ഇന്നു വൈകുന്നേരം ബേക്കർ സ്ട്രീറ്റിൽ വരണം. അതുവരെ ഈ മരിച്ചയാളുടെ പോക്കറ്റിലുണ്ടായിരുന്ന ഫോട്ടോ എന്റെ കൈവശമിരിക്കട്ടെ. കാര്യങ്ങൾ ഞാൻ ഉദ്ദേശിച്ചതുപോലെ നീങ്ങുകയാണെങ്കിൽ ഇന്നു രാത്രിതന്നെ നമുക്കൊരു സാഹസികയാത്ര നടത്തേണ്ടതായിട്ടുണ്ട്, എന്റെ നിഗമനങ്ങൾ ശരിയാണെങ്കിൽ." ഹോംസ് ഒന്നുകൂടി ഊന്നിപ്പറഞ്ഞ് യാത്രചോദിച്ചു.

ഞാനും ഹോംസും നേരെ ഹൈസ്ട്രീറ്റിലെ ഹൗളിങ്ങ് ബ്രദേഴ്സിന്റെ കട ലക്ഷ്യമാക്കി നടന്നു. തകർക്കപ്പെട്ട പ്രതിമ ഇവിടെനിന്നും വാങ്ങിയതാണ്. അന്വേഷിച്ചപ്പോൾ കടയുടമസ്ഥൻ ഹാർഡിങ്ങ് ഉച്ച കഴിഞ്ഞേ വരികയുള്ളൂ. മാത്രമല്ല അയാൾ പുതിയതായി ജോലിയിൽ പ്രവേശിച്ചതാണ്. അയാൾക്ക് കാര്യമായി ഒരു വിവരവും നല്കാനായില്ല. ഹോംസിന്റെ മുഖത്ത് നിരാശ പ്രകടമായിരുന്നു.

"സാരമില്ല വാട്സൺ. എല്ലായ്പോഴും നമ്മുടെ വഴിക്കുതന്നെ കാര്യങ്ങൾ നീങ്ങണമെന്നില്ലല്ലൊ. നമുക്ക് വൈകുന്നേരം ഒന്നുകൂടി ശ്രമിക്കാം. അപ്പോഴേക്കും മി. ഹാർഡിങ്ങ് മടങ്ങിയെത്താതിരിക്കില്ല. എനിക്കെന്തായാലും ഈ പ്രതിമകളുടെ ഉത്ഭവം എവിടെനിന്നെന്നറിയാൻ തിടുക്കമുണ്ട്. ഇപ്പോൾ നമുക്ക് കെന്നിംഗ്ടൺ റോഡിലെ മോഴ്സ് ഹഡ്സന്റെ കടവരെ ഒന്നു പോകാം. അയാൾ ഇതു സംബന്ധിച്ച് എന്തെങ്കിലും വിവരം തരാതിരിക്കില്ല."

ഒരു മണിക്കൂർ ഡ്രൈവുകൊണ്ട് ഞങ്ങൾ ഹഡ്സന്റെ കടയിലെത്തി. നല്ല ഉറച്ച ശരീരമുള്ള കുറിയ മനുഷ്യൻ.

"അതെ സർ, ഇവിടെനിന്ന് ഡോ. ബാർനിക്കോട്ട് വാങ്ങിച്ച രണ്ടു പ്രതിമകളാണ് തകർന്നുപോയത്. എന്താണ് ഇതിന്റെയൊക്കെ അർത്ഥം?

നികുതിയും വാടകയും മറ്റും കൊടുത്ത് പാടുപെട്ടു നടത്തുന്ന കച്ചവട മാണിത്. ഇതെന്റെ കച്ചവടത്തെ തീർച്ചയായും ബാധിക്കാതിരിക്കില്ല. ആർക്കും എന്തും ചെയ്യാമെന്നായിരിക്കുന്നു സർ."

ഹോംസിന്റെ അന്വേഷണങ്ങൾക്ക് അയാൾ തടസ്സമില്ലാതെ മറുപടി പറഞ്ഞുകൊണ്ടിരുന്നു. "ഈ പ്രതിമകൾ എവിടെനിന്നു കിട്ടിയെന്നതിൽ എന്താണ് സർ പ്രസക്തി? എന്തായാലും ചോദിച്ച സ്ഥിതിക്ക് പറയാം. സ്റ്റെപ്നിയിലെ ചർച്ച് സ്ട്രീറ്റിലെ ഗെൽഡർ കമ്പനിയിൽനിന്നാണ് ഞാനിതു വാങ്ങിയത്. ഇരുപതു വർഷത്തിലധികം പഴക്കമുള്ള കമ്പനി. എത്ര എണ്ണമാണ് ഞാൻ സൂക്ഷിച്ചിരുന്നതെന്നോ? ആ രണ്ടും പിന്നെ ഒരെണ്ണം എന്റെ കടയിൽവെച്ചുതന്നെ നശിപ്പിച്ചത്. അങ്ങനെ മൂന്നെണ്ണം. എന്ത്? ഈ ഫോട്ടോയിൽ കാണുന്നയാളെ അറിയാമോന്നോ? അറിയില്ലല്ലോ. ഏ. അറിയാമെന്നു തോന്നുന്നു. നോക്കട്ടെ. ഇത് 'ബെപ്പോ'യല്ലെ? ഇയാൾ ഇറ്റലിക്കാരനായ ഒരു കൊത്തുപണിക്കാരനാണ്. കൊത്തുപണികളും മിനുക്കുപണികളും ചെയ്യുന്നയാൾ. കഴിഞ്ഞ ആഴ്ചവരെ അയാൾ എന്റെ കടയിലുണ്ടായിരുന്നു. ഈ പ്രതിമകൾ തകർന്നതിന് രണ്ടുദിവസം മുമ്പ് അയാൾ സ്ഥലംവിട്ടതാണ്. എവിടെ നിന്നു വന്നു എന്നോ എവിടേക്കു പോയെന്നോ ഒരു വിവരവുമില്ല. അയാളെക്കൊണ്ട് എനിക്ക് ഒരുപദ്രവവും ഉണ്ടായിട്ടില്ല."

പുറത്തിറങ്ങി ഞങ്ങൾ നടന്നുനീങ്ങിയപ്പോൾ ഹോംസ് പറഞ്ഞു. "മോഴ്സ് ഹഡ്സണിൽനിന്ന് ഇത്രയൊക്കെ കിട്ടിയത് ധാരാളം. ഏതായാലും കെന്നിംഗ്ടൺ തെരുവിനും കെൻസിംഗ് ടൺ തെരുവിനും ഈ സംഭവങ്ങൾ ബന്ധിപ്പിക്കുന്ന പൊതുഘടകമായി 'ബെപ്പോ'യെ കിട്ടിയല്ലോ. നമുക്ക് ഗെൽഡർ ആന്റ് കമ്പനി വരെ ഒന്നു പോകാം. അവിടെ നിന്നും എന്തെങ്കിലും കിട്ടാതിരിക്കില്ല."

ലണ്ടൻ നഗരത്തിന്റെ വിവിധ മുഖങ്ങൾ - ഫാഷൻ ലണ്ടൻ, ഹോട്ടൽ ലണ്ടൻ, തിയേറ്റർ ലണ്ടൻ, കലാസാഹിത്യം നിറഞ്ഞുനില്ക്കുന്ന ലണ്ടൻ, കച്ചവടത്തെരുവുകളുടെ ലണ്ടൻ, പിന്നെ അവസാനം കടലോരത്ത് സ്ഥിതിചെയ്യുന്ന ലണ്ടൻ പുഴയോരത്തെത്തി. വിശാലമായ ഗെൽഡർ ആന്റ് കമ്പനിയുടെ മുന്നിലെത്തിയപ്പോൾ അതൊരു പ്രതിമകളുടെയും വാർപ്പുപണികളുടെയും ലോകമാണെന്ന് തോന്നി. പുറത്ത് അമ്പതോളം ജോലിക്കാർ കൊത്തുപണിയിൽ മുഴുകിയിരിക്കുന്നു. തടിച്ച ജർമ്മൻ മാനേജർ ഞങ്ങളെ സന്തോഷപൂർവ്വം സ്വാഗതം ചെയ്ത് അകത്തേക്ക് കൂട്ടിക്കൊണ്ടുപോയി. ഞങ്ങളുടെ ചോദ്യങ്ങൾക്കെല്ലാം വളരെ വിശദമായ, തൃപ്തികരമായ ഉത്തരങ്ങൾ അയാൾ നല്കി. "നെപ്പോളിയൻ പ്രതിമയുടെ മാർബിൾ ശില്പത്തിൽനിന്ന് അനേകം പ്രതിരൂപങ്ങൾ നിർമ്മിച്ചു വിൽക്കുകയുണ്ടായി. അവയിൽ മൂന്നെണ്ണം മോഴ്സ്ഹഡ്സന് വിറ്റത് ഒരു വർഷം മുമ്പാണ്. അതേകൂട്ടത്തിൽപെട്ട മൂന്നെണ്ണം കെൻസിംഗ്ടണിലെ

ഹാർഡിങ്ങ് ബ്രദേഴ്സിനും വിൽക്കുകയുണ്ടായി. ആ ആറു പ്രതിമകളും ഒരേപോലെ തോന്നിപ്പിക്കുന്നവ. അവയെ നശിപ്പിക്കാൻ കാരണമൊന്നും കാണുന്നില്ല. ആറു ഷില്ലിങ്ങിനാണ് ഞങ്ങളിത് വില്ക്കുന്നത്. റീട്ടെയിലുകൾക്ക് പന്ത്രണ്ട് ഷില്ലിങ്ങുവരെ ഇവയ്ക്ക് വിലയിടും. രണ്ടു പ്രതിരൂപങ്ങൾ മുൻവശത്തുനിന്നും പിറകുവശത്തുനിന്നും ഉണ്ടാക്കിച്ചേർത്താണ് ഒരു പ്രതിമയാക്കുന്നത്. ഇറ്റാലിയൻ ജോലിക്കാരാണ് ഇതു ചെയ്യുന്നത്. പ്രതിമകൾ ബെഞ്ചിൽ നിവർത്തി കിടത്തി ഉണക്കിയെടുത്ത് സ്റ്റോറിലേക്ക് നീക്കംചെയ്യുന്നു."

ഇത്രയുംകേട്ടശേഷം ഹോംസ് പോക്കറ്റിലുണ്ടായിരുന്ന ഫോട്ടോ കാണിച്ചു. പെട്ടെന്ന് മാനേജരുടെ മുഖം ഒന്നു തുടുത്തു. ഇരുനെറ്റികളും ചുളിച്ച് അയാൾ പറഞ്ഞു, "ഈ ദ്രോഹിയെ അറിയുമോന്നോ? ശരിക്കുമറിയാം. വളരെ നല്ല രീതിയിൽ പ്രവർത്തിച്ചുവന്ന ഈ സ്ഥാപനത്തിൽ പോലീസുകാർ കയറിയിറങ്ങിയത് ഈ ദ്രോഹി കാരണമാണ്. ഏതാണ്ട് ഒരു വർഷം മുമ്പ് ഇവൻ മറ്റൊരു ഇറ്റലിക്കാരനെ കുത്തിയശേഷം ജോലിക്കു വന്നു. വിവരമറിഞ്ഞ് പോലീസുകാർ ഇവനെ അറസ്റ്റുചെയ്തു. 'ബപ്പോ' എന്നാണ് ഇവന്റെ പേര്. ഇവനെ ജോലിക്കുവെച്ചത് ഞങ്ങൾക്ക് പറ്റിയ തെറ്റാണെങ്കിലും ഒന്ന് പറയാതിരിക്കാൻ വയ്യ - ഇവൻ നല്ലൊരു ശില്പിതന്നെയായിരുന്നു."

"അയാൾക്ക് എന്തു ശിക്ഷയാണ് കിട്ടിയത്?"

"ഏതാണ്ട് ഒരു കൊല്ലത്തോളം അവൻ ജയിലിലായിരുന്നു. ഇപ്പോൾ മിക്കവാറും പുറത്തിറങ്ങിക്കാണും. പക്ഷേ, ഇവിടെ വരാൻ ധൈര്യപ്പെട്ടിട്ടില്ല. അവന്റെ ഒരു ബന്ധു ഇവിടെ ജോലി ചെയ്യുന്നുണ്ട്. അയാൾക്ക് എന്തെങ്കിലും പറയാൻ കഴിയുമോ എന്നു നോക്കാവുന്നതാണ്."

"വേണ്ട, വേണ്ട." ഹോംസ് പറഞ്ഞു. "ദയവുചെയ്ത് അയാളോട് ഇതിനെക്കുറിച്ചു സംസാരിക്കുകൂടി ചെയ്യരുത്. അന്വേഷണം മുറുകുന്തോറും ഇത് വളരെ ഗൗരവമുള്ള ഒരു കേസ്സായി മാറിക്കൊണ്ടിരിക്കുന്നു. അതുകൊണ്ടുകൂടി കാര്യങ്ങൾ രഹസ്യമായി സൂക്ഷിക്കേണ്ടിയിരിക്കുന്നു. താങ്കളുടെ രജിസ്റ്ററിൽ ഈ പ്രതിമകളുടെ വില്പന കാണിച്ചിരിക്കുന്നത് കഴിഞ്ഞകൊല്ലം ജൂൺ 3-ാം തീയതി എന്നാണ്. ബെപ്പോ എന്നാണ് അറസ്റ്റുചെയ്യപ്പെട്ടത് എന്ന് പറഞ്ഞുതരാമോ?"

"എനിക്ക് അവന്റെ ശമ്പളക്കണക്ക് നോക്കിയാൽ ചിലപ്പോൾ അറിയാൻ കഴിഞ്ഞേക്കും. അതെ. മെയ് 20-നാണ് അയാൾ ശമ്പളം അവസാനമായി വാങ്ങിയത്." പേജുകൾ മറിച്ചുകൊണ്ട് അയാൾ പറഞ്ഞു.

"വളരെ നന്ദി. താങ്കളുടെ വിലയേറിയ സമയം ഞങ്ങൾ നഷ്ടപ്പെടുത്തിയില്ലെന്ന് കരുതുന്നു." വിവരങ്ങൾ വളരെ രഹസ്യമായിതന്നെ വെക്കാൻ ഒരിക്കൽകൂടി ഓർമ്മിപ്പിച്ചുകൊണ്ട് ഞങ്ങൾ പുറത്തിറങ്ങി.

ഉച്ചകഴിഞ്ഞ് കുറെസമയമായിരിക്കുന്നു. ഞങ്ങൾ ഊണ് കഴിക്കാൻ ഹോട്ടലിൽ കയറിയപ്പോൾ സായാഹനപത്രം ശ്രദ്ധയിൽപെട്ടു. വലിയ അക്ഷരത്തിൽ അതിൽ അച്ചടിച്ചിരിക്കുന്നു 'കെൻസിംഗ്ടണിൽ കുഴപ്പം. ഭ്രാന്തൻ കൊലപാതകം നടത്തി.' അതിലെ ഉള്ളടക്കം വായിച്ചപ്പോൾ മി. ഹൊറെയ്ഡ് ഹാർക്കർ കൊടുത്തതായിരിക്കുമെന്ന് ഏതാണ്ട് ഉറപ്പായി. ഏതാണ്ട് രണ്ടു കോളം നിറയെ വിസ്മയിപ്പിക്കുന്ന സംഭവങ്ങളുടെ വിവരണം. ഭക്ഷണം കഴിക്കുന്നതിനിടയിൽ ഹോംസ് പറഞ്ഞു.

"മി. വാട്സൺ, താങ്കൾ ശ്രദ്ധിക്കൂ. ഈ സംഭവങ്ങൾ ബോധപൂർവ്വം നടത്തിയ കൊലപാതകമല്ലെന്നും ഒരു വിഭ്രാന്തമനസ്സിന്റെ കടന്നുകയറ്റങ്ങളാണെന്നും സ്കോട്ട്ലണ്ട് യാർഡ് പോലീസ് ഓഫീസർ ലെസ്ട്രേഡും പ്രശസ്ത കുറ്റാന്വേഷകൻ ഷെർലക് ഹോംസും അഭിപ്രായപ്പെട്ടിരിക്കുന്നു." വായിച്ചശേഷം ഹോംസ് പറഞ്ഞു.

"ഒരു പത്രം എന്നത് ശക്തിയേറിയ മാധ്യമമാണ്. അതുപയോഗിക്കാൻ അറിയണമെന്ന് മാത്രം. ഇനി നമുക്ക് കെൻസിംഗ്ടൺ തെരുവിലേക്ക് നീങ്ങാം. ഹാർഡിങ്ങ് ബ്രദേഴ്സിന്റെ കടയിൽനിന്നും എന്തുകിട്ടുമെന്ന് പരിശോധിക്കാം."

ഹാർഡിങ്ങ് ബ്രദേഴ്സ് എന്ന സ്ഥാപനത്തിന്റെ ഉടമസ്ഥൻ വളരെ ഭവ്യനും നന്നായി സംസാരിക്കുന്ന ഒരു മാന്യവ്യക്തിയുമായിരുന്നു.

"ശരിയാണ് സർ. ഇതെല്ലാം ഞാനും വായിച്ചിരുന്നു. ഹൊറെയ്ഡ് ഹാർക്കർ ഞങ്ങളുടെ നല്ലൊരു കസ്റ്റമറാണ്. ഞങ്ങൾതന്നെയാണ് അദ്ദേഹത്തിന് നെപ്പോളിയൻ പ്രതിമ വിറ്റത്. മൂന്നെണ്ണം ഗെൽഡർ ആന്റ് കമ്പനിയിൽ ഓർഡർ ചെയ്തിരുന്നു. അത് മൂന്നും വിറ്റുകഴിഞ്ഞു. ആ ബിൽപുസ്തകം നോക്കിയാൽ അറിയാൻ കഴിയും മറ്റതു രണ്ടും ആർക്കാണ് വിറ്റതെന്ന്. ഒരെണ്ണം ഹാർക്കർക്ക്. പിന്നെയൊരെണ്ണം ലബർനം വില്ലയിൽ താമസിക്കുന്ന ജോസഫിന്, അവസാനത്തേത് ലോവർ ഗ്രോറോഡിലെ സാന്റ്ഫോർഡിന്. പിന്നെ ഈ ഫോട്ടോയിൽ കാണുന്നയാളെ ഞാൻ ഇതിനുമുമ്പ് കണ്ടിട്ടേയില്ല. ഒരിക്കൽ കണ്ടാൽ മറക്കാൻ കഴിയാത്തതാണല്ലോ ഈ മുഖം. ഇനി ഇറ്റാലിയൻ ജോലിക്കാർ - തീർച്ചയായും ഇവിടത്തെ ജോലിക്കാർ പലരും ഇറ്റലിക്കാരാണ്. അവർക്കും പുസ്തകത്തിലൂടെ വിവരങ്ങൾ അറിയാൻ കഴിഞ്ഞിരിക്കും. കാരണം ബിൽപുസ്തകം അങ്ങനെ രഹസ്യമായി വെക്കേണ്ട ആവശ്യമില്ലല്ലോ - ഏതായാലും ഇനി എന്തെങ്കിലും ആവശ്യം വരുമ്പോൾ അറിയിക്കുക."

സംഭാഷണങ്ങൾക്കിടയ്ക്ക് ഹോംസ് കുറെ നോട്ടുകൾ കുറിച്ചെടുക്കുന്നുണ്ടായിരുന്നു. അന്വേഷണം തൃപ്തികരമായ നിലയിൽ മുന്നേറുന്നുവെന്ന് ഹോംസിന്റെ മുഖഭാവം വിളിച്ചുപറയുന്നുണ്ടായിരുന്നു. പെട്ടെന്നുതന്നെ ഞങ്ങൾ ബേക്കർസ്ട്രീറ്റ് ലക്ഷ്യമാക്കി നീങ്ങി.

ലെസ്ട്രേഡ് എത്തുന്നതിനു മുമ്പ് എത്തണമല്ലോ. ബേക്കർ സ്ട്രീറ്റിലെത്തുമ്പോഴേക്കും ലെസ്ട്രേഡ് അവിടെയെത്തിക്കഴിഞ്ഞിരുന്നു.

"മി. ഹോംസ് എങ്ങനെയുണ്ട് കാര്യങ്ങൾ?"

"ഇന്ന് വളരെ തിരക്കുപിടിച്ച ദിവസംതന്നെയായിരുന്നു. ഞങ്ങൾക്ക് രണ്ടു ചില്ലറവില്പന ഷോപ്പുകളും മൊത്തവ്യാപാരകടയും സന്ദർശിക്കാനായി. ഇപ്പോൾ ഏതാണ്ട് കഥയ്ക്ക് ഒരു രൂപംവന്നുതുടങ്ങി."

"എനിക്ക് വേറൊരു കഥയാണ് പറയാനുള്ളത്, മിം. ഹോംസ്. താങ്കളുടെ രീതികളിൽനിന്നും വ്യത്യസ്തമായിരുന്നുവല്ലോ എന്റെ അന്വേഷണം. എന്റെയും ഇന്നത്തെ ദിവസം വളരെ ഫലപ്രദമായിരുന്നു, മരിച്ച ആളെ ഞാൻ തിരിച്ചറിഞ്ഞു."

"നന്നായിരിക്കുന്നു!"

"മാത്രമല്ല കൊലപാതകത്തിന്റെ കാരണവും കണ്ടെത്തിക്കഴിഞ്ഞു."

"അത് വളരെ നന്നായിരിക്കുന്നു."

"ഇറ്റാലിയൻ കോളണിയായ 'സാഫ്രൺ ഹില്ലി'ൽ താമസിക്കുന്ന ഒരു ഇൻസ്പെക്ടർക്ക് ഈ മരിച്ചയാളെ അറിയാം. അയാളുടെ കഴുത്തിലെ കാത്തലിക് ചിഹ്നവും അയാളുടെ നിറവുംകൂടി നോക്കിയപ്പോഴാണ് അയാൾ ആ പ്രദേശത്തുള്ള ആളാണെന്ന് മനസ്സിലായത്. ഇൻസ്പെക്ടർ ഹില്ലിന് ആളെ കണ്ടതും മനസ്സിലായി നേപ്പിൾസിലെ 'പെട്രോവുന്നൂസി' ആണെന്ന്. ലണ്ടനിലെ കുപ്രസിദ്ധ കുറ്റവാളികളിൽ ഒരാൾ. മാഫിയബന്ധമുള്ള ആളായിരുന്നിരിക്കണം. എന്തെങ്കിലും കാര്യങ്ങളിൽ അവർ തമ്മിൽ വന്ന അഭിപ്രായഭിന്നത കൊലപാതകത്തിൽ അവസാനിച്ചതായിരിക്കണം. ആളെ തെറ്റാതിരിക്കാനാവണം അയാളുടെ ഫോട്ടോ കൈയിൽതന്നെ കരുതിയിരുന്നത്. പെട്രോ അത് കൈയിൽവെച്ച് രണ്ടാമനെ ആക്രമിക്കാൻ തുനിഞ്ഞപ്പോൾ വാദി പ്രതിയായതാവണം. എന്തുപറയുന്നു മി. ഹോംസ്?"

കൈയടിച്ചുകൊണ്ട് ഹോംസ് സമ്മതിച്ചു- "നന്നായിരിക്കുന്നു, മി. ലെസ്ട്രേഡ്. പക്ഷേ, ഈ നെപ്പോളിയന്റെ തലകൾ ഇതിനിടയിൽ എന്തിന് കയറിവന്നു?"

"ചെ, ആ പ്രതിമകളെകുറിച്ച് ഒരന്വേഷണത്തിന്റെ ആവശ്യമുണ്ടോ? അതൊരു ഉച്ചകിറുക്കന്റെ ചെയ്തികളല്ലേ? പ്രധാനം ആ കൊലപാതകമാണല്ലോ. അതിനെകുറിച്ചുള്ള വിവരങ്ങൾ ശേഖരിക്കാനാണ് ഞാൻ ശ്രമിക്കുന്നത്."

"അപ്പോൾ ഇനി അടുത്ത പരിപാടി?"

"അത് വളരെ ലളിതമല്ലേ? ഞാൻ ഹില്ലിനെയും കൂട്ടി ഇറ്റാലിയൻ ക്വാർട്ടേഴ്സിലേക്കു പോകും. ആ ഫോട്ടോയിൽ കാണുന്നയാളെ കണ്ടുപിടിച്ച് അറസ്റ്റുചെയ്യും. എന്താ എന്റെ കൂടെ വരുന്നോ?"

“അങ്ങനെയല്ല ഞാൻ ചിന്തിക്കുന്നത്. താങ്കൾ പറഞ്ഞതിനേക്കാൾ എളുപ്പമായി ഞാൻ കാര്യങ്ങൾ ചെയ്തുതീർക്കും. എന്നാലും അതൊന്നും നമ്മുടെ നിയന്ത്രണത്തിലല്ല. പക്ഷേ, എനിക്ക് പ്രതീക്ഷയുണ്ട്. താങ്കൾ ഇന്നു രാത്രി ഞങ്ങളുടെ കൂടെ പോരുന്നുവെങ്കിൽ കുറ്റവാളിയെ കണ്ടെത്താനാവും എന്നാണ് എന്റെ വിശ്വാസം!”

“അപ്പോൾ ഇറ്റാലിയൻ ക്വാർട്ടേഴ്സിലേക്കോ?”

“ഇറ്റാലിയൻ ക്വാർട്ടേഴ്സിലേക്കല്ല. ചിസ്വിക്കിലേക്ക്. ഈ കൊലപാതകി അവിടെയെന്നാണ് എനിക്കു തോന്നുന്നത്. ഏതായാലും ഇന്നു രാത്രി നമുക്ക് ചിസ്വിക്കിലേക്ക് ഒരു യാത്ര പോകാം. നാളെ വേണമെങ്കിൽ ഇറ്റാലിയൻ ക്വാർട്ടേഴ്സിലേക്കും നീങ്ങാമല്ലോ. ഒരു ദിവസത്തെ കാത്തിരിപ്പ്, അത്രയല്ലേയുള്ളൂ. ഇപ്പോൾ അല്പനേരം നമുക്ക് ഉറങ്ങാം. രാത്രി പതിനൊന്നരമണിയോടെ നമുക്ക് ആരംഭിക്കാം. മി. ലെസ്ട്രേഡ്, ഇന്ന് ഞങ്ങളുടെ ഒപ്പം അത്താഴം കഴിക്കാം. അതുകഴിഞ്ഞ് ചെറിയൊരു മയക്കം, പിന്നെയൊരു യാത്ര, എന്താ ഒ.കെ. അല്ലേ? മി. വാട്സൺ, അതിനുമുമ്പ് എനിക്ക് ഒരു പ്രധാന സന്ദേശം കൊടുത്തയയ്ക്കാനുണ്ട്. അതിന് ആരെയെങ്കിലും ഏർപ്പാടാക്കണം.”

വൈകുന്നേരം മുഴുവൻ ഹോംസ് പഴയ കടലാസുകൾക്കും ഫയലുകൾക്കും ഇടയിൽ തിരഞ്ഞുകൊണ്ടിരുന്നു. പുറത്തുവന്നപ്പോൾ മുഖത്ത് വിജയഭാവം തെളിഞ്ഞുകണ്ടു. പക്ഷേ, ലെസ്ട്രേഡിനോടും എന്നോടും പ്രത്യേകിച്ച് ഒന്നുംതന്നെ പറയുകയുണ്ടായില്ല. പക്ഷേ, എനിക്ക് ഹോംസിന്റെ ഓരോ ചേഷ്ടയും ശരിക്കും അറിയാവുന്നതുകൊണ്ട് ഞാൻ ഊഹിച്ചു. ബാക്കിയുള്ള നെപ്പോളിയന്റെ തലയിൽ ഒരെണ്ണം ചിസ്വിക്കിലാണ്. ഈ വിചിത്രനായ കുറ്റവാളിയെ പിടിക്കാൻ അവന്റെ അടുത്ത ആക്രമണത്തിനു മുമ്പ് അവിടെയെത്തുക, പത്രത്തിൽ ഇത്തരത്തിലൊരു റിപ്പോർട്ട് നല്കിയതിനു പിന്നിലും ഹോംസിന്റെ ബുദ്ധിയെ അഭിനന്ദിക്കാതെ വയ്യ. കൊലപാതകിക്ക് സ്വൈരമായി അടുത്ത പരിപാടി ആസൂത്രണം ചെയ്യാൻ ഇതുപകരിക്കുമെന്ന് പറയേണ്ടതില്ലല്ലോ. ഇറങ്ങുംമുമ്പ് ഹോംസ് തന്റെ കൈത്തോക്ക് കൈയിലെടുത്തശേഷം എന്നോടും കൈത്തോക്ക് കൈവശം വെക്കാൻ പറഞ്ഞു. പതിനൊന്നുമണിയോടെ ഞങ്ങൾ വാനിൽ യാത്രതുടങ്ങി. ‘ഹാമർസ്മിത്ത്’ പാലത്തിനടുത്തെത്തിയപ്പോൾ വണ്ടിക്കാരനോട് കാത്തുനില്ക്കാൻ പറഞ്ഞ് ഞങ്ങൾ നടന്നുതുടങ്ങി. ‘ലബർനംവില്ല’ കണ്ടുപിടിക്കാൻ പ്രയാസമുണ്ടായില്ല. വീട്ടിനകത്ത് എല്ലാവരും ഗാഢനിദ്രയിലാണ്. മുൻവശത്തെ മങ്ങിയ വെളിച്ചമൊഴികെ ഭൂരിഭാഗവും ഇരുട്ടിൽ മുങ്ങിയിരുന്നു. പുറത്തുള്ള റോഡിനെ വേർതിരിക്കുന്ന മരവേലിയുടെ നിഴലിൽ ഞങ്ങൾ പതുങ്ങിയിരുന്നു.

“നമുക്ക് കുറെസമയം കാത്തിരിക്കേണ്ടിവരുമെന്ന് തോന്നുന്നു. മഴ പെയ്യാത്തതിന് നമുക്ക് നന്ദിപറയാം. പുകവലിക്കാൻപോലും

നിവൃത്തിയില്ല. ഏതായാലും ഈ കഷ്ടപ്പാടുകൾക്ക് ഗുണമുണ്ടാവുമെന്ന് പ്രാർത്ഥിക്കാം." - ഹോംസ് പറഞ്ഞു. പക്ഷേ, ഹോംസ് ഭയന്നപോലെ അധികം കാത്തിരിക്കേണ്ടിവന്നില്ല. തീരെ അപ്രതീക്ഷിതമായി നിശ്ശബ്ദമായി ഒരു കറുത്ത രൂപം നടപ്പാതയിലെ വെളിച്ചത്തിലൂടെ വീട്ടിലെ നിഴലിൽ മറഞ്ഞു. അല്പസമയം കഴിഞ്ഞ് ജനൽ തുറക്കുന്ന ഇറുകിയ ശബ്ദം കേൾക്കാറായി. അയാൾ പതുക്കെ വീടിനകത്തേക്ക് കടന്നു കഴിഞ്ഞു. ഉദ്ദേശിച്ച സ്ഥലത്ത് കാണാഞ്ഞതിനാലാവണം ഒരു പ്രകാശം വീടിനുള്ളിൽ മിന്നിമറഞ്ഞും തെളിഞ്ഞും കൊണ്ടിരുന്നു.

"നമുക്ക് ആ തുറന്ന ജനലിലൂടെ അകത്തു കടക്കാം. അവൻ പുറത്തു വരുന്ന സമയം നോക്കി അവനെ കയറിപ്പിടിക്കാം." ലെസ്ട്രേഡ് പതുക്കെ പറഞ്ഞു. പക്ഷേ ഞങ്ങൾ നീങ്ങുന്നതിനുമുമ്പുതന്നെ അവൻ പുറത്തു കടന്നു. കൈയിൽ വെളുത്ത എന്തോ സാധനമുണ്ട്. അയാൾ ചുറ്റും നോക്കി ഞങ്ങൾക്ക് നേരെ പുറംതിരിഞ്ഞുനിന്നു. എന്തോ തട്ടുകയും ഉടയ്ക്കുകയും ചെയ്യുന്ന ശബ്ദം കേട്ട ഉടനെ ഹോംസ് പെട്ടെന്ന് അയാളെ കടന്നുപിടിച്ചു. ഒരുനിമിഷംകൊണ്ട് ഞാനും ലെസ്ട്രേഡും ചേർന്ന് അയാളെ വിലങ്ങുകളാൽ ബന്ധിച്ചു. കിതച്ചുകൊണ്ട് ക്രൂരമായി ഞങ്ങളെ നോക്കിയ മുഖം അപ്പോൾ കണ്ടു. ആ ഫോട്ടോയിൽ കണ്ട അതേ ആൾതന്നെ - ബപ്പോ.

ഹോംസ് അപ്പോഴും കുറ്റവാളിയെ വിട്ട് പ്രതിമ ചിതറിക്കിടക്കുന്ന സ്ഥലം ചികയുകയായിരുന്നു. അതും നെപ്പോളിയൻ പ്രതിമതന്നെ. ഓരോ കഷണവും വിശദമായി പരിശോധിച്ച് അത് നെപ്പോളിയന്റെ തലയാണെന്ന് ഉറപ്പിച്ചു കഴിയുമ്പോഴേക്കും അകത്തെ വിളക്കുകൾ തെളിഞ്ഞു. ഷർട്ടും ട്രൗസറും ധരിച്ച മാന്യനായ വീട്ടുടമസ്ഥൻ പുറത്തേക്കിറങ്ങി വന്നു.

"മി. ജോസഫല്ലെ?"

"അതെ സർ. താങ്കൾ - ഷെർലക്ഹോംസ്?"

"താങ്കൾ കൊടുത്തയച്ച കുറിപ്പ് സമയത്തുതന്നെ കിട്ടി. എഴുതിയ പ്രകാരം എല്ലാ വാതിലും അകത്തുനിന്ന് അടച്ച് ഞങ്ങൾ കാത്തിരുന്നു. ഏതായാലും ആ ദ്രോഹിയെ കിട്ടിയല്ലോ അതുമതി. എല്ലാവരും വരണം, നമുക്ക് ഒരുമിച്ചിരുന്ന് വല്ലതും കഴിക്കാം."

പക്ഷേ, ലെസ്ട്രേഡ് സമ്മതിച്ചില്ല. കുറ്റവാളിയെ സുരക്ഷിതമായി എവിടെയെങ്കിലും എത്തിക്കണം എന്നതുകൊണ്ട് ഞങ്ങൾ നാലുപേരും വണ്ടിയിൽ തിരിച്ചു യാത്രയായി. കുറ്റവാളി ഒന്നും ഉരിയാടാതെ ഇടയ്ക്കു മാത്രം ഞങ്ങളെ ഓരോരുത്തരെയായി ഒളിഞ്ഞുനോക്കിക്കൊണ്ടിരുന്നു. ഒരിക്കൽമാത്രം ഞാൻ കൈ അയാളുടെ അടുത്തേക്ക് ഉയർത്തിയപ്പോൾ ഒരു ചെന്നായയെപ്പോലെ അയാൾ കൈകളിൽ കടന്നുപിടിച്ചു. പോലീസ് സ്റ്റേഷനിൽ എത്തിയശേഷം അവന്റെ വസ്ത്രങ്ങൾ പരിശോധിച്ചപ്പോൾ

ഏതാനും ഷില്ലിങ്ങ് നാണയങ്ങളും ഒരു നീണ്ട കത്തിയും (അതിൽ അടുത്തകാലത്ത് പതിഞ്ഞ രക്തക്കറയുണ്ടായിരുന്നു) കിട്ടി.

ലെസ്ട്രേഡ് പറഞ്ഞു, "ഹില്ലിന് ഇവരെയൊക്കെ നല്ലതുപോലെ അറിയാം. ഞാൻ പറഞ്ഞ മാഫിയലോകത്തെക്കുറിച്ച് കൂടുതൽ ഉടനെ അറിയാൻ കഴിയും. എന്തായാലും മി. ഹോംസ്, താങ്കളുടെ അദ്ഭുതകരമായ ഈ ബുദ്ധിസാമർത്ഥ്യത്തെ അഭിനന്ദിക്കാതെ വയ്യ. എത്ര സമർത്ഥമായാണ് താങ്കൾ ഇവനെ കുടുക്കിയത്? ചിലത് വിട്ടുപോയ മാതിരി - എന്നാലും എവിടെയൊക്കെയോ..."

ഹോംസ് പറഞ്ഞു. "വിശദീകരണത്തിന് സമയമില്ല. ഇനിയും ഒന്നു രണ്ടു കാര്യങ്ങളിൽ വിശദീകരണങ്ങൾ ലഭിക്കേണ്ടതുണ്ട്. നാളെ ആറു മണിയോടുകൂടി എന്റെ മുറിയിലേക്ക് വരൂ. താങ്കൾ ഇനിയും കുറേയൊക്കെ മനസ്സിലാക്കാനുണ്ട്. ഇതൊരു സാധാരണ ക്രൈം അല്ല. ഒര സാധാരണ ചരിത്രസംഭവമാകാൻ പോകുന്നവയാണ് ഇതിലെ ഉള്ളടക്കം. മാത്രമല്ല നെപ്പോളിയന്റെ തലകൾക്ക് ഈ കഥയിൽ പ്രത്യേക മാനവും ലഭിക്കും."

പിറ്റേദിവസം കണ്ടുമുട്ടിയപ്പോൾ ഹോംസിന് കുറെയധികം കാര്യങ്ങൾ ലെസ്ട്രേഡിനോട് പറയാനുണ്ടായിരുന്നു. പക്ഷേ, അതിനുമുമ്പു തന്നെ ലെസ്ട്രേഡ് തന്റെ വിവരശേഖരങ്ങളുടെ കെട്ടഴിച്ചു. "അവന്റെ പേര് 'ബപ്പോ' എന്നുതന്നെ. മുഴുവൻ പേര് ആർക്കുമറിയില്ല. ഇറ്റാലിയൻ കോളണിയിലെ 'ഒരിക്കലും നന്നാവാത്തവൻ' എന്ന പേരും അവന് ചേർന്നുകിട്ടി. എന്നിരുന്നാലും നല്ലൊരു ശില്പിയായിരുന്നു അയാൾ. നല്ലപോലെ അധ്വാനിക്കും. ഈ അടുത്തകാലത്തായി അയാൾ കുറ്റകൃത്യങ്ങളിലേക്ക് തിരിഞ്ഞിരുന്നു. രണ്ടുവട്ടം ജയിൽശിക്ഷ അനുഭവിച്ചു കഴിഞ്ഞു. ഒരെണ്ണം നിസ്സാരമോഷണത്തിനും മറ്റേത് ഒരാളെ കുത്തിയതിനും. നല്ലപോലെ ഇംഗ്ലീഷ് സംസാരിക്കും. പക്ഷേ, പ്രതിമകൾ മോഷ്ടിച്ചതിനോ തകർത്തതിനോ അയാൾക്കൊന്നും പറയാനില്ല. എത്ര ചോദിച്ചിട്ടും. അദ്ഭുതമതല്ല. ഇയാൾ തന്നെയാണ് ഇയാൾ തന്നെ നശിപ്പിച്ച പ്രതിമകൾ ഉണ്ടാക്കിയത്. കാരണം ആ സമയത്ത് അയാൾ ഗെൽഡർ കമ്പനിയിലെ ജോലിക്കാരനായിരുന്നു. ഇതെല്ലാം ശ്രദ്ധയോടെ ഹോംസ് കേട്ടുകൊണ്ടിരുന്നു. പക്ഷേ, അദ്ദേഹത്തെ ശരിക്ക് അറിയാവുന്ന എനിക്കു തോന്നി, അദ്ദേഹത്തിന്റെ മനസ്സ് മറ്റെവിടെയോ ആണ്. അദ്ദേഹത്തിന്റെ മുഖത്തെ ആകാംക്ഷയും അസ്വാസ്ഥ്യവും അതു വിളിച്ചോതുന്നുണ്ടായിരുന്നു. അല്പനേരം കഴിഞ്ഞപ്പോൾ ബെല്ലടിച്ചു. പെട്ടെന്ന് ഹോംസിന്റെ കണ്ണുകളിൽ പ്രകാശം! ചുവന്ന മുഖവും നീണ്ട കൃതാവുമുള്ള ഒരു മധ്യവയസ്കൻ കൈയിൽ ഒരു സഞ്ചിയുമായി കടന്നുവന്നു.

"മി. ഷെർലക് ഹോംസ് ഇവിടെയുണ്ടോ?"

"മി. സെന്റഫോർഡ് അല്ലേ?" ഹോംസ് ചോദിച്ചു.

“അതെ സർ. ഞാൻ വൈകിയില്ലല്ലോ എന്ന് ചോദിക്കുന്നില്ല. ഇവിടെ ട്രെയിൻയാത്ര അത്ര സുഖമുള്ളതല്ല. താങ്കൾ ആ പ്രതിമകളെക്കുറിച്ച് എനിക്ക് എഴുതിയിരുന്നുവല്ലെ.”

“ഉവ്വ്.”

“താങ്കളുടെ കത്ത് എന്നെ വല്ലാതെ അദ്ഭുതപ്പെടുത്തി. താങ്കൾക്ക് എങ്ങനെ മനസ്സിലായി ഇത്തരം പ്രതിമകൾ എന്റെ കൈവശമുണ്ടെന്ന്?”

“താങ്കൾക്ക് അദ്ഭുതം തോന്നിയിട്ടുണ്ടാവാം. പക്ഷേ, അത് വളരെ നിസ്സാരമല്ലെ? ഹാർഡിങ്ങ് ബ്രദേഴ്സിന്റെ ഉടമസ്ഥൻ ഹാർഡിങ്ങ് തന്നെയാണ് താങ്കൾക്ക് പ്രതിമകൾ വിറ്റ കാര്യം അറിയിച്ചത്. അദ്ദേഹംതന്നെയാണ് താങ്കളുടെ മേൽവിലാസം തന്നതും.”

“അതു നന്നായിരിക്കുന്നു. അദ്ദേഹം ഇതിന്റെ വിലയും പറഞ്ഞു തന്നോ?”

“ഇല്ല. വിലയുടെ കാര്യം പറഞ്ഞില്ല.”

“ഞാൻ സത്യസന്ധനാണ് സർ. ഞാൻ പതിനഞ്ചു ഷില്ലിങ്ങ് മാത്രമേ അതിനു നല്കിയുള്ളൂ.”

“താങ്കളുടെ സത്യസന്ധതയിൽ അഭിമാനം തോന്നുന്നു. പക്ഷേ, ഞാൻ വാക്കുതെറ്റിക്കുന്നില്ല. 10 പൗണ്ട് തന്നെ ഞാൻ അതിന് വില നിശ്ചയിക്കുന്നു. നേരത്തെ വാഗ്ദാനം ചെയ്തപോലെ.”

“വളരെ മനോഹരമായിരിക്കുന്നു. ഞാൻ ആ പ്രതിമ കൊണ്ടുവന്നിട്ടുണ്ട്. താങ്കൾക്ക് അതെടുക്കാം!”

പലപ്രാവശ്യം തകർന്നുവീണ പ്രതിമയെ മുഴുവൻ രൂപത്തിൽ കണ്ടപ്പോൾ ഞങ്ങൾക്ക് കൗതുകം തോന്നി. ഹോംസ് 10 പൗണ്ടിന്റെ നോട്ടെടുത്ത് വെച്ചു. കൂടെ ഒരു കടലാസും.

“സെന്റ്ഫോർഡ്, താങ്കൾ ദയവായി ഈ കടലാസിൽ ഒപ്പിട്ടുതരിക. കൂടെ രണ്ടു സാക്ഷികളും വേണം. ഈ പ്രതിമയെ സംബന്ധിച്ച എല്ലാ അവകാശങ്ങളും എനിക്ക് കൈമാറിയിരിക്കുന്നു എന്ന പ്രമാണമാണ് അത്. ചിട്ടപോലെ കാര്യങ്ങൾ നടക്കണമെന്ന് നിർബന്ധമുള്ളയാളാണ് ഞാൻ. ഇതാ അതിന്റെ വില. വളരെ നന്ദി, പിന്നെ കാണാം, മി. സെന്റ്ഫോർഡ്!”

സന്ദർശകൻ യാത്രയായതോടെ ഹോംസ് ആവേശഭരിതനായി. അദ്ദേഹത്തിന്റെ മുഖഭാവം പെട്ടെന്ന് വളരെ ഗൗരവം പൂണ്ടു. മേശവലിപ്പിൽനിന്നും ഒരു വെളുത്ത വസ്ത്രമെടുത്ത് പ്രതിമ അതിന്റെ മുകളിൽ വെച്ചു. ഒരു വലിയ ചുറ്റികയെടുത്ത് വളരെ ശ്രദ്ധയോടെ ഹോംസ് ആ പ്രതിമയുടെ തലയുടെ നെറുകയിൽതന്നെ ആഞ്ഞൊരടി! അത് നിരവധി കഷണങ്ങളായി മുറിയാകെ ചിതറി. ചിതറിയ കഷണങ്ങൾ ഒന്നൊന്നായി ഹോംസ് ചികഞ്ഞുനോക്കി. ഒടുവിൽ ഒരു കഷണം മാത്രം

ഉയർത്തിക്കാണിച്ചുകൊണ്ട് ഹോംസ് ഉറക്കെ അലറി. അതിനകത്ത് വട്ടത്തിലുള്ള കറുത്ത എന്തോ സാധനം പറ്റിയിരിക്കുന്നുണ്ടായിരുന്നു. “പ്രിയ സുഹൃത്തുക്കളേ, ഇതാ ബോർഗ്യാസിലെ കറുത്ത മുത്ത്! ഞാൻ കണ്ടെത്തിയിരിക്കുന്നു!”

കുറച്ചുനേരത്തേക്ക് ഞാനും ലെസ്ട്രേഡും നിശ്ശബ്ദരായി ഇരുന്നു. പെട്ടെന്ന് സംഭവം മനസ്സിലായതോടെ ഞങ്ങൾ കൈയടിച്ച് അതിനെ വരവേറ്റു. ഉദ്വേഗജനകമായ നാടകത്തിലെ അവസാനരംഗത്തിലെന്ന പോലെ ഹോംസ് കഥാനായകനായും ഞങ്ങൾ കാണികളായും മാറി. ഹോംസിന്റെ വിരിഞ്ഞ കവിളുകൾ ചുവന്നുതുടുത്തു. അഭിവാദ്യം സ്വീകരിക്കുന്നവനെപ്പോലെ ഹോംസ് തന്റെ തലകുനിച്ച് പരിസരബോധം മറന്ന് ഒരു ജേതാവിനെപ്പോലെ വീണ്ടും തലകുനിച്ചു. എനിക്ക് മുമ്പു പലപ്പോഴും തോന്നിയതുപോലെ ഇന്നും ഹോംസ് തന്റെ ചെയ്തികളിൽ പ്രശംസ ചൊരിയുന്നതു കാണാൻ കൗതുകം പൂണ്ട് നില്ക്കുന്ന കുട്ടി യായി മാറി.

“ഇനി ഞാൻ പറയട്ടെ എന്റെ പ്രിയ സുഹൃത്തുക്കളേ-”

ഹോംസ് പറയാൻ ആരംഭിച്ചു. “ഇതാണ് ലോകത്ത് ഇന്നേവരെയും കണ്ടിട്ടുള്ള പ്രസിദ്ധമായ വിലപിടിപ്പുള്ള മുത്ത്. പരസ്പരം ബന്ധപ്പെട്ട കുറെ സംഭവങ്ങളെ യുക്തിപൂർവം കൂട്ടിയിണക്കി ഞാനിതിനെ ‘ദാക്രെ’ ഹോട്ടലിലെ കൊളോണിയ രാജകുമാരന്റെ കിടപ്പുമുറിയിൽനിന്ന് - അവിടെവെച്ചാണ് ഈ മാണിക്യം ആദ്യമായി കാണാതായത്. - ഗെൽഡർ ആന്റ് കമ്പനി നിർമ്മിച്ച ആറാംനെപ്പോളിയന്റെ തലയ്ക്കകം വരെ പിന്തുടരുകയായിരുന്നു. ലെസ്ട്രേഡ്, ഒരുപക്ഷേ, താങ്കൾ ഓർക്കു ന്നുണ്ടാകും ഇതു നഷ്ടപ്പോഴുണ്ടായ കോലാഹലങ്ങൾ. ആ കേസ്സുമായി ബന്ധപ്പെട്ട് അധികാരികൾ എന്നെയും സമീപിച്ചിരുന്നു. പക്ഷേ, അന്ന് എനിക്കൊന്നും കണ്ടെത്താൻ കഴിഞ്ഞില്ല. രാജ്ഞിയുടെ ഇറ്റാലിയൻ വേലക്കാരിയിൽ അന്ന് സംശയമുദിച്ചിരുന്നു. അവരുടെ സഹോദരൻ ലണ്ടനിലുണ്ടെന്നും അന്ന് അറിഞ്ഞിരുന്നു. പക്ഷേ, അവർ തമ്മിലുള്ള ബന്ധം തെളിയിക്കുന്നതിൽ എല്ലാവരും പരാജയപ്പെട്ടു. അവരുടെ പേര് ഞാൻ ഓർത്തുവച്ചിരുന്നു - ലൂക്രേഷ്യവുന്നൂസി - അതായിരുന്നു അവ രുടെ പേര്.

രണ്ടുദിവസം മുമ്പ് മരണപ്പെട്ട പിട്രോ വുന്നൂസ്സി ഇവരുടെ സഹോദ രനാണെന്ന് എനിക്കു സംശയം തോന്നി. പഴയ പത്രങ്ങൾ പരിശോധിച്ച തിൽനിന്ന് അത് യാഥാർത്ഥ്യമാണെന്ന് ബോധ്യമായി. മുത്തു നഷ്ടപ്പെട്ട തിന് കൃത്യം രണ്ടു ദിവസം മുമ്പാണ് ‘ബപ്പോ’ അറസ്റ്റു ചെയ്യപ്പെട്ടതെന്ന് വ്യക്തമായി. ഇതേസമയത്താണ് ഗെൽഡർ കമ്പനിയിൽ ഈ പ്രതിമ കൾ നിർമ്മിക്കുകയുണ്ടായത്. ഇനി ഈ സംഭവങ്ങളെ ഒന്നു കോർത്തി ണക്കി നോക്കൂ - ഈ മുത്ത് എങ്ങനെയോ - ഒരുപക്ഷേ പിട്രോയിൽനിന്ന്

മോഷ്ടിച്ചതാകാം - 'ബപ്പോ'യുടെ കൈയിൽ വന്നുപെട്ടു. അയാൾ ഒരു പക്ഷേ, പിട്രോയുടെ കൂട്ടുകാരനാവാം, അല്ലെങ്കിൽ പിട്രോയും സഹോ ദരിയും തമ്മിലുള്ള ഇടപാടിൽ ഒരു ഇടനിലക്കാരൻ. അതെന്തോ ആവട്ടെ. തുടർന്നുള്ള സംഭവങ്ങൾ കണക്കിലെടുത്താൽ ഇതിന് വലിയ പ്രസ ക്തിയില്ല.

ഇതിലെ മുഖ്യസംഭവമെന്നു പറയുന്നത്, ബപ്പോയുടെ കൈയിൽ മുത്ത് വന്നുപെട്ട സമയത്താണ് ഇയാളെ പോലീസ് അന്വേഷിച്ചുവന്നത് എന്ന വസ്തുതയാണ്. അയാൾ താൻ ജോലിചെയ്യുന്ന കടയിലെത്തി എങ്ങനെയെങ്കിലും ഈ മുത്ത് ഒളിപ്പിച്ചുവെക്കാനുള്ള വെമ്പലിൽ ആയി രുന്നു. ആ സമയത്ത് തന്നെയാവണം ആറ് നെപ്പോളിയൻ തലകൾ പണി പൂർത്തിയാക്കി ഉണക്കാൻ വെച്ചിരുന്നത്. അതിലൊരെണ്ണത്തിന്റെ നനവ് മാറുന്നേയുണ്ടായിരുന്നുള്ളൂ. ബപ്പോ പതുക്കെ ഈ മുത്ത് ആ പ്രതിമ യുടെ തലയിൽ ഒരു ചെറിയ ദ്വാരമുണ്ടാക്കി അതിനകത്ത് ഒളിപ്പിച്ചുവച്ചു. എന്നിട്ട് വിദഗ്ധമായിതന്നെ പ്രതിമ മുഴുവനാക്കി, ആർക്കും കണ്ടുപിടി ക്കാനാവാത്ത വിധത്തിൽ. ഇതിനിടയിൽ 'ബപ്പോ' അറസ്റ്റിലായി. ഒരു കൊല്ലത്തെ ജയിൽവാസത്തിനുശേഷം അയാൾ പ്രതിമകളെക്കുറിച്ച് അറി യാനായി വീണ്ടും ഗെൽഡർ കമ്പനിയിൽ വന്നു. അവിടെ ജോലിചെ യ്തിരുന്ന തന്റെ ബന്ധു മുഖേന അയാൾ പ്രതിമകളുടെ ഉടമസ്ഥരെ കണ്ടെത്തി. അപ്പോഴേക്കും ആറ് പ്രതിമകളും ലണ്ടനിലെ വിവിധ ഭാഗ ങ്ങളിൽ എത്തപ്പെട്ടുകഴിഞ്ഞു. ബപ്പോ, പക്ഷേ, പരിഭ്രമിച്ചില്ല. തികച്ചും ആത്മസംയമനത്തോടെ അയാൾ മോഴ്സ് ഹഡ്സന്റെ കടയിൽ തന്റെ പ്രവൃത്തിപരിചയമൊക്കെ പറഞ്ഞു ജോലിക്ക് കയറി. മൂന്ന് പ്രതിമകൾ പോയവഴി അങ്ങനെ അയാൾ ഹാർഡിങ്ങ് സ്റ്റോറിലെ ഒരു ഇറ്റാലിയൻ ജീവനക്കാരനെ സ്വാധീനിച്ചു മനസ്സിലാക്കിയെടുത്തു. അവിടെനിന്നും ഹാർക്കറുടെ വീട്ടിൽനിന്ന് അത് കരസ്ഥമാക്കാൻ ചെന്നപ്പോഴാണ് പിട്രോ യുമായി ഏറ്റുമുട്ടേണ്ടിവന്നത്. ആ മൽപിടുത്തത്തിൽ പിട്രോ കൊല്ല പ്പെട്ടു."

"ബപ്പോയും പിട്രോയും കൂട്ടുകാരായിരുന്നുവെങ്കിൽ പിന്നെ എന്തി നാണ് ബപ്പോയുടെ ഫോട്ടോ കൈവശം കൊണ്ടുനടന്നത്?" ഞാൻ ചോദിച്ചു.

"അത് വ്യക്തമല്ലേ? ബപ്പോയെ അന്വേഷിച്ചുനടന്ന പിട്രോ അയാളെ കണ്ടെത്താനായി എടുത്ത ഉപായമാണത്. ഫോട്ടോ കാണിച്ചാലെങ്കിലും ബപ്പോ എവിടെയുണ്ടെന്ന് അറിയാൻ കഴിയുമല്ലോ. പെട്രോയുടെ കൊല പാതകത്തിനുശേഷം ബപ്പോ തന്റെ അന്വേഷണങ്ങൾ ഒന്നുകൂടി ഊർജ്ജി തപ്പെടുത്തി. ഹാർക്കറുടെ വീട്ടിലെ പ്രതിമയിൽനിന്ന് അയാൾക്ക് മുത്ത് കിട്ടിയോ ഇല്ലയോ എന്നതും എന്നെ കുഴക്കിയ പ്രശ്നമായിരുന്നു. പക്ഷേ, അയാളുടെ അന്വേഷണം തുടരുന്നുണ്ടെന്ന് എനിക്ക് ഉള്ളിൽ ഒരു

തോന്നൽ ഉണ്ടായി. അങ്ങനെയെങ്കിൽ ഇനി അവശേഷിക്കുന്ന രണ്ട് പ്രതിമകളിൽ ഏതായിരിക്കും ആദ്യത്തെ ആക്രമണത്തിനിരയാവുക? ലണ്ടനിലേതെന്ന് ഞാൻ ഊഹിച്ചു. ഉടനെ ആ വീട്ടിലെ താമസക്കാരെ മുൻകൂട്ടി വിവരമറിയിച്ചു. അവിടെവെച്ച് നടന്ന അനുഭവങ്ങൾ എന്റെ നിഗമനങ്ങളെല്ലാം ശരിയായിരുന്നുവെന്ന് സമർത്ഥിച്ചു. ആ കൊല്ലപ്പെട്ട മനുഷ്യന്റെ പേരാണ് പിട്രോവുന്നൂസ്സി. ഈ സംഭവങ്ങളെല്ലാം ബന്ധപ്പെട്ടുകിടക്കുകയായിരുന്നു. ഒടുവിൽ ഒരു പ്രതിമ മാത്രം ബാക്കിയായപ്പോൾ ഞാനത് 10 പൗണ്ടു കൊടുത്തു വാങ്ങി. അതിനകത്ത് മുത്തു കണ്ടെത്തുകയും ചെയ്തു."

ഞങ്ങൾ കുറെനേരത്തേക്ക് നിശ്ശബ്ദരായി! "ഹോംസ്, ഞങ്ങൾ സ്കോട്ലണ്ട് യാർഡുകാർ ഒരുപാട് കേസ്സുകൾ കൈകാര്യം ചെയ്തിട്ടുണ്ട്. പക്ഷേ, ഇത്രയും വിദഗ്ധമായ ഒരമ്പേഷണം ഞങ്ങൾ കണ്ടിട്ടില്ല. താങ്കളെക്കുറിച്ച് ഞങ്ങൾക്ക് അഭിമാനം തോന്നുന്നു, മി. ഹോംസ്. സ്കോട്ലണ്ട് യാർഡിലെ ഏറ്റവും പ്രായംകൂടിയ ഇൻസ്പെക്ടർ തൊട്ട് ഏറ്റവും പ്രായംകുറഞ്ഞ പോലീസുകാരൻ വരെ താങ്കൾക്കൊരു ഹസ്തദാനം ചെയ്യാൻ കൊതിക്കും."

"നന്ദി." ഹോംസ് പറഞ്ഞു. "വളരെ നന്ദി." ഒരു നിമിഷത്തേക്ക് ഹോംസ് സ്വയം മറന്ന് വികാരാധീനനായി നിന്നു. പിന്നെ എന്നെ നോക്കി പറഞ്ഞു. "ഈ മുത്ത് ഭദ്രമായി വെക്കൂ, വാട്സൺ. എന്നിട്ട് അടുത്ത ഫയൽ, കോക്ക് സിങ്കിൾടൺ കേസ്സിന്റെ ഫയൽ കൊണ്ടുവരൂ. ഓ.കെ. മി. ലെസ്ട്രേഡ്. ഇതുപോലെ ഇനിയും ചെറിയ പ്രശ്നങ്ങൾ വരുമ്പോൾ എന്നെ അറിയിക്കൂ. എനിക്ക് സന്തോഷമേയുള്ളൂ."

■

മൂന്ന് വിദ്യാർത്ഥികൾ

1895ലെ ചില പ്രത്യേക സാഹചര്യങ്ങളിൽ ഞാനും ഷെർലക് ഹോംസും നഗരപ്രാന്തത്തിലെ ഒരു യൂണിവേഴ്സിറ്റി കാമ്പസ്സിൽ കഴിയാനിട വന്നു. ആ കാലത്തെ ചില രസകരമായ സംഭവങ്ങളിലേക്കാണ് വായനക്കാരെ ഇത്തവണ കൊണ്ടുപോവുന്നത്. ഇതു പറയുമ്പോൾ ഇതിലുൾപ്പെട്ട കോളേജിന്റെ പേരോ വ്യക്തികളുടെ പേരുകളോ ഉദ്ധരിക്കുന്നത് ഉചിതമാവില്ല എന്നതുകൊണ്ടുതന്നെ അത്തരം വിശദാംശങ്ങളെല്ലാം ഇവിടെ ഒഴിവാക്കിയിരിക്കുന്നു. വേദനയുളവാക്കുന്ന ഒരു അപവാദമായിരുന്നു എന്നതുകൊണ്ട് പ്രത്യേകിച്ച് ഈ സംഭവം ഇവിടെത്തന്നെ വിസ്മരിക്കപ്പെടട്ടെ എന്നും ആശിക്കുന്നു. മി. ഹോംസിന്റെ പ്രത്യേക അന്വേഷണപാടവങ്ങളിലേക്ക് മറ്റു സംഭവങ്ങളിലെന്നപോലെതന്നെ ഈ സംഭവവും വെളിച്ചം വീശുന്നുണ്ട്.

ഒരു പഴയ ലൈബ്രറിയുടെ തൊട്ട് സ്ഥിതിചെയ്തിരുന്ന ലോഡ്ജിലാണ് അന്ന് ഞാൻ താമസിച്ചിരുന്നത്. വളരെ ഗൗരവാവഹമായ പ്രാചീന രേഖകളെ സംബന്ധിച്ചുള്ള ഗവേഷണത്തിൽ ഏർപ്പെട്ടിരിക്കുകയായിരുന്നു അദ്ദേഹം. അതിന്റെ വിശദാംശങ്ങളിലേക്ക് കടക്കുന്നതിന് ഇവിടെ പ്രസക്തിയില്ല. ആ ദിവസങ്ങളിൽ ഒരു വൈകുന്നേരം ഞങ്ങളുടെ സുഹൃത്തും സെന്റ് ലൂക്സ് കോളേജിലെ ലക്ചററുമായ ഹിൽട്ടൻ സോംസ് ഞങ്ങളെ സന്ദർശിക്കുകയുണ്ടായി. എല്ലായ്പോഴും അക്ഷമയോടെ കാര്യങ്ങളെ നേരിടുന്ന അദ്ദേഹത്തിന്റെ അന്നത്തെ സന്ദർശനം സാധാരണയിലും കവിഞ്ഞ പരിഭ്രാന്തിയോടെയായിരുന്നു. അദ്ദേഹത്തിന്റെ സന്ദർശനത്തിൽനിന്നുതന്നെ അസാധാരണമായ എന്തോ സംഭവം നടന്നിരിക്കുന്നു എന്നതിൽ മറ്റൊരഭിപ്രായമില്ല.

“താങ്കൾ ഇപ്പോൾ ഈ കലാലയത്തിലുണ്ടായത് ഞങ്ങളുടെ ഭാഗ്യമായി ഞങ്ങൾ കരുതുന്നു, മി. ഹോംസ്. വളരെ നിർഭാഗ്യകരമായ ഒരു സംഭവമാണ് ഇവിടെ നടന്നിരിക്കുന്നത്. താങ്കളുടെ വിലയേറിയ സമയം ഞങ്ങൾക്കുവേണ്ടി അല്പം വിനിയോഗിച്ചാലും!”

“ഞാൻ വല്ലാത്തൊരു തിരക്കിലാണ് ഇപ്പോൾ. ഈ സമയത്ത് മറ്റു

പ്രശ്നങ്ങളിലൊന്നും ചെന്നുപെടാൻ ഞാനാഗ്രഹിക്കുന്നില്ല. ദയവു ചെയ്ത് പോലീസിൽ വിവരമറിയിക്കൂ." ഹോംസ് പറഞ്ഞു.

"ദയവുചെയ്ത് അങ്ങനെ പറയരുത്. പോലീസിനെക്കൊണ്ട് പരിഹ രിക്കാവുന്ന പ്രശ്നമല്ല ഇത്. നിയമത്തിന്റെ വഴിക്കുപോവുകയാണെങ്കി ലുള്ള പ്രശ്നങ്ങളെക്കുറിച്ച് താങ്കൾക്ക് നല്ലതുപോലെ അറിവുള്ളതാ ണല്ലൊ. ഞങ്ങളുടെ കോളേജിന്റെ സൽപ്പേരിന് കളങ്കമുണ്ടാക്കാതെ നോക്കാൻ ഞങ്ങൾ ബാധ്യസ്ഥരാണെന്ന് അറിയാമല്ലൊ. ഇത്തരം സന്ദർഭ ങ്ങളിൽ ഞങ്ങളെ സഹായിക്കാൻ ഹോംസിനെപ്പോലെയൊരാൾക്കു മാത്രമേ കഴിയൂ. ദയവുചെയ്ത് ഞങ്ങളെ സഹായിക്കണം."

ഹോംസിന്റെ മാനസികാവസ്ഥ വളരെ വ്യത്യസ്തമായിരുന്നു. ബേക്കർ സ്ട്രീറ്റിലെ സ്വന്തം വീടിന്റെ അന്തരീക്ഷത്തിൽനിന്നു മാറിയത് അയാളെ വളരെ അസ്വസ്ഥനാക്കിയിരുന്നുവെന്ന് മുഖഭാവം വിളിച്ചുപറ യുന്നുണ്ടായിരുന്നു. കുത്തിക്കുറിക്കാൻ നോട്ടുബുക്കുകളോ പരിശോധി ക്കാനുള്ള രാസപദാർത്ഥങ്ങളോ വൃത്തിയായ ചുറ്റുപാടുകളോ ഒന്നും ഇല്ലാതെ അയാൾ അസ്വസ്ഥനായി. ഈ കാര്യം അയാൾ വിസമ്മതഭാ വത്തിലൂടെ പ്രകടവുമാക്കിയിരുന്നു. പക്ഷേ, ഇത്തരം കാര്യങ്ങളൊന്നും ശ്രദ്ധിക്കാതെ ഞങ്ങളുടെ അതിഥി – പ്രൊഫ. ഹിൽട്ടൺ സോംസ് മുഖ വുരയൊന്നുമില്ലാതെതന്നെ കാര്യത്തിലേക്കു കടന്നു.

"ഞാനൊന്നു പറഞ്ഞുതുടങ്ങട്ടെ. നാളെ പ്രസിദ്ധമായ 'ഫോർ ടെസ്ക്യൂ' സ്കോളർഷിപ്പിനുവേണ്ടിയുള്ള പരീക്ഷ നടക്കുകയാണ് ഞങ്ങ ളുടെ കോളേജിൽ. പരീക്ഷകരിൽ ഒരാളാണ് ഞാൻ. എന്റെ വിഷയമാ കട്ടെ ഗ്രീക്ക് ഭാഷയും. ഗ്രീക്ക് ഭാഷയുടെ പരീക്ഷാപേപ്പറിൽ സാധാരണ യായി വിവർത്തനത്തിനുള്ള ഒരു വലിയ ഖണ്ഡിക കാണും. വിദ്യാർത്ഥി അന്നുവരെ കണ്ടിട്ടില്ലാത്ത ഏതെങ്കിലും ഭാഗമായിരിക്കും സാധാരണ യായി വിവർത്തനത്തിനു നല്കുക. ഇതു ചോദ്യപേപ്പറിൽ അച്ചടിച്ചു വരുമ്പോൾ മാത്രമേ വിദ്യാർത്ഥികൾ കാണുകയുള്ളൂ. അത്രയും രഹ സ്യമായാണ് ഇത് തയ്യാറാക്കുന്നത്.

"ഇന്ന് മൂന്നുമണിയോടുകൂടി ചോദ്യക്കടലാസിന്റെ പ്രൂഫ് പ്രസ്സിൽ നിന്നും എന്റെ മുന്നിലെത്തി. 'തൂശിസൈഡ്' എന്ന ഗ്രീക്കു കൃതിയി ലുള്ള ഒരധ്യായത്തിന്റെ പകുതിയാണ് വിവർത്തനത്തിനായി കൊടുത്തി രുന്നത്. അത് മുഴുവൻ ശ്രദ്ധാപൂർവ്വം വായിക്കുക എന്നതായിരുന്നു എന്റെ ജോലി. അതിൽ തെറ്റൊന്നും കടന്നുകൂടരുതല്ലൊ. ഏതാണ്ട് ഒരു മണി ക്കൂർ നേരം – നാലരവരെ – ഞാനെന്റെ ജോലിയിൽ മുഴുകി. നാലര മണിക്ക് ഞാൻ എന്റെ സുഹൃത്തിന്റെ മുറിയിൽ ചായ കഴിക്കാൻ ചെല്ലാ മെന്നേറ്റതായിരുന്നു. പ്രൂഫ് മേശപ്പുറത്തുതന്നെ വെച്ച് ഞാൻ സുഹൃ ത്തിന്റെ മുറിയിലേക്ക് ചെന്നു. ഏതാണ്ട് ഒരു മണിക്കൂറോളം ഞാൻ എന്റെ മുറിയിൽനിന്നും വിട്ടുനിന്നിട്ടുണ്ടാവണം. ഞങ്ങളുടെ മുറികളുടെ

ഇരട്ടവാതിലുകൾ താങ്കളും ശ്രദ്ധിച്ചുകാണുമല്ലോ. ഒരെണ്ണം പച്ചനിറമുള്ളതും മറ്റേത് ഓക്കുമരത്തിൽ തീർത്തതും. എന്റെ മുറിയുടെ മുന്നിലെത്തിയതും ഞാൻ അമ്പരന്നുപോയി. വാതിലിന്റെ താക്കോൽപ്പഴുതിൽ ഒരു താക്കോലിരിക്കുന്നു. അമ്പരപ്പിൽ ഞാൻ ആദ്യം വിചാരിച്ചത് ആ താക്കോൽ ഞാൻ തന്നെ മറന്നതായിരിക്കും എന്നാണ്. പക്ഷേ, പോക്കറ്റിൽ കൈയിട്ടപ്പോൾ മനസ്സിലായി എന്റെ താക്കോൽ പോക്കറ്റിൽ തന്നെയുണ്ടെന്ന്. മുറികൾക്ക് രണ്ടു താക്കോൽ വീതമാണ് ഉള്ളത്. ഒരെണ്ണം അധ്യാപകന്റെ കൈയിലും മറ്റേത് വേലക്കാരൻ ബാനിസ്റ്ററുടെ കൈയിലും. ബാനിസ്റ്റർ കഴിഞ്ഞ പത്തുവർഷമായി ഞങ്ങളോടൊപ്പമുള്ള വേലക്കാരനാണ്. തികച്ചും വിശ്വസ്തനായ ആൾ, വാതിലിൽ മറന്നുവെച്ച താക്കോൽ ബാനിസ്റ്റർ മറന്നുവെച്ചതാണെന്ന് ഉടനെ എനിക്കു മനസ്സിലായി. ചായ വേണോ എന്ന് അന്വേഷിക്കാൻ മുറിയിൽ വന്ന് പുറത്തുപോകുമ്പോൾ ശ്രദ്ധക്കുറവുമൂലം മറന്നതാവണം. മിക്കവാറും ഞാൻ മുറിവിട്ട് പുറത്തിറങ്ങിയ ഉടനെ ബാനിസ്റ്റർ എന്റെ മുറിയിൽ വന്നു കാണണം. മറ്റേതെങ്കിലും സന്ദർഭത്തിലാണ് ഇത് സംഭവിച്ചതെങ്കിൽ അതു നിസ്സാരമായേ കരുതുമായിരുന്നുള്ളൂ. പക്ഷേ, ഇന്നത് ഗുരുതരമായ പ്രത്യാഘാതങ്ങൾ ഉണ്ടാക്കാൻ പോന്ന സംഭവമായി മാറിയിരിക്കുന്നു.

"എന്റെ മുറിയിലെ മേശപ്പുറം കണ്ടതോടെ തന്നെ എനിക്കു മനസ്സിലായി. ആരോ മുറിയിൽ കടന്നിട്ടുണ്ട് എന്ന്. പ്രൂഫ് മൂന്നു വലിയ പേജുകളിലായിട്ടാണ് ലഭിച്ചത്. പക്ഷേ, ഇപ്പോൾ ഒരെണ്ണം നിലത്തും മറ്റൊരെണ്ണം ജനവാതിലിനടുത്തുള്ള ചെറിയ മേശയ്ക്കരികിലും ഇനിയുമൊരെണ്ണം ഞാൻ വെച്ച സ്ഥാനത്തുതന്നെയും കിടന്നിരുന്നു."

ഹോംസ് പെട്ടെന്ന് വ്യക്തമാക്കാൻ വേണ്ടി ഒന്നുകൂടി ആവർത്തിച്ചു.

"ഒരെണ്ണം നിലത്തും മറ്റേത് ജനാലയ്ക്കടുത്തും മൂന്നാമത്തേത് താങ്കൾ വച്ചിരുന്നിടത്തുതന്നെയും അല്ലേ?"

"വളരെ ശരി. എങ്കിൽ ആ കിടപ്പിൽ ഇത്രയധികം ശ്രദ്ധ നല്കാൻ തക്കവണ്ണം എന്തെങ്കിലും?"

"അതിരിക്കട്ടെ - താങ്കൾ തുടർന്നാലും."

"ആദ്യം ഞാൻ കരുതി ബാനിസ്റ്റർ തന്നെയാവും അതൊക്കെ പരിശോധിച്ചതും അയാൾ അറിയാതെ അത് നിലത്തുവീഴാൻ ഇടയായതും എന്ന്. പക്ഷേ, ബാനിസ്റ്റർ അങ്ങനെ ചെയ്തിട്ടില്ല എന്ന് അവനോട് തുറന്ന് സംസാരിച്ചപ്പോൾ എനിക്കു മനസ്സിലായി. പിന്നെ എങ്ങനെയാണ് അത് സംഭവിച്ചിട്ടുണ്ടാവുക? ആരെങ്കിലും മുറിയുടെ പുറത്തുനിന്ന് വാതിലിൽ താക്കോൽ കണ്ടപ്പോൾ അകത്തുകയറി പരിശോധിച്ചതാവാൻ വഴിയുണ്ട്. ഞാൻ മുറിയിൽനിന്ന് പുറത്തിറങ്ങിയ വിവരം അറിഞ്ഞ്, ആരെങ്കിലും അകത്തു കടന്നതാണെങ്കിൽ ഈ സ്കോളർഷിപ്പ് പരീക്ഷയുടെ ഭാവി എന്താവും? വളരെ വിലയേറിയ സ്കോളർഷിപ്പാണ് ഇത്.

അതുകൊണ്ടുതന്നെ തലതിരിഞ്ഞ ഏതെങ്കിലും വിദ്യാർത്ഥിയാവുമോ ഇതിനു പിന്നിൽ?

"ഈ സംഭവം അറിഞ്ഞതോടുകൂടി ബാനിസ്റ്റർ ആകെ തളർന്നു പോയി. അയാൾ ബോധക്ഷയത്തിന്റെ വക്കുവരെ എത്തി. അവന് അല്പം ബ്രാണ്ടി നല്കിയപ്പോഴാണ് ബോധം തിരിച്ചുകിട്ടിയത്. അവനെ കസേരയിൽ ഇരുത്തി ഞാൻ മുറിയാകെ പരിശോധിച്ചു. അകത്തുകടന്ന ആ തലതിരിഞ്ഞവൻ ഒരു പെൻസിലിന്റെ ചീകിയ അറ്റങ്ങൾ കസേരയ്ക്കരികിൽ ചിതറിയിട്ടിരുന്നു. ഒരു ഒടിഞ്ഞുപോയ പെൻസിൽ ലെഡിന്റെ കഷണവും അവിടെനിന്നു കിട്ടി. ചോദ്യക്കടലാസ് പകർത്തുന്നതിനിടയ്ക്ക് പെൻസിൽമുന ഒടിയുകയും വീണ്ടും കൂർപ്പിക്കാൻ ശ്രമിക്കുമ്പോൾ പെൻസിൽ ചീളുകൾ താഴെ വീണതുമായിരിക്കണം."

"കൊള്ളാം നന്നായിരിക്കുന്നു." പൂർവ്വാധികം ഉന്മേഷത്തോടെ ഹോംസ് പറഞ്ഞുതുടങ്ങി. "താങ്കൾക്ക് ഭാഗ്യമുണ്ടെന്നു തോന്നുന്നു. ഇനിയുമുണ്ട് കുറച്ചുകൂടി കാര്യങ്ങൾ." ഹിൽട്ടൺ സോംസ് പറഞ്ഞുതുടങ്ങി.

"എന്റെ പുതിയ എഴുത്തുമേശയ്ക്കു മുകളിൽ പുതിയ ഒരു ചുവന്ന തുകൽവിരിപ്പുണ്ട്. അത് ഈയടുത്തു വാങ്ങിയതുകൊണ്ടുതന്നെ അതിൽ പാടുകളോ പോറലുകളോ ഒന്നുംതന്നെ ഉണ്ടായിരുന്നില്ല. ഇപ്പോൾ മേശവിരിക്കു മുകളിൽ മൂന്നിഞ്ചുനീളത്തിൽ ഒരു പോറൽ തെളിഞ്ഞുകാണാം. കൂടാതെ മേശപ്പുറത്തുതന്നെ കളിമൺ ഉരുളപോലെ ചെറിയ ഒരു സാധനവും കുറെ അറക്കപ്പൊടിയും ബാക്കികിടപ്പുണ്ട്. അതും മുറിക്കകത്തു വന്നയാൾ ബാക്കിയിട്ടതാവാനാണ് വഴി. മുറിയിൽ മറ്റു തെളിവുകൾ ഒന്നുംതന്നെ കണ്ടില്ല. ഉടനെ താങ്കൾ ഇവിടെയുള്ള കാര്യം ഓർമ്മവന്നു. ഉടൻതന്നെ ഇങ്ങോട്ടുപോന്നു. ഹോംസ് ഏതുവിധത്തിലും ഇതിനൊരു തെളിവുണ്ടാവണം. ഒന്നുകിൽ ചോദ്യക്കടലാസ് പകർത്തിയെഴുതിയവനെ കണ്ടുപിടിക്കണം. അല്ലെങ്കിൽ പരീക്ഷ നീട്ടിവെക്കണം. പരീക്ഷ നീട്ടിവെക്കുന്നത് എളുപ്പമാവില്ല. അതിനുതക്ക കാരണം ബോധിപ്പിക്കേണ്ടതുണ്ട്. മാത്രമല്ല, കോളേജിനും യൂണിവേഴ്സിറ്റിക്കും അത് ചീത്തപ്പേരുണ്ടാക്കും. എന്റെ മോഹം ഇത് ആരും അറിയുന്നതിന് മുമ്പ് ഒതുക്കിത്തീർക്കണമെന്നാണ്."

കസേരയിൽനിന്നും എഴുന്നേറ്റ് ഓവർകോട്ട് ധരിച്ചുകൊണ്ട് ഹോംസ് പറഞ്ഞു. "നോക്കട്ടെ, ഈ പ്രശ്നത്തിൽ ഞാൻ ഇടപെട്ടു നോക്കട്ടെ. എന്നാലാവുന്നതെല്ലാം ചെയ്യാൻ ശ്രമിക്കാം. ഈ കേസ്സിൽ രസകരമായ കുറെ കാര്യങ്ങൾ ഉണ്ടെന്നു തോന്നുന്നു. പ്രൂഫ് എത്തിയതിനുശേഷം ആരെങ്കിലും നിങ്ങളെ സന്ദർശിക്കുകയുണ്ടായോ?"

"ഉവ്വ്. ദൗലത്ത് രാസ് എന്ന വിദ്യാർത്ഥി എന്റെ മുറിയിൽ വരികയുണ്ടായി. ഇതേ പരീക്ഷയെക്കുറിച്ച് ചോദിച്ച് മനസ്സിലാക്കാനാണ് അയാൾ വന്നത്."

"അയാളും ഇതേ പരീക്ഷതന്നെയാണോ എഴുതുന്നത്?"

"അതെ."

"അയാൾ വന്നസമയത്ത് ചോദ്യക്കടലാസുകൾ മേശപ്പുറത്തുണ്ടായിരുന്നോ?"

"ഉവ്വ്. ഞാനത് ചുരുട്ടിവെച്ചിരിക്കുകയായിരുന്നു."

"ആ കടലാസുകൾ ചോദ്യത്തിന്റെ പ്രൂഫ് ആണെന്ന് അയാൾ മനസ്സിലാക്കിയിരുന്നോ?"

"അതെനിക്കറിയില്ല."

"മറ്റാരെങ്കിലും മുറിയിൽ വന്നിരുന്നോ?"

"ഇല്ല."

"വേറെ ആർക്കെങ്കിലും ഈ വിവരം - ചോദ്യക്കടലാസ് മുറിയിലെത്തുമെന്നുള്ള വിവരം അറിയാമായിരുന്നോ?"

"പ്രസ്സുകാർക്കൊഴികെ മറ്റാർക്കും അറിയില്ല."

"ബാനിസ്റ്റർക്ക് ഇക്കാര്യം അറിയാമായിരുന്നോ?"

"തീർച്ചയായും അറിഞ്ഞുകൂടായിരുന്നു."

"അയാൾ എവിടെയുണ്ട് ഇപ്പോൾ?"

"അയാൾക്ക് തീരെ സുഖമില്ലായിരുന്നു. ഞാൻ അയാളെ കസേരയിൽ ഇരുത്തിയശേഷം ഇങ്ങോട്ടുപോരുകയായിരുന്നു."

"വാതിൽ തുറന്നിട്ടാണോ പോന്നത്?"

"അതെ. പക്ഷേ, ചോദ്യക്കടലാസുകൾ എടുത്ത് പൂട്ടിവെക്കാൻ ഞാൻ പ്രത്യേകം ശ്രദ്ധിച്ചിരുന്നു."

"സോംസ്, ഇന്ത്യക്കാരനായ വിദ്യാർത്ഥി മുറിയിൽ വന്നപ്പോൾ ഒന്നുകിൽ അയാൾക്ക് ചോദ്യക്കടലാസുകൾ മനസ്സിലായിരിക്കണം. അതല്ലെങ്കിൽ ആരോ ഒരാൾ യാദൃച്ഛികമായി മുറിയിൽ വന്നപ്പോൾ കണ്ടതാകാനാണ് വഴി. അത് അവിടെയുള്ള കാര്യം നേരത്തെ അറിഞ്ഞിരിക്കാൻ വഴിയില്ല."

"അങ്ങനെ എനിക്കും തോന്നുന്നു."

അർത്ഥഗർഭമായി ചിരിച്ചുകൊണ്ട് ഹോംസ് പറഞ്ഞു.

"ഏതായാലും നമുക്കൊന്നു കറങ്ങിയിട്ടു വരാം. താങ്കൾക്ക് താല്പര്യമുള്ള ശാരീരികവും മാനസികവുമായ - ഒരു കാര്യവും ഇതിലില്ലെങ്കിലും മി. വാട്സൺ നമുക്കൊന്നു ചുറ്റിക്കറങ്ങി നോക്കാം." ഹോംസിന്റെ ഇരുപ്പുമുറി പുരാതനമായ കോളേജ് കെട്ടിടത്തിന്റെ ഒരറ്റത്തായി നീണ്ട ജനാലകളുള്ള മുറിയായിരുന്നു. ഗോത്തിക് മാതൃകയിലുള്ള വലിയ കമാനം കടന്നാൽ മുകളിലേക്ക് കയറാനുള്ള പഴയ കോവണി കാണാം. താഴത്തെ

നിലയിലാണ് സോംസിന്റെ മുറി. മുകളിൽ മൂന്ന് വിദ്യാർത്ഥികളാണ്. സോംസിന്റെ മുറിയുടെ മുന്നിലെത്തിയപ്പോഴേക്കും സന്ധ്യകഴിഞ്ഞിരുന്നു. ഹോംസ് അവിടെനിന്ന് അല്പനേരം ജനാലയിലേക്ക് സൂക്ഷിച്ചു നോക്കി. പിന്നെ സാവധാനം വാതിലിന്റെ അടുത്തുചെന്ന് രണ്ടുകാലിൽ ഉയർന്ന് തല മുറിക്കകത്തേക്ക് വളച്ച് നോക്കി കിടന്നു.

"അയാൾ വാതിലിലൂടെയായിരിക്കണം മുറിയിലേക്ക് കടന്നത്. ഇവിടെ മറ്റു വഴികളൊന്നും കാണുന്നില്ല." സോംസ് പറഞ്ഞു.

"ഓഹോ അങ്ങനെയെങ്കിൽ ഇവിടെനിന്ന് നമുക്ക് മനസ്സിലാക്കാൻ ഒന്നുമില്ല!" ഹോംസ് സ്വതസിദ്ധമായ രീതിയിൽ ഉറക്കെ ചിരിച്ചുകൊണ്ട് പറഞ്ഞു. "നമുക്കിനി മുറിക്കകത്തേക്കു കടക്കാം."

സോംസ് മുറിതുറന്നു ഞങ്ങളെ അകത്തേക്ക് ആനയിച്ചു. ഞങ്ങൾ അല്പംനേരംകൂടി വാതിൽക്കൽതന്നെ നിന്നപ്പോൾ ഹോംസ് അകത്തു ചെന്ന് കാർപ്പെറ്റ് പരിശോധിക്കുകയായിരുന്നു.

"ഇവിടെ അടയാളങ്ങളൊന്നും കാണുന്നില്ല. അല്ലെങ്കിലും ഈ ചൂടു കാലത്ത് ഇവിടെ എന്തുകാണാനാണ്. താങ്കളുടെ വേലക്കാരൻ ഇതിനകം സുഖംപ്രാപിച്ചു കാണുമെന്ന് കരുതുന്നു. താങ്കൾ അയാളെ കസേരയിൽ ഇരുത്തിയാണ് വന്നത് എന്നല്ലേ പറഞ്ഞത്?"

"എവിടെയാണ് ആ കസേര?"

"അതാ, ആ ജനാലയ്ക്കരികിൽ."

"അതു ശരി. ഈ ചെറിയ മേശയ്ക്കരികെ അല്ലേ?

ഇനി നിങ്ങൾക്ക് അകത്തുവരാം. കാർപ്പെറ്റിൽ ഒന്നും കണ്ടില്ല. ഇനി ഈ കൊച്ചുമേശയൊന്നു നോക്കാം. ഇവിടെ സംഭവിച്ചിരിക്കുന്നത് വളരെ വ്യക്തം. പ്രതി അകത്തുകടന്നതിനുശേഷം നടുവിലത്തെ മേശപ്പുറത്തു നിന്ന് കടലാസുകളെടുത്ത് ജനാലയ്ക്കരികിലെ മേശപ്പുറത്ത് വെച്ചിട്ടുണ്ടാവണം. ഈ ചെറിയ മേശയ്ക്കരികിൽ നിന്നാൽ താങ്കൾ പുറത്തെ വരാന്തയിലൂടെ നടന്നുവരുന്നത് ദൂരെനിന്നുതന്നെ കാണാൻ കഴിയും. താങ്കൾ വരുന്നത് കണ്ടുകഴിഞ്ഞാൽ ഉടനെ പുറത്തുകടക്കാം എന്നായിരിക്കണം പ്ലാൻ ചെയ്തിട്ടുണ്ടാവുക."

"അതിന് സാധ്യതയില്ലെന്ന് തോന്നുന്നു. കാരണം ഞാൻ ഇടയ്ക്കു വെച്ചുള്ള വാതിലിലൂടെയാണ് വന്നത്." സോംസ് പറഞ്ഞു.

"ഓഹോ എങ്കിൽ അതും ശരിയാവാം. ഞാൻ പറഞ്ഞത് പ്രതിയുടെ ഉദ്ദേശ്യം അതാവാം എന്നാണ്. ഇനി നമുക്ക് ചോദ്യക്കടലാസുകൾ പരിശോധിക്കാം. ആദ്യത്തെ കടലാസ് ഈ ചെറിയ മേശപ്പുറത്ത് എടുത്തുവെച്ച് പകർത്തിയെടുത്തിരിക്കുന്നു. ഏകദേശം കാൽമണിക്കൂർ സമയം അതിന് എടുത്തുകാണും. അതിനുശേഷം ഇത് താഴോട്ട് ഇട്ടു. അടുത്തത് എടുത്തിരിക്കണം. അതിനിടയിൽ താങ്കൾ ധൃതിപിടിച്ചു മടങ്ങിയെത്തിയതു

കാരണം കടലാസുകൾ പൂർവ്വസ്ഥിതിയിൽതന്നെ വെക്കാൻ ഒട്ടും സമയം കിട്ടിക്കാണില്ല. എന്നിരുന്നാലും താങ്കൾ വാതിലിന് അടുത്തെത്തിയപ്പോൾ ധൃതിപിടിച്ച് മുറിയിൽനിന്നും പോയ കാൽപ്പെരുമാറ്റം വല്ലതും കേൾക്കുകയുണ്ടായോ?"

"ഇല്ല. അങ്ങനെയൊന്നും കേട്ടതായി ഓർക്കുന്നില്ല."

"എന്തായാലും വളരെ ബുദ്ധിമുട്ടി അയാൾ അത് പകർത്തി എഴുതിയിരിക്കണം. ആ ധൃതിയുടെ നടുവിൽ പെൻസിൽ മുന ഒടിഞ്ഞുപോവുകയും ചെയ്തിരിക്കാം. വീണ്ടും കത്തിയുപയോഗിച്ച് മൂർച്ച വരുത്തിയതായും നമുക്കു കാണാം. വാട്സൺ ഈ പെൻസിലിന്റെ കാര്യം വളരെ രസാവഹമായിരിക്കുന്നു. സാധാരണ വലിപ്പമുള്ള ഒരു പെൻസിൽ അല്ല ഇത്. നല്ല വലിപ്പമുള്ളതും മയമുള്ളതുമായ ഏതോ ഒരു പെൻസിൽ. പുറംഭാഗത്തിന് നീലനിറം. അതിന്റെ പുറം നോക്കുക. അതിൽ വെള്ളിയക്ഷരങ്ങളിൽ അതുണ്ടാക്കിയ കമ്പനിയുടെ പേര് എഴുതിയിട്ടുണ്ട്. ഒന്നര ഇഞ്ചോളം മാത്രമേ ഇതിനു നീളമുള്ളൂ. ഇത്തരത്തിലുള്ള ഒരു പെൻസിൽ കണ്ടുപിടിക്കാൻ കഴിയുമോ എന്നു നോക്കാം. എങ്കിൽ മി. സോംസ് നമുക്കുറപ്പിക്കാം. ഈ മുറിയിൽ കടന്നത് ആ പെൻസിലിന്റെ ഉടമ തന്നെയെന്ന്. ഇനി ഒരു തെളിവുകൂടി തരാം - അയാളുടെ കൈയിൽ മൂർച്ച കുറഞ്ഞതും നീളംകൂടിയതുമായ ഒരു കത്തിയുമുണ്ട്."

ഇത്രയധികം കാര്യങ്ങൾ ഒറ്റയടിക്കു പറഞ്ഞത് ഞങ്ങളുടെ കക്ഷിയെ അദ്ഭുതപ്പെടുത്തുകതന്നെ ചെയ്തു.

"എല്ലാം മനസ്സിലായി. പക്ഷേ, ഇതിന്റെ നീളം മാത്രം?"

സോംസ് പറഞ്ഞു.

ഹോംസ് പെൻസിൽ കഷണം അദ്ദേഹത്തിന് നേരെ കാണിച്ചുകൊണ്ടു പറഞ്ഞു. "ഇതിൽ N.N. എന്നെഴുതിയിരിക്കുന്നത് ശ്രദ്ധിച്ചുവോ? N.N. എന്നെഴുതിയ ശേഷം കുറെ ഭാഗം ഒഴിഞ്ഞുകിടക്കുന്നുണ്ടായിരുന്നു."

"ഇപ്പോഴും എനിക്കു വ്യക്തമാവുന്നില്ല." സോംസ് പറഞ്ഞു.

"വാട്സൺ, താങ്കൾ ഇവിടെയുള്ള കാര്യം ഞാൻ മറന്നുപോയി. ഈ N.N. എന്തിനെയാണ് സൂചിപ്പിക്കുന്നത് എന്നത് താങ്കൾക്കു മനസ്സിലായോ? അത് ഒരു നീണ്ട പേരിന്റെ അവസാനത്തെ രണ്ടക്ഷരമാണ്. ഏറ്റവും പ്രചാരമുള്ള പെൻസിലുകൾ Johnn Faber എന്ന കമ്പനിക്കാരുടേതാണ് എന്നറിയാമല്ലൊ!" ഹോംസ് ആ പെൻസിൽ കഷണം ലൈറ്റിന് നേരെ പിടിച്ച് വിശദീകരിച്ചു. "അയാൾ കുറെക്കൂടി കനംകുറഞ്ഞ കടലാസിൽ എഴുതിയിരുന്നുവെങ്കിൽ എന്നാശിച്ചുപോവുന്നു. എങ്കിൽ ഈ മിനുസമുള്ള മേശപ്പുറത്ത് എന്തെങ്കിലും തെളിവുകൾ കാണുമായിരുന്നു. ഇനി ആ നടുക്കുള്ള മേശ നോക്കട്ടെ. ചെറിയ മണ്ണുരുള കാണുന്നു.

കറുത്ത മണ്ണുകൊണ്ടുണ്ടാക്കിയതാണ്. അതിനകം പൊള്ളയും. അകത്ത് കുറച്ച് അറക്കപ്പൊടിയുള്ളതായി കാണുന്നു. ഇതും വളരെ കൗതുക മുണർത്തുന്നതാണ്. ഈ പോറൽ തുടങ്ങുന്നത് വളരെ ചെറിയതായി ട്ടാണ്. അതിന്റെ മറ്റേയറ്റം എത്തുമ്പോഴേക്കും അതൊരു വലിയ ദ്വാര മായി മാറിയിരിക്കുന്നു. ഈ കേസ്സിലെ സംഗതികൾ മുഴുവൻ വളരെ രസകരം തന്നെ. ഏതായാലും മി. സോംസ് താങ്കൾക്കു നന്ദി - ഈ കേസ് എന്നെ ഏല്പിച്ചതിന്. അതിരിക്കട്ടെ. ഈ വാതിൽ എങ്ങോട്ടാണ് തുറക്കുന്നത്?"

"എന്റെ കിടപ്പുമുറിയിലേക്കാണ്."

"ഈ സംഭവം കഴിഞ്ഞശേഷം താങ്കൾ കിടപ്പുമുറിയിൽ പോവുക യുണ്ടായോ?"

"ഇല്ല. ഞാൻ നേരെ താങ്കളെ കാണാൻ വരുകയായിരുന്നു!"

"എന്നാൽ ഞാൻ ആ മുറിക്കുള്ളിൽ കടന്നു പെട്ടെന്ന് ഒരു പരിശോ ധന നടത്താം. നിങ്ങൾ പുറത്തുതന്നെ അല്പനേരം നില്ക്കൂ. ഹായ്! എന്തു നല്ല മുറി. ഇല്ല, ഇവിടെ പ്രത്യേകിച്ച് ഒന്നുംതന്നെ കാണുന്നില്ല. ആരും മുറിയിൽ കടന്നതായി അടയാളങ്ങളില്ല. ഈ കർട്ടൻ എന്തിനാണ്? ഓ, ഇതിന് പിന്നിലാണ് താങ്കൾ തുണികൾ തൂക്കിയിടുന്നത് അല്ലേ? ആർക്കെങ്കിലും ഒളിച്ചിരിക്കണമെങ്കിൽ തീർച്ചയായും അതിന് പറ്റിയ സ്ഥലം ഇതിന് പിന്നിൽതന്നെ. ഈ കട്ടിൽ വളരെ ചെറുതായതുകൊണ്ട് അതിനു കീഴിൽ ഒളിക്കുക അസാധ്യമാണ്. ഈ തുണിയലമാരയാണെ ങ്കിൽ വളരെ ചെറിയതും. ഇവിടെ ആരും പതുങ്ങിനില്ക്കുന്നില്ലെന്ന് കരുതുന്നു."

ഹോംസ് ഒരു വശത്തേക്ക് വലിച്ചുനോക്കി. അവിടെ കുറെ പാന്റു കളും ഷർട്ടുകളും ചുവരിന്മേലുള്ള കുറ്റികളിൽ തൂങ്ങിക്കിടക്കുന്നതല്ലാതെ മറ്റൊന്നുമില്ലായിരുന്നു. പെട്ടെന്ന് ഹോംസ് നിലത്തേക്ക് കുനിഞ്ഞ് എന്തോ ശ്രദ്ധിച്ചുകൊണ്ട് പറഞ്ഞു.

"ഏയ്, എന്താണിത്?"

നേരത്തെ പഠനമുറിയിൽ കണ്ട കളിമൺകൊണ്ടുള്ള കറുത്ത ഉരുള ഒരെണ്ണം നിലത്തും കിടക്കുന്നുണ്ടായിരുന്നു. വെളിച്ചത്തിന് നേരെ അത് കൈയിലെടുത്ത് ഹോംസ് പരിശോധിച്ചു.

"സോംസ്, അയാൾ ഇവിടെയും എത്തിയിരുന്നു എന്ന് തെളിഞ്ഞിരി ക്കുന്നു."

"അവന് ഇവിടെനിന്നും എന്താണ് വേണ്ടതാവോ?"

"താങ്കൾ പെട്ടെന്ന് തിരിച്ചെത്തിയപ്പോൾ പ്രതീക്ഷിക്കാതെയായതു കൊണ്ട് കിട്ടിയതെല്ലാം പെറുക്കി അവൻ ഇതിനകത്ത് ഓടിക്കയറിയ താവണം. എങ്ങനെയെങ്കിലും രക്ഷപ്പെടാൻ വഴി അന്വേഷിച്ചതാവണം."

“ദൈവമേ, അപ്പോൾ ബാനിസ്റ്ററുമായി സംസാരിച്ചുകൊണ്ടിരിക്കുമ്പോഴെല്ലാം ആ കള്ളൻ എന്റെ കിടപ്പുമുറിയിൽ ഉണ്ടായിരുന്നു എന്നാണോ?”

“അങ്ങനെ വേണം കരുതാൻ.”

“വേറൊരുവിധത്തിലും സംഭവം നടക്കാമെന്ന് തോന്നുന്നു, മി. ഹോംസ്. താങ്കൾ എന്റെ കിടപ്പുമുറിയിലെ ജനാല ശ്രദ്ധിച്ചുവോ?”

“ഉവ്വല്ലോ.” ലെഡ്ഡുകൊണ്ട് കൊത്തുപണികളുള്ള മൂന്നു ജനാല പാളികൾ അതിൽ ഒരെണ്ണത്തിന് മാത്രമേ വിജാഗിരിയുള്ളൂ. അതിലൂടെ ഒരാൾക്കു കടന്നുപോവുകയും ചെയ്യാം.”

“അതുതന്നെ. അപ്പോൾ ഞാൻ സംശയിക്കുന്നത് വരാന്തയിൽനിന്നും നേരെ കിടപ്പുമുറിയിലേക്ക് കടന്ന് അടയാളങ്ങൾ ഇവിടെ ബാക്കിയിട്ട് കിടപ്പുമുറിയിലെ തുറന്ന വാതിലിലൂടെ രക്ഷപ്പെട്ടുകാണുമോ എന്നതാണ്!”

ഹോംസ് തീരെ ക്ഷമകെട്ടു പറഞ്ഞു.

“കാര്യങ്ങൾ ഒന്നുകൂടി വ്യക്തമാക്കൂ, മി. സോംസ്. മുകളിലത്തെ മുറിയിൽ താമസിക്കുന്ന മൂന്നു വിദ്യാർത്ഥികൾ ഇതിലൂടെയാണ് പോകുന്നതും വരുന്നതും എന്നല്ലെ താങ്കൾ സൂചിപ്പിച്ചത്?”

“അതെ.”

“അവരെല്ലാവരുംതന്നെ ഈ പരീക്ഷയ്ക്കുള്ള പരീക്ഷാർത്ഥികളാണോ?”

“അതെ.”

“അതിൽ ആരെങ്കിലും ഒരാളെ മറ്റുള്ളവരിൽനിന്നും കൂടുതലായി സംശയിക്കാൻ കാരണങ്ങളുണ്ടോ?”

സോംസ് കുറച്ചുനേരം ആലോചിച്ചിട്ട് പറഞ്ഞു.

“അത് പറയാൻ പ്രയാസമാണ്. വ്യക്തമായ തെളിവുകൾ ഇല്ലാത്ത സ്ഥിതിക്ക് എനിക്ക് ഊഹിച്ചുപറയേണ്ടിവരും.”

“ശരി. നിങ്ങളുടെ ഊഹം കേൾക്കട്ടെ. തെളിവുകളുടെ കാര്യം ഞാൻ നോക്കിക്കൊള്ളാം.”

“അങ്ങനെയാണെങ്കിൽ മൂന്നു മുറികളിലും താമസിക്കുന്ന വിദ്യാർത്ഥികളെക്കുറിച്ച് ഞാൻ ഒരു ഏകദേശ വിവരണം നല്കാം. ഒന്നാംമുറിയിൽ ഗിൽക്രൈസ്റ്റാണ് - നല്ല അച്ചടക്കമുള്ള വിദ്യാർത്ഥി. നല്ലൊരു കളിക്കാരൻ കൂടിയാണ്. കോളേജിലെ റഗ്ബി ടീമിലും ക്രിക്കറ്റ് ടീമിലും അയാൾ അംഗമാണ്. ലോംഗ്ജംപിലും ഹർഡിൽസിലും അയാൾ ഒന്നാമനാണ്. ഇങ്ങനെയൊക്കെയാണെങ്കിലും അയാൾ കുപ്രസിദ്ധനായ സർ ജാവെസ് ഗിൽക്രിസ്റ്റിന്റെ പുത്രനാണ്. പിതാവിന്റെ ലക്കുകെട്ട ജീവിതം പുത്രനെ

വഴിയാധാരമാക്കി. എങ്കിലും കഠിനാധ്വാനിയും സ്ഥിരപരിശ്രമിയും തന്നെ. അയാൾ പരീക്ഷകൾ നന്നായി എഴുതാറുണ്ട്.

രണ്ടാമത്തെ മുറിയിലാണ് ഇന്ത്യക്കാരനായ 'ദൗലത്‌രാസ്'. സാധാരണ ഇന്ത്യക്കാരെപ്പോലെ നിശ്ശബ്ദനായി ജോലിചെയ്യുന്ന കൂട്ടത്തിലാണ് അയാൾ. അയാളും നല്ലൊരു വിദ്യാർത്ഥിതന്നെ. ഗ്രീക്കുഭാഷയിൽ അല്പം പുറകോട്ടാണെങ്കിലും അയാൾ സ്ഥിരമായും ചിട്ടയായും പഠിക്കുന്ന വിദ്യാർത്ഥിതന്നെ.

മൂന്നാമത്തെ മുറിയിലാണ് 'മൈൽസ് മക്ലോറൻ' താമസിക്കുന്നത്. നന്നായി അധ്വാനിക്കുന്ന നല്ല ബുദ്ധിശക്തിയുള്ള ഒരു വിദ്യാർത്ഥിയാണയാൾ. യൂണിവേഴ്സിറ്റിയിലെതന്നെ ഏറ്റവും മികച്ച ബുദ്ധിജീവി. പക്ഷേ, അയാളൊരു താന്തോന്നിയാണ്. ചെയ്യുന്ന കാര്യങ്ങളിൽ തീരെ ഔചിത്യം കാണിക്കാറില്ല. ഒരു കാർഡ് വിഷയത്തിൽ അയാളെ ഒന്നാംകൊല്ലം പുറത്താക്കാൻ നീക്കമുണ്ടായതാണ്. കഴിഞ്ഞ മാസങ്ങളിൽ അയാൾ പ്രത്യേകിച്ചും ഉഴപ്പലായിരുന്നു. പരീക്ഷയെന്നു കേട്ടപ്പോൾ അയാൾ അതുകൊണ്ട് വിരണ്ടുകാണാൻ സാധ്യതയുണ്ട്."

"അപ്പോൾ മൂന്നാമത്തെയാളെയാണ് സംശയിക്കുന്നത്?"

"അങ്ങനെ പറയാൻ പറ്റില്ല. പക്ഷേ, കൂട്ടത്തിൽ നേരിയ സാധ്യത കാണുന്നത് മൈൽസ് മക്ലോറന്റെ കാര്യത്തിലാണ്."

"ശരി. ഇനി താങ്കളുടെ ഭൃത്യൻ ബാനിസ്റ്ററെ ഒന്നു വിളിക്കൂ."

ഉയരംകുറഞ്ഞ അല്പം വെളുത്ത നിറമുള്ള മധ്യവയസ്കനാണ് ബാനിസ്റ്റർ. അമ്പതിനടുത്ത പ്രായം. വൃത്തിയായി ഷേവ് ചെയ്ത മുഖത്ത് പക്ഷേ, പരിഭവം നിഴലിക്കുന്നുണ്ട്. അസ്വസ്ഥനാണെന്ന് മുഖം കണ്ടാലറിയാം. അയാളുടെ കൈവിരലുകൾ അനാവശ്യമായി ചലിച്ചുകൊണ്ടിരുന്നു.

"ഞങ്ങൾ ഇന്നു നടന്ന ചോദ്യക്കടലാസ് സംഭവത്തെക്കുറിച്ച് അന്വേഷിച്ചുകൊണ്ടിരിക്കുകയാണ്, ബാനിസ്റ്റർ." ഹോംസ് വേലക്കാരനോട് പറഞ്ഞു.

"അതെ സർ." ഭൃത്യൻ ഭവ്യത മുഴുവൻ പുറത്തുകാട്ടി.

"താങ്കൾ താക്കോൽ വാതിലിൽതന്നെ വെച്ചു അല്ലേ?"

"അതെ സർ."

"ചോദ്യക്കടലാസുകൾ അകത്തുള്ള ഈ ദിവസം നോക്കി മറന്നുവെച്ചതിൽ അസാധാരണമായി ഒന്നുമില്ലല്ലോ?"

"അത് വളരെ ദൗർഭാഗ്യകരമായിപ്പോയി സർ. പക്ഷേ, ഇതിനുമുമ്പും ഇങ്ങനെ മറവിയുണ്ടായിട്ടുണ്ട്."

"നിങ്ങൾ എത്രമണിക്കാണ് മുറിക്കുള്ളിലേക്ക് കടന്നുവന്നത്?"

"ഏതാണ്ട് നാലരമണിക്ക്. പ്രൊഫസറുടെ ചായസമയത്ത്."

"നിങ്ങൾ എത്രസമയം മുറിക്കകത്തുണ്ടായിരുന്നു?"

"പ്രൊഫസർ മുറിയിൽ ഇല്ല എന്നറിഞ്ഞതും ഞാൻ പുറത്തുവന്നു."

"മേശപ്പുറത്തിരുന്ന കടലാസുകൾ താങ്കൾ നോക്കുകയുണ്ടായോ?"

"ഇല്ല സാർ. അങ്ങനെയൊന്നും ഞാൻ ചെയ്തില്ല."

"എന്താണ് താക്കോൽ മറന്നുപോകാൻ കാരണം?"

"എന്റെ കൈയിൽ ചായ ട്രേയുണ്ടായിരുന്നു. അതു കൊണ്ടുവെച്ച ശേഷം തിരിച്ചുവന്ന് താക്കോൽ എടുക്കാമെന്ന് കരുതി. പിന്നീട് അതു മറന്നു."

"പുറത്തെ വാതിലിന് സ്പ്രിങ്ങ് പൂട്ടുണ്ടോ?"

"ഇല്ല സാർ."

"അപ്പോൾ ഏതുസമയവും അതു തുറന്നുതന്നെ കിടക്കും അല്ലേ?"

"അതെ!"

"അപ്പോൾ മുറിക്കകത്തുനിന്ന് എപ്പോൾ വേണമെങ്കിലും പുറത്തു കടക്കാം അല്ലേ?"

'അതെ സർ."

"സോംസ് തിരിച്ചുവന്ന് നിങ്ങളെ വിളിച്ചപ്പോൾ നിങ്ങളാകെ പരിഭ്രാന്ത നായി അല്ലെ?"

"അതെ സർ, എങ്ങനെ വിഷമിക്കാതിരിക്കും? ഇത്രയും കാലത്തി നിടയിൽ ഇങ്ങനെയൊരു സംഭവം എന്റെ ജീവിതത്തിൽ ഉണ്ടായിട്ടില്ല. ഞാൻ ബോധക്കേടിന്റെ വക്കിൽ വരെ എത്തി."

"അത് ഞാൻ മനസ്സിലാക്കുന്നു. ശരി, ബോധക്കേട് വന്നപ്പോൾ താങ്കൾ എവിടെയായിരുന്നു?"

"സർ, അപ്പോൾ ഞാൻ ഇവിടെയായിരുന്നു, ആ ജനാലയ്ക്കരികിൽ."

"അതിൽ അല്പം അസാധാരണത്വം ഉണ്ടല്ലോ. താങ്കൾക്ക് അസുഖം തോന്നിയപ്പോൾ ഈ കസേരകളെല്ലാംവിട്ട് ആ ജനലിനരികിലെ കസേ രയിൽതന്നെ ചെന്നിരിക്കാൻ കാരണം?"

"എനിക്കറിയില്ല, സർ. ഞാൻ നന്നായി ക്ഷീണിച്ചിരുന്നു. എവിടെ യാണ് ഇരിക്കേണ്ടതെന്ന് എനിക്ക് ഒരു പിടിയും ഉണ്ടായിരുന്നില്ല."

"അയാൾക്ക് അതേക്കുറിച്ച് കാര്യമായി അറിയാൻ വഴിയില്ല, മി. ഹോംസ്. അത്രയ്ക്കു പരിക്ഷീണനായിരുന്നു അയാൾ." സോംസ് പറഞ്ഞു.

"പ്രൊഫസർ സ്ഥലംവിട്ടപ്പോഴും നിങ്ങൾ ഇവിടെതന്നെ ഉണ്ടായി രുന്നു അല്ലേ?"

“ഉവ്വ്. രണ്ടോ മൂന്നോ മിനിട്ടു മാത്രം. അതുകഴിഞ്ഞപ്പോൾ ഞാൻ മുറിപൂട്ടി എന്റെ മുറിയിലേക്കു പോയി.”

“ഈ സംഭവത്തിൽ നിങ്ങൾക്ക് ആരെയാണ് സംശയം?”

“അതേക്കുറിച്ച് എനിക്ക് ഒന്നും പറയാൻ കഴിയുന്നില്ല സർ.’ ഇത്തരമൊരു നീചപ്രവൃത്തി ചെയ്യാൻ കോളേജിലെ ആരെങ്കിലും മുതിരുമെന്നുതന്നെ വിശ്വസിക്കാനാവുന്നില്ല, സർ.”

“ശരി. വളരെ ഉപകാരം.” ഹോംസ് പറഞ്ഞു.

“ഇനി, മുകളിലത്തെ മുറികളിലെ വിദ്യാർത്ഥികളോട് നിങ്ങൾ എന്തെങ്കിലും ഈ സംഭവത്തെക്കുറിച്ച് പറയുകയുണ്ടായോ?”

“ഇല്ല സർ, ഒരക്ഷരംപോലും ഞാൻ പറഞ്ഞിട്ടില്ല.”

“അവരെ ആരെയെങ്കിലും കാണുകയുണ്ടായോ?”

“ഇല്ല സർ.”

“ശരി.” ഹോംസ് പറഞ്ഞു. “ഇനി നമുക്കല്പം പുറത്തിറങ്ങിനടക്കാം.”

മുകളിലത്തെ മൂന്നു മുറികളിൽനിന്നും വെളിച്ചം പുറത്തേക്കൊഴുകുന്നുണ്ടായിരുന്നു.

“മൂന്നു പക്ഷികളും പക്ഷിക്കൂട്ടിൽ സ്വസ്ഥമാണല്ലോ.”

മുകളിലേക്ക് നോക്കി ഹോംസ് പറഞ്ഞു.

“എന്താണത്? അവരിലൊരാൾ കുറച്ച് അസ്വസ്ഥനാണെന്ന് തോന്നുന്നു.”

അത് നടുവിലത്തെ മുറിയിൽ താമസിക്കുന്ന ഇന്ത്യക്കാരനായിരുന്നു. അയാളുടെ നിഴൽ ജനാലയ്ക്കിടയിലൂടെ പ്രത്യക്ഷപ്പെട്ടുകൊണ്ടിരുന്നു. അയാൾ തലങ്ങും വിലങ്ങും നടക്കുകയാണെന്നു തോന്നുന്നു.

“ഇവരെയെല്ലാം അവരറിയാതെ എനിക്കൊന്നു നിരീക്ഷിച്ചാൽ കൊള്ളാമെന്നു തോന്നുന്നു. അതിന് എന്തെങ്കിലും വഴിയുണ്ടോ?”

“അതിനെന്താണ് പ്രയാസം? ഈ മുറികൾ ഈ കോളേജിലെ ഏറ്റവും പഴയ മുറികളാണ്. ധാരാളം അതിഥികൾ ഇവിടെ എത്താറുണ്ട്. അക്കാര്യത്തിൽ ആർക്കും സംശയം തോന്നുകയില്ല. നമുക്ക് മുറികളിലേക്ക് പോകാം.” സോംസ് പറഞ്ഞു.

“നമ്മുടെ പേരുകളൊന്നും പറയണ്ട.” ഗിൽക്രിസ്റ്റിന്റെ വാതിൽക്കൽ മുട്ടി, ഹോംസ് സ്വകാര്യമായി ഞങ്ങളോടു പറഞ്ഞു.

നീണ്ടുമെലിഞ്ഞ പ്രസരിപ്പുള്ള ഒരു വിദ്യാർത്ഥിയായിരുന്നു ഗിൽക്രിസ്റ്റ്. അയാളുടെ മുറിയിൽ പ്രാചീന ശില്പങ്ങൾ ഒരുപാടുണ്ടായിരുന്നു. വളരെ താല്പര്യപൂർവ്വം ഹോംസ് അവയെകുറിച്ച് ഗിൽക്രിസ്റ്റിനോട് സംസാരിച്ചു. പിന്നെ തന്റെ നോട്ടുപുസ്തകത്തിൽ അയാൾ അതിനെകുറിച്ചൊക്കെ

എന്തൊക്കെയോ കുത്തിക്കുറിക്കുവാൻ തുടങ്ങി. കുത്തിക്കുറിക്കുന്നതി നിടയ്ക്ക് പെൻസിൽ മുറിഞ്ഞുപോയി. അപ്പോൾ ഗിൽക്രിസ്റ്റിന്റെ പെൻസിൽ ചോദിക്കുകയും അത് എഴുതിനോക്കി മൂർച്ചയില്ലെന്നു കണ്ട പ്പോൾ കത്തി വാങ്ങിക്കുകയും ചെയ്തു. രണ്ടാമത്തെ മുറിയിലും ഇത് ആവർത്തിക്കപ്പെട്ടു. രണ്ടാമത് പോയത് ഇന്ത്യക്കാരൻ ദൗലത്രാസിന്റെ മുറിയിലേക്കാണ്. അയാൾ അല്പം സംശയത്തോടെയാണ് ഞങ്ങളെ എതിരേറ്റത്. രണ്ടു മുറികളിലേയും പരിശോധന കഴിഞ്ഞപ്പോൾ ഹോംസിന് ആശ്വാസമായതുപോലെ തോന്നി. പ്രതീക്ഷിച്ച ഒരു തെളിവും അവിടെനിന്നും ലഭിക്കുകയുണ്ടായില്ല. ഞങ്ങൾ മൂന്നാമത്തെ മുറിയിലേക്ക് കടന്നെങ്കിലും ഇത്തവണ ഞങ്ങൾ നിരാശരാകുകതന്നെ ചെയ്തു. പലതവണ മുട്ടിയിട്ടും മൂന്നാമത്തെ മുറിയുടെ വാതിൽ തുറ ന്നതേയില്ല. മാത്രമല്ല അകത്തുനിന്നും കുറെ അസഭ്യങ്ങൾ കേൾക്കാ നിടയാവുകയും ചെയ്തു.

"നിങ്ങൾ ആരായാലും എനിക്കൊന്നുമില്ല. നിങ്ങൾ പോയി പണി നോക്കെടോ! നാളെ പരീക്ഷയാണ്! ഏത് പന്നിയാണെങ്കിലും ഇപ്പോൾ വാതിൽ തുറക്കില്ല!"

"അയാളൊരു മുരടനാണ്. അയാൾക്കെന്നെ മനസ്സിലായിട്ടില്ല. എന്നി രുന്നാലും അയാളുടെ പെരുമാറ്റം തീരെ ശരിയായില്ല. അയാളുടെ മുറിക്കു ള്ളിലെ തപസ്സ് എന്തായാലും സംശയിക്കേണ്ടതുതന്നെ." സോംസ് പറഞ്ഞു. പക്ഷേ, ഹോംസിന്റെ പ്രതികരണം വിചിത്രമായിരുന്നു.

"അയാളുടെ ഉയരം കൃത്യമായി എത്രയാണെന്ന് പറയാമോ?"

"കൃത്യമായി പറയാൻ എനിക്കറിയില്ല. എങ്കിലും ആ ഇന്ത്യൻ വിദ്യാർ ത്ഥിയേക്കാളും ഉയരമുണ്ട്. എന്നാൽ ഗിൽക്രിസ്റ്റിനോളം ഇല്ലതാനും."

"ഏതാണ്ട് അഞ്ചടി ആറിഞ്ച് കാണുമെന്ന് തോന്നുന്നു."

"അത് വളരെ പ്രധാനപ്പെട്ട സംഗതിയാണ്." ഹോംസ് പറഞ്ഞു.

"എന്നാൽ ഞാനിറങ്ങട്ടെ സോംസ്!"

"താങ്കളെന്താണീ പറയുന്നത്. ഈ ദയനീയാവസ്ഥയിൽ എന്നെ തനി ച്ചാക്കി താങ്കൾ പോവുകയാണെന്നോ? താങ്കൾക്ക് ഇനിയും കാര്യങ്ങ ളുടെ ഗൗരവം മനസ്സിലായില്ല എന്നുണ്ടോ? നാളെയാണ് ഈ പരീക്ഷ. ഈ രാത്രിക്കു മുമ്പ് എന്തെങ്കിലും ഉറച്ച തീരുമാനമെടുക്കണം. പരീക്ഷാ പേപ്പർ പ്രശ്നത്തിൽ കിടക്കുമ്പോൾ പരീക്ഷ നടത്തുക സാധ്യമല്ല. ഞാനെന്തുചെയ്യണം, മി. ഹോംസ്."

"താങ്കൾ ഒന്നുകൊണ്ടും പരിഭ്രമിക്കാതെയിരിക്കൂ. നാളെ അതിരാ വിലെ ഞാൻ ഇവിടെയെത്തുന്നതായിരിക്കും. അതിനിടയിൽ എന്തെ ങ്കിലും പരിഹാരം ഉരുത്തിരിഞ്ഞുവരികതന്നെ ചെയ്യും. അതുവരെ ഇവിടെ യുള്ള കാര്യങ്ങളിൽ മാറ്റങ്ങളൊന്നും വരുത്തരുത്!"

"വളരെ നന്ദി, ഹോംസ്!"

"താങ്കൾ ഒന്നുകൊണ്ടും പരിഭ്രമിക്കാതിരിക്കുക. എല്ലാത്തിനും വഴി കണ്ടുപിടിക്കാമെന്ന് ഞാൻ ഉറപ്പുതരുന്നു. ഈ മണ്ണുരുളകളും പെൻസിൽ കഷണങ്ങളും ഞാൻ കൊണ്ടുപോകുന്നു. ഞങ്ങളിറങ്ങട്ടെ."

ഞങ്ങൾ പുറത്തിറങ്ങി. മുകളിലത്തെ മുറികളിൽ അപ്പോഴും വെളിച്ചം കാണുന്നുണ്ട്. ഇന്ത്യക്കാരൻ അപ്പോഴും അസ്വസ്ഥനായി മുറിയിൽ നടന്നുകൊണ്ടിരുന്നു.

"വാട്സൺ, താങ്കൾക്ക് എന്തുതോന്നുന്നു?" ഹോംസ് ചോദിച്ചു.

"ഒരുതരം മുച്ചീട്ടുകളി, അല്ലെ? മൂന്നു വിദ്യാർത്ഥികളിൽ ഒരാളാണ് പ്രതി, അല്ലേ? അതാരാവും?"

"മൂന്നാമത്തെ മുറിയിലെ ആ അധികപ്രസംഗി തന്നെ, അല്ലേ? അയാളാണ് കൂട്ടത്തിൽ തലതെറിച്ചവൻ. ഇന്ത്യക്കാരനെയും സംശയിക്കാവുന്നതാണ്. അയാളെന്തിനാണ് അസ്വസ്ഥനായി തലങ്ങും വിലങ്ങും നടക്കുന്നത്?"

"അതിൽ കാര്യമൊന്നും ഉണ്ടാവണമെന്നില്ല. പരീക്ഷ തലേന്നാൾ എല്ലാ വിദ്യാർത്ഥികളും അതുപോലെയൊക്കെത്തന്നെയാണ്."

"അയാളുടെ നോട്ടത്തിൽ ഒരു പന്തികേടുണ്ടായിരുന്നുവല്ലോ?"

"അതങ്ങനെത്തന്നെയല്ലേ ആവാൻ വഴിയുള്ളൂ. പരീക്ഷത്തലേന്ന് ഒരു കൂട്ടം അപരിചിതർ താങ്കളുടെ മുറിയിലേക്ക് കടന്നുവന്നാൽ താങ്കളും അങ്ങനെയല്ലെ പെരുമാറുകയുള്ളൂ? അതിൽ അസാധാരണമായി ഒന്നും തന്നെയില്ല. പെൻസിലും പേനാക്കത്തിയുമൊക്കെ നമുക്ക് തെളിവുകളൊന്നുംതന്നെ തന്നില്ല. പക്ഷേ, എനിക്കയാളെ സംശയം ഇല്ലാതില്ല."

"ആരെ?"

"ആ വേലക്കാരൻ ബാനിസ്റ്റർ. അയാൾക്ക് ഇതിലെന്തെങ്കിലും പങ്കുണ്ടോ എന്നാണ് എന്റെ സംശയം."

"അയാൾ തികഞ്ഞ ആത്മാർത്ഥതയുള്ള സത്യസന്ധനാണെന്നാണ് എനിക്കു തോന്നിയിട്ടുള്ളത്."

"അതുതന്നെയാണ് ഞാനും വിശ്വസിക്കാൻ ശ്രമിക്കുന്നത്. പക്ഷേ, എന്നെ കുഴയ്ക്കുന്നതും അതുതന്നെയാണ്. ഇത്ര സത്യസന്ധനായ ഒരാൾ - വാട്സൺ, നോക്കൂ ഇതൊരു വലിയ സ്റ്റേഷനറിക്കടയാണ്. ഇവിടെനിന്നുതന്നെ നമുക്കാരംഭിക്കാം."

നഗരത്തിലെ നാലു സ്റ്റേഷനറിക്കടകളിലും ഞങ്ങൾ കയറിയിറങ്ങി. സോംസിന്റെ മുറിയിൽ കണ്ടതുപോലെയുള്ള പെൻസിൽ വാങ്ങാൻ ശ്രമം നടത്തിയെങ്കിലും അവിടെയെങ്ങും അതു കിട്ടിയില്ല. ഇത്തരം പെൻസിലുകൾ സാധാരണ ആരും സ്റ്റോക്ക് ചെയ്യാറില്ലെന്നും, ഓർഡർ

ചെയ്യുകയാണെങ്കിൽ വരുത്തിക്കൊടുക്കാമെന്നുമായിരുന്നു കടക്കാരുടെ വിശദീകരണം. ഇത്രയൊക്കെയാണെങ്കിലും ഹോംസിന്റെ മുഖത്ത് നിരാശയൊന്നും പ്രകടമായി കണ്ടില്ല. നേരെമറിച്ച് ഹാസ്യഭാവത്തിൽ തോളുകൾ ഇളക്കിക്കൊണ്ട് അദ്ദേഹം പറഞ്ഞു.

"വാട്സൺ സംഗതികൾ ആകെ കുഴയുന്ന മട്ടുണ്ടല്ലോ. ഈ പ്രശ്നത്തിലെ മുഖ്യമായ തെളിവായിരുന്നു ആ പെൻസിൽകഷണം. ആ, ഇനി ഈശ്വരൻതന്നെ രക്ഷ. അതില്ലെങ്കിലും സംഗതി അറിയാൻ കഴിയുമെന്നാണ് പ്രതീക്ഷ. ങേ! സമയം ഒമ്പതുമണിയായല്ലോ. വീട്ടുമസ്ഥ 'ഗ്രീൻ പീസ്' വാങ്ങാൻ ഏല്പിച്ചിരുന്നതാണ്. താങ്കളുടെ പുകവലിശല്യവും അശ്രദ്ധയോടെയുള്ള ഭക്ഷണശീലങ്ങളും ഏറെ താമസിയാതെ വീടുമാറ്റത്തിലെത്തുമോ എന്നാണ് എന്റെ ഭയം! ഏതായാലും ഈ പരിഭ്രാന്തനായ പ്രൊഫസറും അയാളുടെ അശ്രദ്ധയുള്ള ഭൃത്യനും സമർത്ഥരായ വിദ്യാർത്ഥികളും ചേർന്നു നല്കിയ ജോലി തീരുന്നതിനുമുമ്പ്, അങ്ങനെയൊന്നും സംഭവിക്കാതിരിക്കട്ടെ."

അന്നുപിന്നെ പ്രത്യേക സംഭവങ്ങളൊന്നും ഉണ്ടായില്ല. രാത്രി വളരെ വൈകുന്നതുവരെ ഹോംസ് ആലോചനയിലാണ്ടു. പിറ്റേന്ന് രാവിലെ തന്നെ എന്റെ മുറിയിലെത്തി. ഏതാണ്ട് എട്ടുമണിയായിക്കാണും.

"വാട്സൺ, നമ്മൾ അല്പം വൈകിയിരിക്കുന്നു. സെന്റ്ലൂക്സിലേക്കു ചെല്ലാൻ നേരം വൈകി. പ്രാതൽ ഒഴിവാക്കിയാലോ?"

'തീർച്ചയായും നമുക്കുടനെ പുറപ്പെടാം!"

"നമ്മൾ ചെല്ലുന്നതും കാത്ത് സോംസ് അന്തംവിട്ടിരിക്കുകയാവും."

"നമുക്കെന്തെങ്കിലും നല്ലത് പറയാനാവുമോ?"

"എന്നുവേണം പറയാൻ."

"വ്യക്തമായ ഒരു ഉത്തരം കിട്ടിയോ?"

"ഉവ്വ്, വാട്സൺ! രഹസ്യം മുഴുവൻ പിടികിട്ടിയിരിക്കുന്നു!"

"പക്ഷേ, എന്ത് തെളിവുകളാണ് പുതിയതായി കിട്ടിയിരിക്കുന്നത്?"

"ഹാ! പിന്നെ പുതിയ തെളിവുകളല്ലേ ഇതെല്ലാം. വെറുതെയാണോ അതികാലത്തുതന്നെ, ആറുമണിക്കുതന്നെ ഞാൻ കിടക്കയിൽനിന്നും ചാടിയെഴുന്നേറ്റ് പോയത്? രണ്ടുമണിക്കൂർ നേരത്തെ കഠിനാധ്വാനം കൊണ്ട് ഞാൻ ഏകദേശം അഞ്ചുനാഴിക നടന്നു. പക്ഷേ, പ്രയോജനമുണ്ടായി." – അദ്ദേഹം മൂന്ന് കളിമണ്ണുരുളകൾ കൈപ്പത്തിയിൽവെച്ചു അത് എന്റെ നേർക്കു നീട്ടി.

"ഇതെങ്ങനെ സാധിച്ചു, ഹോംസ്? ഇന്നലെ രണ്ടെണ്ണമല്ലേ ഉണ്ടായിരുന്നത്?"

"ഒന്ന് ഇന്നു രാവിലെയാണ് കിട്ടിയത്. ഈ മൂന്നാമത്തെ മണ്ണുരുള വന്നത് എവിടെനിന്നാണോ അവിടെനിന്നുതന്നെയാവും ഒന്നാമത്തേതും

രണ്ടാമത്തേതും വന്നത് എന്ന് പറയുന്നതിൽ തെറ്റില്ലല്ലോ. ഏതായാലും വരൂ നമുക്ക് സോംസിനെ അയാളുടെ ദയനീയാവസ്ഥയിൽനിന്നു രക്ഷപ്പെടുത്താം!"

ഞങ്ങൾ ചെല്ലുമ്പോൾ സോംസിന്റെ സ്ഥിതി ആകെ ദയനീയമാണെന്ന് പറയേണ്ടതില്ലല്ലോ. ഏതാനും മണിക്കൂറുകൾക്കുള്ളിൽ പരീക്ഷ തുടങ്ങും. സംഭവം പരസ്യപ്പെടുത്തി പരീക്ഷ മാറ്റിവെക്കണോ. അതോ ആ കുറ്റവാളിയെയും ഉൾപ്പെടുത്തി പരീക്ഷ നടത്തേണ്ടിവരുമോ എന്ന ആശങ്കയിലായിരുന്നു സോംസ്. ഹോംസിനെ അകലെനിന്നുതന്നെ കണ്ടതോടെ അയാൾ ഓടിവന്നു.

"ഈശ്വരാ താങ്കൾ എത്തിയത് എന്റെ ഭാഗ്യം. ഈ സംഭവം മുഴുവനായി ഉപേക്ഷിച്ചുവോ എന്നുവരെ സംശയിച്ചിരിക്കുകയായിരുന്നു, ഞാൻ. ദയവുചെയ്തു പറയൂ ഇനി ഞാൻ പരീക്ഷ നടത്തണമോ വേണ്ടയോ?"

"പരീക്ഷ നടന്നുകൊള്ളട്ടെ!"

"അപ്പോൾ കുറ്റവാളി?"

"അയാൾ പരീക്ഷയിൽ പങ്കെടുക്കില്ല!"

"അപ്പോൾ താങ്കൾക്ക് അയാളെ അറിയാം?"

"ഉവ്വ്. സംഗതി തെളിയിക്കണമെങ്കിൽ അല്പം അധികാരം നമ്മൾതന്നെ ഉപയോഗിക്കേണ്ടിയിരിക്കുന്നു. സോംസ് ദയവായി നിങ്ങൾ അവിടെയിരിക്കൂ." ഹോംസ് നടുവിലെ കസേര ചൂണ്ടിക്കാണിച്ചു പറഞ്ഞു. ബാക്കി രണ്ടുവശങ്ങളിലുമായി കാണുന്ന കസേരകളിൽ ഹോംസും വാട്സണും ഇരുന്നശേഷം ഹോംസ് പ്രഖ്യാപിച്ചു. "ഇനി കുറ്റവാളികളെ അമ്പരപ്പിക്കാൻതക്കവണ്ണം നമ്മൾ ശക്തിയാർജ്ജിച്ചുകഴിഞ്ഞു സോംസ്, ഇനി ആ ബെൽ ഒന്നടിക്കൂ."

ബെല്ലിന്റെ ശബ്ദം കേട്ടതും ബാനിസ്റ്റർ കയറിവന്നു. ഒരു ചെറിയ കോടതിതന്നെ മുന്നിൽ കണ്ട ബാനിസ്റ്റർ അന്തംവിട്ടുനിന്നു.

"ദയവുചെയ്ത് ആ വാതിൽ അടയ്ക്കൂ." ഹോംസ് പറഞ്ഞു.

"ബാനിസ്റ്റർ, ഇനി ഇന്നലെ നടന്ന കാര്യങ്ങൾ സത്യസന്ധമായി പറയൂ."

"ഞാനെല്ലാം പറഞ്ഞുകഴിഞ്ഞതാണല്ലോ, സർ."

"പുതിയതായി ഒന്നും പറയാനില്ലെ?"

"ഒന്നുംതന്നെയില്ല സർ."

"അങ്ങനെയെന്ന് ഉറപ്പാണെങ്കിൽ ഞാൻ ചില സൂചനകൾ നല്കാൻ പോകുകയാണ്. ബാനിസ്റ്റർ ശ്രദ്ധിക്കുക - ഇന്നലെ നിങ്ങൾ ആ കസേരയിൽ ഇരിക്കാൻ തുടങ്ങുമ്പോൾ നിങ്ങളെന്തോ മറയ്ക്കാൻ

ശ്രമിച്ചിരുന്നുവല്ലോ? കിടപ്പുമുറിയിൽ ഒളിച്ചുനിന്നിരുന്ന ആൾക്ക് രക്ഷപ്പെടാൻ എന്തോ സഹായം നിങ്ങൾ ചെയ്തുകൊടുത്തില്ലേ?"

പെട്ടെന്ന് ബാനിസ്റ്ററുടെ മുഖം വിളറിവെളുത്തു.

"ഇല്ല സർ, അങ്ങനെയൊന്നുംതന്നെ ഉണ്ടായിട്ടില്ല."

"ഇതൊരു സംശയം മാത്രമാണ്." ഹോംസ് തുടർന്നു.

"എന്റെ കൈയിൽ തെളിവുകളൊന്നുമില്ല. അങ്ങനെ സംഭവിക്കാൻ ഇടയുണ്ടെന്ന് പറഞ്ഞുവെന്നേയുള്ളൂ. സോംസ് കിടപ്പുമുറിക്ക് പുറം തിരിഞ്ഞുനിന്നപ്പോൾ യഥാർത്ഥത്തിൽ നിങ്ങൾ ഒരാളെ രക്ഷപ്പെടാൻ സഹായിക്കുകയായിരുന്നു."

"സർ, അങ്ങനെ ആരും അവിടെ ഉണ്ടായിരുന്നില്ല."

"ശരി. അപ്പോൾ താങ്കൾ പറയുന്നതെല്ലാം സത്യമായിരിക്കുമെന്നാണ് ഞാൻ കരുതിയത്. പക്ഷേ, ഇപ്പോൾ പറഞ്ഞത് കള്ളമാണ്!"

ബാനിസ്റ്റർ വരണ്ട ചുണ്ടുകളിൽ വെള്ളം കണ്ടെത്താൻ പാടുപെട്ടു. അയാളുടെ മുഖം കുറേശ്ശെയായി ഇരുണ്ടുതുടങ്ങി.

"ഇനിയെങ്കിലും തുറന്നു പറയൂ ബാനിസ്റ്റർ?" ഹോംസ് അയാളെ സത്യം പറയാൻ പ്രേരിപ്പിച്ചു.

"അങ്ങനെ ആരുമുണ്ടായിരുന്നില്ല സർ."

"എങ്കിൽ താങ്കൾക്കിനി കൂടുതലൊന്നും പറയാനില്ലെന്നുതന്നെ തീരുമാനിക്കുന്നു. താങ്കൾ അല്പനേരം അവിടെത്തന്നെ നില്ക്കൂ. ആ കതകിനടുത്തുതന്നെ നിന്നാൽ മതി. സോംസ്, താങ്കൾ ഇനി ദയവുചെയ്ത് ഗിൽക്രിസ്റ്റിന്റെ മുറിവരെ പോയി അയാളെ ഇങ്ങോട്ട് കൂട്ടിക്കൊണ്ടുവരിക."

ഒരു നിമിഷത്തിനുള്ളിൽ സോംസ് ഗിൽക്രിസ്റ്റിനേയും കൂട്ടി മുറിയിൽ തിരിച്ചെത്തി. ഉയരംകൂടി സുമുഖനായ മനുഷ്യൻ, പൊതുവെ പ്രസന്നത തുടിക്കുന്ന മുഖം. വേഗത്തിലുള്ള നടത്തം. അയാളുടെ വ്യക്തിത്വത്തെ ഇതെല്ലാം എടുത്തുകാണിച്ചു. എല്ലാവരും നിശ്ശബ്ദമായി ഇരിക്കുന്നതുകണ്ട് അയാൾ അല്പം അസ്വസ്ഥനായി. ബാനിസ്റ്ററെ അയാൾ ഉറ്റുനോക്കുന്നുണ്ടായിരുന്നു.

"ദയവുചെയ്ത് ആ വാതിൽ അടയ്ക്കുക." ഹോംസ് പറഞ്ഞു.

"മി. ഗിൽക്രൈസ്റ്റ് താങ്കൾ നടന്ന കാര്യങ്ങളെല്ലാം സത്യസന്ധമായി പറയൂ. ഇവിടെ നമുക്ക് പരസ്പരം തുറന്നു സംസാരിക്കാം. മറ്റാരും ഇത് ശ്രദ്ധിക്കാനും അറിയാനും പോകുന്നില്ല. താങ്കളെപ്പോലെ മാന്യത തോന്നിക്കുന്ന ഒരാൾ എന്തിന് ഇന്നലെ നടന്നതുപോലുള്ള ഒരു സംഭവത്തിന് മുതിർന്നു?"

പെട്ടെന്ന് നിർഭാഗ്യവാനായ ആ യുവാവ് പുറകോട്ട് നീങ്ങിനിന്നു. ഭയവും വിദ്വേഷവും കൂടിക്കലർന്ന് അയാൾ ബാനിസ്റ്ററെ നോക്കി.

“കുഞ്ഞേ ഞാനൊന്നും പറഞ്ഞിട്ടില്ല. ഒരക്ഷരംപോലും എന്റെ വായിൽനിന്നും വീണിട്ടില്ല.”

“പക്ഷേ, ഇപ്പോൾ പറഞ്ഞുകഴിഞ്ഞല്ലോ!” ഹോംസ് ഇടയിൽ കയറി പറഞ്ഞു.

“സുഹൃത്തേ, ബാനിസ്റ്റർ, ഇനി നിങ്ങൾക്ക് രക്ഷയില്ല. ഇനി താങ്കൾക്ക് കാര്യങ്ങൾ തുറന്നുപറയുകയേ നിവൃത്തിയുള്ളൂ.”

പെട്ടെന്ന് വായുവിൽ കൈകൾ ഉയർത്തി ഗിൽക്രിസ്റ്റ് തന്റെ ശരീരം മുഴുവൻ വിറയലിൽനിന്നും നിയന്ത്രിക്കാൻ പാടുപെടുന്നതുപോലെ തോന്നി. മുട്ടുകുത്തി രണ്ടു കൈകൾകൊണ്ടും മുഖം താങ്ങി അയാൾ തേങ്ങിക്കരയാൻ തുടങ്ങി.

“ഛെ, സാരമില്ല. ആർക്കും സംഭവിക്കാവുന്ന തെറ്റുകളേ താങ്കൾക്കും സംഭവിച്ചിട്ടുള്ളൂ. നിങ്ങളെ ആരും ഒരു ക്രിമിനൽപുള്ളിയൊന്നും ആക്കാൻ പോകുന്നില്ല. ഈ അവസ്ഥയിൽ ഞാൻതന്നെ നടന്നതു മുഴുവൻ പറയാം. താങ്കൾ എവിടെയെങ്കിലും എനിക്കു തെറ്റുപറ്റുമ്പോൾ മാത്രം ചൂണ്ടിക്കാണിച്ചാൽ മതി. ഞാൻ തുടങ്ങിക്കോട്ടെ? ഓക്കെ. താങ്കൾ ഉത്തരം പറയാൻ ബുദ്ധിമുട്ടണമെന്നില്ല. ഞാൻ അന്യായമായി ഒന്നും പറയുകയില്ലെന്നാണ് എന്റെ വിശ്വാസം.”

“സോംസ്, ഇന്നലെ താങ്കൾ പറഞ്ഞല്ലോ ചോദ്യക്കടലാസുകൾ മുറിയിലുള്ള വിവരം ബാനിസ്റ്റർക്കുപോലുമറിയില്ലെന്ന്. അത് കേട്ടതുമുതൽ കാര്യങ്ങളുടെ കിടപ്പ് മനസ്സിലാക്കാൻ ഞാൻ കിണഞ്ഞു ശ്രമിക്കുകയായിരുന്നു. ഓരോ സാധ്യതകൾ മനസ്സിലിട്ട് കൂട്ടിക്കുറച്ചുനോക്കി. പ്രിന്റർ ആവാൻ വഴിയില്ല. അയാൾക്കു വേണമെങ്കിൽ പ്രസ്സിൽവെച്ചുതന്നെ നോക്കാവുന്നതല്ലേയുള്ളൂ. ഇന്ത്യക്കാരനായ വിദ്യാർത്ഥിയെക്കുറിച്ചും എനിക്ക് സംശയം തോന്നിയില്ല. അയാൾ മുറിയിൽ വന്നപ്പോൾ ചോദ്യക്കടലാസു ചുരുട്ടിവെച്ചനിലയിൽ ആയിരുന്നുവല്ലോ. അതേസമയം പുറത്തുനിന്നൊരാൾ യാദൃച്ഛികമായി അകത്തുവരികയും ആ പേപ്പറുകൾ കാണുകയും അത് ചോദ്യക്കടലാസാണെന്ന് തിരിച്ചറിയുകയും ചെയ്യുക എന്നത് വിദൂരമായ ഒരു സംഭാവ്യത മാത്രമാണ്. ഒടുവിൽ ഞാൻ അവസാനിപ്പിച്ചു. ആ മുറിയിൽ വന്ന വ്യക്തിക്ക് അവിടെ ചോദ്യക്കടലാസുള്ള കാര്യം അറിയാമായിരുന്നു എന്ന്. പിന്നെ അതെങ്ങനെയറിഞ്ഞിരിക്കാനാണ് സാധ്യത എന്നായിരുന്നു എന്റെ അന്വേഷണം.

“താങ്കളുടെ മുറിയിലേക്കു വരുന്ന വഴി ജനവാതിൽ ഞാൻ സൂക്ഷ്മമായി പരിശോധിക്കുകയുണ്ടായി. പകൽസമയങ്ങളിൽ മറ്റു മുറികളിൽ ജനവാസമുള്ളപ്പോൾ ഈ ജനാലവഴി മുറിയിലേക്ക് ആരെങ്കിലും പ്രവേശിക്കാൻ ഒരു സാധ്യതയും ഞാൻ കണ്ടില്ല. താങ്കൾ ആ സാധ്യതയെക്കുറിച്ച് പറഞ്ഞപ്പോൾ എനിക്ക് ചിരിക്കാനാണ് തോന്നിയത്. ഒരാൾക്ക് എത്ര പൊക്കമുണ്ടെങ്കിൽ ജനാലയിലൂടെ നോക്കി മുറിക്കകം

വ്യക്തമായി കാണാൻ കഴിയും എന്നായിരുന്നു എന്റെ അന്വേഷണം. എനിക്ക് ആറടി ഉയരമുണ്ട്. പക്ഷേ, എനിക്കുപോലും ഒന്നു വലിഞ്ഞു നോക്കിയാലേ മേശപ്പുറം കാണാൻ കഴിയൂ. അങ്ങനെ എന്നേക്കാൾ ഉയരം കുറഞ്ഞ ആർക്കുംതന്നെ അത് കാണാൻ കഴിയുകയില്ലെന്ന് ഞാൻ അനുമാനിച്ചു. പിന്നെ എന്നേക്കാൾ പൊക്കമുള്ള ആരാവും ഈ കൃത്യത്തിനു മുതിർന്നതെന്നായി അടുത്ത അന്വേഷണം.

"മുറിയിലേക്ക് പ്രവേശിച്ചശേഷം ഞാനവിടമെല്ലാം വിശദമായി പരിശോധിച്ചു. നടുക്കുകിടക്കുന്ന മേശപ്പുറത്തെ തെളിവിൽ പ്രത്യേകിച്ച് ഒന്നും തോന്നിയില്ലെങ്കിലും പെട്ടെന്ന് ഗിൽക്രിസ്റ്റിനെകുറിച്ചുള്ള സോംസിന്റെ വിവരണം എന്റെ കാതുകളിൽ പ്രതിധ്വനിച്ചു. ഗിൽക്രിസ്റ്റ് നല്ലൊരു ലോങ്ങ്ജമ്പർ ആണെന്നാണ് സോംസ് പറഞ്ഞത്. അപ്പോൾ ഞാൻ വീണ്ടും ഓർമ്മിച്ചു. അങ്ങനെ ഗിൽക്രിസ്റ്റിനെ മനസ്സിൽ സങ്കല്പിച്ചുകൊണ്ട് എന്തെങ്കിലും ചില്ലറ തെളിവുകൾക്കായി ഞാൻ അന്വേഷണം തുടങ്ങി. അവ ലഭിക്കാനാവട്ടെ വലിയ പ്രയാസമുണ്ടായില്ല.

"ഇതാണ് സംഭവിച്ചത്. നമ്മുടെ യുവസുഹൃത്ത് ഇന്നലെ ലോങ്ങ്ജമ്പ് പ്രാക്ടീസ് കഴിഞ്ഞു കൈയിൽ 'സ്പൈക്'* ഷൂസുകൾ പിടിച്ചുകൊണ്ടായിരുന്നു മടങ്ങിയത്. ജനാലയ്ക്കരികിലെത്തിയപ്പോൾ അയാളുടെ സ്വാഭാവികമായ ജിജ്ഞാസ അകത്ത് മേശപ്പുറത്തുള്ള കടലാസുകൾ നോക്കാൻ അയാളെ പ്രേരിപ്പിച്ചു. മേശപ്പുറത്തുള്ള കടലാസുകൾ അയാൾ അപ്പോൾ കണ്ടുകാണും. കടലാസുകൾ ചോദ്യപേപ്പറുകളാണെന്നും അയാൾ മനസ്സിലാക്കി. ബാനിസ്റ്ററുടെ മറവിയാണ് ഇതിനൊക്കെ കാരണമായത്. എന്തെന്നാൽ മുറിയിൽ കയറാൻ അയാളെ പ്രേരിപ്പിച്ചത് വാതിലിനുപുറത്ത് കണ്ടു മറന്നുവെച്ച താക്കോലുകളായിരുന്നു. പെട്ടെന്നു മുറിക്കകത്ത് പ്രവേശിക്കാനും ആ ചോദ്യക്കടലാസുകൾ എടുത്ത് പരിശോധിക്കാനും അയാൾക്ക് ഒരാവേശം തോന്നി. അഥവാ ഇനി പ്രൊഫസർ വന്നാൽതന്നെ എന്തെങ്കിലും സംശയം ചോദിക്കാനാണ് മുറിയിൽ കയറിയത് എന്നു പറഞ്ഞ് രക്ഷപ്പെടാമെന്നും കരുതിയിരിക്കും.

മേശപ്പുറത്തുള്ളത്, ചോദ്യക്കടലാസിന്റെ പ്രൂഫ് തന്നെയാണെന്ന് ഉറപ്പായതോടെ ഗിൽക്രിസ്റ്റിന് ഈ കുറ്റകൃത്യം ചെയ്യാൻ അത് വഴിയൊരുക്കി. കൈയിലുണ്ടായിരുന്ന 'സ്പൈക്' ഷൂസ് മേശപ്പുറത്തുവെച്ച് അയാൾ തിരിഞ്ഞുനിന്നു. ആ കസേരയിൽ എന്താണ് താങ്കൾ വെച്ചത്?"

"കൈയുറകൾ?" ഗിൽക്രിസ്റ്റ് മറുപടി പറഞ്ഞു.

ഹോംസ് വിജയഭാവത്തിൽ ബാനിസ്റ്ററെ ഒന്നു നോക്കി.

"കൈയുറകൾ കസേരയിൽ വെച്ചശേഷം ഗിൽക്രിസ്റ്റ് പ്രൂഫുകൾ ഓരോന്നായി എടുത്ത് പകർത്തിയെഴുതാൻ തുടങ്ങി. പ്രൊഫസർ പ്രധാന ഗേറ്റിലൂടെ തിരിച്ചുവരികയാണെങ്കിൽ നേരത്തെ കാണാനായി

* മുള്ളാണികളുള്ള സ്പോർട്സ് ഷൂ

ഗേറ്റിനഭിമുഖമായി നിന്നാണ് അയാൾ ഇതൊക്കെ ചെയ്തത്. പക്ഷേ, പ്രൊഫസർ കടന്നുവന്നത് സൈഡ് ഗേറ്റിലൂടെയായിരുന്നുവല്ലോ. കാലടികളുടെ ശബ്ദം അവ്യക്തമായി കേട്ടു. പൊടുന്നനെ പ്രൊഫസറെ ദൂരെ കണ്ടതും അയാൾക്ക് രക്ഷപ്പെടാൻ വേറെ മാർഗ്ഗമൊന്നുമില്ലായിരുന്നു. ഷൂസ് വലിച്ചെടുത്ത് നേരെ കിടപ്പുമുറിയിലേക്ക് കടന്നു. കൈയുറകൾ കസേരയിലിരുന്നത് എടുക്കാനും മറന്നു. മേശവിരിയിലുള്ള പോറൽ ഒരു ചെറിയ പോറലിൽ തുടങ്ങി വലിയ പോറലിൽ അവസാനിച്ചത് ഷൂസ് വലിച്ചെടുത്തതിന്റെ അടയാളമാണ്. പോറലിന്റെ ആഴംകുറഞ്ഞ് പിന്നെ കൂടിവന്നിരിക്കുന്നത് കിടപ്പുമുറിയുടെ ദിശയിലേക്കാണ് എന്നത് ഇത് തെളിയിക്കാൻ ധാരാളം. ഷൂസിന്റെ മുള്ളാണികളിൽ നിറച്ചും മണ്ണായിരുന്നു. ആ മണ്ണുരുളകളിൽ ഒന്നാണ് മേശപ്പുറത്തു വന്നുവീണിരിക്കുന്നത്. അതുപോലെ വേറൊരെണ്ണം കിടപ്പുമുറിയിൽനിന്നും കിട്ടുകയുണ്ടായല്ലോ. ഇന്ന് അതിരാവിലെ കോളേജ് ഗ്രൗണ്ടുവരെ പോയി ചാട്ടത്തിന് വേണ്ടി തയ്യാറാക്കിയ 'പിറ്റ്' ഞാൻ പരിശോധിക്കുകയുണ്ടായി. അവിടെ ഇത്തരത്തിലുള്ള ഉറച്ച കളിമണ്ണാണ് നിറച്ചിരിക്കുന്നത്. മണ്ണിൽ തെന്നിവീഴാതിരിക്കാൻ അറക്കപ്പൊടിയും അവിടവിടെ വിതറിയിരുന്നു. ഒരു സാമ്പിൾ മണ്ണുരുള ഞാൻ അവിടെനിന്നും കരുതിയിട്ടുണ്ട്. ഞാൻ പറഞ്ഞതെല്ലാം സത്യം തന്നെയല്ലെ, ഗിൽക്രിസ്റ്റ്?"

ഗിൽക്രിസ്റ്റ് നിലത്തുനിന്നും എഴുന്നേറ്റു.

"താങ്കൾ പറഞ്ഞതു മുഴുവൻ ശരിയാണ്."

"ദൈവമേ? തനിക്കൊന്നും ഇനി പറയാനില്ലേ?"

സോംസ് ഉറക്കെ ചോദിച്ചു.

"ഉവ്വ് സർ. എനിക്കിനിയും പറയാനുണ്ട്. ഇങ്ങനെ പച്ചയായി എന്റെ രഹസ്യങ്ങൾ തുറന്നുകാണിച്ചപ്പോൾ ഞാൻ ആകെ പതറിപ്പോയി. താങ്കൾ ദയവുചെയ്ത് ഞാനെഴുതിയ ഈ കത്തൊന്നു കാണണം. അസ്വസ്ഥമായ ഇന്നലത്തെ രാത്രിക്കുശേഷം ഇന്നുരാവിലെ ഞാൻതന്നെ എഴുതിയുണ്ടാക്കിയതാണ് ഈ കത്ത്. എന്റെ കുറ്റകൃത്യം കണ്ടുപിടിക്കുന്നതിനുമുമ്പുതന്നെ ഞാനിതു തയ്യാറാക്കിക്കഴിഞ്ഞു – ഞാൻതന്നെ ഇത് വായിക്കാം.

"സർ, ഞാൻ പരീക്ഷ എഴുതുന്നില്ലെന്നു തീരുമാനിച്ചു. റൊഡേഷ്യൻ പോലീസ്സേനയിൽ എനിക്ക് ജോലി ലഭിച്ചിരുന്നു. ഉടനെ, തെക്കേ ആഫ്രിക്കയിലേക്ക് പോവാൻ ഒരുങ്ങുകയാണ് ഞാൻ!"

"ഇത് എനിക്ക് സന്തോഷം തരുന്നു. ഏതായാലും വളഞ്ഞ വഴികളുപയോഗിച്ച് നേട്ടം ഉണ്ടാക്കുകയില്ല എന്ന താങ്കളുടെ തീരുമാനത്തിൽ എനിക്കു സന്തോഷമുണ്ട്. പക്ഷേ, എന്തേ ഇങ്ങനെ തീരുമാനിക്കാൻ?"

സോംസ് പറഞ്ഞു.

ഗിൽക്രിസ്റ്റ് ബാനിസ്റ്ററെ ചൂണ്ടി പറഞ്ഞു.

“ഈ മനുഷ്യനാണ് എനിക്ക് നേർവഴി കാണിച്ചുതന്നത്!”

“ഇനിയെങ്കിലും സത്യങ്ങൾ പറയൂ, ബാനിസ്റ്റർ.” ഹോംസ് പറഞ്ഞു.

“താങ്കൾക്കു മാത്രമേ ഗിൽക്രിസ്റ്റിനെ രക്ഷപ്പെടുത്തുവാൻ കഴിയുമായിരുന്നുള്ളൂ. ജനാല വഴി ഗിൽക്രിസ്റ്റിന് പുറത്തുകടക്കാൻ കഴിയില്ലെന്നത് പകൽപോലെ സത്യമാണല്ലോ. എന്നാലും എനിക്കൊരു സംശയം ബാക്കിനില്ക്കുന്നു. താങ്കൾക്ക് ഗിൽക്രിസ്റ്റിലുണ്ടായ പ്രത്യേക താത്പര്യത്തിന്റെ കാരണം എന്തായിരുന്നു?”

“എല്ലാ വിവരങ്ങളും അറിയുമായിരുന്നുവെങ്കിൽ അത് വളരെ ലളിതമായി തോന്നും, സർ. ഒരുകാലത്ത് ഈ ചെറുപ്പക്കാരന്റെ പിതാവായ സർ ജാവെസ് ഗിൽക്രിസ്റ്റിന്റെ ഭൃത്യനായിരുന്നു ഞാൻ. അദ്ദേഹത്തിന്റെ സ്വത്തെല്ലാം നശിച്ചുകഴിഞ്ഞാണ് ഞാനീ ഹോസ്റ്റലിൽ ജോലിക്കുവരുന്നത്. പക്ഷേ, എത്രകാലം കഴിഞ്ഞാലും ഞാൻ മുമ്പ് കഴിഞ്ഞിരുന്നത് മറക്കാറില്ല. അതുകൊണ്ടുതന്നെ പ്രൊഫസർ എന്നെ മുറിയിലേക്ക് വിളിച്ചു സംസാരിച്ച ഉടനെ എന്റെ കണ്ണുകൾ ചെന്നുപെട്ടത് കസേരകളിലിരിക്കുന്ന കൈയുറകളിലേക്കാണ്. അവ ഗിൽക്രിസ്റ്റിന്റേതാണെന്നും അത് അവിടെയെത്താനുള്ള കാരണവും ഒരു മിന്നൽപോലെ എന്റെ മനസ്സിലേക്ക് ഓടിവന്നു. ആ കൈയുറകൾ പ്രൊഫസർ കണ്ടിരുന്നുവെങ്കിൽ എല്ലാം അവിടെ അവസാനിക്കുമായിരുന്നു. അതുകൊണ്ട് മനഃപൂർവ്വം ഞാൻ ആ കസേരയിലേക്ക് തളർന്നുവീണു. പ്രൊഫസർ പുറത്തിറങ്ങുന്നതുവരെ ഞാൻ അനങ്ങിയില്ല. കുറച്ചുകഴിഞ്ഞപ്പോൾ കുഞ്ഞ് പതുങ്ങിപ്പതുങ്ങി കിടപ്പുമുറിയിൽനിന്നും പുറത്തുവന്നു. ഈ കുഞ്ഞിനെ ഞാൻ തോളത്തിട്ട് പാട്ടുപാടി ഉറക്കിയിട്ടുള്ളതാണ്. കുഞ്ഞ് സംഭവിച്ച കാര്യങ്ങളൊക്കെ എന്നോട് വിശദമായി പറഞ്ഞു. ഞാൻ എങ്ങനെ ഈ കുഞ്ഞിനെ രക്ഷിക്കാതിരിക്കും സാറന്മാരെ? ഇങ്ങനെ തെറ്റായ രീതിയിലൂടെ സഞ്ചരിക്കരുതെന്നും ഞാനെന്റെ കുഞ്ഞിനെ പറഞ്ഞുമനസ്സിലാക്കി. ഇനി പറയൂ ഞാൻ ചെയ്തതു തെറ്റാണോ?”

“തീർച്ചയായും, അല്ല.”

വളരെ സന്തോഷത്തോടെ ഹോംസ് കസേരയിൽനിന്നും എഴുന്നേറ്റ് ബാനിസ്റ്ററുടെ കൈകൾ പിടിച്ചു.

അദ്ദേഹം സോംസിനെ നോക്കിക്കൊണ്ടു പറഞ്ഞു.

“മി. സോംസ് അങ്ങനെ താങ്കളുടെ ചെറിയ പ്രശ്നം അവസാനിച്ചിരിക്കുന്നു. ഞങ്ങൾ പ്രാതൽ കഴിക്കാൻ നീങ്ങട്ടെ. ഗിൽക്രിസ്റ്റ്, നിങ്ങൾക്ക് റൊഡേഷ്യയിൽ എല്ലാ സൗഭാഗ്യങ്ങളും ഉണ്ടാവട്ടെ! ഒരിക്കൽ താങ്കൾ താഴേക്ക് വീണു. ഇനി അത്രയുമധികം ഉയരാൻ താങ്കൾക്കു കഴിയണം. എല്ലാ നന്മകളും നേരുന്നു!”

“വാട്സൺ, നമുക്കു പോകാം.”

■

ആബിഗ്രാഞ്ചിലെ കൊലപാതകം

1897ലെ തണുത്തുവിറങ്ങലിച്ച ഒരു പ്രഭാതം – മഞ്ഞുകാലമായതു കൊണ്ട് രാവിലെയുള്ള ഉറക്കം ആസ്വദിക്കുകയായിരുന്ന എന്നെ ചുമലു കളിൽ കുലുക്കി ഹോംസ് മെഴുകുതിരി വെളിച്ചത്തിൽ അദ്ദേഹത്തിന്റെ ആകാംക്ഷ മുഴുവൻ പുറത്തുകാട്ടി പറഞ്ഞു.

"വാട്സൺ, എഴുന്നേൽക്കൂ! പെട്ടെന്നു വസ്ത്രം മാറി തയ്യാറാകൂ! സമയം തീരെ കളയാനില്ല!"

പത്തുമിനിട്ടുകൊണ്ടു ഞങ്ങൾ തയ്യാറായി ചാരിംഗ് ക്രോസ് സ്റ്റേഷനെ ലാക്കാക്കി കുതിരവണ്ടിയിൽ യാത്രതിരിച്ചു. പുലർകാലത്തെ നനഞ്ഞ സൂര്യരശ്മികൾ പതുക്കെ പ്രഭാതമഞ്ഞിനെ വകഞ്ഞുമാറ്റുന്നതേയുള്ളൂ. രാവിലെ ജോലിക്ക് പോകുന്ന തൊഴിലാളികളുടെ രൂപങ്ങൾ അവിടെയ വിടെയായി കാണാൻ തുടങ്ങി. ഹോംസ് കനംകൂടിയ ഓവർകോട്ട് ഒന്നു കൂടി വരിഞ്ഞുമുറുക്കിയപ്പോൾ ഞാനും അതുപോലെ ചെയ്തു. വെറുംവയറ്റിൽ കടുംചായചെന്നപ്പോഴുള്ള ചെറിയ സുഖം നുകർന്നു കൊണ്ട് ഞങ്ങൾ കെന്റ് ട്രെയിനിൽ ഇരിപ്പിടം കരസ്ഥമാക്കി. ട്രെയിൻ ചലിച്ചുതുടങ്ങിയതും ഹോംസ് കോട്ടിന്റെ പോക്കറ്റിൽനിന്ന് ഒരു കടലാ സെടുത്ത് വായിച്ചുതുടങ്ങി.

"ആബിഗ്രാഞ്ച്, മാർഷം, കെന്റ്, 3.30 AM.

എത്രയും പ്രിയപ്പെട്ട ഹോംസ്,

വളരെ വ്യത്യസ്തമായ കേസ് ഡയറി ഞാൻ തുറക്കുകയാണ്, താങ്ക ളുടെ വിലയേറിയ സഹായം അഭ്യർത്ഥിച്ചുകൊണ്ട്. താങ്കളുടെ അന്വേ ഷണരീതികൾക്ക് അനുയോജ്യമായ കേസാണിത്. ഇതിൽ ഉൾപ്പെട്ട ഒരു സ്ത്രീയെ വിമോചിതയാക്കുവാൻ ഞാൻ നിർബന്ധിതനായിരിക്കുക യാണ്. ബാക്കി സംഭവങ്ങളുടെ തെളിവുസാക്ഷികളെല്ലാം അതേപടി നിർത്തിക്കൊണ്ട്. പക്ഷേ, എത്രയും പെട്ടെന്ന് ഇവിടെയെത്തുവാൻ ഞാൻ അഭ്യർത്ഥിക്കുന്നു. മിസ്സിസ് യൂസ്റ്റേസിനെ അവിടെ തനിച്ചാക്കി മടങ്ങുവാൻ എനിക്കു വിഷമമുണ്ട് – വിശ്വസ്തതയോടെ സ്റ്റാൻലി ഹോപ്കിൻസ്."

“ഇതിനുമുമ്പ് ഏഴു പ്രാവശ്യമായി മി. ഹോപ്കിൻസ് എന്നെ വിളിക്കുന്നു. ഈ കേസ്സുകളെല്ലാംതന്നെ നല്ല രസകരങ്ങളായിരുന്നു എന്നതും താങ്കൾക്ക് തള്ളിക്കളയാനാവില്ലല്ലൊ മി. വാട്സൺ. കാരണം താങ്കൾ തന്നെ അവയൊക്കെ കഥകളാക്കി എഴുതിയിട്ടുണ്ടല്ലൊ, എന്നാലും ഒരു കുറ്റാന്വേഷണരീതിയുടെ ശാസ്ത്രീയസ്വഭാവം ഈ കഥകൾക്കൊക്കെ നഷ്ടപ്പെട്ടിരിക്കുന്നു എന്ന ദുഃഖസത്യം പറയേണ്ടിയിരിക്കുന്നു. വൈകാരികമായി ഈ കഥകൾക്ക് നല്ല പ്രചാരം കിട്ടുമെങ്കിലും ഒരു കുറ്റാന്വേഷണകഥയുടെ രീതികൾ ഇവയിൽ തുലോം ചോർന്നുപോയിരിക്കുന്നു.”

അല്പം നീരസത്തോടെ ഞാൻ പറഞ്ഞു. “എങ്കിൽ താങ്കൾക്കു തന്നെ എഴുതിക്കൂടെ?”

“ഞാനെഴുതും, മി. വാട്സൺ, ഈ തിരക്കുകഴിഞ്ഞ് സ്വൈരമായി കുറ്റാന്വേഷണകലയെക്കുറിച്ചുതന്നെ ഒരു സാമാന്യം വലിയ പുസ്തകം ഞാൻ തയ്യാറാക്കുന്നുണ്ട്. അതുപോകട്ടെ, ഇപ്പോൾ നമ്മുടെ മുമ്പിലുള്ളത് ഒരു കൊലപാതകവും അതിനെ തുടർന്നുള്ള സംഭവങ്ങളുമാണ്.”

“യൂസ്റ്റേസ്' കൊല്ലപ്പെട്ടു എന്നു താങ്കൾ കരുതുന്നുണ്ടോ?”

“അങ്ങനെയാവാനാണ് സാധ്യത. ഹോപ്കിൻസ് ഒരു വികാരജീവിയല്ലല്ലൊ. ഇതൊരു വെറും ആത്മഹത്യയാവാനും വഴിയില്ല. അങ്ങനെയെങ്കിൽ എന്നെ വിളിക്കുമായിരുന്നില്ല. കൊലപാതകം നടക്കുമ്പോൾ ആ സ്ത്രീയെ മുറിക്കുള്ളിൽ പൂട്ടിയിട്ടു കാണും. അതുകൊണ്ടുതന്നെ മൃതശരീരം നമ്മുടെ പരിശോധനയ്ക്കായി അവിടെതന്നെ കിടത്തിക്കാണും. അവരൊക്കെ ധനികരാണ്. ധനികരുടെ ജീവിതം നയിക്കുന്നവരാണ്. കുറ്റാന്വേഷണത്തിലും അതിന്റെ പ്രതിഫലനങ്ങളുണ്ടാകാം. നൂതന അന്വേഷണോപാധികൾ ഹോപ്കിൻസ് കരുതിക്കാണാൻ വഴിയുണ്ട്. ഏതായാലും നമുക്ക് രസകരമായ ഒരു പ്രഭാതമാണ് വീണുകിട്ടിയിരിക്കുന്നത്. സംഭവം നടന്നത് ഇന്നലെ അർദ്ധരാത്രിക്കു മുമ്പാണത്രെ.”

“അതെങ്ങനെ താങ്കൾക്ക് പറയാൻ കഴിയും?”

“ട്രെയിനിന്റെ സമയവും മറ്റും കൂടാതെ പലപല ഘട്ടങ്ങൾ കടന്ന് പോലീസ്, സ്കോട്ട്ലണ്ട്യാർഡ് തുടങ്ങി വിവരം എന്നിലെത്താനുള്ള സമയം കണക്കാക്കുമ്പോൾ അങ്ങനെയാവാനാണ് വഴി. ഏതായാലും നമ്മൾ ‘ചിഡിൽ ഹഴ്സ്റ്റ്’ സ്റ്റേഷനിലെത്തിക്കഴിഞ്ഞു. ഇനി കാര്യങ്ങൾ നമുക്ക് നേരിട്ടറിയാം.”

ഒറ്റയടിപ്പാതയിലൂടെ ഏതാണ്ട് രണ്ടുമൈൽ സഞ്ചരിച്ച് ഞങ്ങൾ വീടിന്റെ ഗേറ്റിനു മുന്നിലെത്തി. വൃദ്ധന്റെ മുഖത്ത് വലിയ ഒരു ദുരന്തം നടന്ന എല്ലാ അമ്പരപ്പും ഞങ്ങൾ ശ്രദ്ധിച്ചു. സാമാന്യം വിശാലമായ മുറ്റത്ത് രണ്ടുവഴികളിലൂടെയും വളർന്ന പൈൻമരങ്ങൾക്കു നടുവിൽ

പടർന്നുനില്ക്കുന്ന ഒരു ബംഗ്ലാവ്. 'ഐവി' ചെടികൾ ഇടതൂർന്നു നില്ക്കുന്ന പഴയ ബംഗ്ലാവിന് അതിന്റെ പുതിയ പെയിന്റടിച്ച ജനാലകൾ എവിടെയൊക്കെയോ പുതുമയുടെ സൗരഭ്യം പകർന്നുനിന്നു. വീടിന്റെ ഒരു ഭാഗം മുഴുവൻ പുതിയതായി പണികഴിപ്പിച്ചവയായിരുന്നു. പ്രധാന കവാടത്തിനടുത്തു വെച്ചുതന്നെ ചെറുപ്പക്കാരനും ഊർജ്ജസ്വലനുമായ ഇൻസ്പെക്ടർ ഹോപ്കിൻസ് ഞങ്ങളെ സ്വാഗതം ചെയ്തു.

"മി. ഹോംസ്, താങ്കളേയും മി. വാട്സണെയും കണ്ടുമുട്ടുന്നതിൽ എനിക്ക് അതിയായ സന്തോഷമുണ്ട്. പക്ഷേ, കുറച്ചുസമയം കൂടി എനിക്ക് കിട്ടിയിരുന്നുവെങ്കിൽ ഞാൻ നിങ്ങൾ രണ്ടുപേരെയും ബുദ്ധി മുട്ടിക്കുന്നതിൽനിന്ന് ഒഴിവാക്കുമായിരുന്നു. ആ സ്ത്രീക്ക് സ്വബോധം തിരിച്ചുകിട്ടിയതോടുകൂടി കാര്യങ്ങളുടെ കിടപ്പ് വളരെ വ്യക്തമായി. താങ്കൾക്ക് 'ലെവിഷാം' കൊള്ളസംഘത്തെ ഓർമ്മയുണ്ടാവുമല്ലൊ - നമുക്ക് ഇവിടെ കാര്യമായി ഒന്നും ചെയ്യാനില്ല."

"ലെവിഷാം' - മൂന്നുപേരടങ്ങിയ റാൻഡൽ കുടുംബമല്ലെ?"

"അതെ. അച്ഛനും രണ്ടു പുത്രന്മാരും; ഇത് അവരുടെ പണിയാണ്. എനിക്കതിൽ ലവലേശം സംശയമില്ല. 'സിഡ്നാ'മിൽ രണ്ടാഴ്ചമുമ്പ് അവർ നടത്തിയ ഭവനഭേദനവും മോഷണവും താങ്കൾക്കറിവുള്ളതാണല്ലൊ; അധികം താമസിയാതെതന്നെ ഇതാ വീണ്ടും അവർ ഒരു കൊലപാതകംകൂടി നടത്തിയിരിക്കുന്നു. പക്ഷേ, ഇത്തവണ ഒരുത്തന്റെ കഴുത്തിൽ കയർ കുരുങ്ങിയതുതന്നെ."

"യൂസ്റ്റേസ് മരണപ്പെട്ടുകഴിഞ്ഞോ?"

"ഉവ്വ്. അയാളുടെ മുറിയിലെതന്നെ വലിയചുറ്റിക (തണുപ്പകറ്റാൻ നെരിപ്പോടിൽ ഉപയോഗിക്കുന്നത്) തട്ടി അയാളുടെ ശിരസ്സ് പൊളിഞ്ഞു!"

"ഇയാളാണോ, യൂസ്റ്റേസ് ബ്രോക്കൺസ്റ്റാൾ? ഡ്രൈവർ സൂചിപ്പിച്ചിരുന്നു."

"അതെ. അയാൾതന്നെ, കെന്റ് നഗരത്തിലെ അറിയപ്പെടുന്ന ധനാഢ്യൻ. മിസ്സിസ് യുസ്റ്റേസ് മറ്റേ മുറിയിൽ ദുഃഖിതയായി ഇരിപ്പുണ്ട്. പാവം സ്ത്രീ, അവരാകെ സമനില തെറ്റിയ നിലയിലായിരിക്കുന്നു. നിങ്ങൾ ആദ്യം അവരെയൊന്നു സന്ദർശിക്കൂ. അത് കാര്യങ്ങളുടെ കിടപ്പ് അറിയാൻ സഹായിക്കും. അത് കഴിഞ്ഞാവാം ഭക്ഷണമുറി പരിശോധിക്കുന്നത്!"

മിസ്സിസ് ബ്രോക്കൻസ്റ്റാൾ സാധാരണ സ്ത്രീയായിരുന്നില്ല. കുലീനതയും സൗന്ദര്യവും ആ മുഖത്ത് വഴിഞ്ഞൊഴുകുന്നുണ്ടായിരുന്നു. ഇത്രയും സുന്ദരിയായ സ്ത്രീത്വം ജ്വലിപ്പിച്ച ഒരു സ്ത്രീയെ ഇതിനു മുമ്പ് ഞാൻ കണ്ടതായി ഓർക്കുന്നില്ല. സ്വർണനിറമുള്ള മുടി, നീല കണ്ണുകൾ, യുവത്വം തുളുമ്പുന്ന ശരീരം, എന്നിട്ടും കുറച്ചുമുമ്പ് മനസ്സിനേറ്റ

ആഘാതം അവരുടെ സൗന്ദര്യത്തിന് അധികം മാറ്റുകുറച്ചിട്ടില്ല. മാനസികമായ വേദനയ്ക്കു പുറമെ ശാരീരികവേദനയും ആ സ്ത്രീ അനുഭവിക്കുന്നുണ്ടായിരുന്നു. ഒരു കണ്ണിനു മുകളിലായി ഏറ്റ ചതവ്, വളരെ ഒതുക്കമുള്ള ഒരു ഭൃത്യ, വെള്ളവും വിന്നീഗറും ഒഴിച്ചുകൊണ്ടിരുന്നു. ഞങ്ങൾ കാണുമ്പോൾ അവർ തന്റെ ദിവാൻ കിടക്കയിൽ ചാഞ്ഞുകിടക്കുകയായിരുന്നു. ഇത്ര ഭീകരമായ സംഭവം നടന്നുകഴിഞ്ഞിട്ടും അവരുടെ മനസ്സാന്നിധ്യത്തിനും ഭാവഗാംഭീര്യത്തിനും ഒരു കോട്ടവും തട്ടിയിട്ടില്ലെന്ന് ഞങ്ങൾ മനസ്സിലാക്കി. നീലയും വെള്ളയും ചേർന്ന അയഞ്ഞ ഗൗണിൽ അവർ കൂടുതൽ സുന്ദരിയായി തോന്നിച്ചു.

"മി. ഹോപ്കിൻസ് സംഭവിച്ചതെല്ലാം ഞാൻ വളരെ വിശദമായി പറഞ്ഞുകഴിഞ്ഞതല്ലെ? ഇനിയും ഞാനതൊക്കെ ആവർത്തിക്കണോ? താങ്കൾക്ക് ഇനി അത് ഞാൻതന്നെ വിവരിക്കണമെന്ന് നിർബന്ധമാണെങ്കിൽ, ഒരു കാര്യം ചെയ്യൂ, അവർ ആദ്യം ഭക്ഷണമുറിയിൽ ചെന്ന് കാര്യങ്ങളൊക്കെ കണ്ടുമനസ്സിലാക്കിവരട്ടെ."

"ഞാൻ ഇവരോട് പറഞ്ഞത് ആദ്യം ഭവതിയുടെ വിവരണം കേൾക്കട്ടെ എന്നാണ്?"

"എല്ലാ കാര്യങ്ങളും താങ്കൾതന്നെ നേരിട്ട് അന്വേഷിക്കുന്നതിൽ എനിക്ക് നന്ദിയുണ്ട്. പക്ഷേ, അദ്ദേഹം ഇനിയും അവിടെ കിടക്കുകയാണെന്ന് ഓർക്കുമ്പോൾ..." അവർ തന്റെ മുഖം ഗൗണിനടിയിൽ ഒളിപ്പിക്കാൻ ശ്രമിച്ചു. അതിനിടയിൽ ഗൗൺ തോളിൽനിന്നും ഉരസി താഴെ വീഴുന്നത് ഹോംസ് ശ്രദ്ധിച്ചു.

ഹോംസ് പെട്ടെന്ന് വളരെ ആശ്ചര്യത്തോടെ അത് ശ്രദ്ധിച്ചുകൊണ്ട് പറഞ്ഞു. "മാഡം താങ്കൾക്ക് വേറെയും പരിക്കുകളേറ്റിട്ടുണ്ടെന്ന് തോന്നുന്നു?"

വ്യക്തമായി തെളിഞ്ഞുകാണാവുന്ന ചുവന്ന രണ്ട് അടയാളങ്ങൾ അവരുടെ തോളിൽ എടുത്തുകാണാമായിരുന്നു. പെട്ടെന്ന് അവർ വസ്ത്രം കൊണ്ട് അവ മറച്ചു.

"ഓ, ഒന്നുമില്ല. ഇത് കഴിഞ്ഞ രാത്രി സംഭവിച്ചതൊന്നുമല്ല. നിങ്ങൾ രണ്ടുപേരും ദയവായി ഇരിക്കുക, ഇന്നലെ നടന്ന സംഭവങ്ങൾ മുഴുവൻ ഞാൻ പറയാം."

"സർ, ഞാൻ മി. യൂസ്റ്റേസ് ബ്രോക്കൻസ്റ്റാളിന്റെ ധർമ്മപത്നി. ഒരു കൊല്ലത്തിലധികമായി ഞങ്ങളുടെ വിവാഹം കഴിഞ്ഞിട്ട്. ഞങ്ങളുടെ വിവാഹജീവിതം സന്തോഷകരമായിരുന്നില്ല എന്ന വസ്തുത മിക്കവർക്കും അറിയാവുന്ന കാര്യം തന്നെയാണ്. അതിന്റെ ഭാഗികമായ ഉത്തരവാദിത്വം എന്റെതന്നെ. ഞാൻ വളർന്നുവന്ന ചുറ്റുപാടുകൾ, തെക്കേ ആസ്ട്രേലിയയിലെ കുറെ പുരോഗമനപരമായ, സ്വതന്ത്രമായ ചുറ്റുപാടുകൾ എന്നെ കുറെക്കൂടി സ്വതന്ത്രമായി പെരുമാറുന്നവളാക്കി. ബ്രിട്ടനിലെ

യാഥാസ്ഥിതിക ജീവിതരീതികൾ എനിക്ക് ഇണങ്ങുന്നവയായിരുന്നില്ല. പക്ഷേ, ഇതൊന്നുമല്ല പ്രധാന കാരണം, അത് അദ്ദേഹത്തിന്റെ അമിത മദ്യപാനശീലംതന്നെ. ആ മനുഷ്യന്റെ കൂടെ ഒരു മണിക്കൂർ നേരത്തെ ജീവിതംപോലും അസഹനീയമാണ്. അപ്പോൾ പിന്നെ ഈ വിവാഹ ജീവിതത്തെക്കുറിച്ച് ഒന്നാലോചിച്ചുനോക്കൂ. ഒരു സ്ത്രീയെ ഇങ്ങനെ ശിക്ഷിക്കുന്ന ഇംഗ്ലീഷ് രീതികൾ തികച്ചും അപലപനീയംതന്നെ. ദൈവം പോലും ഇത് സഹിക്കുകയില്ല."

ഒരു നിമിഷനേരത്തേക്ക് അവർ എഴുന്നേറ്റിരുന്നു. പൊതുവെ തുടുത്തിരുന്ന കവിളുകൾ ഒന്നുകൂടി തുടുത്തു. കണ്ണുകളിൽ ശോകഭാവം കണ്ണീരിന്റെ വക്കിലെത്തി. ഭൃത്യ പതുക്കെ അവരെ വീണ്ടും കിടത്തിയപ്പോൾ അവർ വീണ്ടും തുടർന്നു. "ഈ വീട്ടിലെ ഭൃത്യരെല്ലാംതന്നെ പുതുതായി പണികഴിപ്പിച്ച ഭാഗത്താണ് ഉറങ്ങുന്നത്. ഈ മധ്യഭാഗത്തുള്ള മുറികളിലാണ് ഞങ്ങൾ കഴിയുന്നത്. അടുക്കള പിൻഭാഗത്തും കിടപ്പുമുറികൾ മുകളിലുമാണ്. എന്റെ ഭൃത്യ തെരേസ ഞാനുറങ്ങുന്ന മുറിയുടെ മുകളിലാണ് കിടക്കുന്നത്. മറുഭാഗത്ത് ഉറങ്ങുന്നവരും ഞങ്ങളും തമ്മിൽ ഒരു ബന്ധവുമില്ല. ഇത് നല്ലവണ്ണമറിയാവുന്നവരായിരിക്കണം ഇതിനകത്തു കയറിയ മോഷ്ടാക്കൾ."

"യൂസ്റ്റേസ് ഏതാണ്ടു പത്തരമണിയോടെയാണ് ഇന്നലെ ഉറങ്ങാൻ കിടന്നത്. അതിനുമുമ്പുതന്നെ ഭൃത്യർ ഉറങ്ങാൻ പോയിരുന്നു. എന്റെ ഭൃത്യമാത്രം ഞാനുറങ്ങുന്ന മുറിക്കുമുകളിൽ ഉറങ്ങാതെ കാത്തിരുന്നു, എനിക്കെന്തെങ്കിലും ആവശ്യമുണ്ടായാലോ എന്നു കരുതി. പതിനൊന്നു മണിവരെ ഞാൻ വായനയിൽ മുഴുകിയിരുന്നു. അതിനുശേഷം മുറികളെല്ലാം പരിശോധിക്കാൻ വേണ്ടി ഞാൻ ചുറ്റുപാടും നടന്നുനോക്കി. അതെന്റെയൊരു പതിവാണ്. വേറൊരു കാരണം കൂടിയുണ്ട്, മദ്യപിച്ചു ലക്കുകെട്ട ഭർത്താവിനെ വിശ്വസിക്കാൻ കഴിയില്ല എന്നതുതന്നെ. മുറികളെല്ലാം വിശദമായി പരിശോധിച്ചശേഷം ഞാൻ ഭക്ഷണമുറിയിലെത്തി. പെട്ടെന്ന് പുറത്തുനിന്നുള്ള കാറ്റ് മുറിക്കുള്ളിൽ ശക്തമായി വീശുന്നത് ജനാല തുറന്നിട്ടിരിക്കുകയാണ് എന്ന കാര്യം എന്നെ ഓർമ്മിപ്പിച്ചു. ജനാല അടയ്ക്കാൻ കർട്ടൻ നീക്കിയപ്പോഴാണ് ഞാനൊന്ന് പിറകോട്ട് മാറിയത്. കർട്ടനു പിന്നിൽ വലുപ്പമുള്ള ഒരാൾ!

ഫ്രഞ്ചു ജനാല വഴി. അയാൾ അപ്പോൾ മുറിയിൽ കടന്നിട്ടേയുള്ളൂ. ഈ ജനാലവഴി നേരെ പൂന്തോട്ടത്തിലേക്ക് കടന്നുചെല്ലാൻ കഴിയും. ഞാൻ കൈയിലിരുന്ന മെഴുകുതിരി ഉയർത്തിപ്പിടിച്ച് നോക്കുമ്പോഴേക്കും അയാളെന്നെ കടന്നുപിടിച്ചുകഴിഞ്ഞു. അയാളുടെ പിന്നിൽ രണ്ടുപേർകൂടി പതുക്കെ മുറിക്കകത്തേക്ക് കടക്കുന്നുണ്ടായിരുന്നു. അയാൾ എന്റെ കൈ അമർത്തിപ്പിടിച്ച് കഴുത്തിന് പിടിച്ചു. ഉറക്കെ ശബ്ദിക്കാൻ ഒരുങ്ങുമ്പോഴേക്കും അയാളെന്റെ നെറ്റിയിൽ ബലമായി ഇടിച്ചു. ഞാൻ നിലത്ത് വീണു. കുറച്ചുനേരത്തേക്ക് എന്റെ ബോധം പോയി. ബോധം

വരുമ്പോൾ ഞാൻ കയർകൊണ്ടു ബന്ധനസ്ഥയാണ്. മണിയടിക്കാനുള്ള വലിയ കയർകൊണ്ട് അനങ്ങാൻ കഴിയാത്തവിധം എന്നെ പൂട്ടിയിട്ടിരിക്കുകയാണ്. ശബ്ദിക്കാതിരിക്കാൻ വായിനകത്ത് ടവലും തിരുകിയിരുന്നു. ഈ അവസരത്തിൽ എന്റെ നിർഭാഗ്യവാനായ ഭർത്താവ് മുറിയിൽ വന്നു. ശബ്ദവും കോലാഹലവും കേട്ടിട്ടാവണം സ്ഥിരം കൊണ്ടുനടക്കുന്ന കുറുവടികൊണ്ട് അദ്ദേഹം അതിലൊരാളെ അടിക്കാനോങ്ങി. അപ്പോഴേക്കും മറ്റേ മോഷ്ടാവ് - പ്രായംചെന്നയാൾ - നെരിപ്പോടിന് അടുത്ത് കിടന്നിരുന്ന വലിയ ചുറ്റികയെടുത്ത് അദ്ദേഹത്തിന്റെ തലയ്ക്ക് ആഞ്ഞടിച്ചു. ഒരു ഞെരുക്കത്തോടെ അദ്ദേഹം വീണു. പിന്നെ അനങ്ങിയില്ല. കുറച്ചുനേരത്തേക്ക് വീണ്ടും ഞാൻ അബോധാവസ്ഥയിലായി. പെട്ടെന്നു തന്നെ കണ്ണുതുറന്നപ്പോൾ കണ്ടത് അലമാരിയിലെ വെള്ളിപ്പാത്രങ്ങളും ഒരു കുപ്പിവീഞ്ഞും അവർ കൈക്കലാക്കി നില്ക്കുന്നതാണ്. അവരുടെ കൈകളിൽ ഓരോ ഗ്ലാസുമുണ്ടായിരുന്നു. അവരിൽ ഒരാൾ പ്രായമുള്ളവനും താടിക്കാരനും മറ്റു രണ്ടുപേർ ചെറുപ്പക്കാർ, തലയിൽ അധികം മുടിയില്ലാത്തവരും. കണ്ടാൽ അച്ഛനും രണ്ടു മക്കളുമാണെന്ന് തോന്നും. മൂന്നുപേരും രഹസ്യമായി എന്തോ സംസാരിച്ചു പുറത്തേക്കിറങ്ങി. പോകുന്നവഴി അവർ ജനലടച്ചു. പതിനഞ്ചു മിനിട്ടോളം പാടുപെട്ടാണ് ഞാൻ സ്വയം സ്വതന്ത്രയായത്. എന്റെ ഉറക്കെയുള്ള കരച്ചിൽ ഭൃത്യയെ ഉണർത്തി. മറ്റു രണ്ടു ഭൃത്യരും ഓടിയെത്തി. ഉടനെ പോലീസിനെ വിവരമറിയിച്ചു. ഇതാണ് യഥാർത്ഥത്തിൽ സംഭവിച്ചത്. ഈ വേദനാജനകമായ വാർത്ത ആവർത്തിക്കാൻ എന്നെ ദയവുചെയ്ത് ഇനിയും നിർബന്ധിക്കരുതേ!"

"മി. ഹോംസ് എന്തെങ്കിലും ചോദിക്കാനുണ്ടോ?"

ഇൻസ്പെക്ടർ ഹോപ്കിൻസ് ചോദിച്ചു.

മി. ഹോംസ് പറഞ്ഞു. "ലേഡി ബ്രാക്കെൻ സ്റ്റാളിനെ ഇനിയും ബുദ്ധിമുട്ടിക്കാൻ ഞാൻ ആഗ്രഹിക്കുന്നില്ല. ഇനി താങ്കൾക്ക് പറയാനുള്ളതുകൂടി കേൾക്കട്ടെ." ഭൃത്യയെ നോക്കി ഹോംസ് പറഞ്ഞു.

"എന്റെ കിടപ്പുമുറിയുടെ ജനാലയിലൂടെ അവർ മൂന്നുപേരെയും നിലാവെളിച്ചത്തിൽ ഞാൻ കണ്ടിരുന്നു. അപ്പോൾ എനിക്ക് സംശയമൊന്നും തോന്നിയില്ല. അതിനുശേഷം ഒരു മണിക്കൂർ കഴിഞ്ഞാണ് ഞാൻ മാഡം നിലവിളിക്കുന്നതു കേട്ടത്. ഉടനെ ഞാൻ താഴെ ഓടിയെത്തി. അപ്പോൾ പാവം മാഡം, അവർ പറഞ്ഞ അവസ്ഥയിൽ കയറിൽ ബന്ധിച്ച നിലയിൽ ഞാൻ കണ്ടു. അദ്ദേഹമാവട്ടെ തലച്ചോറും രക്തവും ചിതറിയ നിലയിൽ നിലത്തും. ഒരു സ്ത്രീയെ ഭ്രാന്തിയാക്കാൻ ഇതൊക്കെ ധാരാളം. പക്ഷേ, അഡ്ലെയിഡിലെ മിസ് മേരി പ്രേസർ - പിന്നീട് ആബി ഗ്രാഞ്ചിലെ ലേഡി ബ്രോക്കൻസ്റ്റാളായ എന്റെ മാഡത്തിന് ധൈര്യത്തിന് ഒരു കുറവുമുണ്ടായിരുന്നില്ല. നിങ്ങൾ കുറെനേരം അവരെ ചോദ്യങ്ങളാൽ

വിഷമിപ്പിച്ചുകഴിഞ്ഞു. ഇനിയെങ്കിലും അവരെ തനിച്ചുവിടൂ. അവർക്ക് വിശ്രമമാണ് ആവശ്യം." ഒരു അമ്മയുടെ വാത്സല്യത്തോടുകൂടി ആ ഭൃത്യ അവരുടെ ചുമലിൽ കൈകൾ ചുറ്റി പതുക്കെ പുറത്തേക്ക് നടത്തിക്കൊണ്ടുപോയി.

"ചെറുപ്പക്കാലംതൊട്ട് അവരെ നോക്കി ശുശ്രൂഷിച്ചിരുന്ന ഭൃത്യയാണവൾ. പേര് തെരേസാ റൈറ്റ്. പതിനെട്ടുമാസം മുമ്പ് ആസ്ത്രേലിയയിൽ നിന്ന് ഇംഗ്ലണ്ടിലേക്ക് താമസം മാറ്റിയപ്പോൾ അവരുടെ കൂടെപ്പോന്നു. ഇത്ര ആത്മാർത്ഥതയും അർപ്പണമനോഭാവവുമുള്ള ഒരു ഭൃത്യയെ ഇക്കാലത്ത് കണ്ടുകിട്ടുക പ്രയാസം. ഇതുവഴി പോകാം മി. ഹോംസ്." ഭക്ഷണമുറി ചൂണ്ടി ഇൻസ്പെക്ടർ പറഞ്ഞു.

ഹോംസിന്റെ താല്പര്യക്കുറവ് മുഖത്തു കാണുന്നുണ്ടായിരുന്നു. സംഭവത്തിലെ എല്ലാ താത്പര്യവും ചോർന്നുപോയിരിക്കുന്നു. എന്നാലും അക്രമികളെ അറസ്റ്റു ചെയ്യേണ്ടതായിട്ടുണ്ട്. പക്ഷേ, തെരുവ് കുറ്റവാളികളായ ഇവരുടെ പുറകെ പോകാൻ ഹോംസിന് താല്പര്യമില്ല. അതിവിദഗ്ധനും സമർത്ഥനുമായ ഒരു ഡിറ്റക്ടീവിനു മുന്നിൽ ഈ തെരുവ്ഗുണ്ടകളുടെ തെരുവുകൊലപാതകം ഹോംസിൽ ഒരു താല്പര്യവും ജനിപ്പിച്ചില്ല. ഒരു സ്പെഷ്യലിസ്റ്റ് ഡോക്ടറെ വിളിച്ചുകൊണ്ടുവന്ന് വെറുമൊരു വൈറൽപനി ചികിത്സിക്കാൻ പറയുന്നപോലെ അസംബന്ധം. പക്ഷേ, ആബിഗ്രഞ്ചിലെ ഭക്ഷണമുറിയിലെത്തിയശേഷം അവിടെ കണ്ട കാഴ്ചകൾ ഹോംസിന്റെ നഷ്ടപ്പെട്ട താത്പര്യം വീണ്ടെടുക്കാനും മുഴുവൻ ശ്രദ്ധയും പിടിച്ചുപറ്റാനും തക്ക സംഭവങ്ങളായിരുന്നു.

ഉയർന്ന കൊത്തുപണികൾ നിറഞ്ഞ ഓക്കുമരംകൊണ്ടു തീർത്ത തട്ടുകളും വിശാലമായ അകത്തളവുമുള്ള ഒരു വലിയ മുറി. ചുവരൊക്കെ പ്രാചീന ആയുധങ്ങളും, കലമാൻ തുടങ്ങിയ മൃഗങ്ങളുടെ തലകൊണ്ടും അലങ്കരിച്ചവയുമായിരുന്നു. ഒരറ്റത്ത് വലിയ ഫ്രെഞ്ചു ജനാലകളും - അതുവഴിയാണ് മോഷ്ടാവ് അകത്തുകയറിയത് - മറ്റേയറ്റത്ത് തീ കൂട്ടുവാനുള്ള വലിയ അടുപ്പും അടുത്തുതന്നെ ഒരു മരംകൊണ്ട് ഭംഗിയായി പണികഴിപ്പിച്ച ചുവർ അലമാരയും ഉണ്ടായിരുന്നു. അടുപ്പിന് സമീപം ഓക്കുമരംകൊണ്ടു തീർത്ത കസേരയും കസേരയോടുചേർന്ന ചുവന്ന ചരടും കണ്ടു. മിസ്സിസ് ബ്രാക്കൺസ്റ്റാളിനെ മോചിപ്പിച്ചെങ്കിലും ബന്ധിച്ചിരുന്ന ചരട് മുഴുവനായി വേർപെടുത്തിയിരുന്നില്ല. ഈ വസ്തുതകൾ ഞങ്ങളെ കുറേനേരം കഴിഞ്ഞുമാത്രമാണ് സ്പർശിച്ചത്. അതിനുമുമ്പ് കടുവാതോൽകൊണ്ട് ഉണ്ടാക്കിയ പരവതാനിയിൽ കിടക്കുന്ന ഭയാനകവസ്തുവാണ് ഞങ്ങളെ ശരിക്കും അമ്പരപ്പിച്ചത്!

ഏതാണ്ട് നാല്പതോടടുത്ത് പ്രായം തോന്നിക്കുന്ന നല്ല അരോഗദൃഢഗാത്രനായ ഒരു മനുഷ്യജഡമായിരുന്നു അത്. മുഖം ആകാശത്തേക്ക് നോക്കി മലർന്നുകിടക്കുന്നു. പല്ലുകൾ കറുത്ത താടിയ്ക്കിടയിലൂടെ

ഇളിച്ചുകാട്ടുന്നുണ്ടായിരുന്നു. കൈകൾക്കടുത്തുതന്നെ ഘനമുള്ള ഒരു വടി കിടന്നിരുന്നു. മുഖത്തെ പേശികൾ വലിഞ്ഞുമുറുകി അകത്തെ വെറുപ്പ് മുഴുവൻ പ്രതിഫലിക്കുന്നവിധം വികൃതമായിരുന്നു. ആക്രമണം തുടങ്ങുന്ന സമയത്ത് അയാൾ കിടക്കുകയായിരുന്നുവെന്ന് അയാളുടെ ഉടയാടകൾ വിളിച്ചുപറഞ്ഞു - ആർഭാടപൂർവ്വമുള്ള തയ്യൽവേലകൾ നിറഞ്ഞ നൈറ്റ് ഷർട്ടും നഗ്നപാദങ്ങളും തലപൊട്ടിയൊഴുകിയ രക്തവും തലച്ചോറിന്റെ അവശിഷ്ടങ്ങളും മുറിയിലാകെ പരന്നുകിടന്നു. അയാളുടെ അടുത്തുതന്നെ വളഞ്ഞുപോയ ഇരുമ്പ് ചുറ്റികയും കിടന്നിരുന്നു. എല്ലാം വിശദമായി പരിശോധിച്ചശേഷം ഹോംസ് പറഞ്ഞു.

“അക്രമികളിൽ പ്രായംചെന്ന ‘റെൻഡൽ’ എന്നു പറയുന്നവൻ വളരെ ശക്തിമാനായിരിക്കണം.”

“അതെ, എന്റെ കൈയിലുള്ള അയാളുടെ രേഖകൾ അതു ശരിവെക്കുന്നവയാണ്.”

“അവനെ പിടികൂടാൻ താങ്കൾക്കു ബുദ്ധിമുട്ടുണ്ടാവില്ലല്ലൊ?”

“ഒട്ടുംതന്നെയില്ല. ശരിക്കു പറഞ്ഞാൽ അവനുവേണ്ടി ഞങ്ങൾ അന്വേഷണം തുടങ്ങിക്കഴിഞ്ഞു. അവൻ അമേരിക്കയിലേക്ക് കടന്നുകളഞ്ഞതായി സൂചന കിട്ടിയിട്ടുണ്ട്. പക്ഷേ, അവന്റെ സംഘം അങ്ങനെയൊന്നും രക്ഷപ്പെടാൻ പോകുന്നില്ല. എല്ലാ തുറമുഖങ്ങളിലും വിവരം എത്തിച്ചുകഴിഞ്ഞു. ഇവരെ കുടുക്കാൻ സഹായിക്കുന്നവർക്ക് പാരിതോഷികം നല്കുന്നതാണെന്നും ഉടൻ പ്രഖ്യാപിക്കും. എന്നെ അദ്ഭുതപ്പെടുത്തുന്നത് ആ മാഡം അവരെ ശരിക്കും അടുത്തുകണ്ട സ്ഥിതിക്ക് അവരുടെ വിശദാംശങ്ങൾ വരെ അറിയാമെന്നിരിക്കെ അവരെന്തിനാണ് ഈ ഭ്രാന്തൻ കൃത്യം ചെയ്യാൻ തുനിഞ്ഞതെന്നാണ്?”

“ചിലപ്പോൾ ലേഡിബ്രാക്കെൻസ്റ്റാളിനെയും വധിക്കാൻ പരിപാടിയിട്ടിരിക്കണം.” ഹോംസ് പറഞ്ഞു.

“അവരുടെ ബോധം തെളിഞ്ഞത് അക്രമികൾ അറിഞ്ഞുകാണില്ല.” ഞാൻ പറഞ്ഞു.

“അങ്ങനെയാവാൻ സാധ്യതയുണ്ട്. മാഡം മരിച്ചെന്ന് അവർ കരുതിക്കാണും. അല്ല മി. ഹോപ്കിൻസ്, താങ്കൾ മി. യൂസ്റ്റേസ് ബ്രോക്കൻസ്റ്റാളിനെകുറിച്ച് എന്തുപറയുന്നു. പല വിചിത്രകഥകളും ഞാൻ കേൾക്കുകയുണ്ടായി.” ഹോംസ് പറഞ്ഞു.

അയാൾ കുടിക്കാതിരിക്കുമ്പോൾ നല്ല മനുഷ്യനായിരുന്നു. എന്നാൽ മദ്യപിച്ചുകഴിഞ്ഞാൽ നെറികെട്ടവനാണ്. സാക്ഷാൽ പിശാചുതന്നെ. എന്തുംചെയ്യാൻ മടിക്കില്ല. ധാരാളം സ്വത്തും സ്ഥാനമാനങ്ങളും ഉണ്ടെങ്കിലും പലപ്പോഴും പോലീസ് ലോക്കപ്പിനടുത്തുവരെയെത്തിയതാണ്. ഒരിക്കൽ ഭാര്യയുടെ വളർത്തുനായയെ പെട്രോൾ ഒഴിച്ചു കത്തിച്ചു,

പിന്നീടൊരിക്കൽ ഭൃത്യ തെരേസയെ സ്ഫടികക്കുപ്പികൊണ്ട് എറിഞ്ഞു എന്നുതുടങ്ങിയ കുറേ സംഭവങ്ങൾ ഇയാളുടെ പേരിൽ ചാർത്തപ്പെട്ടിട്ടുണ്ട്. ഇയാളില്ലെങ്കിൽ ഒരുപക്ഷേ, ഇവിടം ശാന്തിയും സമാധാനവും നിറഞ്ഞ അന്തരീക്ഷമുള്ള വീടായേനെ. താങ്കളെന്താണ് നോക്കുന്നത്?" ഹോംസ് താഴെ മുട്ടുകുത്തി ഇരുന്ന് കസേരയിലെ ചുവന്ന പാടുകൾ പരിശോധിക്കുകയായിരുന്നു. ചരടിന്റെ വലിഞ്ഞുപോയ അറ്റങ്ങൾ വളരെ ശ്രദ്ധയോടെ ഹോംസ് പരിശോധിക്കുന്നുണ്ടായിരുന്നു.

"ഇത് വലിച്ചുപൊട്ടിച്ചപ്പോൾ അടുക്കളയിലെ മണി ഉറക്കെ മുഴങ്ങിക്കാണും അല്ലെ?"

"അത് ആരും കേൾക്കാൻ വഴിയില്ല. കാരണം അടുക്കള വീടിന്റെ വളരെ പിന്നിലാണ്."

"പക്ഷേ, കള്ളന്മാർക്ക് അതെങ്ങനെയറിയാം? അവർ എന്തു ധൈര്യത്തിലാണ് ഈ ചരടുപൊട്ടിക്കാനായി വലിച്ചിരിക്കുക?" ഹോംസിന്റെ ബുദ്ധിയുണർന്നുതുടങ്ങി.

"അതു ശരിയാണ് ഹോംസ്. ഈ ചോദ്യം ഞാനും പലതവണ എന്നോടുതന്നെ ചോദിച്ചതാണ്. ഈ വീടും പരിസരവും നല്ലവണ്ണം അറിയാവുന്നവരായിരിക്കണം കള്ളന്മാർ. ഭൃത്യരെല്ലാംതന്നെ മണിശബ്ദം കേൾക്കില്ലെന്ന് അവർ മനസ്സിലാക്കിക്കാണും. ഒരുപക്ഷെ, ഈ കാര്യങ്ങൾക്ക് സഹായിയായി ഏതെങ്കിലുമൊരു ഭൃത്യനുമായി അവർക്ക് ബന്ധമുണ്ടായിരുന്നതായും വഴിയുണ്ട്. പക്ഷേ, ഇവിടെ ആകെ എട്ടു ഭൃത്യന്മാർ മാത്രം, അവരെല്ലാംതന്നെ വളരെ വിശ്വസ്തരും."

"മറ്റു കാര്യങ്ങളെല്ലാം ശരിയെങ്കിൽ ഈ സംഭവത്തിൽ സ്ഫടികപാത്രം ആരുടെ നേരെയാണോ മി. ബ്രാക്കൻസ്റ്റാൾ എറിഞ്ഞത് അയാളായിരിക്കും കുറ്റകൃത്യം ചെയ്തിട്ടുണ്ടാവുക. പക്ഷേ, അവിടെയും കുഴപ്പം കാണുന്നു. കാരണം ആ ഭൃത്യ അത്രത്തോളം വിശ്വസ്തയാണെന്നിരിക്കെ അവളുടെ നേർക്ക് സ്ഫടികപ്പാത്രം എറിയാൻ ഒരു കാരണവും കാണുന്നില്ല. അതെല്ലാം വിട്ടേക്കൂ; ഇവിടെ കാര്യങ്ങൾ വളരെ ലളിതം. ഇൻസ്പെക്ടർ, താങ്കൾ റാൻഡലിനെ പിടികൂടുക. എല്ലാ ഉത്തരങ്ങളും അവിടെനിന്നും ലഭിക്കും, ഗൃഹനായികയുടെ കഥ അവിടേക്കാണ് നമ്മളെ കൊണ്ടുചെന്നിരിക്കുന്നത്" - ഹോംസ് ഫ്രഞ്ചു ജനാലയ്ക്കു നേരെ നടന്ന് അത് വിശാലമായി തുറന്നിട്ടു. "ഈ ജനൽപ്പടിയിൽ അടയാളങ്ങളൊന്നും കാണുന്നില്ല. നിലത്ത് അടയാളങ്ങൾ പ്രതീക്ഷിക്കുന്നതിലും അർത്ഥമില്ലല്ലൊ, നിലം അത്രകണ്ട് കനത്തതല്ലെ? ഇവിടെ മെഴുകുതിരിപ്പാടുകൾ കാണാനുണ്ട്, മെഴുകുതിരികൾ കത്തിച്ചിട്ടുള്ളതായി കാണുന്നു."

"ശരിയാണ് മാഡത്തിന്റെ കൈയിലെ മെഴുകുതിരിയുടെ വെളിച്ചത്തിൽനിന്നാണ് അവർ വഴി കണ്ടെത്തിയത്."

"അവർ എന്തൊക്കെ മോഷ്ടിച്ചു?"

"അങ്ങനെ അധികമൊന്നും കൊണ്ടുപോയിട്ടില്ല. അലമാരയിൽനിന്നും കുറച്ചു പാത്രങ്ങൾ മാത്രമാണ് കാണാതായിരിക്കുന്നത്. മി. യൂസ്റ്റേഡ് ബ്രാക്കൻസ്റ്റാളിന്റെ മരണം അവരെ അമ്പരപ്പിച്ചുകാണുമെന്നാണ് മാഡം പറയുന്നത്."

"അത് ശരിയാവാനാണ് സാധ്യത. എന്നിരുന്നാലും അല്പം വീഞ്ഞ് അവർ കുടിച്ചുകാണാൻ സാധ്യതയുണ്ട്."

"സമനില വീണ്ടെടുക്കാൻ ചെയ്തതാവും."

"തികച്ചും ശരി. ഈ അലമാരപ്പുറത്തിരിക്കുന്ന മൂന്നു ഗ്ലാസുകളും ആരും സ്പർശിച്ചിട്ടില്ലെന്നു തോന്നുന്നു."

"ആരും സ്പർശിച്ചിട്ടില്ല. ഗ്ലാസുകൾ അവിടെ വെച്ചപോലെ തന്നെ ഇരിക്കുന്നു."

"ഇതൊക്കെ നോക്കൂ - എന്താണിത്?"

മൂന്നു ഗ്ലാസുകളും ചേർന്നിരിക്കുന്നു. എല്ലാ ഗ്ലാസിനടിയിലും വൈനിന്റെ അംശങ്ങൾ പറ്റിപ്പിടിച്ചിട്ടുണ്ട്. ഒരു ഗ്ലാസിൽ മാത്രം വീഞ്ഞിന്റെ അംശം നല്ലവണ്ണം ബാക്കി കിടപ്പുണ്ടായിരുന്നു. തൊട്ടടുത്ത് മുക്കാൽ ഭാഗത്തോളം മദ്യംനിറഞ്ഞ കുപ്പിയും അതിനുസമീപം തന്നെ നീളമുള്ള കോർക്കും കിടക്കുന്നു. കുപ്പിയിന്മേലുള്ള പൊടിയും വീഞ്ഞിന്റെ നിറവും കണ്ടാൽ അത് പഴക്കംകൂടിയ വീഞ്ഞാണെന്ന് എളുപ്പം മനസ്സിലാക്കാം.

ഹോംസിന്റെ മുഖഭാവത്തിൽ പെട്ടെന്ന് പ്രകടമായ മാറ്റം കണ്ടു. കൂടുതൽ ജാഗരൂകനായി അയാൾ കോർക്ക് കൈയിലെടുത്ത് സൂക്ഷ്മമായി പരിശോധിച്ചു.

"ഇതെങ്ങനെയാണ് അവർ ഊരിയെടുത്തത്?" ഹോപ്കിൻസ് പകുതി തുറന്ന മേശവലിപ്പിനകത്തുനിന്ന് ഒരു കോർക്കും സ്ക്രൂവും എടുത്തുകാണിച്ചു. "ഈ സ്ക്രൂകൊണ്ടാണ് കോർക്ക് ഊരിയതെന്ന് മിസ്സിസ് ബ്രാക്കൻസ്റ്റാൾ പറഞ്ഞോ?"

"ഇല്ല. ആ സമയത്തൊക്കെ അവർ മയങ്ങിക്കിടക്കുകയായിരുന്നുവെന്ന് ഓർമ്മയില്ലേ?"

"എന്നാൽ ഞാനൊരു കാര്യം പറയാം - ആ സ്ക്രൂ ഉപയോഗിച്ചല്ല ഈ കോർക്ക് ഊരിയിരിക്കുന്നത്. ഈ കുപ്പി തുറന്നിരിക്കുന്നത് പോക്കറ്റ് സ്ക്രൂ ഉപയോഗിച്ചാണ്. കോർക്കിന്റെ മുകൾഭാഗം നോക്കിയാൽ അറിയാം, അതിൽ മൂന്നുതവണ സ്ക്രൂ ഉപയോഗിച്ചിട്ടുണ്ടെന്ന്. മേശവലിപ്പിൽനിന്നുള്ള സ്ക്രൂ ആയിരുന്നെങ്കിൽ ഒരു വലിക്കുതന്നെ തുറന്നേനെ. ഇതൊരു ചെറിയ കത്തിയുടെ വലിപ്പമുള്ള സ്ക്രൂ ആണ്. കത്തിയുടെ ഒരു തലയ്ക്കൽ കാണുന്ന സ്ക്രൂ. അവരെ പിടികൂടുമ്പോൾ താങ്കൾ

പ്രത്യേകം ശ്രദ്ധിക്കുക. ഇത്തരം കത്തികൾ അവരുടെ കൈവശം കാണും." ഹോംസ് പറഞ്ഞു.

"അത്ഭുതകരമായിരിക്കുന്നു" ഹോപ്കിൻസ് പറഞ്ഞു.

"പക്ഷേ, എന്നാൽ ഇതെന്നെ ആശ്ചര്യപ്പെടുത്തുന്നു. മിസ്സിസ് ബ്രാക്കൻസ്റ്റാൾ അക്രമികൾ മൂന്നുപേരും മദ്യപിക്കുന്നത് നേരിൽ കണ്ടതല്ലേ?"

"അതെ, അതവർ സമ്മതിച്ച കാര്യമാണല്ലോ."

"എങ്കിൽ ഈ ചർച്ച ഇവിടെ അവസാനിപ്പിക്കാം. എന്നാലും ഒരു കാര്യം പറയാതിരിക്കാൻവയ്യ, ഈ മൂന്നു ഗ്ലാസുകളും വ്യത്യസ്തങ്ങളാണ്. താങ്കൾക്ക് അങ്ങനെ കാണാൻ കഴിയുന്നില്ലെന്നോ? ഓ.കെ. നമുക്ക് ഇവിടെ അവസാനിപ്പിക്കാം. ഒരുപക്ഷേ, ഇത്രയും പരിചയവും കഴിവുമുള്ള എന്നെപ്പോലൊരാൾ നിസ്സാരകാര്യങ്ങളെപ്പോലും ഊതിവീർപ്പിച്ച് വലുതാക്കാനുള്ള ഒരു ശ്രമം നടത്തിപ്പോയാൽ അതിൽ അതിശയിക്കാനില്ല. ഒരുപക്ഷേ, കാര്യം ഇത്ര സങ്കീർണ്ണമാവണമെന്നില്ല. വളരെ നിസ്സാരമായേക്കാം. ഗുഡ്മോർണിങ്! മി. ഹോപ്കിൻസ് എന്നെക്കൊണ്ട് ഈ കേസ്സിൽ വലിയ പ്രയോജനമുണ്ടാവുമെന്ന് തോന്നുന്നില്ല. പ്രത്യേകിച്ച് ഈ കേസ്സിന്റെ ഭാവി രേഖ താങ്കൾക്ക് വ്യക്തമായി അറിയുമെന്ന് തോന്നുന്നതുകൊണ്ട് റൻഡാലിനെ അറസ്റ്റുചെയ്തശേഷം എന്തെങ്കിലും ആവശ്യം തോന്നുകയാണെങ്കിൽ എന്നെ അറിയിക്കുക! എനിക്ക് താങ്കളെ അഭിനന്ദിക്കാൻ തക്കവണ്ണം ഈ കേസ്സിന് വഴിത്തിരിവുണ്ടാകട്ടെ! വരൂ, മി. വാട്സൺ, നമുക്കു കുറെക്കൂടി പ്രയോജനകരമായ എന്തെങ്കിലും പ്രവൃത്തിയിൽ ഏർപ്പെടാം."

ഞങ്ങളുടെ മടക്കയാത്രയിൽ ഹോംസിന്റെ മുഖഭാവത്തിൽ പ്രകടമായ വ്യത്യാസങ്ങൾ ശ്രദ്ധിച്ചു. എന്തോ അദ്ദേഹത്തെ അലട്ടുന്നുണ്ട്. എന്നിരുന്നാലും കേസ്സിന്റെ വിജയകരമായ പരിസമാപ്തിയെക്കുറിച്ച് സംസാരിക്കുകയും ചെയ്യുന്നുണ്ട്. ഇടയ്ക്ക് മിന്നിമറയുന്ന മുഖഭാവങ്ങൾ അദ്ദേഹത്തെ 'ആബിഗ്രഞ്ചി'ലേക്കും തിരികെ വർത്തമാനകാലത്തിലേക്കും മാറിമറിഞ്ഞുകൊണ്ടുവന്നുകൊണ്ടിരുന്നു. ഇടയ്ക്ക് നെറ്റിചുളിക്കുകയും പുരികക്കൊടി വളയ്ക്കുകയും പെട്ടെന്നുതന്നെ പ്രസാദാത്മകത വീണ്ടെടുക്കുകയും, എനിക്കു ചോദിക്കാതിരിക്കാൻ കഴിഞ്ഞില്ല - 'എന്തുപറ്റി?' നഗരപ്രാന്തത്തിലെ ഒരു സ്റ്റേഷനിൽ വണ്ടി സ്പീഡു കുറഞ്ഞ ഉടനെ അദ്ദേഹം എന്നെയും വലിച്ച് പ്ലാറ്റ്ഫോമിലേക്ക് ചാടിയിറങ്ങി.

"ക്ഷമിക്കണം, വാട്സൺ", ഒരു മുഖവുരയോടെ ഹോംസ് തുടങ്ങി. എനിക്ക് എന്റെ മനഃസാക്ഷിയെ വഞ്ചിക്കാൻ കഴിയുന്നില്ല. മനസ്സാക്ഷി എന്റെ ഉള്ളിലിരുന്ന് എന്തൊക്കെയോ മുറവിളി കൂട്ടുന്നു. ട്രെയിൻ ഒരു വലിയ വളവുതിരിഞ്ഞ് കൺമുന്നിൽനിന്നും അപ്രത്യക്ഷമായിക്കഴിഞ്ഞു.

"ഞാൻ ചെയ്തതൊക്കെ തെറ്റായിരുന്നുവെന്ന് എന്റെ ഉള്ളിൽ ആരോ ഉറക്കെ വിളിച്ചുകൂവുന്നു. ആ സ്ത്രീയുടെ കഥ ഒരുപക്ഷെ, യാഥാർത്ഥ്യ മായിരിക്കാം. ഭൃത്യയും പറയുന്നത് കുറെയൊക്കെ ശരിയായിരുന്നി രിക്കാം. എന്നാലും അവരുടെ വിവരണങ്ങൾക്ക് എതിരായി എനിക്ക് കൈയിലുള്ളത് മൂന്നു വൈൻ ഗ്ലാസുകൾ മാത്രം. മുൻവിധി കൂടാതെ കേസ്സിനെ സമീപിച്ചിരുന്നുവെങ്കിൽ, ഒന്നും മുഖവിലയ്ക്ക് എടുക്കാതിരു ന്നുവെങ്കിൽ ഒരുപക്ഷെ, എനിക്ക് പുതുതായി എന്തെങ്കിലും കണ്ടെ ത്താൻ കഴിഞ്ഞേനെ. നമുക്കീ ബെഞ്ചിലിരുന്ന് ഒന്ന് ആഴത്തിൽ ചിന്തിച്ചു നോക്കാം. ചിസിൽ ഹഴ്സ്റ്ററിലേക്കുള്ള അടുത്ത ട്രെയിൻ വരുന്നതുവരെ രണ്ടു കാര്യങ്ങൾ - ഒന്ന് ആ സ്ത്രീയും ഭൃത്യയും പറഞ്ഞതു മുഴുവൻ മനസ്സിൽനിന്നു മാറ്റുക. രണ്ട്, ആ സ്ത്രീയുടെ അത്യാകർഷകമായ മുഖവും ശരീരവും മനസ്സിന്റെ സ്വാധീനത്തിൽനിന്ന് നീക്കുക.

"തീർച്ചയായും, അവർ പറഞ്ഞ കഥകൾ ശ്രദ്ധാപൂർവ്വം കേട്ട് അതു പോലെത്തന്നെ വിശകലനം ചെയ്തിരുന്നുവെങ്കിൽ നമുക്ക് സംശയങ്ങ ളുടെ പുതിയ നാമ്പുകൾ കണ്ടെത്താനാവും. രണ്ടാഴ്ചമുമ്പ് സിഡ്നാ മിലെ തെരുവിൽ ഈ മോഷ്ടാക്കൾ നടത്തിയ ആക്രമണത്തെക്കുറിച്ച് വിശദമായ ഒരു വാർത്തയാണ് പത്രങ്ങളിൽ വന്നിരുന്നത്. ഇത്ര നല്ലൊരു ആക്രമണം നടത്തിക്കഴിഞ്ഞ് അധികം കഴിയുന്നതിന് മുമ്പുതന്നെ ഇവർ മറ്റൊരു സാഹസത്തിനു മുതിർന്നുവെന്നത് വിശ്വസിക്കാൻ പ്രയാസം. മാത്രവുമല്ല ഈ സംഭവത്തിലെ ചില വിവരണങ്ങൾ ശ്രദ്ധിക്കൂ മി. വാട്സൺ - ഒരു സ്ത്രീയെയും ഒരിക്കലും അവർ മർദ്ദിക്കുകയില്ല, അതും അവരുടെ ശബ്ദം പുറത്തുവരാതിരിക്കാൻ വേണ്ടി മാത്രം; എതിരാളി ഒരാൾ മാത്രമായിരിക്കെ മൂന്നുപേർ ചേർന്ന് ഒരാളെ കൊല്ലുകയെന്നതും അസ്വാഭാവികം; കാര്യമായി ഒന്നുംതന്നെ അവർ മോഷ്ടിച്ചില്ലെന്നതും ഇവിടെ പ്രത്യേകം ശ്രദ്ധിക്കപ്പെടേണ്ടതാണ്; എല്ലാത്തിനും പുറമെ, ആ വൈൻകുപ്പി ബാക്കിവെച്ചത് തീരെ വിശ്വസിക്കാനാവുന്നില്ല, ഈ കാര്യ ങ്ങൾ നിങ്ങളെങ്ങനെ വിലയിരുത്തുന്നു, മി. വാട്സൺ?"

"ഇപ്പറഞ്ഞവ എല്ലാംകൂടി കേൾക്കുമ്പോൾ ഒരു അസ്വാഭാവികത യൊക്കെ തോന്നുന്നുണ്ട്. അതേസമയം, എല്ലാം ഓരോന്നായി വിശക ലനം ചെയ്യുമ്പോൾ എല്ലാം സംഭവിക്കാവുന്നതേയുള്ളൂ. എനിക്ക് വളരെ അസാധാരണമായി തോന്നിയത്, ആ സ്ത്രീയെ കസേരയിൽ ബന്ധി പ്പിച്ച രീതിയാണ്."

"അതും എനിക്ക് തോന്നായ്കയില്ല. ഒന്നുകിൽ അവർ ആ സ്ത്രീ യെയും കൊല്ലണമായിരുന്നു, അല്ലെങ്കിൽ അവരെ സ്വതന്ത്രയാക്കാൻ സമ്മതിക്കാത്തവണ്ണം ബന്ധിക്കണമായിരുന്നു. ഇതിനെല്ലാമുപരി, ആ വൈൻ ഗ്ലാസുകൾ എന്റെ നേർക്ക് പുതിയ വെല്ലുവിളി ഉയർത്തുന്നു."

"വൈൻഗ്ലാസുകൾക്ക് എന്തുപറ്റി?"

“വാട്സന് അതൊന്നു ഭാവനയിൽ കാണാമോ?”

“ഉവ്വ്. വ്യക്തമായി കാണുന്നു.”

“മൂന്നുപേർ വൈൻ കുടിച്ചതായി നമ്മോടു പറഞ്ഞു - അതിനെക്കുറിച്ചെന്തു തോന്നുന്നു?”

“എന്തുകൊണ്ട് മൂന്നുപേർക്കും കുടിച്ചുകൂടാ? മൂന്നു ഗ്ലാസുകളിലും വൈനിന്റെ അവശിഷ്ടങ്ങൾ ഉണ്ടായിരുന്നുവല്ലോ?” “അതു ശരിതന്നെ. പക്ഷേ, അതിലൊരു ഗ്ലാസിൽ മാത്രമേ വൈനിന്റെ അംശം ബാക്കിയുണ്ടായിരുന്നുള്ളൂ?”

“അവസാനം നിറച്ച ഗ്ലാസിലാണ് വൈൻ ഉറഞ്ഞുകൂടാൻ സാധ്യത.”

“അല്ലേയല്ല. മദ്യം നിറച്ച ഏതു ഗ്ലാസായാലും ഒരേപോലെ ഈ ഉറഞ്ഞുകൂടൽ കാണേണ്ടതായിരുന്നു. അവ രണ്ടു ഗ്ലാസുകളിൽ ഇല്ലെന്നും മൂന്നാമത്തെ ഗ്ലാസിൽ മാത്രം കാണുന്നുവെന്നതും യുക്തിപൂർവ്വമായ നിരീക്ഷണമല്ല. അത് സംഭവിക്കാൻ രണ്ടു വിശദീകരണങ്ങളേയുള്ളൂ. ഒന്ന്, രണ്ട് ഗ്ലാസുകൾ നിറച്ചശേഷം വൈൻകുപ്പി നന്നായി കുലുക്കുക. ഇത് സംഭവിക്കുക വളരെ വിഷമകരമാണ്. പിന്നെ രണ്ടാമത്തെ സാധ്യത - രണ്ടു ഗ്ലാസുകൾ മാത്രമേ ഉപയോഗിച്ചിരുന്നുള്ളൂ. രണ്ടു ഗ്ലാസുകളിലെയും അവശിഷ്ടം മൂന്നാമത്തെ ഗ്ലാസിൽ ഒഴിച്ചതാണ്. മൂന്നാളുണ്ടായിരുന്നുവെന്ന് വരുത്തിത്തീർക്കാൻ. ഈ വാദം നമുക്ക് തെളിയിക്കാൻ കഴിഞ്ഞാൽ നമുക്കൊരു കാര്യം തീർച്ചയാക്കാം - മിസ്സിസ് ബ്രാക്കെൻസ്റ്റാൾ പറയുന്നതെല്ലാം കളവാണെന്നും അവരും അവരുടെ ഭൃത്യയും യഥാർത്ഥ കുറ്റവാളിയെ സംരക്ഷിക്കാൻ ശ്രമിക്കുന്നുവെന്നും; അതുകൊണ്ട് ഇവരുടെ ആരുടേയും സഹായമില്ലാതെ നമുക്കിതിന്റെ കുരുക്ക് അഴിക്കേണ്ടിയിരിക്കുന്നു. അതാണ് നമ്മുടെ മുമ്പിലുള്ള ദൗത്യം. മി. വാട്സൺ, നമുക്ക് നോക്കാം. അതാ വരുന്നു ചിസിൽ ഹഴ്സ്റ്ററിയിലേക്കുള്ള വണ്ടി.”

ഞങ്ങളുടെ പെട്ടെന്നുള്ള തിരിച്ചുവരവ് ‘ആബിഗ്രഞ്ചി’ലെ ജനങ്ങളെ വളരെ വിസ്മയഭരിതരാക്കി. ഇതിനകം ഇൻസ്പെക്ടർ ഹോപ്കിൻസ് കാര്യങ്ങൾ റിപ്പോർട്ട് ചെയ്യാൻ ഹെഡ്ക്വാർട്ടേഴ്സിലേക്ക് പോയിക്കഴിഞ്ഞിരുന്നു. ഹോംസ് ഈ അവസരമുപയോഗിച്ച് ഭക്ഷണമുറി അകത്തുനിന്നും പൂട്ടി വളരെ വിശദമായ പരിശോധനകളിൽ ഏർപ്പെട്ടു. ഒരു ഗവേഷണ വിദ്യാർത്ഥിയെപ്പോലെ ഞാൻ മുറിയുടെ ഒരു മൂലയ്ക്കിരുന്ന് ഇതെല്ലാം നിരീക്ഷിച്ചു. ജനാലകൾ, വാതിലുകൾ, കാർപ്പെറ്റ്, കസേരകൾ, കയർ തുടങ്ങി ആ മുറിയിൽ കാണുന്ന എല്ലാ അചേതനവസ്തുക്കളിലും അദ്ദേഹത്തിന്റെ വിദഗ്ധനിരീക്ഷണപാടവം തെളിഞ്ഞുനിന്നു. ആ സാധുപ്രഭുവിന്റെ ശവശരീരം അവിടെനിന്നും മാറ്റിയിരുന്നു. എന്നെ അദ്ഭുതപ്പെടുത്തിക്കൊണ്ട് ഹോം ചുവരലമാരയുടെ മുകളിൽ പിടിച്ചുകയറി. അദ്ദേഹത്തിന്റെ തലയ്ക്കു തൊട്ടുമുകളിൽ കയറിന്റെ മുറിഞ്ഞു

പോയ അറ്റം തൂങ്ങിക്കിടന്നു. കുറെസമയം അയാൾ കയറിന്റെ അറ്റം നോക്കിക്കൊണ്ടുനിന്നു. ഇനി അതിനടുത്ത് എത്തുന്നതിനായി ഒരു തടി കൊണ്ടുള്ള ചുവരിൽ ഉറപ്പിച്ച പ്ലാറ്റ്ഫോമിൽ കയറിനിന്നു. അവിടെനിന്നും വീണ്ടും കയർ തൊടാൻ ശ്രമിച്ചു. പക്ഷേ, പെട്ടെന്ന് ശ്രമം ഉപേക്ഷിച്ച് ആ തടികൊണ്ടുള്ള പ്ലാറ്റ്ഫോം, ചുമരിൽ ഉറപ്പിച്ചിരുന്നത് തന്റെ ശ്രദ്ധയെ വളരെയധികം ആകർഷിക്കുന്നതായി അദ്ദേഹത്തിന് തോന്നി.വളരെ സംതൃപ്തമായ ഒരു ശബ്ദമുണ്ടാക്കി ഹോംസ് അവിടെനിന്നും താഴെ യിറങ്ങി.

"എല്ലാത്തിനും അർത്ഥം കൈവരുന്നു, മി. വാട്സൺ, നമ്മുടെ കേസ് ഡയറിയിലെ പ്രധാന ചരടുകൾ. ഇത് തീർച്ചയായും നമ്മൾ കൈകാര്യം ചെയ്തിട്ടുള്ളതിൽവെച്ച് ഏറ്റവും മഹത്തരംതന്നെ. ഞാൻ വെറുമൊരു മണ്ടനായിപ്പോയല്ലൊ, എന്തേ ഇത്രസമയം ഞാനിതൊന്നുംതന്നെ ശ്രദ്ധി ച്ചില്ല. ഏതാനും കണ്ണികൾകൂടി ചേർത്താൽ ഈ ഡിറ്റക്ടീവ് ശൃംഖല പൂർണ്ണമായി!"

"താങ്കൾക്ക് ആളുകളെ പിടികിട്ടിയോ?" ഞാൻ ചോദിച്ചു.

"ആളുകളല്ലാ വാട്സൺ. ഒരൊറ്റ ആൾ മാത്രം. വളരെ ഭീകരനായ ഒരു സിംഹത്തെപ്പോലെ തോന്നിക്കുന്ന ഒരു മനുഷ്യൻ. ആ ഇരുമ്പ്ദണ്ഡ് വളഞ്ഞത് അയാളുടെ ഉരുക്കുശക്തി തെളിയിക്കുന്നു. ആറടി മൂന്നിഞ്ച് പൊക്കമുള്ള ഇയാൾ ഒരണ്ണാനെപ്പോലെ ചാടിക്കയറും. വളരെ സമർ ത്ഥനും ചുറുചുറുക്കുമുള്ളവനും. കെട്ടുകഥകൾ ഉണ്ടാക്കി മറ്റുള്ളവരെ വിഡ്ഢികളാക്കാൻ ഇവന് പ്രത്യേക കഴിവുണ്ട്. അതെ, വാട്സൺ ഇവൻ അപാരബുദ്ധിമാനും ഒരു മാസ്മരശക്തിക്കുടമയുമാണ്. എന്നിട്ടും ഇവനറി യാതെ ഈ ചരടിന്റെ തുമ്പിൽ ഇവനൊരു അടയാളം മറന്നുവെച്ചിരി ക്കുന്നു."

"എന്താണ് ആ മറന്നുവെച്ച അടയാളം?"

"ഒരു മണിയുമായി ബന്ധിപ്പിച്ച ചരട് പൊട്ടിക്കുമ്പോൾ എവിടെയാണ് അതു മുറിക്കേണ്ടത്? തീർച്ചയായും കയർ മണിയുമായി ചേർന്ന സ്ഥലത്ത് അല്ലെ? പക്ഷേ, ഈ കയർ മുറിഞ്ഞതെവിടെയാണെന്ന് നോക്കൂ - മണിയിൽനിന്നും മൂന്നിഞ്ചു താഴെയായി."

"കാരണം, ആ കയറിന്റെ ആ ഭാഗം പിഞ്ഞിപ്പോയതുകൊണ്ട്?"

"വളരെ ശരി. കസേരയിൽനിന്നും കണ്ട കയറിന്റെ അറ്റത്ത് പിഞ്ഞി പ്പോയതു കാണാം. പക്ഷേ, കയറിന്റെ ഈ അറ്റം ബുദ്ധിപൂർവ്വം കത്തികൊണ്ടു വരിഞ്ഞുണ്ടാക്കിയതാണ്. താങ്കൾക്ക് അവിടെനിന്നു നോക്കിയാൽ കൃത്യമായി മനസ്സിലാവുകയില്ല. അയാൾക്ക് കയർ വേണ മായിരുന്നു. മണി ബന്ധിച്ചിരിക്കുന്ന ചരട് പൊട്ടിക്കുന്നത് ബുദ്ധിയല്ല. കാരണം ചരട് വലിയുമ്പോൾ മണിശബ്ദം കേട്ട് ആൾക്കാർ ഉണരും. അയാൾ അലമാരയുടെ മുകളിൽ ചാടിക്കയറി ചുവരിൽ പിടിപ്പിച്ച

മരത്തട്ടിൽ ഏന്തിനിന്ന് ചരട് മുറിച്ചു. മരത്തിന്റെ തട്ടിലെ മാറാലയിൽ അയാളുടെ അടയാളം തെളിഞ്ഞു കാണാവുന്നതാണ്. ഞാൻ ശ്രമിച്ചെങ്കിലും മൂന്നിഞ്ചുകൂടി വേണമായിരുന്നു. അയാൾക്ക് എന്നേക്കാൾ മൂന്നിഞ്ച് ഉയരമുണ്ട്. അതാ, ആ കസേരയിലുള്ള ചുവന്ന പാട് ശ്രദ്ധിച്ചുവോ?"

"രക്തം?" ഞാൻ ചോദിച്ചു.

"സംശയം വേണ്ട, രക്തം തന്നെ. ഇത് സൂചിപ്പിക്കുന്നത് ആ സ്ത്രീ പറഞ്ഞത് കള്ളമാണെന്നാണ്. കൊലപാതകം നടക്കുമ്പോൾ അവർ ആ കസേരയിലുണ്ടായിരുന്നുവെങ്കിൽ രക്തം അവിടെ എങ്ങനെ വന്നു. അവരെ കസേരയിലിരുത്തിയത് കൊലപാതകത്തിന് ശേഷമാണ്. അവരുടെ അടിവസ്ത്രത്തിൽ ഈ രക്തക്കറ പുരണ്ട പാട് കാണുമെന്ന് ഞാൻ തറപ്പിച്ചു പറയുന്നു. നാം പരാജയപ്പെട്ടിട്ടില്ല വാട്സൺ! നമ്മുടെ 'വാട്ടർലൂ' ഏതാനും അകലെ മാത്രമാണ്. ആ ഭൃത്യ തെരേസയോട് എനിക്ക് ചിലത് സംസാരിക്കണം. വളരെ ജാഗ്രതയോടെ കുറച്ചു കാര്യങ്ങൾകൂടി ചോദിച്ചു മനസ്സിലാക്കാനുണ്ട്."

വളരെ അളന്നുമുറിച്ചായിരുന്നു തെരേസ സംസാരിച്ചത്. വളരെ സാമർത്ഥ്യമുള്ള സ്ത്രീ. ആരെയും സംശയിപ്പിക്കുന്നതാണ് അവരുടെ പ്രകൃതം. തന്റെ യജമാനനോടുള്ള വെറുപ്പ് അവരുടെ വാക്കുകളിൽ പ്രകടമായിരുന്നു.

"ശരിയാണ് സർ, അദ്ദേഹം കൈയിൽ കിട്ടിയ സ്ഫടികപ്പാത്രം എടുത്ത് എന്നെ എറിയുകയുണ്ടായി. മാത്രമല്ല, മാഡത്തിനെ അയാൾ വായിൽ വന്നതെല്ലാം വിളിച്ചുപറയുന്നുണ്ടായിരുന്നു. മാഡത്തിന്റെ സഹോദരൻ ഇവിടെ ഉണ്ടായിരുന്നുവെങ്കിൽ ഒരിക്കലും ഇങ്ങനെ ചെയ്യുമായിരുന്നില്ല. അതിനയാൾക്ക് ധൈര്യമുണ്ടാവില്ലെന്ന് പറഞ്ഞപ്പോഴാണ് അയാൾ അതെടുത്ത് എന്നെ എറിഞ്ഞത്. എന്നെ എത്രവേണമെങ്കിലും എറിഞ്ഞുകൊള്ളട്ടെ. എന്റെ കൊച്ചമ്മയെ അദ്ദേഹം വെറുതെ വിട്ടാൽ മതിയായിരുന്നു. അവർ ഒരിക്കലും അധികം കാര്യങ്ങൾ പുറത്തു പറഞ്ഞിരുന്നില്ല. അവരുടെ കൈത്തണ്ടയിലെ പാടുകൾ സർ ശ്രദ്ധിച്ചിരുന്നോ? മൊട്ടുസൂചികൊണ്ട് കുത്തി മുറിവ് ഉണ്ടാക്കിയതാണ് അതെല്ലാം. അയാളൊരു മനുഷ്യനായിരുന്നില്ല. മരിച്ചയാളെകുറിച്ച് അങ്ങനെ പറയാൻ പാടില്ല. എന്നാലും ശരിക്കും അയാളൊരു ചെകുത്താനായിരുന്നു. പതിനെട്ടുമാസം മുമ്പ് പരിചയപ്പെട്ടപ്പോൾ അയാൾ ഞങ്ങൾക്കെല്ലാം വേണ്ടപ്പെട്ടവനായിരുന്നു. പക്ഷേ, പിന്നീട് പതിനെട്ട് മാസങ്ങൾ കടന്നുപോയത് പതിനെട്ടു വർഷങ്ങൾപോലെയാണ്. കൊച്ചമ്മ ആദ്യമായാണ് കപ്പൽ യാത്ര നടത്തുന്നത്. ലണ്ടനിൽ എത്തിയപ്പോൾ മുതൽ പാവം അവർ അനുഭവിച്ചുകൊണ്ടിരിക്കുകയാണ്. അയാളുടെ കപടസ്ഥാനമാനങ്ങളും പണക്കൊഴുപ്പും ലണ്ടൻ പരിഷ്കാരങ്ങളും മാഡത്തിനെ മയക്കിക്കളഞ്ഞു.

രണ്ടുവർഷം മുമ്പുള്ള ജൂണിലാണ് അവർ തമ്മിൽ കണ്ടത്. കഴിഞ്ഞ ജനുവരിയിലായിരുന്നു അവരുടെ വിവാഹം. കൊച്ചമ്മ ഇപ്പോഴും മുറിയിൽതന്നെ ഉണ്ട്, അവർ നിങ്ങളെ വീണ്ടും കാണുമെന്ന് എനിക്ക് ഉറപ്പുണ്ട്. പക്ഷേ, അധികമൊന്നും ചോദിച്ച് അവരെ കഷ്ടപ്പെടുത്തരുത്. അവരും രക്തവും മജ്ജയുമുള്ള ഒരു മനുഷ്യസ്ത്രീയല്ലേ?"

ഭൃത്യയോടൊപ്പം ഞങ്ങൾ വീണ്ടും മാഡത്തിനെ കാണാൻ പോയി. അവർ കുറെക്കൂടി ഉന്മേഷം വീണ്ടെടുത്ത് പ്രസന്നവതിയായി കാണപ്പെട്ടു. ഭൃത്യ അവരുടെ നെറ്റി തടവിക്കൊണ്ട് മരുന്നുവെക്കാൻ ആരംഭിച്ചു.

"എന്നെ ഇനിയും വിചാരണ ചെയ്യാൻ വന്നതല്ലെന്ന് കരുതുന്നു." അവർ പറഞ്ഞു.

"ഒരിക്കലുമില്ല." ഹോംസ് പറഞ്ഞു. "ലേഡി ബ്രോക്കൻസ്റ്റാൾ, അനാവശ്യമായി ഞങ്ങൾ താങ്കളെ ഉപദ്രവിക്കുകയില്ല. ഭവതി ഒരുപാട് അനുഭവിച്ചിരിക്കുന്നു എന്നും ഞങ്ങൾക്കറിയാം. എന്നെ താങ്കളുടെ ഒരു വിശ്വസ്തസുഹൃത്തായി കരുതിക്കൊള്ളൂ. താങ്കളുടെ വിശ്വാസം ഞാൻ ഒരിക്കലും ഹനിക്കുകയില്ല."

"ഞാനെന്താണ് ചെയ്യേണ്ടത്?"

"സത്യങ്ങളെല്ലാം തുറന്നുപറയണം."

"മി. ഹോംസ്!"

"ഇല്ല, ഇല്ല, മിസ്സിസ് ബ്രോക്കൻസ്റ്റാൾ. താങ്കൾ ചിലപ്പോൾ എന്റെ പ്രശസ്തിയെക്കുറിച്ചും അനുഭവജ്ഞാനത്തെക്കുറിച്ചും കുറെയെങ്കിലും കേട്ടിരിക്കും. അതിന്റെ അടിസ്ഥാനത്തിൽ ഞാൻ പറയുന്നു, താങ്കൾ പറയുന്നതെല്ലാം കല്ലുവെച്ച നുണകളാണെന്ന്!"

വിളറിയ മുഖങ്ങളോടെ ലേഡിയും ഭൃത്യയും ഹോംസിനെ തുറിച്ചു നോക്കി.

"നിങ്ങൾ! ക്രൂരനായ മനുഷ്യാ – എന്റെ കൊച്ചമ്മ കള്ളം പറയുകയാണെന്ന് നിങ്ങൾ കരുതുന്നുവോ?"

ഹോംസ് തന്റെ കസേരയിൽനിന്നും എഴുന്നേറ്റു.

"താങ്കൾക്ക് എന്നോടൊന്നും പറയാനില്ലേ?"

"എനിക്കു പറയാനുള്ളതെല്ലാം പറഞ്ഞുകഴിഞ്ഞു."

"ലേഡി ബ്രോക്കൻസ്റ്റാൾ ഒന്നുകൂടി ചിന്തിച്ചിട്ടു പറയൂ, എല്ലാം തുറന്നു പറയുന്നതല്ലേ നല്ലത്?"

ഒരു നിമിഷനേരത്തേക്ക് അവരുടെ മുഖത്ത് ഭാവങ്ങൾ മിന്നിമറിഞ്ഞു. പിന്നെ കുറെയധികം പുതിയ ചിന്താരീതികൾ അവരിൽ നിറഞ്ഞിരിക്കണം – "എനിക്കറിയാവുന്നതെല്ലാം ഞാൻ പറഞ്ഞുകഴിഞ്ഞതാണല്ലോ."

ഹോംസ് തന്റെ തൊപ്പി കൈയിലെടുത്ത് ചുമലുകൾ കുലുക്കി പറഞ്ഞു,

"ഞാൻ ഖേദിക്കുന്നു."

പിന്നെ പുറത്തിറങ്ങി പൂന്തോട്ടത്തിലെ കുളം ലക്ഷ്യമാക്കി നടന്നു. വെള്ളം മുഴുവൻ തണുപ്പുകൊണ്ട് ഐസായി മാറിയിരിക്കുന്നു, ഒരു അരയന്നത്തിന് വേണ്ടിയുള്ള സ്ഥലം മാത്രം ഐസുമാറ്റി ചെറിയൊരു കുളമാക്കിയിരുന്നു. പിന്നെ ഗേറ്റിന് അടുത്തേക്ക് നടന്നു. പോക്കറ്റിൽ നിന്നും ഒരു പേപ്പർ എടുത്ത് അതിലെന്തോ എഴുതി. ഇൻസ്പെക്ടർ ഹോപ്കിൻസിന് കൊടുക്കാൻ ഗേറ്റ് കാവൽക്കാരനെ ഏല്പിച്ചു.

"ഇതൊരു ഫിഫ്റ്റി ഫിഫ്റ്റി ചാൻസാണ്. ചിലപ്പോൾ ഇത് ഏറ്റെന്നു വരാം. ചിലപ്പോൾ ഒന്നും സംഭവിച്ചില്ലെന്നും വരാം. എന്തായാലും ഇവിടെ വരെ വന്ന സ്ഥിതിക്ക് എന്തെങ്കിലും ഹോപ്കിൻസിന് കൊടുത്തല്ലേ മതിയാവൂ. നമുക്കിനി പോവാനുള്ളത് 'ആഡിലെയ്ഡ് സൗത്താംപ്ടൺ ഷിപ്പിംഗ് കമ്പനി'യിലേക്കാണ്. പാൽമാലിൽ തെക്കൻ ആസ്ത്രേലിയയ്ക്കും ഇംഗ്ലണ്ടിനുമിടയിൽ ഗതാഗതം നടത്തുന്ന ഒരു കപ്പൽ കമ്പനിയാണിത്. ഇത് കൂടാതെ ഒരു കമ്പനി കൂടിയുണ്ട്. പക്ഷേ, ആദ്യം ഇത് തന്നെയാവട്ടെ."

ഹോംസിന്റെ വിസിറ്റിങ്കാർഡ് കണ്ടപ്പോൾതന്നെ കമ്പനി മാനേജർ എല്ലാ സഹായവും ഒരുക്കിത്തന്നു. എല്ലാ വിവരങ്ങളും പെട്ടെന്നുതന്നെ ലഭിച്ചു. ജൂൺ 95-ൽ ഒരു കപ്പൽ ഇംഗ്ലണ്ടിൽ എത്തിയിരുന്നു. 'ജിബ്രാൾട്ടർ റോക്ക്' - ഏറ്റവും വലിയതും ആർഭാടമായതുമായ കപ്പൽ, യാത്രക്കാരുടെ ലിസ്റ്റിൽ ആസ്ത്രേലിയയിലെ മിസ്സ് ഫ്രേസറും അവരുടെ ഭൃത്യയും ആ കൂട്ടത്തിലുണ്ടായിരുന്നു. ആ കപ്പൽ ഇപ്പോൾ ആസ്ത്രേലിയായിലേക്ക് തിരിച്ചുപോയിക്കൊണ്ടിരിക്കുകയാണ്. ഏതാണ്ട് സൂയസ് കനാൽ അടുത്തുവരെ എത്തിയിട്ടുണ്ട്. 1895-ലെ യാത്രയിൽ ഉണ്ടായിരുന്ന ഏതാണ്ട് എല്ലാ ഓഫീസർമാരും ജോലിക്കാരുംതന്നെയാണ് ഇപ്പോഴും ആ കപ്പലിൽ, ഒരാളൊഴിച്ച്. മി. ജാക് ക്രോക്കർ, അദ്ദേഹത്തെ ക്യാപ്റ്റനായി നിയമിച്ചശേഷം 'ബാസ്റോക്ക്' എന്ന കപ്പലിന്റെ ചാർജ്ജ് എടുക്കുവാൻ കാത്തുനില്ക്കുകയാണ് അദ്ദേഹം. രണ്ടു ദിവസത്തിനുള്ളിൽ ആ കപ്പൽ പുറപ്പെടും. 'സിഡൻഹാമി'ലാണ് അയാൾ താമസിക്കുന്നത്. അയാൾ കമ്പനി ഓഫീസിൽ ഏതാനും സമയത്തിനുള്ളിൽ എത്തും. കാത്തിരിക്കാമെങ്കിൽ അയാളെയും കാണാൻ കഴിഞ്ഞേക്കും.

പക്ഷേ, ഹോംസിന് അയാളെ കാണാൻ താല്പര്യമില്ല. അയാളുടെ സ്വഭാവത്തെക്കുറിച്ചും മുൻകാലചരിത്രത്തെക്കുറിച്ചും ആരാഞ്ഞു.

വളരെ നല്ല സ്വഭാവമാണ് അയാളുടേത്. ആ കമ്പനിയിൽ ഉള്ള ഓഫീസർമാരിൽ ഏറ്റവും നല്ല സ്വഭാവത്തിന്റെ ഉടമ. കൃത്യനിർവഹണത്തിൽ അയാളെ കഴിഞ്ഞേ ആരുമുള്ളൂ. എന്നാൽ കപ്പലിൽനിന്ന് പുറത്തിറങ്ങി

ക്കഴിഞ്ഞാൽ അയാൾ മറ്റൊരു മനുഷ്യനാണ്. പെട്ടെന്ന് വികാരാധീന നാവുന്ന, മുൻകോപമുള്ള ഒരു കാടൻ സ്വഭാവം. പക്ഷേ, വിശ്വസ്തനും ഹൃദയാലുവുമാണ്. ഈ വിവരം ശേഖരിച്ചശേഷം ഞങ്ങൾ സ്കോട്ലാന്റ് യാർഡ് പോലീസ് ഹെഡ്ക്വാർട്ടേഴ്സിലേക്കു യാത്രയായി. എന്നാൽ ഹോംസ് അവിടെ പടിവരെയെത്തിയെങ്കിലും ഇറങ്ങിയില്ല. വണ്ടിയിൽ തന്നെ ഇരുന്ന് കുറെനേരം ആലോചിച്ചശേഷം ഹോംസ് 'ചാരിംഗ്ക്രോസ്' ടെലഗ്രാം ഓഫീസിലേക്ക് വണ്ടിവിടാൻ പറഞ്ഞു. അവിടെയിറങ്ങി ഒരു ടെലഗ്രാം അയച്ചതിനുശേഷം ഞങ്ങൾ ബേക്കർ സ്ട്രീറ്റിലേക്ക് തിരിച്ചു പോന്നു.

"ഇല്ല ഞാനതു ചെയ്യുന്നില്ല, വാട്സൺ." ഞങ്ങൾ മുറിയിൽ തിരി ച്ചെത്തിയശേഷം ഹോംസ് പറഞ്ഞുതുടങ്ങി. "അയാളെ അറസ്റ്റു ചെയ്തു കഴിഞ്ഞാൽ പിന്നെ ഭൂമുഖത്ത് ഒന്നിനും അയാളെ രക്ഷിക്കാനാവില്ല. എന്റെ അനുഭവത്തിൽനിന്ന് എനിക്കതു മനസ്സിലായിക്കഴിഞ്ഞു. പല പ്പോഴും കുറ്റവാളി ചെയ്ത കുറ്റങ്ങൾ കണ്ടെത്തുന്നതിനേക്കാൾ വേദന യാണ് കുറ്റാരോപണം നടത്തിക്കഴിഞ്ഞാൽ ഉണ്ടാവുന്നത്. ഞാൻ കുറെ ക്കൂടി മുൻകരുതലുകൾ എടുക്കുന്നവനായിട്ടുണ്ട്. ഇനി ഇംഗ്ലണ്ടിലെ നിയമത്തിലെ പഴുതുകൾ കണ്ടെത്തിവേണം ഈ കാര്യങ്ങൾ തീരുമാനി ക്കാൻ. അടുത്ത ചുവടുവെയ്പിന് മുമ്പ് കുറച്ചുകൂടി കാര്യങ്ങൾ അറി യാനുണ്ട്."

വൈകുന്നേരമായപ്പോൾ ഇൻസ്പെക്ടർ ഹോപ്കിൻസ് ഞങ്ങളെ കാണാൻ വന്നു. ഇൻസ്പെക്ടർ പൊതുവെ നിരാശനായി കണ്ടു. "മി. ഹോംസ്, താങ്കൾ കുറ്റാന്വേഷണ മാന്ത്രികനായാണ് അറിയപ്പെടുന്നത്. മനുഷ്യമനസ്സുകൾക്കതീതമായ കുറെ കാര്യങ്ങൾ താങ്കളിൽ കാണാറു ണ്ടെന്ന് നിരീക്ഷകർ പറയാറുണ്ട്. പക്ഷേ, ഈ കേസ്സിൽ എന്തു സംഭ വിച്ചു? മോഷ്ടിക്കപ്പെട്ട വെള്ളിപ്പാത്രങ്ങൾ ഇപ്പോഴും കുളത്തിനടിയിൽ തന്നെ കിടപ്പാണ്!"

"എനിക്കതറിയില്ലായിരുന്നു!"

"പക്ഷേ, അവിടെ പരിശോധിക്കാൻ താങ്കൾ പറഞ്ഞിരുന്നു."

"ഓഹോ താങ്കൾക്കവ കിട്ടിയോ?"

"ആ കിട്ടി."

"അത് താങ്കൾക്ക് സഹായകമാവുമെങ്കിൽ സന്തോഷംതന്നെ."

"പക്ഷേ, താങ്കൾ എന്നെ സഹായിക്കുകയല്ലല്ലോ ചെയ്തത് മി. ഹോംസ്. വസ്തുക്കൾ മോഷ്ടിക്കുകയും അടുത്തുകാണുന്ന കുളത്തി ലേക്ക് അവ വലിച്ചെറിയുകയും ചെയ്യുന്ന മോഷ്ടാക്കൾ, അതു വിചിത്രം തന്നെ."

"താങ്കൾ പറഞ്ഞത് ശരിതന്നെ. അതൊരു വിചിത്രമായ പെരുമാറ്റ മായി എനിക്കും തോന്നി. കുറച്ചു പാത്രങ്ങൾ മാത്രം മോഷ്ടിക്കാൻ ആരും

ശ്രമിക്കില്ലെന്നിരിക്കെ, അത് മോഷ്ടിച്ചത് നമ്മുടെ ശ്രദ്ധ തിരിച്ചുവിടാനാണെന്നും അതുകൊണ്ടുതന്നെ അവ കളയാൻ അവർ ശ്രമിക്കുമെന്നും ഞാൻ ഊഹിച്ചു."

"പക്ഷേ, അങ്ങനെയൊരു ആശയം എന്തുകൊണ്ടാണ് താങ്കളുടെ മനസ്സിൽ കടന്നുകൂടിയത്?"

"അത് സംഭവിക്കാവുന്നതാണെന്ന് ഞാൻ ധരിച്ചു. ജനാല വഴി പുറത്തുകടക്കുമ്പോൾ ഏറ്റവും ആദ്യം കാണുന്നത് ആ കുളമാണ്. പെട്ടെന്നുള്ള തോന്നൽ കട്ടെടുത്ത മുതൽ അവിടെ ഉപേക്ഷിക്കാനായിരിക്കും."

"ആ... അതു വളരെ ശരിയാണ്. റോഡിൽ പാത്രങ്ങളും ചുമന്നുകൊണ്ടു പോവുന്നത് വളരെ അപകടകരമാണ്. അതുകൊണ്ടുതന്നെ കിട്ടിയ സ്ഥലത്ത് അവ ഉപേക്ഷിച്ച് പിന്നീടുവന്ന് അവ വീണ്ടെടുക്കാമെന്ന് വിചാരിച്ചുവെങ്കിൽ തെറ്റില്ല. മി. ഹോംസ് താങ്കൾ പറഞ്ഞുവന്നതുപോലെ ശ്രദ്ധ തിരിച്ചുവിടാൻ എന്നതിനേക്കാൾ അതിന് ഈ വിധത്തിലുള്ള വാദഗതിയാണ് യോജിക്കുന്നത്.

"നിങ്ങൾ പറയുന്നത് എല്ലാം വളരെ ശരിതന്നെ."

പക്ഷേ, ഈ വെള്ളിപ്പാത്രങ്ങൾ കണ്ടെടുത്തതോടെ എല്ലാം അവസാനിച്ചുവോ?"

"ഉവ്വ് സർ, സംഭവങ്ങൾക്കൊക്കെ നല്ലൊരു പര്യവസാനം കൈവന്നു. പക്ഷേ, എനിക്കൊരു തിരിച്ചടി കിട്ടിയിരിക്കുന്നു."

''തിരിച്ചടിയോ?"

"അതെ മി. ഹോംസ്. റൻഡാൽസംഘം - അച്ഛനും രണ്ടു മക്കളും - ഇന്നു രാവിലെ ന്യൂയോർക്കിൽവെച്ച് അറസ്റ്റിലായിട്ടുണ്ട്."

"ഓ. ഇതു വല്ലാത്തൊരു വഴിത്തിരിവായിപ്പോയല്ലൊ, മി. ഹോപ്കിൻസ്. ഇതു നിങ്ങളുടെ നിഗമനങ്ങളെയാകെ തകിടംമറിക്കുന്നുവല്ലൊ. ഇന്നലെ രാത്രി 'കെന്റിൽ' ഈ കൊലപാതകം നടത്തിയ സംഘം ഇന്നുരാവിലെ എങ്ങനെ ന്യൂയോർക്കിലെത്തി?"

"ഉവ്വ്. എനിക്കു പറ്റിയ തെറ്റ് വളരെ ഗുരുതരമായതാണ്. ഒരുപക്ഷേ, ഇത് പുതിയൊരു മൂവർസംഘമാവാനും മതി."

"തീർച്ചയായും, അതും സംഭവിക്കാവുന്നതേയുള്ളൂ. ഇനിയെന്താണ് താങ്കളുടെ പരിപാടി?"

"അതെ മി. ഹോംസ്. ഇതിന് എന്തെങ്കിലും തുമ്പുണ്ടാകുന്നതുവരെ എനിക്കു വിശ്രമമില്ല. താങ്കൾക്ക് എനിക്ക് സൂചനകളൊന്നും തരാനില്ല അല്ലെ?"

"ഞാൻ തന്നുകഴിഞ്ഞുവല്ലൊ."

"എന്ത്?"

"ഞാൻ പറഞ്ഞതുതന്നെ വീണ്ടും പറയുന്നു - കണ്ണിൽ പൊടിയി
ടുക."

"പക്ഷേ, അതെന്തിന്?"

"അതാണ് കിട്ടേണ്ട ചോദ്യം. താങ്കൾക്ക് ഒരു സൂചന തന്നുകഴിഞ്ഞു.
ഇനി, അതിൽ പിടിച്ചുകയറി എന്തെങ്കിലും കണ്ടെത്താൻ ശ്രമിക്കുക.
താങ്കൾ അത്താഴത്തിന് കൂടുന്നോ? ഇല്ലേ, എങ്കിൽ ശരി, ഗുഡ്ബൈ.
എന്തെങ്കിലുമുണ്ടെങ്കിൽ അറിയിക്കാൻ മടിക്കരുത്!"

അത്താഴത്തിനുശേഷം മേശ വൃത്തിയാക്കിക്കഴിഞ്ഞ് ഹോംസ് പൈപ്പ്
കത്തിച്ച് തന്റെ വാച്ചിലേക്ക് സൂക്ഷ്മമായി നോക്കിക്കൊണ്ടു പറഞ്ഞു.

"കാര്യങ്ങൾ ഒരുവിധം പുരോഗമിക്കുന്നു, വാട്സൺ."

"എപ്പോൾ?"

"ഇപ്പോൾതന്നെ. ഏതാനും മിനിട്ടുകൾക്കുള്ളിൽ നമുക്കതറിയാം.
മി. ഹോപ്കിൻസിനോട് ഞാൻ കുറച്ചു മോശമായി പെരുമാറിയതായി
തോന്നിയോ?"

"താങ്കളുടെ പെരുമാറ്റത്തിൽ ഞാൻ വിശ്വസിക്കുന്നു. അതിന് കാരണ
ങ്ങളുണ്ടാവും."

"വളരെ യുക്തിപൂർവ്വമായ മറുപടി, മി. വാട്സൺ. നോക്കൂ ഞങ്ങൾ
- ഞാനും ഹോപ്കിൻസും - തമ്മിൽ വലിയ വ്യത്യാസമുണ്ട്. എന്റേത്
എന്റെ മാത്രം അഭിപ്രായങ്ങളാണ്. അയാൾക്ക് എന്നോളം സ്വാതന്ത്ര്യ
മില്ലല്ലൊ. എല്ലാം അയാൾക്കു ഡിപ്പാർട്ടുമെന്റിനോടും ജോലിയോടും
ചർച്ച ചെയ്യേണ്ടതായിട്ടുണ്ട്. അപ്പോൾ പിന്നെ പൂർണത കൈവന്ന കാര്യ
ങ്ങൾ മാത്രമേ ഞാനയാളോട് പറയുവാൻ പാടുള്ളൂ. എന്തെങ്കിലും
പറഞ്ഞ് അത് രഹസ്യമായി വെക്കാൻ പറയുന്നത് അയാളെ വേദനി
പ്പിക്കും. അതുകൊണ്ടുതന്നെ പൂർണതയില്ലാത്ത വിവരങ്ങൾ അയാളിൽ
നിന്നും മറച്ചുവെക്കാതെ വയ്യ."

"പക്ഷേ, എപ്പോഴാണ് താങ്കൾക്ക് അതൊക്കെ പൂർണമായും പറ
യാനാവുക?"

"ഏതാണ്ട് സമയം അടുത്തുകഴിഞ്ഞു. താങ്കൾക്ക് അസാധാരണമായ
ഒരു നാടകത്തിന്റെ അവസാനരംഗം ഉടനെ ദർശിക്കാനാവും."

പുറത്ത് ഗോവണിപ്പടികൾ ശബ്ദിക്കുന്നതു കേട്ടു.

വാതിൽ തുറന്ന് സാമാന്യം ആജാനുബാഹുവായ ഒരു മനുഷ്യൻ
തലകുനിച്ച് മുറിക്കകത്തേക്ക് കയറിവന്നു. നല്ല വെളുത്ത തൊലിയുള്ള
ആകർഷകമായ രൂപം. സ്വർണവർണമുള്ള മീശയും നീലക്കണ്ണുകളും.
ഉഷ്ണമേഖലയിലെ സൂര്യതാപമേറ്റ് വെളുത്ത് വരിഞ്ഞുമുറുകിയ ശരീരം.

അയാൾ കതകടച്ച് ഞങ്ങളുടെ മുന്നിൽനിന്നു. കിതപ്പോടുകൂടിയ നെഞ്ചിൻകൂട് ഉയരുകയും താഴുകയും ചെയ്യുന്നുണ്ടായിരുന്നു.

"ക്യാപ്റ്റൻ ക്രോക്കർ, താങ്കൾ ഇരുന്നാലും."

"എന്റെ ടെലഗ്രാം കിട്ടിയിരിക്കുമല്ലോ?"

ഞങ്ങളുടെ സന്ദർശകൻ മുന്നിലുള്ള കസേരയിലിരുന്ന് ഞങ്ങളെ മാറിമാറി നോക്കി.

"എനിക്ക് താങ്കളുടെ ടെലഗ്രാം കിട്ടിയിരുന്നു. താങ്കൾ ഓഫീസിൽ വന്നതായും ഞാനറിഞ്ഞു. ഇനി എനിക്ക് രക്ഷപ്പെടാൻ പഴുതുകളില്ല. താങ്കൾ ഇനി എന്താണ് ചെയ്യാൻ പോകുന്നത് എന്ന് പറയൂ. എന്നെ അറസ്റ്റുചെയ്യാമോ? ഒരു 'പൂച്ചയും എലിയും' കളി കാണിക്കാതെ കാര്യങ്ങൾ തുറന്നുപറയൂ."

"വാട്സൺ, അയാൾക്കൊരു സിഗാർ കൊടുക്കൂ."

"അയാൾ അല്പം ശാന്തനാകട്ടെ. താങ്കൾ വെറുമൊരു കുറ്റവാളിയായിരുന്നുവെങ്കിൽ നമ്മളിതുപോലെ ഇവിടെയിരുന്ന് പുകവലിച്ചു സംസാരിക്കില്ലായിരുന്നു. നിങ്ങൾക്കത് ഉറപ്പുള്ള കാര്യമാണല്ലോ. എല്ലാം എന്നോടു തുറന്നുപറയുക. അത് നിങ്ങൾക്ക് ഗുണം ചെയ്യും. അല്ല, മറച്ചുപിടിക്കാനാണ് ഭാവമെങ്കിൽ ഞാൻ നിങ്ങളെ തകർത്ത് തരിപ്പണമാക്കും." ഹോംസ് പറഞ്ഞു.

"ഞാൻ എന്തു ചെയ്യണമെന്നാണ് അങ്ങ് ആഗ്രഹിക്കുന്നത്?"

"ആബിഗ്രഞ്ചിൽ ഇന്നലെ രാത്രി നടന്ന സംഭവപരമ്പരകളുടെ ഒരു സമഗ്രവിവരണം. അത് നൂറു ശതമാനം സത്യസന്ധമായിരിക്കണം. അതിലൊന്നും ചേർക്കരുത്. അതിൽ നിന്നൊന്നും കുറയ്ക്കുകയുമരുത്. എന്തെങ്കിലും വ്യത്യാസം കാണിച്ചാൽ എനിക്കത് ആ നിമിഷം മനസ്സിലാകും. കാരണം, കാര്യങ്ങൾ കുറെയൊക്കെ എനിക്കറിയാം. ഒരു ചെറിയ വ്യതിചലനമുണ്ടായാൽ ഞാൻ പോലീസ് വിസിലൂതും, പിന്നെ കാര്യങ്ങൾ എന്റെ കൈയിൽനിന്നും എന്നെന്നേക്കുമായി വിട്ടുപോകും."

ആ നാവികൻ ഒരു നിമിഷം ചിന്തയിലാണ്ടു. മുഖത്ത് ചോര കുറഞ്ഞു തുടങ്ങിയിരിക്കുന്നു. അയാളുടെ ബലിഷ്ഠമായ കൈകൾ കാൽമുട്ടിന്മേൽ വിശ്രമിച്ചു.

"ഞാനൊരു പരീക്ഷണത്തിന് മുതിരുകയാണ്." അയാൾ നെടുവീർപ്പിട്ടുകൊണ്ട് തുടങ്ങി.

"താങ്കൾ വാക്കുപാലിക്കുന്നവനാണെന്ന് ഞാൻ ഉറച്ചു വിശ്വസിക്കുന്നു. ആമുഖമായി പറയട്ടെ ഞാൻ ചെയ്തതിൽ തരിമ്പും എനിക്ക് ഖേദമില്ല. ഇനിയും വേണ്ടിവന്നാൽ അതൊക്കെ ആവർത്തിക്കുന്നതിൽ എനിക്ക് അഭിമാനമേയുള്ളൂ. ആ മൃഗം നശിക്കട്ടെ. അവന് ഇനിയെത്ര നികൃഷ്ടജന്മങ്ങളുണ്ടെങ്കിലും പൂച്ചയായി ഇനിയും ഏഴ് ജന്മമെടുത്താലും

അവന്റെ അന്തകൻ ഞാൻതന്നെ ആയിരിക്കും. മേരി ഫ്രേസർ, ഓ എനിക്ക് ആ പേരുപറയുമ്പോൾതന്നെ അവൾക്കനുഭവപ്പെട്ട അനുഭവങ്ങളോരോന്നും മുന്നിൽ തെളിഞ്ഞുവരുന്നു. അതിനോടു ചേർന്ന മറ്റേ പേര്, അത് ഉച്ചരിക്കാൻപോലും എനിക്കറപ്പാണ്. അവൾക്ക് ഇനിയും ദുഃഖമുണ്ടാവുകയാണെങ്കിൽ ഇനിയും ഞാനെന്റെ ജീവൻ വരെ പണയപ്പെടുത്തി അവളെ അതിൽനിന്നും മുക്തയാക്കും. അവളെന്റെ ആത്മാവിന്റെതന്നെ ഭാഗമാണ്. എനിക്കിതിലും കുറച്ച് എന്തെങ്കിലും ചെയ്യാൻ വയ്യ. മാന്യരേ, നിങ്ങൾതന്നെ പറയൂ ഞാനെന്തു ചെയ്യണമായിരുന്നു വെന്ന്. അതിനുമുമ്പ് നിങ്ങൾ എന്റെ കഥ ആദ്യംമുതൽതന്നെ അറിയുക."

"ഞാൻ അല്പം പൂർവ്വകാലം ഓർത്തെടുക്കട്ടെ – താങ്കൾക്ക് കുറെയൊക്കെ അറിയാമായിരിക്കും. 'ജിബ്രാലട്ടർ റോക്ക്' എന്ന കപ്പലിലെ യാത്രക്കാരി ആയിട്ടാണ് ഞാൻ മേരിയെ പരിചയപ്പെടുന്നത്. അവളെ കപ്പലിൽവെച്ച് കണ്ടുമുട്ടിയ ദിവസംതന്നെ അവൾ എന്റേതാണെന്ന് എനിക്കു തോന്നി. അവളല്ലാതെ മറ്റാർക്കും ഇനി എന്റെ ജീവിതത്തിൽ സ്ഥാനമില്ല. കപ്പലിലെ നിശ്ശബ്ദയാമങ്ങളിൽ ഞങ്ങൾ രണ്ടുപേരും വളരെ അടുത്തു. ഏകാന്തയാമങ്ങളിൽ അവളുടെ ഇളംപാദങ്ങൾ സ്പർശിച്ച കപ്പലിലെ അടിത്തട്ട് ഞാൻ ചുംബിക്കുമായിരുന്നു.

"വളരെ മാന്യമായി എന്നോട് പെരുമാറാൻ അവൾ പ്രത്യേകം ശ്രദ്ധിച്ചിരുന്നു. എനിക്ക് അവളെക്കുറിച്ച് ഒരു പരാതിയുമുണ്ടായിരുന്നില്ല. എന്നു മാത്രമല്ല, അവളെ ഞാൻ സ്വയം മറന്ന് സ്നേഹിച്ചു. അവളാകട്ടെ എന്നോട് സൗഹൃദവും സ്നേഹവും നിലനിർത്തി. ഞങ്ങൾ പിരിയുമ്പോൾ അവൾ തികച്ചും സ്വതന്ത്രയായിരുന്നു. പക്ഷേ, ഞാനാകട്ടെ, ആ സ്നേഹവലയത്തിന്റെ കാരാഗൃഹത്തിലും.

"അടുത്ത തവണ വന്നപ്പോൾ അവളുടെ വിവാഹത്തെക്കുറിച്ച് ഞാനറിഞ്ഞു. അവൾക്കിഷ്ടമുള്ള വിവാഹം കഴിക്കുന്നതിൽ അല്ലെങ്കിൽ ഞാനെന്തിന് അസ്വസ്ഥനാകണം. പണവും പ്രതാപവുമുള്ള കുടുംബത്തിൽ ജനിച്ച അവൾക്ക് സുന്ദരവും ഹൃദ്യവുമായ ഒരു വിവാഹബന്ധം തികച്ചും അർഹിക്കുന്നതുതന്നെ. വെറുമൊരു നാവികനായ എന്നെപ്പോലെ ഒരാളെയല്ല അവൾക്കു വേണ്ടത്. മേരി ഫ്രേസറെ എന്നേക്കാളേറെയാണ് ഞാൻ സ്നേഹിച്ചത്.

"മേരിയെ വീണ്ടും കണ്ടുമുട്ടുമെന്ന് ഞാൻ കരുതിയതല്ല. എന്റെ അവസാന കപ്പൽയാത്രയ്ക്കുശേഷം എനിക്ക് ഉദ്യോഗക്കയറ്റം ലഭിച്ചു. പുതിയ കപ്പലിൽ പ്രവേശിക്കാൻ രണ്ടുമാസങ്ങൾ കൂടിയുള്ളതു കൊണ്ട് 'സെഡൻഹാമി'ലെ എന്റെ വീട്ടുകാരുടെ കൂടെ ചിലവഴിക്കേണ്ടിവന്നു. അന്നൊരു ദിവസം, ഒരു ഗ്രാമവീഥിയിൽ വെച്ച് ഞാൻ മേരിയുടെ ഭൃത്യ തെരേസ്സയെ കണ്ടുമുട്ടി. തെരേസ്സ പറഞ്ഞ് ഞാൻ എല്ലാം അറിഞ്ഞു. അവർ പറഞ്ഞ കാര്യങ്ങൾ എന്നെ ഭ്രാന്തുപിടിപ്പിക്കാൻ

പോന്നവയായിരുന്നു. എന്റെ മേരിയുടെ ചെരിപ്പ് നക്കാൻപോലും അർഹത
യില്ലാത്ത ആ നരാധമൻ അവളെ തല്ലുകപോലും ചെയ്യാറുണ്ടത്രെ. മദ്യ
പാനിയുടെ കൂടെയുള്ള അവളുടെ ജീവിതത്തിന്റെ ഒരേകദേശചിത്രം
അവർ എനിക്കു പറഞ്ഞുതന്നു. അതിനുശേഷം ഒന്നുരണ്ടുതവണ ഞാൻ
മേരിയെ നേരിൽ കാണുകയുണ്ടായി. പിറ്റേ ആഴ്ച എനിക്ക് ജോലിക്കു
ചേരാനുള്ള ഓർഡർ കിട്ടി. അതിനുമുമ്പ് ഒരിക്കൽകൂടി മേരിയെ കാണ
ണമെന്ന് എനിക്ക് തോന്നി. തെരേസ അവളെ എത്രയധികം സ്നേഹി
ക്കുന്നുവോ അത്രതന്നെ അയാളെ വെറുക്കുകയും ചെയ്യുന്നതായി എനി
ക്കറിയാമായിരുന്നു. തെരേസയിൽനിന്ന് ആ വീടിനെക്കുറിച്ചുള്ള ഏതാണ്ട്
ഒരു രൂപം ഞാൻ മനസ്സിലാക്കി. വീടിന്റെ ജനാലയ്ക്കരികിൽ ചെന്ന് ഞാൻ
പതുക്കെ അവളുടെ ശ്രദ്ധയാകർഷിക്കാൻ ശ്രമിച്ചു. ആദ്യമൊന്നും
അവൾ പ്രതികരിച്ചില്ല. പിന്നെ പുറത്ത് മഞ്ഞിൽ നിന്ന് കഷ്ടപ്പെടുന്ന
എന്റെ ദുര്യോഗം ഓർത്തും എന്നാൽ ഉള്ളിൽനിറയെ സ്നേഹം ഉള്ളതു
കൊണ്ടും എന്നോട് ഫ്രഞ്ച് ജനാല വഴി വരാൻ അവൾ ആംഗ്യം
കാണിച്ചു. ജനാല തുറന്നുവെച്ചിരുന്നു. അതിലൂടെ ഭക്ഷണമുറിയിലെ
ത്തിയതും അവൾ അവളുടെ ദയനീയാവസ്ഥ എന്നോട് കണ്ണിൽ വെള്ളം
നിറച്ചുകൊണ്ട് പറയുകയും ചെയ്തു. വളരെ മാന്യമായ രീതിയിൽ
ഞങ്ങൾ സംസാരിച്ചുനില്ക്കുമ്പോൾ പെട്ടെന്ന് ഒരു ഭ്രാന്തനെപ്പോലെ
അയാൾ ആ മുറിയിലേക്ക് പാഞ്ഞുവന്നു. വളരെ നിന്ദ്യവും നീചവുമായ
വാക്കുകൾകൊണ്ട് അയാൾ അവളെ അഭിഷേകംചെയ്തശേഷം
കൈയിലെ വടികൊണ്ട് അവളുടെ മുഖത്ത് തുരുതുരാ അടിച്ചു. ഞാൻ
അടുത്തുകിടന്ന ഇരുമ്പുചുറ്റികയ്ക്കായി മുന്നോട്ടു ചാടി. ഒരു വലിയ
മൽപ്പിടുത്തംതന്നെ ഞങ്ങൾ തമ്മിൽ നടന്നു. ഒരു ചീഞ്ഞ പഴം പിഴിയു
ന്നതുപോലെ ഞാൻ അയാളെ ചതച്ചു. ഞാൻ പശ്ചാത്തപിക്കുന്നുവെന്ന്
നിങ്ങൾ കരുതുന്നുണ്ടെങ്കിൽ നിങ്ങൾക്കു തെറ്റി. എനിക്ക് ശരി ഒന്നേ
ഉണ്ടായിരുന്നുള്ളൂ. ഒന്നുകിൽ ഞാൻ അല്ലെങ്കിൽ അവൾ – മേരി – ഇല്ലാ
താവണം. ഇങ്ങനെ ജീവിക്കുന്നതിനേക്കാൾ നല്ലത് അതാണ്. എങ്ങനെ
ഒരു ഭ്രാന്തന്റെ കൈയിൽ ഞാനവളെ വിട്ടിട്ട് പോരും? ജെന്റിൽമെൻ,
നിങ്ങൾ പറയൂ, നിങ്ങളായിരുന്നു എന്റെ സ്ഥാനത്തെങ്കിൽ എന്തു ചെയ്യു
മായിരുന്നു?

അവൻ മേരിയെ അടിച്ചപ്പോൾ അവൾ ഉറക്കെ കരയുന്നുണ്ടായിരുന്നു.
അതുകേട്ടാണ് തെരേസ താഴെയെത്തിയത്. അലമാര തുറന്ന് കുറച്ചു
വൈൻ ഞാൻ മേരിയുടെ വായിൽ പകർന്നുകൊടുത്തു. ഞാനും അല്പം
കഴിച്ചു. തെരേസയാവട്ടെ ഒരു ഭാവഭേദവും കൂടാതെ ഒരു കെട്ടിച്ചമച്ച
കഥയുണ്ടാക്കാൻ എന്നെ സഹായിച്ചു. ഞാൻ മരത്തട്ടിനു മുകളിൽ കയറി
മണിയുടെ ചരടു മുറിക്കുമ്പോൾ തെരേസ തന്നെയാണ് ഈ കഥ
എങ്ങനെ വിവരിക്കണമെന്ന് മേരിയോട് പറയുന്നുണ്ടായിരുന്നത്. ചര
ടിന്റെ അറ്റം വലിച്ചു പൊട്ടിച്ചതാണെന്ന് വരുത്തിത്തീർക്കുന്നതിനായി

പിഞ്ഞിപ്പോയ രീതിയിലാക്കി. പിന്നീട് കുറെ പാത്രങ്ങൾ ഞാൻ അലമാരിയിൽനിന്നും കരസ്ഥമാക്കി. കാൽമണിക്കൂറിനുശേഷം ബഹളംവെക്കാൻ ഏർപ്പാടാക്കി ഞാൻ സ്ഥലംവിട്ടു. പോകുന്നവഴിക്ക് പാത്രങ്ങൾ കുളത്തിലെറിഞ്ഞ് ഞാൻ സിഡൻഹാമിലെ വീട്ടിലെത്തി, എന്റെ ജീവിതത്തിൽ ചെയ്യാവുന്ന ഏറ്റവും വലിയ ജോലിചെയ്ത സംതൃപ്തിയോടെ. ഇത് വെളിപ്പെടുത്തി എന്നെ തൂക്കിലേറ്റിയാലും എനിക്കു സന്തോഷമേയുള്ളൂ. ഇതാണ് സത്യം." ഹോംസ് നിശ്ശബ്ദനായി പൈപ്പ് വലിച്ചു. പിന്നെ പതുക്കെ നടന്നുചെന്ന് അയാളുടെ കൈപിടിച്ചു കുലുക്കി.

"നിങ്ങൾ പറഞ്ഞതു മുഴുവൻ ശരിയാണ് ഇതൊക്കെ ഞാനൂഹിച്ചതും ആണ്. ഒരു സർക്കസ് അഭ്യാസിക്കോ അല്ലെങ്കിൽ ഒരു നാവികനോ മാത്രമേ ഇങ്ങനെ മരത്തട്ടിൽ കയറിനിന്ന് മണിച്ചരട് മുറിച്ചെടുക്കുവാൻ സാധിക്കുകയുള്ളൂ. കസേരയിൽ ബന്ധിക്കപ്പെട്ട ചരടിന്റെ കെട്ടുകളിലും ഒരു നാവികന്റെ കരവിരുത് കാണാമായിരുന്നു. ആ യുവതിയാവട്ടെ ജീവിതത്തിൽ ആകെ ബന്ധപ്പെട്ട ഒരു നാവികൻ നിങ്ങളായിരിക്കും എന്നതും എനിക്ക് തീർച്ചയായിരുന്നു. അയാളെ അവൾ സ്നേഹിച്ചിരുന്നുവെന്നും അയാളെ രക്ഷിക്കാൻ അവൾ എന്തും ചെയ്യുമെന്നും ഞാനൂഹിച്ചു. ഈ പാതയിലൂടെ എന്റെ അന്വേഷണം പുരോഗമിച്ചപ്പോൾ, നോക്കൂ, കാര്യങ്ങൾ എത്ര എളുപ്പമായി."

"പോലീസിന്, പക്ഷേ, ഈ പ്ലാനനുസരിച്ച് നീങ്ങാനാവുമായിരുന്നില്ല." ഞാൻ പറഞ്ഞു.

"ഇല്ല. പോലീസിന് ഈ വഴി മനസ്സിലാക്കാൻതക്ക സംവിധാനങ്ങൾ ഉണ്ടെന്ന് തോന്നുന്നില്ല."

ഹോംസ് വളരെ ഗൗരവമായി പറഞ്ഞുതുടങ്ങി.

'ക്യാപ്റ്റൻ ക്രോക്കർ ഇവിടെ നോക്കൂ. ഏറ്റവും പ്രകോപനപരമായ ഒരു ചുറ്റുപാടിൽനിന്നാണ് താങ്കൾ ഇങ്ങനെയൊക്കെ പെരുമാറിയത് എന്നത് സമ്മതിക്കുന്നുണ്ടെങ്കിൽതന്നെ, ഇതൊരു ഗുരുതരമായ സംഗതി തന്നെയാണ്. സ്വയരക്ഷ തുടങ്ങിയ വിശദീകരണങ്ങളാകെ എത്രത്തോളം വിലപ്പോവും എന്നത് കോടതിയുടെ കൈയിലുള്ള കാര്യങ്ങളാണ്. എനിക്ക് പക്ഷേ, നിങ്ങളോട് ശരിക്കും സഹതാപമുണ്ട്. അടുത്ത ഇരുപത്തിനാലു മണിക്കൂറുകൾക്കുള്ളിൽ താങ്കൾക്ക് ഒളിവിൽ പോകാമെങ്കിൽ ഞങ്ങളാരും അത് തടയില്ല."

"അതിനുശേഷം ഇതൊക്കെ പുറത്തുവരും?"

"തീർച്ചയായും ഇതൊക്കെ വെളിച്ചത്തുവരും."

ക്യാപ്റ്റൻ ദേഷ്യംകൊണ്ട് ജ്വലിച്ചു.

"എന്തുതരം നിർദ്ദേശമാണിത്? എനിക്കും കുറേയൊക്കെ നിയമം അറിയാം. ഇതൊക്കെ പുറത്തുവന്നുകഴിഞ്ഞാൽ ഇതിൽ കൂട്ടുത്തര

വാദിയായി മേരിയെ അവർ കസ്റ്റഡിയിലെടുക്കും. ഇല്ല സാർ, എന്തു വേണമെങ്കിലും സംഭവിക്കട്ടെ. ഞാൻ മേരിയെ ഒരു കോടതിക്കും വിട്ടു കൊടുക്കില്ല."

ഹോംസ് വീണ്ടും ക്യാപ്റ്റന്റെ കൈപിടിച്ചു കുലുക്കി. "ഞാൻ താങ്കളെ വീണ്ടും പരീക്ഷിക്കുകയായിരുന്നു, ക്യാപ്റ്റൻ."

ഹോംസ് പറഞ്ഞു, "ഓരോ തവണയും താങ്കൾ സത്യസന്ധനും വ്യക്തിത്വമുള്ളവനുമാണെന്ന് തെളിയിച്ചു. ഹോപ്കിൻസിന് ഞാനൊരു സൂചന കൊടുത്തിരുന്നു. അതനുസരിച്ച് അയാൾ നീങ്ങുന്നില്ലെങ്കിൽ അതിലെനിക്കൊന്നും ചെയ്യാനില്ല ക്യാപ്റ്റൻ ക്രോക്കർ. നമുക്കിത് നിയമകോടതിയിൽ കൈകാര്യം ചെയ്യുന്നപോലെതന്നെ കൈകാര്യം ചെയ്യാം. നിങ്ങൾ തടവുപുള്ളിയാണ്. വാട്സൺ, താങ്കൾ തല്ക്കാലം ബ്രിട്ടീഷ് ജൂറിയാവുന്നു. താങ്കളോളം അതിനുപറ്റിയ വേറെ ഒരാളുമില്ല. ഞാൻ ജഡ്ജായും മാറിയിരിക്കുന്നു, ശരി മാന്യജൂറി, താങ്കൾ ഈ കേസ്സിന്റെ തെളിവുകൾ കേട്ടുകഴിഞ്ഞുവല്ലോ, ഈ തടവുപുള്ളി കുറ്റക്കാരനാണോ അല്ലയോ?"

"മൈ ലോർഡ്, ഇയാൾ കുറ്റക്കാരനല്ല."

ഞാൻ പറഞ്ഞു.

"ജനങ്ങളുടെ വിധിയാണ് ദൈവത്തിന്റെയും വിധി. ക്യാപ്റ്റൻ ക്രോക്കർ, താങ്കളെ നിയമത്തിന്റെ കണ്ണിൽ വെറുതെ വിട്ടിരിക്കുന്നു.

മറ്റൊരു നിരപരാധി ഈ കുറ്റകൃത്യവുമായി ബന്ധപ്പെട്ട് നിയമത്തിന്റെ കുരുക്കിൽ വന്നുപെടുന്നതുവരെ എന്നിൽനിന്ന് താങ്കൾക്ക് ഒരു ഉപദ്രവവും ഉണ്ടാവുകയില്ല. അടുത്ത വർഷംതന്നെ മേരിയുടെ അടുത്തേക്കു വരിക. ഈ വിധിയുടെ നന്മകൾ ഉൾക്കൊള്ളുന്നതാവട്ടെ നിങ്ങളുടെ രണ്ടുപേരുടേയും ഭാവിജീവിതങ്ങൾ."

■

ചോരപ്പാടുകൾ

'ആബിഗ്രാഞ്ചി'ലെ കൊലപാതകത്തെക്കുറിച്ചുള്ള കഥ എഴുതിക്കഴിഞ്ഞതോടെ ഞാനൊന്നു തീരുമാനിച്ചു. ഇനി ഹോംസിന്റെ കുറ്റാന്വേഷണകഥകൾ എഴുതുന്നതല്ല. എഴുതാൻ വസ്തുതകൾ ഇല്ലാത്തതുകൊണ്ടല്ല, ഇനിയും നൂറുകണക്കിന് കഥകൾ എന്റെ കൈവശമുണ്ട്. പക്ഷേ, ഇതൊക്കെ പ്രസിദ്ധീകരിക്കുന്നതിൽ ഹോംസിന് വലിയ താല്പര്യമില്ല. ലണ്ടനിൽ പ്രാക്ടീസു ചെയ്തിരുന്നകാലത്ത് അത്യന്തം രസാവഹമായ ഇത്തരം കഥകൾ പ്രസിദ്ധീകരിക്കുന്നതിൽ ഹോംസിനു പ്രത്യേകം ഉത്സാഹമുണ്ടായിരുന്നു. ഇന്ന് ബേക്കർസ്ട്രീറ്റിലെ പ്രാക്ടീസ് നിർത്തി, 'സസ്സക്സി'ലേക്ക് തേനീച്ചവളർത്തലും മറ്റു പഠനങ്ങളുമായി മാറിവന്നശേഷം ഹോംസിന് കുറ്റകൃത്യങ്ങളെക്കുറിച്ച് കേൾക്കുന്നതു തന്നെ മടുപ്പായിരിക്കുന്നു. ഇനി പ്രസിദ്ധീകരണങ്ങളൊന്നും വേണ്ടെന്നും അദ്ദേഹം എന്നോട് പറഞ്ഞിരുന്നു. 'ചോരപ്പാടു'കളെ സംബന്ധിച്ച സംഭവങ്ങൾ പ്രസിദ്ധീകരിക്കാൻ അദ്ദേഹം സമ്മതിച്ചത് എന്റെ നിരന്തരമായ അഭ്യർത്ഥന ഒന്നുകൊണ്ടു മാത്രമാണ്. നിരവധി വർഷക്കാലത്തെ അദ്ദേഹത്തിന്റെ കുറ്റാന്വേഷണപ്രവർത്തനങ്ങൾക്ക് ഒരു വിരാമമിടാൻ ഈ പ്രസിദ്ധീകരണം എന്തുകൊണ്ടും അനുയോജ്യമാവുമെന്ന് ഞാൻ അദ്ദേഹത്തെ പറഞ്ഞുമനസ്സിലാക്കി. ഇതിന്റെ പശ്ചാത്തലത്തിൽ വേണം മാന്യരായ വായനക്കാർ ഈ കഥയെ സമീപിക്കേണ്ടത്. ഈ വിവരണത്തിനിടയ്ക്ക് ചിലതൊക്കെ വിട്ടുപോയെങ്കിൽ, അല്ലെങ്കിൽ എവിടെയെങ്കിലും അവ്യക്തത തോന്നുന്നപക്ഷം, എന്റെ മുൻകൂർ ഏറ്റുപറച്ചിൽ അവർക്ക് സഹായകമാകും, തീർച്ച.

കഴിഞ്ഞ ഏതോ ഒരു വർഷത്തിൽ ഒരു ചൊവ്വാഴ്ചയാണെന്നു തോന്നുന്നു നിറഞ്ഞ പ്രഭാതസമയം. രണ്ടു പ്രഗത്ഭവ്യക്തികൾ ബേക്കർ സ്ട്രീറ്റിലുള്ള ഞങ്ങളുടെ കുടുസ്സുമുറിയിലേക്ക് ഒരു മുന്നറിയിപ്പുമില്ലാതെ കടന്നുവരുന്നു. ഒരാൾ വിഖ്യാതമായ കാർക്കശ്യം നിറഞ്ഞ കണ്ണുകൾക്കുടമയായ പ്രശസ്തനായ ബ്രിട്ടൻ പ്രധാനമന്ത്രിയായിരുന്ന ബെല്ലിൻ്റർ പ്രഭുതന്നെ. തന്റെ ഓരോ ചുവടുവെയ്പിലും ആഭിജാത്യം വിളിച്ചോതുന്ന രണ്ടാമനാവട്ടെ പ്രശസ്ത രാഷ്ട്രതന്ത്രജ്ഞൻ 'ട്രെലാവ്നി ഹോപ്പ്'.

അദ്ദേഹം യൂറോപ്യൻ മേഖലയുടെ സെക്രട്ടറിയും വളർന്നുവരുന്ന ഒരു സ്റ്റേറ്റ്സ്മാനുമാണ്. അവർ ഞങ്ങളുടെ മുമ്പിൽ കടലാസുകൂമ്പാരങ്ങൾ ചിതറിക്കിടക്കുന്ന സെറ്റിയിൽ വന്നിരുന്നു. അത്യന്തം പ്രാധാന്യമേറിയ എന്തോ ചർച്ചചെയ്യാനാണ് അവർ വന്നിരിക്കുന്നതെന്ന് ആ മുഖം വിളിച്ചു പറയുന്നുണ്ട്. പ്രധാനമന്ത്രി നീലഞരമ്പുകളോടിയ വെളുത്ത കൈപ്പടം കൊണ്ട് തന്റെ ആനക്കൊമ്പുകെട്ടിയ കുടയുടെ പിടിയിൽ അമർത്തിപ്പിടിക്കുന്നുണ്ടായിരുന്നു. മാറിമാറി ഞങ്ങളെ നോക്കുന്ന പ്രധാനമന്ത്രിക്കരികിൽ മീശയുടെ അറ്റം പിരിച്ചുകൊണ്ടും വാച്ചിന്റെ ചെയിനിൽ ഇടയ്ക്കു പിടിച്ചുകൊണ്ടും യൂറോപ്യൻ കാര്യസെക്രട്ടറി വല്ലാതെ പരിഭ്രാന്തനായി ഇരുന്നു.

"ഇന്നു രാവിലെ എട്ടുമണിക്കാണ് എന്റെ നഷ്ടത്തെക്കുറിച്ച് ഞാനറിയുന്നത്. ഉടനെ ഞാൻ പ്രധാനമന്ത്രിയെ അറിയിച്ചു. അദ്ദേഹമാണ് മി. ഹോംസിനെ കാണാൻ എന്നെ നിർബന്ധിച്ചത്!"

"അങ്ങ് പോലീസിൽ വിവരമറിയിച്ചുവോ?"

"ഇല്ല സർ." ഇത്തവണ പ്രധാനമന്ത്രിയാണ് ഉത്തരം പറഞ്ഞത്. "അവരെ അറിയിക്കാൻ ഞങ്ങൾക്ക് പ്രയാസങ്ങളൊന്നുമില്ല. പക്ഷേ, അതല്ല കാര്യം. അവരെ അറിയിച്ചുകഴിഞ്ഞാൽ പിന്നെ പൊതുജനം അറിയാൻ അധികം താമസമുണ്ടാവില്ല. ഇക്കാര്യത്തിൽ ഞങ്ങൾക്ക് ഇതൊഴിവാക്കിയേ തീരൂ."

"അതെന്തുകൊണ്ടാണ് സർ?"

"ഞങ്ങൾക്കു നഷ്ടപ്പെട്ട രേഖയുടെ സ്വഭാവം അതാണ്. അത് ആരെങ്കിലും പ്രസിദ്ധീകരിക്കാൻ ഇടവന്നാൽ യൂറോപ്പിൽ മുഴുവൻ വലിയ പ്രത്യാഘാതങ്ങൾ ഉണ്ടാവും. യുദ്ധവും സമാധാനവുംവരെ ഒരളവോളം ഈ രേഖയുമായി ബന്ധപ്പെട്ടുകിടക്കുന്നു. തികഞ്ഞ ജാഗ്രതയോടെ വേണം അതു വീണ്ടെടുക്കാൻ. അതു കിട്ടിക്കഴിഞ്ഞ് ആരുംതന്നെ അത് പ്രസിദ്ധീകരിക്കാനുള്ള സന്ദർഭമുണ്ടാവരുത്."

"ഞാനീ പ്രശ്നത്തിന്റെ ഗൗരവം മനസ്സിലാക്കുന്നു, മി. ഹോപ്പ്. ഈ രേഖ നഷ്ടപ്പെട്ട പശ്ചാത്തലംകൂടിയൊന്നു വിശദമായി വിവരിക്കാമോ?"

"വളരെ കുറഞ്ഞ വാക്കുകളിൽ പറയാവുന്ന കാര്യമേയുള്ളൂ. ആ കത്ത് - യഥാർത്ഥത്തിൽ ഒരു വിദേശ രാഷ്ട്രത്തലവന്റേതാണ് ആ കത്ത് - ആറു ദിവസം മുമ്പു മാത്രമാണ് അത് എന്റെ കൈയിൽ കിട്ടിയത്. വളരെ പ്രധാനപ്പെട്ട ഒരു രേഖയാണ് അത്. അതുകൊണ്ടുതന്നെ സേഫിൽ പോലും സൂക്ഷിക്കാതെ അത് ഞാൻ കൈയിൽ കൊണ്ടുനടക്കുകയായിരുന്നു. എന്നും വൈകുന്നേരങ്ങളിൽ ഓഫീസിൽനിന്ന് മടങ്ങുമ്പോൾ ഞാനത് കൈയിലെടുക്കും. എന്റെ കിടപ്പുമുറിയിലെ തപ്പാൽപെട്ടിയിൽ ഞാനതു സൂക്ഷിക്കും. ഇന്നലെ രാത്രി അത് ആ പെട്ടിയിലുണ്ടായിരുന്നു. ഡിന്നറിന് ഡ്രസ്സു ചെയ്യുന്ന സമയത്ത് ഞാനതു കണ്ടതാണ്

പെട്ടിക്കുള്ളിൽ. രാവിലെ പെട്ടിതുറന്നു നോക്കിയപ്പോൾ രേഖ കാണാനില്ല. തപ്പാൽപെട്ടി ഡ്രസ്സിംഗ് ടേബിളിനു മുകളിലാണ് സൂക്ഷിക്കുന്നത്. ഞാനും ഭാര്യയും അങ്ങനെ അന്തംവിട്ട് ഉറങ്ങുന്ന സ്വഭാവക്കാരല്ല. എന്നിട്ടും ആ രേഖ നഷ്ടപ്പെട്ടിരിക്കുന്നു. ഞങ്ങളുടെ മുറിയിൽ ആരും രാത്രി കടന്നുവന്നിട്ടില്ലെന്ന് ഞങ്ങൾക്ക് ഉറപ്പിച്ചു പറയാൻ കഴിയും."

"എത്രമണിക്കാണ് താങ്കൾ രാത്രിഭക്ഷണം കഴിച്ചത്?"

"ഏഴരയ്ക്ക്."

"ഭക്ഷണത്തിനുശേഷം ഭാര്യ നാടകം കാണുന്നതിനുവേണ്ടി പോയിരുന്നു. അവർ തിരിച്ചുവന്നപ്പോൾ ഏതാണ്ട് ഒന്നരമണിയായി. അതിനുശേഷമാണ് ഉറങ്ങാൻ കിടന്നത്."

"അപ്പോൾ ഏതാണ്ട് നാലുമണിക്കൂർ ആ പെട്ടി ആരാലും ശ്രദ്ധിക്കപ്പെടാതെ മുറിക്കകത്തുണ്ടായിരുന്നു, എന്നു ചുരുക്കം."

"ഞങ്ങളുടെ മുറിയിലേക്ക് പുറത്തുനിന്ന് ആർക്കും പ്രവേശനമില്ല. എന്റെ ഭൃത്യനോ ഭാര്യയുടെ ഭൃത്യനോ മാത്രമേ ഈ മുറിക്കുള്ളിൽ പ്രവേശിക്കാറുള്ളൂ. വളരെ വിശ്വസ്തരായ രണ്ടുപേർ. മാത്രമല്ല ഈ രേഖ പെട്ടിക്കുള്ളിൽ ഉണ്ടെന്ന കാര്യം അവർ എങ്ങനെ അറിയാനാണ്?"

"കത്തിനെക്കുറിച്ച് അറിയാവുന്ന മറ്റാരൊക്കെയുണ്ട്?"

"വീട്ടിലുള്ള ആർക്കും അതറിയില്ല."

"താങ്കളുടെ ഭാര്യയ്ക്ക് അറിയില്ലേ?"

"ഇല്ല സർ. അവർക്കുമറിയില്ല. ഞാൻ ആരോടും ഇതിനെക്കുറിച്ച് പറഞ്ഞിട്ടില്ല. രേഖ നഷ്ടപ്പെട്ടു കഴിയുമ്പോഴാണ് അവർ അതിനെപ്പറ്റി അറിയുന്നത്."

പ്രധാനമന്ത്രി അനുഭാവപൂർവ്വം തലകുലുക്കികൊണ്ട് തുടർന്നു.

"താങ്കളുടെ ഉത്തരവാദിത്വബോധം വളരെ പ്രസിദ്ധമാണ്. ഇത്ര പ്രധാനപ്പെട്ട കാര്യങ്ങൾ കുടുംബത്തിലുള്ളവർക്കുകൂടി അപ്രാപ്യമാകണമെന്നത് താങ്കളും സമ്മതിക്കുന്ന കാര്യമാണല്ലോ."

യൂറോപ്യൻ കാര്യസെക്രട്ടറിയും തന്റെ അഭിപ്രായം അതുതന്നെയെന്ന് തലയാട്ടി സമ്മതിക്കുന്നുണ്ടായിരുന്നു.

"താങ്കൾ പറയുന്നത് ഏറ്റവും ശരിയായ കാര്യംതന്നെ. ഇന്നു രാവിലെവരെ ഇതിനെ സംബന്ധിച്ച് ഒരുവാക്കുപോലും ഞാൻ ഭാര്യയോട് ഉരിയാടിയിട്ടില്ല."

"അവർ എന്തെങ്കിലും ഊഹിച്ചുകാണുവാൻ വഴിയുണ്ടോ?"

"ഇല്ല, ഹോംസ്. അവരെന്നല്ല, ആർക്കും ഇത് ഊഹിച്ചെടുക്കാൻ കഴിയില്ല."

“ഇതിനുമുമ്പ് അങ്ങയുടെ കൈയിൽനിന്ന് എന്തെങ്കിലും രേഖ നഷ്ട പ്പെട്ടിട്ടുണ്ടോ?”

“ഇല്ല, സർ.”

“ഇംഗ്ലണ്ടിൽ ഈ രേഖയെക്കുറിച്ച് അറിയാവുന്നവർ ആരൊക്കെ?”

പ്രധാനമന്ത്രിയാണ് മറുപടി പറഞ്ഞത്-

“ഇന്നലെ മന്ത്രിസഭായോഗത്തിൽവെച്ച് എല്ലാ മന്ത്രിമാരെയും ഈ രേഖയെക്കുറിച്ച് ധരിപ്പിക്കുകയുണ്ടായി. പക്ഷേ, എല്ലാ ക്യാബിനറ്റ് ഉദ്യോഗസ്ഥരും ഔദ്യോഗികരഹസ്യങ്ങൾ കാത്തുസൂക്ഷിക്കാൻ കടപ്പെട്ട വരാണ്. ഇന്നലത്തെ യോഗത്തിനുശേഷം ഈ രേഖ നഷ്ടപ്പെട്ടാലുള്ള വരുംവരായ്കയെക്കുറിച്ചും വിശദമായി ഞാൻ സംസാരിക്കുകയുണ്ടായി.”

പെട്ടെന്ന് എന്തോ ഓർത്തതുപോലെ പ്രധാനമന്ത്രിയുടെ മുഖം ചുവന്നു. അയാൾ പറഞ്ഞു.

“ഈശ്വരാ... എന്റെ കൈയിൽനിന്നുതന്നെ അതിന്റെ രഹസ്യസ്വഭാവം കൈവിട്ടുപോയോ?”

ഒരു നിമിഷനേരത്തേക്ക് ആ പ്രമുഖ രാഷ്ട്രത്തലവൻ വെറുമൊരു സാധാരണ മനുഷ്യനായി മാറി. ഉടനെതന്നെ തന്റെ സ്വതസിദ്ധത വീണ്ടെ ടുത്ത് അയാൾ പറഞ്ഞു-

“മന്ത്രിമാർക്കു പുറമെ ഒന്നോ രണ്ടോ ഗവണ്മെന്റ് ഉദ്യോഗസ്ഥർക്കു കൂടി ഇതിനെക്കുറിച്ചറിയാം. ഇംഗ്ലണ്ടിൽ ഇതിനെക്കുറിച്ചറിയുന്നവർ ഇവർ മാത്രം, മി. ഹോംസ്. അതിനെക്കുറിച്ച് ആശങ്ക വേണ്ട.”

“പക്ഷേ, ഇംഗ്ലണ്ടിനു പുറത്തോ?”

“ഇംഗ്ലണ്ടിനു പുറത്ത് അതെഴുതിയ ആളൊഴികെ മറ്റാരും അതു കാണാൻതന്നെ വഴിയില്ല.”

ഹോംസ് കുറച്ചുനേരത്തെ നിശ്ശബ്ദതയ്ക്കുശേഷം ചോദിച്ചു-

“സർ, ഈ രേഖയുടെ സ്വഭാവവിശേഷങ്ങൾ എനിക്ക് അറിയേണ്ട തുണ്ട്. ഇത് ഏതു രൂപത്തിലാണന്നും ഇതു നഷ്ടപ്പെട്ടാൽ എന്തൊക്കെ പ്രത്യാഘാതങ്ങളാണ് ഉണ്ടാവുക എന്നും മറ്റും.”

പ്രധാനമന്ത്രിയും സെക്രട്ടറിയും പരസ്പരം കണ്ണുകളെറിഞ്ഞു. പ്രധാനമന്ത്രിയുടെ മുഖത്ത് അസാധാരണമായ ഒരു ഗൗരവം വന്നു നിറഞ്ഞു.

“മി. ഹോംസ്, നീണ്ട ഘനംകുറഞ്ഞ ഒരു നീല കവറായിരുന്നു അത്. ചുവന്ന മെഴുകിൽ സിംഹചിഹ്നം പതിച്ച സീലോടുകൂടിയത്. അതിലെ അഡ്രസ്സാണെങ്കിൽ വളരെ തെളിഞ്ഞ കൈയെഴുത്തോടുകൂടിയതും-”

“ക്ഷമിക്കണം, സർ. അങ്ങു നല്കുന്ന വിവരങ്ങളും പ്രാധാന്യമുള്ളവ തന്നെയാണ്. പക്ഷേ, എന്റെ ചോദ്യത്തിന് അല്പംകൂടി വ്യക്തമായ

ഉത്തരം ലഭിക്കേണ്ടിയിരിക്കുന്നു. ആ കത്തിലെ ഉള്ളടക്കം എന്തായി
രുന്നു?"

"സുപ്രധാനമായ ഒരു ദേശീയരഹസ്യമടങ്ങുന്നതാണ് ഈ കത്ത്.
ഇത് വെളിപ്പെടുത്താൻ രാജ്യാന്തരനിയമങ്ങൾ എന്നെ അനുവദിക്കു
ന്നില്ല. ഞാൻ ഇപ്പോൾ സൂചിപ്പിച്ച വിശദാംശങ്ങളോടുകൂടിയ ഒരു കവർ
അതിനകത്തുള്ള രേഖ സഹിതം കണ്ടുപിടിച്ചുതരാൻ താങ്കൾക്കു
കഴിഞ്ഞാൽ, അത് താങ്കൾ ചെയ്യുന്ന ഒരു വലിയ രാഷ്ട്രസേവനം തന്നെ
ആയിരിക്കും. താങ്കൾക്ക് പ്രത്യുപകാരമായി ഞങ്ങളുടെ പരിധിയിൽ
വരുന്ന എന്തു സമ്മാനവും നല്കാനും ഞങ്ങൾക്കു സന്തോഷമേ
യുള്ളൂ."

ഷെർലക്ഹോംസ് ഒരു പുഞ്ചിരിയോടെ എഴുന്നേറ്റു.

"ഈ രാജ്യത്തെ തിരക്കുകൂടിയ രണ്ടു മഹദ്വ്യക്തികളാണ് എന്റെ
മുമ്പിൽ ഇരിക്കുന്നത്. എളിയ രീതിയിൽ എന്റേതായ തൊഴിലിൽ
ഏർപ്പെട്ട് ജീവിക്കുന്ന ഒരാളാണ് ഞാനും. ഈ കാര്യത്തിൽ പക്ഷേ,
എനിക്ക് നിങ്ങളെ സഹായിക്കാനാവുമെന്ന് തോന്നുന്നില്ല. അതുകൊണ്ടു
തന്നെ ഈ സംഭാഷണം തുടരുന്നതിൽ ഞാൻ ഒരർത്ഥവും കാണുന്നില്ല."

പ്രധാനമന്ത്രി ചാടിയെഴുന്നേറ്റു. ആ കണ്ണുകളിൽ - മന്ത്രിമാരെ
പോലും വിറപ്പിക്കാറുള്ള ആ കണ്ണുകളിൽ യാചനയുണ്ടായിരുന്നു -
പെട്ടെന്ന് എന്തോ പറയാൻ ഒരുങ്ങിയെങ്കിലും ഒന്നും പറയാനാവാതെ
അയാൾ കസേരയിലിരുന്നു. അല്പനേരത്തേക്ക് ആരും സംസാരിച്ചില്ല
ഒടുവിൽ രാഷ്ട്രതന്ത്രജ്ഞൻ തന്നെ തുടക്കമിട്ടു-

"ഞങ്ങൾ താങ്കളുടെ നിബന്ധനകൾ അനുസരിക്കുന്നു, മി. ഹോംസ്.
തീർച്ചയായും താങ്കൾ പറഞ്ഞതാണ് ശരി. മാത്രമല്ല, താങ്കളിൽ പരി
പൂർണ വിശ്വാസമർപ്പിക്കാതെ സംസാരിച്ചതും ഞങ്ങളുടെ തെറ്റുതന്നെ
യാണ്. സെക്രട്ടറി അതിനെ പിന്താങ്ങിക്കൊണ്ട് പറഞ്ഞു-

"താങ്കൾ പറഞ്ഞതിനോട് ഞാനും യോജിക്കുന്നു. താങ്കളെയും മി.
വാട്സണെയും പരിപൂർണമായി വിശ്വസിച്ചുകൊണ്ട് ഞങ്ങൾ തുടങ്ങു
കയാണ്. നിങ്ങളുടെ രാജ്യസ്നേഹം മുൻനിർത്തി ഞാൻ അഭ്യർത്ഥി
ക്കട്ടെ. ഒരു കാരണവശാലും ഈ രാജ്യത്തിന് കളങ്കം വരുന്ന ഒന്നും
തന്നെ ഈ സംഭവത്തിലൂടെ ഉണ്ടാവരുത്."

"ഞങ്ങളെ പൂർണമായും വിശ്വസിക്കാം." ഹോംസ് പറഞ്ഞു.

"നമ്മുടെ രാജ്യത്ത് അടുത്തകാലത്തുണ്ടായ ചില സംഭവങ്ങളിൽ
പരിഭ്രാന്തനായ ഒരു വിദേശരാഷ്ട്രത്തലവനാണ് ഈ കത്ത് എഴുതി
യിരിക്കുന്നത്. വീണ്ടുവിചാരമില്ലാതെ വളരെ തിരക്കിട്ട് സ്വയം തീരു
മാനിച്ച് എഴുതിയ ഒരു കത്താണിത്. അന്വേഷണത്തിൽ ഇതെഴുതിയ
രാജ്യത്തിലെ മന്ത്രിമാർക്കുപോലും ഇതിനെക്കുറിച്ച് അറിവില്ല. പക്ഷേ,

അതിലെ വാക്കുകളോരോന്നും വളരെ പ്രകോപനപരമാണ്. ഇത് പ്രസിദ്ധ പ്പെടുത്തിയാൽ രൂക്ഷമായ ആഭ്യന്തരപ്രശ്നത്തിലേക്ക് അവ നീണ്ടു പോകും. എന്തിന് കൂടുതൽ പറയുന്നു, ഈ കത്ത് പ്രസിദ്ധീകരിച്ചു കഴിഞ്ഞാൽ ഒരാഴ്ചയ്ക്കകംതന്നെ ഒരു വലിയ യുദ്ധംതന്നെ പൊട്ടി പ്പുറപ്പെട്ടേക്കാം."

ഹോംസ് ഒരു കടലാസെടുത്ത് അതിൽ ആരുടെയോ പേരെഴുതി പ്രധാനമന്ത്രിയെ ഏല്പിച്ചു.

"അതെ, അയാൾതന്നെയാണ് ഈ കത്തെഴുതിയത്. ലക്ഷക്കണ ക്കിനു പവൻ നഷ്ടമായേക്കാവുന്ന, ലക്ഷക്കണക്കിനു ജീവൻ നഷ്ട മായേക്കാവുന്ന ഒരു കത്താണ് നഷ്ടപ്പെട്ടിരിക്കുന്നത്."

"കത്ത് നഷ്ടപ്പെട്ട വിവരം അയച്ചയാളെ അറിയിച്ചുവോ?"

"ഉവ്വ്, ഒരു രഹസ്യകമ്പിസന്ദേശം അയാൾക്കയച്ചിട്ടുണ്ട്."

"ഒരുപക്ഷേ, അയാൾക്കുതന്നെ അതിന്റെ പ്രസിദ്ധീകരണത്തിൽ താല്പര്യമുണ്ടാകാം."

"ഒരിക്കലുമില്ല, സർ. അയാൾക്കുതന്നെ ഈ ചെയ്തത് വളരെ ബുദ്ധി ശൂന്യമായിപ്പോയി എന്ന് പിന്നീട് തോന്നിയതായി ഞങ്ങളെ അറിയി ച്ചിട്ടുണ്ട്. മാത്രമല്ല, കത്ത് പ്രസിദ്ധീകരിക്കുകയാണെങ്കിൽ അയാളുടെ രാജ്യത്തിനു തന്നെയാവും അത് കടുത്ത ആഘാതമേൽപ്പിക്കുക."

"അങ്ങനെയാണെങ്കിൽ ആർക്കാണ് ഇത് മോഷ്ടിക്കാനും പ്രസിദ്ധീ കരിക്കാനും ഇത്ര താല്പര്യം?"

"അവിടെയാണ് മി. ഹോംസ് നമ്മൾ യൂറോപ്പിലെ രാഷ്ട്രീയകാലാ വസ്ഥയെക്കുറിച്ച് കാര്യങ്ങൾ അറിയേണ്ടത്. യൂറോപ്പ് മുഴുവൻ ഒരു പട്ടാള ക്യാമ്പായി മാറിക്കൊണ്ടിരിക്കുകയാണ്. ഒരു പരിധിവരെയെങ്കിലും കാര്യങ്ങൾ സമാധാനപരമായി നീക്കാൻ ശ്രമിക്കുന്നത് ബ്രിട്ടനാണ്. ബ്രിട്ടനുമായി ഏതെങ്കിലും രാഷ്ട്രം തെറ്റുകയാണെങ്കിൽ അത് മുതലെ ടുക്കാനുള്ള തയ്യാറെടുപ്പിലാണ് നമ്മുടെ ശത്രുക്കൾ. താങ്കൾക്ക് മനസ്സി ലാവുന്നുണ്ടോ?"

"ഉവ്വ്. തികച്ചും മനസ്സിലായി. അപ്പോൾ ഈ കത്ത് പ്രസിദ്ധീകരി ക്കുകയെന്നത് കത്തയച്ച രാഷ്ട്രത്തിലെ ശത്രുക്കളുടെ താല്പര്യമാ വണം. എങ്കിലല്ലേ, നമ്മുടെ രാജ്യത്തെയും കത്തുവന്ന രാജ്യത്തെയും തമ്മിലടിപ്പിക്കുവാൻ കഴിയുകയുള്ളൂ."

"അതുതന്നെ."

"എങ്കിൽ ഈ കത്ത് ഏതെങ്കിലും ശത്രുവിന്റെ കൈയിൽ അകപ്പെട്ടു വെന്നുതന്നെ കരുതുക. അത് ആർക്ക് എത്തിച്ചുകൊടുക്കാനാവും സാധ്യത?"

"യൂറോപ്പിലെ ഏതെങ്കിലും ശത്രുരാജ്യങ്ങളുടെ തലവന്മാർക്ക്. അതിപ്പോൾ ആവിയേക്കാൾ വേഗത്തിൽ അവിടെയെത്താൻ അതിവേഗം നീങ്ങുകയായിരിക്കും."

മി. ഹോപ്പ് പരിഭ്രമിച്ച് അവശനായി ഇരിക്കുകയാണ്. പ്രധാനമന്ത്രിയുടെ കൈകൾ അയാളെ അനുകമ്പയോടെ തടവിക്കൊണ്ട് പറഞ്ഞു-

"വിഷമിക്കാതിരിക്കൂ. ഇത് നിർഭാഗ്യമെന്നല്ലാതെ എന്തു പറയാൻ? ഇത് അറിയുന്ന ആരുംതന്നെ താങ്കളെ കുറ്റപ്പെടുത്തുകയില്ല. താങ്കൾ എല്ലാവിധ മുൻകരുതലുകളും എടുത്തിട്ടുള്ളത് എല്ലാവർക്കും അറിയാവുന്നതാണല്ലൊ. ആ, അതിരിക്കട്ടെ മി. ഹോംസ്? താങ്കൾക്ക് കാര്യങ്ങളെക്കുറിച്ച് ഏകദേശം ഒരു രൂപം കിട്ടിക്കാണുമല്ലൊ. ഇനി നമുക്കെന്തു ചെയ്യാൻ കഴിയും എന്നു പറയൂ."

ഹോംസ് നിസ്സഹായനായി തലയാട്ടി.

"സർ, ഞാൻ തന്നെ ചോദിക്കട്ടെ - ഈ രേഖ കണ്ടെടുത്തില്ലെങ്കിൽ യുദ്ധം പൊട്ടിപ്പുറപ്പെടുകതന്നെ ചെയ്യുമോ?"

"അതിന് സാധ്യത കാണുന്നു."

"എങ്കിൽ നമുക്ക് യുദ്ധത്തിനുള്ള തയ്യാറെടുപ്പുകൾ തുടങ്ങാം!"

"ഹോംസ്! താങ്കൾ എന്താണീ പറയുന്നത്?"

"സർ, വസ്തുതകൾ മനസ്സിലാക്കണം, സർ. മി. ഹോപ്പ് പറഞ്ഞുവെച്ച കാര്യങ്ങൾ നോക്കുമ്പോൾ രാത്രി പതിനൊന്നരയ്ക്കുശേഷം രേഖ നഷ്ടപ്പെടാൻ ഒരു സാധ്യതയും കാണുന്നില്ല. ഏഴരയ്ക്കും പതിനൊന്നരയ്ക്കും ഇടയിലാണ് അത് നഷ്ടപ്പെട്ടിരിക്കുന്നത്. ഒരുപക്ഷേ, ഏഴരയ്ക്കു മുമ്പാവാനും മതി. ഇത്രയും നേരത്തിനുമുമ്പ് നഷ്ടപ്പെട്ട ഒരു കത്ത് അതും ഇത്രയും രഹസ്യസ്വഭാവമുള്ള ഒരെണ്ണം കൈമറിഞ്ഞ് എവിടെയെത്തിക്കാണുമെന്ന് വേണം അനുമാനിക്കാൻ? ആരും അത് കൈയിൽ സൂക്ഷിക്കാൻ വഴിയില്ല. ചുരുക്കത്തിൽ അത് നമുക്ക് എത്തിപ്പിടിക്കാൻ കഴിയുന്നതിനപ്പുറത്തേക്ക് പോയിക്കഴിഞ്ഞിരിക്കുന്നു."

പ്രധാനമന്ത്രി ഇരിപ്പിടത്തിൽനിന്ന് എഴുന്നേറ്റു.

"താങ്കൾ പറയുന്നതിൽ കാര്യമുണ്ട്. എനിക്കും തോന്നുന്നു, കാര്യങ്ങൾ നമ്മെ വിട്ടുപോയിരിക്കുന്നുവെന്ന്."

"അല്ല, ഒരു വാദത്തിനുവേണ്ടി ഞാൻ ചോദിക്കട്ടെ-"

ഹോംസ് പറഞ്ഞു- "താങ്കളുടെ വേലക്കാരിൽ ആരെങ്കിലും എടുത്തിട്ടുണ്ടെങ്കിൽ."

"അവർ എടുക്കില്ല. വിശ്വസ്തരായ രണ്ടു ഭൃത്യന്മാരാണ് അവർ."

"താങ്കളുടെ വീട് രണ്ടാംനിലയിലാണെന്നും പുറത്തുനിന്ന് മുറിയിലേക്ക് കടക്കാൻ പഴുതുകളൊന്നുമില്ലെന്നും താങ്കൾ പറയുകയുണ്ടായല്ലൊ.

അകത്തുനിന്നു കടക്കുകയാണെങ്കിൽ അത് ശ്രദ്ധിക്കപ്പെടാതെ പോവില്ലെന്നും താങ്കൾ പറയുകയുണ്ടായി. എങ്കിൽ വീട്ടിലുള്ള ആരെങ്കിലുമാവാനാണ് സാധ്യതയെന്ന് നമുക്കു കരുതാം. അങ്ങനെയെങ്കിൽ അത് കൈമാറാൻ സാധ്യത ഏതെങ്കിലും അന്തർദേശീയ ചാരന്മാർക്കാവാനേ വഴിയുള്ളൂ. ഇവരിൽ പ്രധാനികളെക്കുറിച്ചും എനിക്ക് ഏകദേശം രൂപമുണ്ട്. കൂട്ടത്തിൽ മൂന്നു പ്രഗല്ഭരുണ്ട്. അവർ സ്ഥലത്തുതന്നെയുണ്ടോ എന്നാവട്ടെ എന്റെ അന്വേഷണത്തിന്റെ തുടക്കം. അവരിലാരെങ്കിലും സ്ഥലം വിട്ടിട്ടുണ്ടെങ്കിൽ ഈ രേഖയും എങ്ങോട്ടാണ് പോയിട്ടുണ്ടാവുക എന്ന് നമുക്ക് അനുമാനിക്കാനാവും."

അതിന് അയാളെ കാണാതാവേണ്ടതില്ലല്ലൊ. എംബസ്സികൾ വഴി തന്നെ കത്ത് എവിടെവേണമെങ്കിലും എത്തിക്കാമല്ലൊ."

"അതിനു സാധ്യത കുറവാണ്. ഈ ചാരന്മാർക്ക് എംബസ്സിയുമായി ബന്ധം തുലോം കുറവാണ്."

പ്രധാനമന്ത്രിയും അത് അംഗീകരിക്കുന്നുവെന്ന് തലയാട്ടി.

"ഹോംസ്, താങ്കൾ പറയുന്നത് ശരിയായ കാര്യങ്ങളാണ്. താങ്കളുടെ കാര്യങ്ങൾ മുന്നോട്ടു പോകട്ടെ. ഞങ്ങൾക്ക് എന്തെങ്കിലും പുതിയതായി വിവരം ലഭിക്കുകയാണെങ്കിൽ അങ്ങയെ അറിയിക്കുന്നതായിരിക്കും. അതുപോലെ താങ്കളുടെ അന്വേഷണത്തിന്റെ പുരോഗതിയും ഞങ്ങളെ അറിയിച്ചുകൊണ്ടിരിക്കുമല്ലൊ."

രണ്ടു രാഷ്ട്രനേതാക്കന്മാരും യാത്രപറഞ്ഞ് മുറിയിൽനിന്നും പുറത്തുപോയി.

അവർ പോയിക്കഴിഞ്ഞപ്പോൾ ഹോംസ് പൈപ്പിനു തീകൊടുത്ത് ഗാഢചിന്തയിൽ മുഴുകി. ഞാനാകട്ടെ അന്നത്തെ പ്രഭാതപത്രം നിവർത്തി വായന തുടങ്ങി. തലേന്നുരാത്രി നടന്ന ഒരു കൊലപാതകത്തിന്റെ വാർത്തയാണ് ഞാൻ വായിച്ചുതുടങ്ങിയത്. പെട്ടെന്ന് ഹോംസ് ചാടിയെഴുന്നേറ്റ് പൈപ്പ് മേശപ്പുറത്തുവെച്ച് ഉറക്കെ പറഞ്ഞു. "ശരി. അതുതന്നെയാണ് ചെയ്യാനുള്ളത്. പ്രശ്നം വളരെ ഗുരുതരമാണെങ്കിലും പ്രതീക്ഷ നശിച്ചിട്ടില്ല. ആ രേഖ ആരുടെ കൈവശമാണ് എത്തിച്ചേർന്നത് എന്നറിഞ്ഞാൽ മാത്രം മതി. ഈ കൂട്ടരെല്ലാം പണത്തിന്റെ പുറകെയാണ്. ഏറ്റവും കൂടുതൽ പണം കിട്ടുന്നതുവരെ ഇവർ വിലപേശിക്കൊണ്ടിരിക്കും. ബ്രിട്ടീഷ് ഖജനാവ് തല്ക്കാലം എന്നെ സഹായിക്കാതിരിക്കില്ല. എന്തുവിലകൊടുത്തും ഈ രേഖ വാങ്ങിക്കാൻ കഴിയണം. ഇത്ര വലിയ കളി കളിക്കാൻ കഴിയുന്ന മൂന്നുപേരേ ലണ്ടനിലുള്ളൂ. ഓബർട്ടൺ, റോത്തിയർ, പിന്നെ എഡ്വേർഡ് ലൂക്കാസ്. ഇവരെ ഓരോരുത്തരെയായി ഞാൻ കാണാൻ പോവുകയാണ്."

ഞാൻ പെട്ടെന്ന് പത്രത്തിൽനിന്ന് തലയെടുത്ത് ഹോംസിനോട് ചോദിച്ചു-

"അവസാനം പറഞ്ഞതെന്താ? ഗൊഡോൾഫിൻ തെരുവിൽ താമസിക്കുന്ന എഡ്വേർഡ് ലൂക്കാസ്?'

"അതെ."

"എങ്കിൽ അയാളെ ഇനി കാണാൻ കഴിയില്ല."

"എന്തുപറ്റി?"

"അയാൾ ഇന്നലെ കൊല്ലപ്പെട്ടിരിക്കുന്നു. അയാളുടെതന്നെ വീട്ടിൽവെച്ച്." ഒരു ചോദ്യചിഹ്നംപോലെ ഹോംസ് നിശ്ചലനായി നിന്നു.

കേസ്സന്വേഷണത്തിനിടയ്ക്ക് വിചിത്രമായ പല പെരുമാറ്റങ്ങളും ഹോംസ് കാണിക്കാറുണ്ട്. ഇതും അതിലൊരെണ്ണം. അദ്ദേഹം ഒരു മിനിട്ട് എന്നെ തുറിച്ചുനോക്കിയശേഷം എന്റെ കൈയിലെ പത്രം തട്ടിപ്പറിച്ചെടുത്തു. താഴെ പറയുന്ന വാർത്തയാണ് ഞാൻ വായിച്ചുകൊണ്ടിരുന്നത്.

"വെസ്റ്റ് മിൻസ്റ്ററിലെ കൊലപാതകം.

പാർലമെന്റ് മന്ദിരത്തിനോട് തൊട്ടടുത്തുള്ള ഗൊഡോൾഫിൻ തെരുവിലെ പതിനാറാം നമ്പർ ഭവനത്തിൽ വളരെ വിചിത്രമായ ഒരു കൊലപാതകം ഇന്നലെ രാത്രി നടന്നിരിക്കുന്നു. ഈ ചെറിയ വീട്ടിൽ വളരെക്കാലമായി താമസിക്കുന്ന എഡ്വേർഡ് ലൂക്കാസ് ആണ് കൊല്ലപ്പെട്ടത്. അവിവാഹിതനും ഉന്നതവൃത്തങ്ങളിൽ അറിയപ്പെടുന്നവനുമായ ലൂക്കാസിന് മുപ്പത്തിനാല് വയസ്സ് പ്രായമുണ്ടായിരുന്നു. മിസ്സിസ് പ്രിംഗിൾ എന്ന പ്രായംചെന്ന വേലക്കാരിയും മിറ്റൺ എന്ന വേലക്കാരനും അദ്ദേഹത്തിന്റെ കൂടെ താമസിക്കുന്നവരാണ്. മിസ്സിസ് പ്രിംഗിൾ സാധാരണ നേരത്തെയുറങ്ങുന്ന ശീലമുള്ള ഭൃത്യയാണ്. അവർ ഉറങ്ങുന്നത് മുകളിലത്തെ മുറിയിലും. മിറ്റൺ എന്ന ചെറുപ്പക്കാരനായ ഭൃത്യനാകട്ടെ സംഭവം നടക്കുമ്പോൾ സ്ഥലത്തുണ്ടായിരുന്നില്ല. അദ്ദേഹം ഹാമർസ്മിത്തിലുള്ള തന്റെ സുഹൃത്തിനെ സന്ദർശിക്കാൻ പോയതായിരുന്നു. രാത്രി 10 മണി മുതൽ ലൂക്കാസ് വീട്ടിലുണ്ടായിരുന്നതായി പറയപ്പെടുന്നു. അർദ്ധരാത്രി പന്ത്രണ്ടുമണി കഴിഞ്ഞ് ആ വഴി ബീറ്റുപോയ പോലീസുകാരൻ 'ബാരറ്റ്' ആണ് സംഭവത്തെക്കുറിച്ച് ആദ്യം അറിയുന്നത്. പതിവില്ലാത്തവിധം പതിനാറാം നമ്പർ വീടിന്റെ വാതിൽ തുറന്നുകണ്ട് പോലീസ് ഇൻസ്പെക്ടർ 'ബാരറ്റ്' കതകിൽ മുട്ടിയെങ്കിലും തുറക്കാത്തതുകാരണം വാതിൽ തള്ളിതുറക്കുകയാണ് ഉണ്ടായത്. അപ്പോൾ അയാൾ ഇരിപ്പുമുറിയിലെ സാധനങ്ങളെല്ലാം ചിതറിയമട്ടിൽ കിടക്കുന്നതു കണ്ടു. തൊട്ടടുത്തുതന്നെ മൃതദേഹവും കിടപ്പുണ്ടായിരുന്നു. മലർന്നുകിടന്ന ഒരു കസേരയുടെ ഒരു വശത്തായി മൃതദേഹം കിടന്നിരുന്നു. മൃതദേഹത്തിന്റെ ഹൃദയഭാഗത്തുതന്നെ കുത്തിയിറക്കിയ കഠാരി, ചുവരിൽ തൂക്കിയ പെട്ടിയിൽനിന്നുതന്നെ വലിച്ചൂരിയതാണെന്ന് വ്യക്തം. മുറിയിൽനിന്ന് വിലപിടിപ്പുള്ളതൊന്നും നഷ്ടപ്പെടാത്ത സ്ഥിതിക്ക് അത് വെറും മോഷണശ്രമമായിരുന്നില്ലെന്നും മറ്റെന്തോ മുറിയിൽനിന്നും മോഷ്ടിക്കുവാനായിരിക്കും ശ്രമം

നടന്നതെന്നും സംശയിക്കുന്നു. ഏതായാലും എഡ്വോർഡ് ലൂക്കാസിന്റെ വിചിത്രവും ദാരുണവുമായ അന്ത്യം അദ്ദേഹത്തെ അറിയുന്നവരെ ഒന്നടങ്കം ദുഃഖത്തിലാഴ്ത്തിയിരിക്കുന്നു."

"വാട്സൺ, ഈ സംഭവത്തെക്കുറിച്ച് എന്തു പറയുന്നു?" ഏറെ നേരത്തെ നിശ്ശബ്ദത ഭഞ്ജിച്ച് ഹോംസ് ചോദിച്ചു.

"വളരെ അദ്ഭുതകരമായ ഒരു യാദൃച്ഛിക സംഭവംതന്നെ."

"യാദൃച്ഛികമെന്നോ? നമ്മൾ ഇപ്പോൾ സംസാരിച്ചുകഴിഞ്ഞതേയുള്ളൂ ഈ മഹാന്മാരെക്കുറിച്ച്. സംസാരിച്ചുതീരുന്നതിനു മുമ്പുതന്നെ അവരിലൊരാൾ ദാരുണമാംവിധം കൊല്ലപ്പെട്ടിരിക്കുന്നു. ഈ രണ്ടു സംഭവങ്ങളും നടന്നത് യാദൃച്ഛികമാവാൻ ഒരു വഴിയുമില്ല. മി.വാട്സൺ ഇവ പരസ്പരം ബന്ധപ്പെട്ടുകിടക്കുന്നു. ഈ ബന്ധത്തിന്റെ ചരടുകളാണ് ഇനി നാം അഴിക്കേണ്ടത്"

"പക്ഷേ, അങ്ങനെയാണെങ്കിൽ പോലീസ് തന്നെ എല്ലാ വിവരങ്ങളും അറിഞ്ഞുകാണുമല്ലോ."

"ഒരിക്കലുമില്ല. അവർ അറിയുന്നത് ഗൊഡോൾഫിൻ സ്ട്രീറ്റിൽ കണ്ട കാര്യങ്ങൾ മാത്രം. വൈറ്റ്ഹാളിൽ നടന്ന കാര്യങ്ങളൊന്നുംതന്നെ അവർ അറിഞ്ഞുകാണില്ല. നമുക്കുമാത്രമേ ഇവ രണ്ടും അറിവുള്ളൂ. അതുകൊണ്ടുതന്നെ അവർക്കിടയിലുള്ള പരസ്പരബന്ധങ്ങളും നമുക്കു മാത്രമേ കണ്ടെത്താൻ കഴിയുകയുള്ളൂ. എനിക്ക് ലൂക്കാസിനക്കുറിച്ച് സംശയം തോന്നാൻ പ്രത്യേകിച്ച് ഒരു കാരണവും കൂടിയുണ്ട്. ഗൊഡോൾഫിൻ തെരുവിൽനിന്ന് വൈറ്റ്ഹാളിലേക്ക് അഞ്ചുമിനിട്ട് ദൂരമേയുള്ളൂ. മറ്റു രണ്ടു ചാരന്മാരും കുറേകൂടി ദൂരെയാണ് താമസിക്കുന്നത്. അതുകൊണ്ട് ലൂക്കാസിന് സെക്രട്ടറിയുടെ വീടുമായി ബന്ധം പുലർത്താൻ സൗകര്യം ഏറെയാണ്. അതൊരു ചെറിയ കാര്യമാണെങ്കിലും അതിനെ നിസ്സാരമായി കണ്ടുകൂടാ."

പെട്ടെന്ന് ഞങ്ങളുടെ വീട്ടുടമ മിസ്സിസ് ഹഡ്സൺ ഒരു വിസിറ്റിംഗ് കാർഡുമായി മുറിയുടെ മുമ്പിലെത്തി. ഹോംസ് അത് വാങ്ങി വായിച്ചശേഷം പുരികമുയർത്തി എന്റെ നേർക്കുനീട്ടി.

"ശ്രീമതി ഹിൽഡഹോപ്പിനോട് ദയവുചെയ്ത് അകത്തേക്കു വരുവാൻ പറയൂ."

ഒരു നിമിഷം കഴിഞ്ഞപ്പോൾ ഞങ്ങളുടെ കൊച്ചുമുറി വീണ്ടും അനുഗ്രഹിക്കപ്പെട്ടതായി ഞങ്ങൾക്കനുഭവപ്പെട്ടു. ലണ്ടനിലെ ഏറ്റവും സുന്ദരിയായ, ബെൻമിൻസ്റ്റർപ്രഭുവിന്റെ മകൾ, മിസ്സിസ് ഹിൽഡാ ട്രെലാവ്നി ഹോപ്പ് മന്ദംമന്ദം മുറിയിലേക്ക് കടന്നുവന്നു. സൗന്ദര്യത്തെക്കുറിച്ചു സാധാരണവിശേഷണങ്ങളൊന്നും മതിയാവാത്ത ഒരു അപ്സരസുന്ദരി! കവിളിണകളും വികാരം മുറ്റുന്ന കണ്ണുകളും അവരെ വീണ്ടും

സുന്ദരിയാക്കി. മുഖത്ത് പക്ഷേ, ചെറിയ പനിയുടെ വിവശതയും കണ്ണുകളിൽ ഉറഞ്ഞുകൂടിയ ചെറിയ ഭയവുമാണ് ഞങ്ങളെ ആദ്യംതന്നെ ആകർഷിച്ചത്.

"ഹോംസ്, എന്റെ ഭർത്താവ് ഇവിടെ വന്നിരുന്നോ?"

"ഉവ്വ്, മാഡം. ഇവിടെ വന്നിരുന്നു."

"ഞാൻ താങ്കളെ സന്ദർശിച്ചവിവരം ദയവായി അദ്ദേഹത്തെ അറിയിക്കരുതേ!" ഹോംസ് തലകുനിച്ച് അവരെ കസേരയിലേക്കാനയിച്ചു.

"മാഡം എന്നെ വല്ലാത്ത ഒരവസ്ഥയിലാക്കുന്നു. ദയവുചെയ്ത് സാവധാനം കാര്യങ്ങൾ പറയൂ. നിരുപാധികമായി ഒരു വാഗ്ദാനവും എനിക്കു നല്കാൻ കഴിയില്ല, ക്ഷമിക്കണം."

അവർ മുറിക്കു കുറുകെ കടന്ന് കസേരയിൽ ഇരിപ്പുറപ്പിച്ചു. രാജകീയമായ, സ്ത്രൈണപ്രൗഢി നിറഞ്ഞ, വശ്യമായ സാന്നിധ്യം.

തന്റെ വെളുത്ത കൈയുറകൾ പരസ്പരം കോർത്തും വേർപെടുത്തിയും മിസ്സിസ് ഹോപ് ആരംഭിച്ചു- "മി. ഹോംസ്, ഞാൻ താങ്കളോട് എല്ലാം തുറന്നു പറയുകയാണ്. താങ്കളും അങ്ങനെ ചെയ്യുമെന്നു കരുതുന്നു. ഒരു കാര്യത്തിലൊഴികെ എല്ലാ കാര്യങ്ങളിലും ഞാനും ഭർത്താവും തമ്മിൽ വലിയ യോജിപ്പാണ്, രാഷ്ട്രീയകാര്യത്തിലൊഴികെ. രാഷ്ട്രീയകാര്യങ്ങളെക്കുറിച്ച് ഞങ്ങൾ ഒന്നുംതന്നെ സംസാരിക്കാറില്ല. എന്നിട്ടും കഴിഞ്ഞ ദിവസം ഞങ്ങളുടെ വീട്ടിൽ നിർഭാഗ്യകരമായ ഒരു സംഭവം നടന്നത് ഞാനറിഞ്ഞു. സുപ്രധാനമായ ഒരു രേഖ ഞങ്ങളുടെ മുറിയിൽനിന്നും കാണാതായിരിക്കുന്നു. ഇതൊരു രാഷ്ട്രീയകാര്യമായതിനാൽ അതിന്റെ പൂർണവിവരങ്ങൾ അദ്ദേഹം എന്നോടു പറയാൻ മടിക്കുന്നു. പക്ഷേ, എനിക്ക് ഈ രേഖയുടെ പൂർണവിവരങ്ങൾ അറിഞ്ഞേ മതിയാവൂ. രാഷ്ട്രീയമായതുകൊണ്ട് അതിലെ വിവരങ്ങൾ താങ്കൾക്ക് മാത്രമേ അറിയുകയുള്ളൂ എന്ന് ഞാൻ മനസ്സിലാക്കുന്നു. ഞാൻ കേണപേക്ഷിക്കുകയാണ്. എന്താണ് ആ രേഖയിലുള്ളത്? എന്തുകൊണ്ടാണ് അതിനിത്രയധികം പ്രാധാന്യം? താങ്കളുടെ താല്പര്യങ്ങൾക്ക് ഒരുവിധത്തിലും കുഴപ്പം സംഭവിക്കുകയില്ലെന്ന് ഞാൻ ഉറപ്പുതരുന്നു. മാത്രമല്ല, ഈ ഘട്ടത്തിൽ എല്ലാ വിവരവും എനിക്കറിഞ്ഞേ പറ്റൂ. ഹോംസ്, ദയവുചെയ്ത് പറഞ്ഞുതരൂ എന്താണ് ആ നഷ്ടപ്പെട്ട രേഖയിലെ രഹസ്യങ്ങൾ?"

"മാഡത്തിന്റെ ചോദ്യം എന്നെ വല്ലാതെ വലയ്ക്കുന്നു. അതിന് ഉത്തരംപറയുക പ്രയാസമാണ്."

അവർ വളരെ നിരാശയോടെ മുഖം കൈകളിൽ അമർത്തി.

ഹോംസ് തുടർന്നു- "ഇക്കാര്യത്തിൽ മറ്റൊന്നും ചെയ്യാനാവില്ല. ക്ഷമിക്കണം. രാജ്യാന്തര രഹസ്യങ്ങൾ കാത്തുസൂക്ഷിക്കുകയെന്നത്

താങ്കളുടെ ഭർത്താവ് സ്ഥാനമേറ്റപ്പോൾ പ്രതിജ്ഞ ചെയ്തതാണ്. അതു കൊണ്ട് അത് പറയേണ്ടത് ഞാനല്ല, ചോദിക്കേണ്ടത് എന്നോടല്ല. താങ്കൾ അദ്ദേഹത്തോടുതന്നെ ചോദിച്ചാലും."

"ഞാനദ്ദേഹത്തോട് ചോദിച്ചിരുന്നു. അതുകൊണ്ട് ഫലമൊന്നുമു ണ്ടായില്ല. താങ്കളെ കാണാൻ വന്നത് അതുകൊണ്ടാണ്. മി. ഹോംസ് എല്ലാം പറയില്ലെങ്കിൽ വേണ്ട, ഒരു കാര്യമെങ്കിലും എനിക്കു പറഞ്ഞു തരാമോ?"

"എന്താണത് മാഡം?"

"ഈ സംഭവംമൂലം എന്റെ ഭർത്താവിന്റെ ഭാവിരാഷ്ട്രീയജീവിതം കുഴപ്പത്തിലായിരിക്കുന്നു എന്നു പറയുന്നത് ശരിയാണോ?"

"ശരിയാണ്. ഇതു പരിഹരിക്കാൻ കഴിഞ്ഞില്ലെങ്കിൽ അദ്ദേഹത്തിന്റെ രാഷ്ട്രീയഭാവി തകരാറിലാവും."

ഏതാണ്ട് കുറെ കാര്യങ്ങൾ അറിഞ്ഞപോലെ അവർ ദീർഘനിശ്വാ സമെടുത്തു.

"ഒരു ചോദ്യംകൂടി, മി. ഹോംസ്. ആ രേഖ നഷ്ടപ്പെട്ടപ്പോൾ കാണിച്ച പരിഭ്രാന്തിയിൽനിന്ന് എനിക്കു തോന്നി, ഇതു വലിയ ദേശീയപ്രശ്ന ങ്ങൾ ഉണ്ടാക്കിയേക്കാവുന്ന സംഭവമായി മാറുമെന്ന്. അതു ശരി യാണോ?"

"അദ്ദേഹം അങ്ങനെ പറഞ്ഞെങ്കിൽ അതുതന്നെയാവും ശരി."

"ആ പ്രത്യാഘാതങ്ങൾ എന്തൊക്കെയാവും?"

"വീണ്ടും ഉത്തരം പറയാൻ കഴിയാത്ത ചോദ്യമാണ് നിങ്ങൾ ചോദി ക്കുന്നത്."

"എങ്കിൽ ഞാനിനി നിങ്ങളുടെ സമയം കളയുന്നില്ല. ഞാനൊരിക്കലും താങ്കളെ കുറ്റപ്പെടുത്തുന്നില്ല. ഭർത്താവിനെ സംബന്ധിച്ച കാര്യങ്ങളിൽ ആകാംക്ഷ കാണിച്ചതിന് ദയവുചെയ്ത് താങ്കളും എന്നെ കുറ്റപ്പെടുത്തി ല്ലെന്ന് വിശ്വസിക്കുന്നു. ഒരപേക്ഷ മാത്രം. ദയവുചെയ്ത് ഞാൻ ഇവിടെ വന്ന വിവരം അദ്ദേഹം അറിയരുത്." വാതിൽക്കലെത്തിയപ്പോൾ തിരിഞ്ഞുനിന്ന് ഒന്നുകൂടി ക്ഷമായാചനത്തോടെ ഞങ്ങളെ നോക്കിയ ശേഷം അവർ പോയി.

"വാട്സൺ, സ്ത്രീയെ സംബന്ധിച്ച വിഷയം താങ്കളുടെ മേഖലയാ ണല്ലോ. താങ്കൾക്കെന്തു തോന്നുന്നു, ഈ സുന്ദരീസന്ദർശനത്തെ ക്കുറിച്ച്." അകന്നുപോവുന്ന പാവാടയുടെ നേർത്ത ശബ്ദം ആസ്വദിച്ചു കൊണ്ട് ഹോംസ് ചോദിച്ചു.

"വരവിന്റെ അർത്ഥം അവർതന്നെ അറിയിച്ചല്ലോ. അവരുടെ ആകാംക്ഷ, അത് സ്വാഭാവികമല്ലേ?"

"വാട്സൺ, താങ്കൾ അവരെ മുഴുവനായി ശ്രദ്ധിച്ചുവോ? അവരുടെ വികാരത്തള്ളിച്ചയും അവരുടെ രൂപഭാവങ്ങളും അവരുടെ ക്ഷമയില്ലായ്മയും വികാരങ്ങൾ എളുപ്പത്തിൽ പുറത്തുകാണിക്കാത്ത ഒരു വിഭാഗത്തിൽ നിന്നാണ് അവർ വരുന്നത് എന്നോർക്കുമ്പോൾ എന്തോ പന്തികേടു തോന്നുന്നില്ലേ?"

"അവർക്ക് നല്ല വിഷമമുണ്ട് എന്നത് ശരിയാണ്."

"എല്ലാ രഹസ്യങ്ങളും താൻകൂടി അറിയേണ്ടതല്ലേ എന്ന് അവർ പറഞ്ഞത് താങ്കൾ ശ്രദ്ധിച്ചോ? എന്താണത് സൂചിപ്പിക്കുന്നത്. വെളിച്ചം മുഖത്തു വീഴാതിരിക്കാനും മുഖം നമ്മളിൽനിന്ന് മറച്ചുപിടിക്കാനും അവർ ശ്രമിച്ചത് താങ്കൾ ശ്രദ്ധിച്ചിരുന്നുവോ? നമ്മൾ അവരുടെ മുഖഭാവം കാണാതിരിക്കുവാൻ അവർ ശ്രമിക്കുന്നുണ്ടായിരുന്നില്ലേ?"

"അതുകൊണ്ടായിരിക്കണം അവർ ആ ഒറ്റപ്പെട്ട കസേരയിൽ തന്നെ ഇരുന്നത്."

"എന്തായാലും സ്ത്രീകളുടെ ഉദ്ദേശ്യങ്ങൾ വളരെ വിചിത്രംതന്നെ. മുമ്പൊരിക്കൽ മാർഗേറ്റിൽ വെച്ചു കണ്ട ഒരു സ്ത്രീയെക്കുറിച്ച് സംശയം തോന്നിയ കാര്യം ഞാൻ പറഞ്ഞത് ഓർമ്മയില്ലേ? പക്ഷേ, ഇതൊക്കെ നിസ്സാരമായി മാത്രം കാണുന്നതെങ്ങനെ? അവരുടെ ചെറിയ അനക്കങ്ങൾപോലും വലിയ അർത്ഥങ്ങൾ ഉൾക്കൊള്ളുന്നതാവാം. ചിലപ്പോൾ അവരുടെ വലിയ പെരുമാറ്റങ്ങൾ ഒന്നുമല്ലാതെയും ഭവിക്കാം. ഓ.കെ. മി. വാട്സൺ."

"എന്താ, താങ്കൾ പുറത്തുപോവുകയാണോ?"

"അതെ. എനിക്ക് ഗൊഡോൾഫിൻ തെരുവുവരെ ഒന്നു പോകണം. നമ്മുടെ പ്രശ്നം എഡ്വേർഡ് ലൂക്കാസുമായി ബന്ധപ്പെട്ടിരിക്കുന്നു എന്ന കാര്യത്തിൽ എനിക്ക് സന്ദേഹമില്ല. വസ്തുതകൾ മുഴുവനായി അറിയുന്നതിനുമുമ്പ് സിദ്ധാന്തങ്ങൾ ആവിഷ്കരിക്കുന്നത് തെറ്റാണെന്നറിയാം. എന്തായാലും താങ്കൾ ഇവിടെത്തന്നെയിരിക്കൂ. സന്ദർശകർ ഇനിയും വന്നുകൂടായ്കയില്ല. ഉണ്ണാറാവുമ്പോഴേക്കും ഞാൻ തിരിച്ചെത്താം."

അടുത്ത മൂന്നു ദിവസങ്ങളിൽ വല്ലാത്തൊരവസ്ഥയിലായിരുന്നു മി. ഹോംസ്. ഇടയ്ക്ക് മുറിയിൽ കയറിവരും. ചിലപ്പോൾ പെട്ടെന്നുതന്നെ പുറത്തുപോകും. തുടർച്ചയായ പുകവലി, ഇടയ്ക്കിടയ്ക്ക് വയലിൻ വായന, അസമയങ്ങളിൽ ഭക്ഷണം. അങ്ങനെ ആകെ ഒരു പന്തികേടു തോന്നി. എന്റെ മിക്ക ചോദ്യങ്ങൾക്കും തൃപ്തിയായ ഉത്തരം കിട്ടിയില്ല. കേസ്സിനെ സംബന്ധിച്ചും അദ്ദേഹം ഒന്നുംതന്നെ പറയുകയുണ്ടായില്ല. പല കാര്യങ്ങളും പത്രങ്ങളിലൂടെയും മറ്റുമാണ് ഞാനറിഞ്ഞത്. വീട്ടുവേലക്കാരനായ ജോൺ മിട്ടനെ അറസ്റ്റുചെയ്തതും പിന്നീട് വിട്ടയച്ചതും

പത്രത്തിൽ വായിച്ചാണ് അറിയാൻ കഴിഞ്ഞത്. ഇത് ഒരു മനഃപൂർവ്വം നടത്തിയ കൊലപാതകമാണെന്ന് കോടതി പറഞ്ഞിട്ടും ആരെയും കൃത്യമായി കണ്ടെത്താനോ അറസ്റ്റു ചെയ്യാനോ കഴിഞ്ഞില്ല. എന്തായിരുന്നു അതിന്റെ ഉദ്ദേശ്യമെന്നുപോലും ഒരൂഹവും കിട്ടിയില്ല. മുറിയിൽ നിറയെ വിലപിടിപ്പുള്ള വസ്തുക്കളാണെങ്കിലും ഒന്നുപോലും നഷ്ടമായിട്ടില്ല. കടലാസുകളും രേഖകളും പരിശോധിച്ചതിൽ പരേതൻ അന്താരാഷ്ട്രസംഭവങ്ങളുമായി ഇടപഴകുന്ന ആളാണെന്നും ധാരാളം കത്തിടപാടുകൾ നടത്തുന്നവനും പല രാഷ്ട്രത്തലവന്മാരുമായി ബന്ധം പുലർത്തിയിരുന്ന ആളായിരുന്നുവെന്നും പോലീസിന് അറിയാൻ കഴിഞ്ഞു. ധാരാളം സ്ത്രീകളുമായും അദ്ദേഹത്തിന് ബന്ധമുള്ളതായി തെളിഞ്ഞു. ഇതൊക്കെയാണെങ്കിലും അയാൾക്ക് അടുത്ത സുഹൃത്തുക്കളെന്നു പറയാൻ ആരുംതന്നെ ഉണ്ടായിരുന്നില്ല. സ്ത്രീകളുമായി വെറും ബാഹ്യബന്ധങ്ങൾ മാത്രമേ അദ്ദേഹം സൂക്ഷിച്ചിരുന്നുള്ളൂ. ക്രമവിരുദ്ധമായ പെരുമാറ്റങ്ങൾ ഒന്നുംതന്നെ തെളിയുകയുണ്ടായില്ല. അങ്ങനെ അയാളുടെ മരണം ഒരു പ്രഹേളികയായിതന്നെ നിലകൊണ്ടു. ജോൺ മിട്ടന്റെ അറസ്റ്റിനു പുറകിലും ന്യായീകരിക്കത്തക്ക കാരണങ്ങളൊന്നുമുണ്ടായിരുന്നില്ല. അതുകൊണ്ടുതന്നെയാണ് അയാളെ വിട്ടയച്ചതും. കൊലപാതകം നടക്കുമ്പോൾ അയാൾ ഹാമർസ്മിത്തിലുള്ള സുഹൃത്തിനെ കാണാൻ പോയിരിക്കുകയായിരുന്നു. അയാൾ ഹാമർസ്മിത്തിൽനിന്നും മടങ്ങിയ സമയം വെച്ചുനോക്കുമ്പോൾ കൊലനടന്ന സമയത്ത് അയാൾ വെസ്റ്റ്മിൻസ്റ്ററിൽ എത്തിയിരുന്നു. തിരിച്ചുവരുമ്പോൾ കുറെ ദൂരം കാൽനടയായി താൻ വന്നിരുന്നുവെന്ന് മിട്ടൻ പറഞ്ഞത് അയാൾക്കനുകൂലമായി തെളിയുകയും ചെയ്തു. രാത്രി 12 മണിക്കാണ് അയാൾ വീട്ടിലെത്തിയത്. ദുരന്തം കണ്ട് അയാൾ ആകെ തകർന്നുപോയി. ലൂക്കാസും അയാളും തമ്മിൽ നല്ല ബന്ധമായിരുന്നു. ലൂക്കാസ് ഉപയോഗിച്ചിരുന്ന റേസറും മറ്റും മിട്ടന്റെ പെട്ടിയിൽനിന്ന് കണ്ടെടുക്കുകയുണ്ടായി. അതെല്ലാംതന്നെ തന്റെ യജമാനൻ സമ്മാനിച്ചതാണെന്നായിരുന്നു മിട്ടന്റെ പ്രതികരണം. വേലക്കാരിയുടെ വിശദീകരണവും ഈ കണ്ടെത്തലിനു സഹായമായി. കഴിഞ്ഞ മൂന്നു വർഷമായി മിട്ടൻ ലൂക്കാസിന്റെ കൂടെയുണ്ട്. ഇടയ്ക്ക് വിദേശത്ത് പാരീസിലും മറ്റും പോകുമ്പോഴൊക്കെ മിട്ടനെ വീടിന്റെ എല്ലാ ചുമതലയും ഏല്പിച്ചാണ് അയാൾ പോകാറുള്ളത്. വേലക്കാരിയെ ചോദ്യംചെയ്തപ്പോൾ കൊലനടന്ന രാത്രിയിൽ താൻ ഒരു ശബ്ദവും കേൾക്കുകയുണ്ടായില്ലെന്ന് മൊഴിയിൽ പറയുന്നു. രാത്രിയിൽ സന്ദർശകരുണ്ടായിരുന്നോ എന്ന് തനിക്കറിയില്ലെന്നും അഥവാ ഉണ്ടായിരുന്നുവെങ്കിൽതന്നെ വാതിൽ തുറന്നുകൊടുത്തിരിക്കുക യജമാനൻതന്നെയാവും എന്നും അവൻ പറഞ്ഞിരിക്കുന്നു.

മൂന്നു ദിവസങ്ങളിലും കൊലപാതകത്തെ സംബന്ധിച്ച മറ്റൊരു തെളിവും ലഭിക്കുകയുണ്ടായില്ല. ഹോംസിന് കൂടുതലായി ഒന്നും അറിയില്ലെങ്കിലും അദ്ദേഹവും മൗനം പൂണ്ടു. പോലീസ് ഇൻസ്പെക്ടർ ലെസ്ട്രേഡുമായി താൻ ബന്ധപ്പെട്ടിട്ടുണ്ടെന്നും ഗൊഡോൾഫിൻ തെരുവിലെ വിവരങ്ങൾ അദ്ദേഹം ശേഖരിക്കുന്നുണ്ടെന്നും പിന്നീടൊരിക്കൽ എന്നോടു പറഞ്ഞു. നാലാംദിവസം അതു സംഭവിച്ചു. പാരീസിൽ നിന്നും സുദീർഘമായ ഒരു ടെലഗ്രാം മരണം സംബന്ധിച്ചുള്ള എല്ലാ സംശയങ്ങൾക്കും ഉത്തരം നല്കി.

"കഴിഞ്ഞ തിങ്കളാഴ്ച രാത്രി ഗൊഡോൾഫിൻ തെരുവിൽവെച്ച് ദാരുണമാംവിധം വധിക്കപ്പെട്ട എഡ്വേർഡോ ലൂക്കാസിനെകുറിച്ചുള്ള ഊഹാപോഹങ്ങൾക്ക് അന്ത്യംകുറിക്കാൻ സഹായകമാവുന്ന കുറെ വിവരങ്ങൾ പാരീസിലെ പോലീസ് വിഭാഗം കണ്ടെത്തിയിരിക്കുന്നു. ലൂക്കാസിന്റെ മൃതദേഹം കുത്തേറ്റ നിലയിൽ മുറിയിൽനിന്ന് കണ്ടെടുക്കുകയും തുടർന്ന് അദ്ദേഹത്തിന്റെ പരിചാരകൻ മിട്ടനെ കസ്റ്റഡിയിലെടുത്ത് തെളിവൊന്നുമില്ലാത്തതുകൊണ്ട് വെറുതെ വിട്ടയച്ച വിവരവും വായനക്കാർ ഓർക്കുന്നുണ്ടാവുമല്ലോ - ഇന്നലെ 'ആസ്തർവിൽസി'ൽ ഒരു കൊച്ചുഭവനത്തിൽ താമസിക്കുന്ന മാഡം 'ഹെൻറി ഫൗർനായി' എന്ന സ്ത്രീക്ക് ഭ്രാന്തു ബാധിച്ചിരിക്കുന്നതായി അവരുടെ പരിചാരകർ അറിയിക്കുകയും അതിനെ തുടർന്ന് നടന്ന വൈദ്യപരിശോധനയിൽ ഇതൊരു പ്രത്യേകതരം മാനസികവിഭ്രാന്തിയാണെന്ന് തെളിയുകയും ചെയ്തിരിക്കുന്നു. കഴിഞ്ഞ ചൊവ്വാഴ്ചയാണ് 'മാഡം ഹെൻറി ഫൗർനായി' ലണ്ടനിൽ തിരിച്ചെത്തിയത്. ഗോഡൊൾഫിൻ തെരുവിൽ നടന്ന കൊലപാതകവുമായി ഈ സ്ത്രീക്ക് ബന്ധുമുള്ളതായും പോലീസ് വൃത്തങ്ങൾക്ക് മതിയായ തെളിവുകൾ ലഭിച്ചിട്ടുണ്ട്. മാഡം ഫൗർനായിയുടെ ഭർത്താവായ എം.ഹെൻറി ഫൗർനായിയും എഡ്വേർഡ് ലൂക്കാസും ഒരേ ആൾ തന്നെയാണെന്ന് പോലീസ് അധികൃതർക്ക് മനസ്സിലാക്കാൻ കഴിഞ്ഞിട്ടുണ്ട്. ലൂക്കാസ് ലണ്ടനിലും പാരീസിലുമായി ഇരട്ടജീവിതം നയിക്കുകയായിരുന്നുവെന്നും വ്യക്തമായിട്ടുണ്ട്. മാഡം ഫൗർനായി വളരെ ക്ഷോഭിക്കുന്ന പ്രകൃതമുള്ളവളും രൂക്ഷമായ അസൂയ കാണിക്കുന്നവളും ആയിരുന്നുവെന്ന് ചൂണ്ടിക്കാണിക്കപ്പെടുന്നു. ഇത്തരം ഏതെങ്കിലും ഒരവസ്ഥയിലായിരിക്കണം അവർ ഈ കൃത്യം നടത്തിയിട്ടുണ്ടാവുക എന്നും പോലീസ് വൃത്തങ്ങൾ പറയുന്നു. എന്നിരുന്നാലും തിങ്കളാഴ്ച രാത്രിയിലെ അവരുടെ ചലനങ്ങളെക്കുറിച്ച് ആധികാരികമായ അറിവൊന്നും ഇതുവരെ പോലീസിന് ലഭിച്ചിട്ടില്ല. ചൊവ്വാഴ്ച രാവിലെയാണ് അവരെ ചാരിങ്ങ് സ്ട്രീറ്റിൽനിന്നും പോലീസ് പിടികൂടുന്നത്.

ഒന്നുകിൽ അവർ വിഭ്രാന്തി കാരണം ഈ കൊല നടത്തിയതാകാം. അല്ലെങ്കിൽ കൊലപാതകം കഴിഞ്ഞതോടെ അവരുടെ സമനില

തെറ്റിയതുമാകാം. എന്തായാലും തെളിവുകൾ നല്കാൻതക്കവണ്ണമുള്ള മാനസികനിലയിലല്ല അവരിപ്പോൾ. അവരുടെ മാനസികനില മെച്ചപ്പെ ടുത്തുന്ന കാര്യത്തിൽ ഡോക്‌ടർമാരും ഉറപ്പു പറയുന്നില്ല. ഗൊഡോൾ ഫിൻ തെരുവിൽ തിങ്കളാഴ്ച രാത്രിയിൽ ലൂക്കാസിന്റെ വീടിനുനേരെ നോക്കിക്കൊണ്ടുനിന്ന് ഫൗർനായിയെപ്പോലെയൊരു സ്ത്രീയെ അയൽ ക്കാരും കണ്ടതായി പറയുന്നു.

"ഹോംസ്, ഇതിനെക്കുറിച്ച് എന്തു പറയുന്നു?" ഞാൻ ചോദിച്ചു.

"മി. വാട്‌സൺ' - ഇരിപ്പിടത്തിൽനിന്നും എഴുന്നേറ്റ് മുറിക്കകത്തു നടന്നുകൊണ്ട് ഹോംസ് പറഞ്ഞു.

"താങ്കൾ കഴിഞ്ഞ മൂന്നു ദിവസമായി ഞാൻ എന്തെങ്കിലും പറയു മെന്ന് പ്രതീക്ഷിച്ചുകഴിയുന്നു. സത്യത്തിൽ എന്റെ കൈയിൽ എന്തെ ങ്കിലും ഉണ്ടായിട്ടുവേണ്ടേ പറയാൻ? പാരീസിൽനിന്നുള്ള ഈ റിപ്പോർട്ടും നമുക്ക് പ്രത്യേകമായി പ്രയോജനമൊന്നും ചെയ്യുന്നില്ല."

"പക്ഷേ, ലൂക്കാസിന്റെ മരണത്തെക്കുറിച്ച് എല്ലാം പറഞ്ഞുകഴി ഞ്ഞല്ലോ."

"അതുശരിതന്നെ മി. വാട്‌സൺ. പക്ഷെ നമ്മൾ ഏറ്റെടുത്തിരിക്കുന്ന ദൗത്യം അതല്ലല്ലോ. അതുമായി താരതമ്യപ്പെടുത്തുമ്പോൾ ലൂക്കാസിന്റെ മരണം വളരെ നിസ്സാരം. നഷ്ടപ്പെട്ട രേഖ കണ്ടെത്തുന്നതുവഴി മുഴുവൻ യൂറോപ്പിനെയും സംരക്ഷിക്കേണ്ട ചുമതലകളാണ് നമുക്കു വന്നുചേർന്നി ട്ടുള്ളത്. ഗവൺമെന്റിൽനിന്നും കിട്ടിക്കൊണ്ടിരിക്കുന്ന റിപ്പോർട്ടുകൾ വ്യക്തമാക്കുന്നത് കഴിഞ്ഞ മൂന്നു വർഷങ്ങളായി കാര്യമായി ഒന്നും സംഭ വിച്ചിട്ടില്ല എന്നുതന്നെയാണ്. എവിടേയും എന്തെങ്കിലും കുഴപ്പങ്ങൾ ഉള്ളതായി ഇന്നുവരെ റിപ്പോർട്ട് ഒന്നുംതന്നെ വന്നിട്ടില്ല. ആ കത്ത് വെളിയിൽപോയി ക്കാണുമോ? പോയിട്ടില്ല എന്ന് ഏതാണ്ട് ഉറപ്പാണ്. പക്ഷേ, അഥവാ പോയിട്ടുണ്ടെങ്കിൽ അതാരുടെ കൈവശമാണുള്ളത് അത് പാരീസിലാണെങ്കിൽ അവിടെ പോലീസ് അറിയാതെ അതെങ്ങനെ കൈക്കലാക്കാൻ കഴിയും? മി. വാട്‌സൺ ആഭ്യന്തരനിയമങ്ങളെയും കുറ്റവാളികളെയും നമുക്ക് ഒരുമിച്ച് അഭിമുഖീകരിക്കേണ്ടിയിരിക്കുന്നു. എല്ലാവരും നമുക്കെതിരാണ്. നമ്മൾ പരാജയപ്പെട്ടുകഴിഞ്ഞാൽ അതുകൊണ്ട് നാടിനുണ്ടാകുന്ന വിപത്ത് വളരെ വലിയതാണ്. ഇത് വിജയകരമായി പര്യവസാനിപ്പിച്ചാലോ, ഒരുപക്ഷേ, എന്റെ നെറുക യിൽ ചാർത്തുന്ന ഏറ്റവും വിലകൂടിയ തൂവലായിരിക്കും അത്." തന്റെ കൈയിൽ കിട്ടിയ കടലാസുകഷണം വായിച്ച് ഹോംസ് ഉറക്കെ പറഞ്ഞു-

"വാട്‌സൺ തൊപ്പിയെടുത്തു ധരിച്ചുകൊള്ളൂ. നമുക്ക് വെസ്റ്റ് മിൻസ്റ്റർ വരെ പോകേണ്ടതുണ്ട്. ഇൻസ്‌പെക്ടർ ലെസ്‌ട്രേഡിന് എന്തോ ആവേശ മുള്ള വാർത്ത കിട്ടിയിരിക്കുന്നു."

കുറ്റകൃത്യം നടന്ന ഗൊഡോൾഫിൻ തെരുവിലേക്കുള്ള ആദ്യ യാത്രയായിരുന്നു എന്റേത്. ഇരുണ്ട കൂറ്റൻ കെട്ടിടം, പഴയ നൂറ്റാണ്ടുകളെ ഓർമ്മിപ്പിക്കുന്ന കെട്ടിടങ്ങൾ. ഒരു 'ബുൾ' പട്ടിയെ അനുസ്മരിപ്പിക്കുന്ന 'ലെസ്ട്രേഡ്' കെട്ടിടത്തിന്റെ മുൻവശത്തുതന്നെ ഞങ്ങളേയും പ്രതീക്ഷിച്ചുനില്ക്കുന്നുണ്ടായിരുന്നു. കൊലനടന്ന മുറിയിലേക്ക് ഞങ്ങളെ കൊണ്ടുപോയി. നിലത്തെ കാർപ്പെറ്റിൽ പതിഞ്ഞ ചോരപ്പാടുകൾ ഒഴിച്ചാൽ ഒരു കുറ്റകൃത്യം നടന്നുകഴിഞ്ഞ പ്രതീതി ഒന്നുംതന്നെ അവിടെയുണ്ടായിരുന്നില്ല. ചോരപ്പാട് പടർന്ന പരവതാനിയാവട്ടെ ചതുരത്തിലുള്ളതും നിലത്തിന്റെ നടുഭാഗം മാത്രം മൂടുന്നതുമായിരുന്നു. കാർപ്പെറ്റിനു ചുറ്റും പഴയ മാതൃകയിലുള്ള മരക്കട്ടകൾ പതിച്ച നിലം. തീകായാനുള്ള അടുപ്പിനു മുകളിലായി വിചിത്രങ്ങളായ പഴയ ആയുധങ്ങൾ. അതിലൊരെണ്ണമാണ് കൊലയ്ക്ക് ഉപയോഗിച്ചിട്ടുള്ളത്. ജനൽവാതിലിനരികെ വിസ്താരമേറിയ എഴുത്തുമേശ. അലങ്കാരവസ്തുക്കളും മറ്റും ആ വീട്ടിലെ ആഡംബരജീവിതത്തെ വിളിച്ചോതുന്നവയായിരുന്നു.

ലെസ്ട്രേഡ് ചോദിച്ചു: "പാരീസിൽനിന്നുള്ള വാർത്ത വായിച്ചില്ലേ?" ഹോംസ് തലയാട്ടി.

"നമ്മുടെ ഫ്രഞ്ച് സ്നേഹിതന്മാരുടെ കണ്ടെത്തലുകൾ മിക്കതും പൂർണമായും ശരിയാണ്. ആ മാനസികനില തെറ്റിയ സ്ത്രീ തീരെ പ്രതീക്ഷിക്കാതെയായിരിക്കും വാതിലിൽ മുട്ടിയിട്ടുണ്ടാവുക. അയാൾക്ക് വാതിൽ തുറക്കാതെ നിവൃത്തിയില്ല. അവളുടെ ആരോപണങ്ങൾ ഒന്നിനു പുറകെ ഒന്നായി പുറത്തുവന്നുകാണണം - അയാളെ കണ്ടുപിടിക്കാൻ താൻ അനുഭവിച്ച കഷ്ടങ്ങളും മറ്റും മറ്റും - ഒടുവിൽ ഈ സംഭവം കൊലപാതകംവരെയെത്തിക്കാണണം. പെട്ടെന്ന് ഒരു ആവേശത്തിൽ നടന്ന കൊലയാകാൻ വഴിയില്ല. കസേരകളും മറ്റും വളരെ അലങ്കോലമായാണ് ഇവിടെ കിടന്നിരുന്നത്. ലൂക്കോസ് കിടന്നതിനടുത്തും ഒരു കസേരയുണ്ടായിരുന്നു. ഇപ്പോൾ എല്ലാ സംഭവങ്ങളും കൺമുന്നിൽതന്നെ വീണ്ടും കാണാൻ തക്കവണ്ണം വ്യക്തമാണ്."

"അപ്പോൾ താങ്കൾ എന്നെ വിളിച്ചുകൊണ്ടുവന്നത് എന്തിനാണ്?"

"അതെ. പറയാം. നിസ്സാരമെന്ന് തോന്നാമെങ്കിലും താങ്കൾക്ക് താല്പര്യം കാണാൻ വഴിയുള്ള ഒരു കാര്യം. പ്രധാനഘടകവുമായി യാതൊരു ബന്ധവുമില്ല. എന്നിരുന്നാലും."

"സംഗതിയെന്താണ്?"

"താങ്കൾക്കറിയാമല്ലോ, ഇങ്ങനെയൊരു പാതകം നടന്നുകഴിഞ്ഞാൽ മുറിയിലെ സാധനങ്ങളൊന്നുംതന്നെ ഞങ്ങൾ മാറ്റാറില്ല. ഇന്നു രാവിലെ ഈ മുറിയിലെ അന്വേഷണം അവസാനിച്ച സ്ഥിതിക്ക് ശവശരീരം സംസ്കരിച്ചുകഴിഞ്ഞ് ഇവിടം ചെറുതായൊന്ന് വൃത്തിയാക്കിയിടാൻ

ഞങ്ങൾ തീരുമാനിച്ചു. അങ്ങനെ ഈ പരവതാനി ഞങ്ങളൊന്നു മാറ്റി നീക്കാൻ ശ്രമിച്ചപ്പോൾ-"

"അപ്പോൾ-" ഹോംസിന്റെ മുഖത്ത് ആകാംക്ഷ പടർന്നു.

"അപ്പോൾ അവിടെ കണ്ട കാര്യം ഞങ്ങളെ അദ്ഭുതപ്പെടുത്തി. താങ്കളേയും അദ്ഭുതപ്പെടുത്താതിരിക്കില്ല. ആ പരവതാനിയിലെ ചോര പ്പാടു കണ്ടുവോ? സാധാരണ കാർപ്പെറ്റിൽ രക്തം പുരണ്ടാൽ അത് അടി യിലേക്കും ഒഴുകിയെത്തേണ്ടതാണ്."

"തീർച്ചയായും."

"പക്ഷേ, ആശ്ചര്യകരമായ വസ്തുത വെളുത്തനിലത്ത് രക്തക്കറ കൾ ഒന്നുംതന്നെ കാണുന്നില്ല എന്നതാണ്."

"ഒരു പാടുമില്ലെന്നോ?"

"അതെ. സത്യം അതാണ്. നിലത്ത് ഒരടയാളവും കാണുന്നില്ല."

അദ്ദേഹം കാർപ്പെറ്റിന്റെ ഒരറ്റം പിടിച്ച് ഉയർത്തിക്കാണിച്ചു. അതെ, അതിനുതാഴെ നിലത്ത് പാടുകളൊന്നും ഉണ്ടായിരുന്നില്ല.

"പരവതാനിയുടെ അടിയിൽ, പക്ഷേ, രക്തക്കറ പുരണ്ടിട്ടുണ്ട്. അതു കൊണ്ട് നിലത്തും പാട് കാണേണ്ടതാണ്." ഹോംസ് പറഞ്ഞു.

ഒരു കുറ്റാന്വേഷണ വിദഗ്ധനെ ചിന്താകുഴപ്പത്തിലാക്കിയതിൽ ലെസ്ട്രേഡ് സന്തോഷിച്ചു.

"ഇനി മറ്റൊരു കാര്യം. നിലത്ത് രക്തക്കറയുണ്ട്. പക്ഷേ, പരവതാനി കിടന്നതിനു താഴെയല്ല. മറ്റൊരു സ്ഥലത്ത് ഇതാ നോക്കൂ." ലെസ്ട്രേഡ് കാർപ്പെറ്റിന്റെ മറുവശം ഉയർത്തിക്കാണിച്ചു. അവിടെ ചുവപ്പുനിറമുള്ള സാമാന്യം വലിയൊരു പാടുതന്നെ കാണാമായിരുന്നു.

"ഇതേപ്പറ്റി താങ്കൾ എന്തുപറയുന്നു?"

"ഇത് വളരെ നിസ്സാരമല്ലേ? കാർപ്പെറ്റ് ആരോ തിരിച്ചിട്ടിട്ടുണ്ട്. അത് ചതുരാകൃതിയായതുകൊണ്ടും ബന്ധിച്ചിട്ടില്ലാത്തതുകൊണ്ടും എളുപ്പ ത്തിൽ തിരിച്ചിടാവുന്നതല്ലേ?"

"ഇക്കാര്യം പറയാൻ താങ്കളുടെ വിദഗ്ധസഹായമൊന്നും ആവശ്യ മില്ല, മി. ഹോംസ്. ഇതു ഞങ്ങൾക്കുമറിയാം. ഈ മറിച്ചിടൽ നടത്തി യത് ആരാണെന്നാണ് പ്രശ്നം."

ഹോംസിന്റെ മുഖം പെട്ടെന്ന് ചുവന്നുവിറച്ചു.

"ലെസ്ട്രേഡ്, ഇവിടെ പോലീസുകാരുടെ കാവലുണ്ടായിരുന്നോ?"

"ഉവ്വ്, തീർച്ചയായും.'

"എങ്കിൽ ഞാൻ പറയുന്നതുപോലെ പെട്ടെന്ന് ചെയ്യണം. അയാളെ വിളിച്ച് സൂക്ഷ്മപരിശോധന നടത്തണം. ഞങ്ങളുടെ മുമ്പിൽവെച്ചു

വേണ്ട. പിറകിലത്തെ മുറിയിൽ കൊണ്ടുപോയി, എന്തിന് അന്യവ്യക്തികളെ അകത്തു കയറ്റിയെന്ന് ചോദിക്കണം. എല്ലാം അറിയുന്നപോലെയേ ചോദിക്കാവൂ. അയാൾ പരവതാനി തിരിച്ചിട്ടു എന്ന മട്ടിലാവരുത് ചോദ്യങ്ങൾ. ആരോ അകത്ത് കയറിയതായി അറിവുകിട്ടി ചോദിക്കുന്നതായേ അയാൾക്കു തോന്നാവൂ. തുറന്നുപറഞ്ഞാൽ നല്ലതെന്ന് ഒരു അപകട സൂചനയും നല്കിക്കൊള്ളൂ."

ആവേശത്തോടുകൂടി രണ്ടു കൈകളും ഉയർത്തി ലെസ്ട്രേഡ് ഉറക്കെ പറഞ്ഞു– "ആഹാ! ഞാനയാളിൽനിന്നും ഇപ്പോൾ പുറത്തെടുത്തുകാണിക്കാം."

അല്പനിമിഷങ്ങൾക്കുള്ളിൽതന്നെ അയാളുടെ അട്ടഹാസം ഉയർന്നുകേട്ടു.

"വാട്സൺ, വേഗം വാട്സൺ." ഹോംസ് ആകാംക്ഷ തുളുമ്പുന്ന സ്വരത്തിൽ പറഞ്ഞു.

അദ്ദേഹത്തിന്റെ വീറും ഊർജ്ജസ്വലതയും പതിന്മടങ്ങ് ഉയർന്നതായി തോന്നി. പരവതാനി മാറ്റി, നഖംകൊണ്ടു നിലത്തെ മരക്കട്ടകൾ ഓരോന്നായി അടർത്തിനോക്കി. അതെല്ലാം ഒരു പെട്ടി തുറക്കുന്നതുപോലെ ഒരറ്റം അടർന്നുവന്നു. ഒരെണ്ണം അടർത്തിനോക്കിയപ്പോൾ അതിനകത്ത് ഒരു ചെറിയ കുഴി കാണാറായി. ഹോംസ് വളരെ പ്രതീക്ഷയോടെ അതിനകത്തേക്ക് കൈയിട്ടു. ഒന്നുമില്ലെന്ന് അറിഞ്ഞ നിമിഷത്തിൽ അദ്ദേഹം നിരാശനാവുകയും ചെയ്തു.

"വാട്സൺ, പെട്ടെന്ന് എല്ലാം പഴയതുപോലെതന്നെ വയ്ക്കൂ." മരക്കട്ടകൾ തിരികെ വെക്കുമ്പോഴേക്കും ഹോംസ് പരവതാനി ശരിയാക്കി വെച്ചു. അപ്പോഴേക്കും ലെസ്ട്രേഡ് വന്നുകഴിഞ്ഞു. ഒന്നുമറിയാത്തവനെപ്പോലെ ഹോംസ് ചിന്താമഗ്നനായി ഇരുന്നു.

"ക്ഷമിക്കണം. താങ്കളെ കുറേനേരം വെറുതെയിരുത്തി. ഇതാ ഇവൻ കുറ്റം സമ്മതിച്ചു. 'മാക് ഫേഹർസൺ,' ഇവിടെ വരൂ. നിന്റെ ഉത്തരവാദിത്വമില്ലാത്ത പെരുമാറ്റം ഇവർകൂടി അറിയട്ടെ."

സാമാന്യം തടിച്ച കോൺസ്റ്റബിൾ വല്ലാതെ വിക്ഷുബ്ധമായി മുറിയിലേക്ക് കടന്നുവന്നു.

"സർ, ഞാനൊന്നും മനഃപൂർവ്വം ചെയ്തതല്ല. ഒരു സ്ത്രീ ഈ വാതിൽക്കൽ വന്നുനിന്നു. വീട് തെറ്റിക്കയറിയതാണെന്നാണ് പറഞ്ഞത്. ഞങ്ങൾ കുറച്ചുനേരം സംസാരിച്ചിരുന്നു. കുറച്ചുദിവസമായി തനിച്ചിരുന്ന് ബോറടിക്കുകയായിരുന്നു, സർ."

"ശരി. എന്നിട്ട് എന്തുണ്ടായി?"

"അവർ ഈ കൊലപാതകം നടന്ന വിവരം പത്രങ്ങളിൽനിന്നും അറിഞ്ഞത്രെ. ഈ സ്ഥലം കാണണമെന്ന മോഹം അവർ പ്രകടിപ്പിച്ചു.

അവരുടെ പെരുമാറ്റവും രീതികളും വളരെ മര്യാദക്കാരിയായി തോന്നി
പ്പിച്ചതുകൊണ്ട് അവർക്ക് ഞാൻ അനുവാദം നൽകി. കാർപ്പെറ്റിലെ
രക്തക്കറകൾ കണ്ടപ്പോൾ അവർ തലചുറ്റി വീണു. മുഖത്ത് വെള്ളം
തെളിച്ചുവെങ്കിലും അവർക്ക് ബോധം വന്നില്ല. ഞാൻ പുറത്തുപോയി
കുറച്ചു ബ്രാൻഡി വാങ്ങിവരുമ്പോഴേക്കും അവർക്ക് ബോധം വീണ്ടു
കിട്ടിയിരുന്നു. അവർ ലജ്ജിച്ച് മുഖംതാഴ്ത്തി യാത്രപറഞ്ഞു."

"പരവതാനിയുടെ സ്ഥലം മാറിയതെങ്ങനെ?"

"ഞാൻ തിരിച്ചുവന്നപ്പോൾ അതല്പം മാറിക്കിടന്നിരുന്നു. മിനുസ
മുള്ള തറയായതുകൊണ്ട് കാർപ്പെറ്റ് നീങ്ങിയതാവണം. അവർ പോയി
ക്കഴിഞ്ഞപ്പോൾ ഞാനത് നേരെയാക്കിവെച്ചു."

"എന്തായാലും ഇതൊരു പാഠമായിരിക്കട്ടെ താങ്കൾക്ക്. ഇനി എന്നെ
വഞ്ചിക്കാൻ ശ്രമിച്ചാൽ-" ക്രുദ്ധനായി ലെസ്ട്രേഡ് പറഞ്ഞു.

"നിങ്ങളുടെ ഒരു കളിയും എന്റെയടുത്ത് ചെലവാകില്ല, ഓർമ്മ
യിരുന്നോട്ടെ. ഒന്നു നോക്കിയപ്പോഴേക്കും ഞങ്ങൾക്ക് കാര്യം പിടികിട്ടി
യതുകണ്ടോ? അല്ലെങ്കിൽ താൻ ഒരു പാഠം പഠിച്ചേനെ. മി. ഹോംസ്,
താങ്കളെ ബുദ്ധിമുട്ടിച്ചതിൽ ക്ഷമചോദിക്കുന്നു. ഈ രക്തക്കറകൾ
രണ്ടെണ്ണം കണ്ടത് താങ്കൾക്ക് രസകരമായി തോന്നുമെന്ന് ഞാൻ കരു
തിയിരുന്നു."

"സംഗതി തികച്ചും രസമുള്ളതുതന്നെ. അതിരിക്കട്ടെ, ആ സ്ത്രീ
എത്രതവണ ഇവിടെ വന്നു?"

"ഒരുതവണ മാത്രം, സർ."

"ആരായിരുന്നു അവർ?"

"പേര് അറിയില്ല. ടൈപ്പിസ്റ്റുകളെ ആവശ്യമുണ്ടെന്ന പരസ്യം കണ്ടു
വന്നതാണത്രെ. വീട് തെറ്റിപ്പോയതാണത്രെ. എന്തായാലും അവർ വളരെ
നല്ല പ്രകൃതക്കാരിയായിരുന്നു."

"അവരുടെ വസ്ത്രം എങ്ങനെയുണ്ടായിരുന്നു? അവർക്ക് ഉയരവും
സൗന്ദര്യവും ഉണ്ടായിരുന്നോ?"

"അതെ. നല്ല വസ്ത്രം ധരിച്ചിരുന്നു. നല്ല ഉയരം. അതിനൊക്കെ
ചേർന്ന സൗന്ദര്യം. അവർ അകത്തുകയറിക്കൊള്ളട്ടെ എന്ന് ഭവ്യത
യോടെ ചോദിച്ചപ്പോൾ ഞാൻ സമ്മതിച്ചുപോയി, സർ."

"എത്രസമയമായിക്കാണും അപ്പോൾ?"

"സന്ധ്യ കഴിഞ്ഞിട്ടുണ്ടായിരുന്നു. ഞാൻ ബ്രാൻഡി വാങ്ങിവരുമ്പോ
ഴേക്കും അവർ വിളക്കുകൾ തെളിയിച്ചുകഴിഞ്ഞു."

"ശരി. മി. വാട്സൺ, നമുക്ക് ഇനിയും വളരെ പ്രധാനപ്പെട്ട ജോലി
കൾ ചെയ്തുതീർക്കാനുണ്ട്."

ഞങ്ങൾ പുറത്തിറങ്ങുമ്പോൾ ലെസ്ട്രേഡ് വാതിൽക്കൽതന്നെ ഞങ്ങളെ യാത്രയാക്കാൻ നില്ക്കുന്നുണ്ടായിരുന്നു. തടിയൻ കോൺസ്റ്റ ബിളാണ് ഞങ്ങൾക്കുവേണ്ടി വാതിൽ തുറന്നുതന്നത്. ഹോംസ് ഒരു നിമിഷം നിന്ന് എന്തോ സാധനമെടുത്ത് കോൺസ്റ്റബിളിനെ കാണിച്ചു. അയാൾ അന്തംവിട്ട് നോക്കിനില്ക്കുന്നുണ്ടായിരുന്നു. അയാൾ ഉറക്കെ, 'അയ്യോ സർ!' എന്നു വിളിച്ചുകൊണ്ട് പുറകെ വന്നു. ഹോംസ് അയാ ളോട് നിശ്ശബ്ദനാകാൻ കല്പിച്ച് നേരത്തെ കാണിച്ച സാധനം സ്വന്തം പോക്കറ്റിൽ നിക്ഷേപിച്ച് തിരിച്ചുനടന്നു. "വരൂ വാട്സൺ, വേഗം വരൂ! അവസാനരംഗം ആരംഭിക്കാൻ പോവുകയാണ്. എന്തായാലും ഇതൊക്കെ സംഭവിക്കാൻ പോകുന്നവയാണ്. യുദ്ധം ഉണ്ടാവില്ല, ട്രെലാവ്നി ഹോപ്പിന്റെ രാഷ്ട്രീയഭാവിക്ക് ഒരു കോട്ടവും ഭവിക്കില്ല. പ്രധാനമന്ത്രിക്ക് യൂറോപ്യൻ പ്രതിസന്ധിയെക്കുറിച്ച് ഓർത്ത് ഇനിയും വേവലാതി വേണ്ട. വളരെ വലിയൊരു അത്യാഹിതത്തിൽനിന്ന് രക്ഷപ്പെടാൻ നാം നിസ്സാര മായി ഉത്തരം കണ്ടെത്തിയിരിക്കുന്നു."

എനിക്ക് ഈ മനുഷ്യനെക്കുറിച്ചോർത്ത് വളരെ അഭിമാനം തോന്നി.

"അപ്പോൾ താങ്കൾ പ്രശ്നം പരിഹരിച്ചുകഴിഞ്ഞുവോ?" ഞാൻ ആകാംക്ഷയോടെ വീണ്ടും ചോദിച്ചു.

"പൂർണമായും പരിഹരിച്ചുകഴിഞ്ഞോ എന്നു ചോദിച്ചാൽ ഇല്ല എന്നാ ണുത്തരം. ചില കാര്യങ്ങൾകൂടി കണ്ടെത്തേണ്ടതുണ്ട്. അതിനുമുമ്പ് നമുക്ക് വൈറ്റ്ഹാൾ ടെറസ്സിലേക്ക് പോവാം. എന്നിട്ട് ബാക്കികാര്യങ്ങ ളെക്കുറിച്ച് ആലോചിക്കാം."

യൂറോപ്യൻ സെക്രട്ടറിയുടെ വീടെത്തിയ ഉടനെ, മിസ്സിസ് ഹിൽഡാ ഹോപ്പ് ഉണ്ടോ എന്ന് അന്വേഷിച്ചു. ഒരു ഭൃത്യൻ വന്ന് ഞങ്ങളെ അക ത്തേക്കാനയിച്ചു.

"മി. ഹോംസ്, ഇത് തീരെ ശരിയായില്ല." ലേഡി ഹോപ്പ് ചുവന്ന മുഖഭാവത്തോടെ പരാതിസ്വരത്തിൽ ഞങ്ങളോട് പറഞ്ഞു. "നിങ്ങൾ വളരെ മര്യാദകേടാണ് കാണിച്ചിരിക്കുന്നത്. എന്റെ സന്ദർശനത്തെ ക്കുറിച്ച് ഭർത്താവ് അറിയാതിരിക്കാൻ പ്രത്യേകം ശ്രദ്ധിക്കണമെന്നു പറ ഞ്ഞിട്ട് താങ്കൾ ഇവിടെ കയറിവന്നിരിക്കുന്നു. ഭർത്താവ് ഇത് കണ്ടുകഴി ഞ്ഞാലുണ്ടാവുന്ന പ്രശ്നങ്ങൾ താങ്കൾക്കറിയാവുന്നതല്ലേ?"

"ക്ഷമിക്കണം മാഡം. ഇതല്ലാതെ എനിക്ക് വേറെ വഴിയില്ല. ഈ സുപ്രധാനമായ രേഖ വീണ്ടെടുക്കാൻ എന്നെയാണ് നിയോഗിച്ചിരിക്കു ന്നത്. ദയവുചെയ്ത് അത് ഉടൻതന്നെ എനിക്കുതരൂ!"

അവർ ചാടിയെഴുന്നേറ്റ് ക്രോധംകൊണ്ട് ജ്വലിച്ചു. അവരുടെ സുന്ദര മായ മുഖം പെട്ടെന്ന് വിവർണമായി. അവർ ബോധം നശിച്ചുവീഴുമോ എന്നുപോലും ഭയമുണ്ടായി. അല്പനേരത്തിനുള്ളിൽ സംയമനം

വീണ്ടെടുത്ത് അവർ പറഞ്ഞു. “മി. ഹോംസ്, താങ്കൾ എന്നെ അപമാനിക്കുകയാണോ?”

“മാഡം, ആ കത്ത് മടക്കിത്തരൂ. ഇനി എന്തു പറഞ്ഞിട്ടും കാര്യമൊന്നുമില്ല.”

അവർ കാളിംഗ്ബെല്ലിനടുത്തേക്ക് നീങ്ങിക്കൊണ്ടു പറഞ്ഞു–

“ഞാൻ വേലക്കാരനെ വിളക്കട്ടെ, നിങ്ങളെ പുറത്താക്കാൻ!”

“ബെല്ലടിക്കരുത്, മാഡം. പ്രശ്നം സമാധാനപരമായി പരിഹരിക്കാനാണ് ഞാൻ ശ്രമിക്കുന്നത്. ആ കത്ത് തല്ക്കാലം എന്റെ കൈയിൽ തരൂ. എന്റെ കൂടെ സഹകരിച്ചാൽ എല്ലാറ്റിനും ഞാൻ പരിഹാരമുണ്ടാക്കാം. അല്ല, എന്നെ എതിർക്കാനാണ് ഭാവം എങ്കിൽ എനിക്കെല്ലാം തുറന്നുപറയേണ്ടിവരും.”

ലേഡി ഹോപ്പ് ഇതുകൊണ്ടൊന്നും വഴങ്ങുന്ന ലക്ഷണം കാട്ടിയില്ല. അവർ അവരുടെ ന്യായത്തിൽ ഉറച്ചുനിന്നു. ബെല്ലിൽ കൈവച്ചുകൊണ്ടുതന്നെ അവർ തുടർന്നു–

“നിങ്ങൾ സ്ത്രീയായ എന്നെ പേടിപ്പിക്കാൻ ശ്രമിക്കുകയാണ്. അത് പുരുഷനായ നിങ്ങൾക്കു ചേർന്നതല്ല. എന്തൊക്കെയോ അറിയാമെന്ന് നിങ്ങൾ പറയുന്നു. എന്തറിയാം നിങ്ങൾക്ക്?”

“ദയവുചെയ്ത് ഇരിക്കൂ മാഡം. നിങ്ങൾ വീണ് പരിക്കുപറ്റിയാൽ അതിനും ഞാനുത്തരവാദിയാകും. ദയവുചെയ്ത് ഇരുന്നു സംസാരിക്കൂ.”

അവർ ഇരുന്നുകൊണ്ട് പറഞ്ഞു. “ഞാൻ നിങ്ങൾക്ക് അഞ്ചുമിനിട്ട് സമയം തരാം. അതിനുള്ളിൽ പറയാനുള്ളതെല്ലാം പറയണം.”

“എന്തിനാണ് അഞ്ചുമിനിട്ട്? എനിക്ക് ഒരു നിമിഷം മാത്രംമതി. നിങ്ങൾ കാണാതായ രേഖ എഡ്വേർഡ് ലൂക്കാസിനു കൈമാറിയ വിവരവും കഴിഞ്ഞ ദിവസം രാത്രി, ആരും കാണാതെ ആ വീട്ടിലെ കാർപ്പെറ്റിനടിയിൽനിന്ന് അത് തിരിച്ചെടുത്ത വിവരവും എല്ലാം എനിക്കറിയാം.”

മിസ്സിസ് ഹിൽഡ ഹോപ്പിന്റെ മുഖം ചാരനിറമായി. അവർ ആക്രോശിച്ചു. “നിങ്ങൾക്കു ഭ്രാന്താണ്, മി. ഹോംസ്. നിങ്ങൾക്കു ഭ്രാന്താണ്.” അവർ അട്ടഹസിക്കുകയായിരുന്നു.

ഹോംസ് പോക്കറ്റിൽനിന്നും നേരത്തെ പുറത്തെടുത്തിരുന്ന കാർഡ്ബോർഡ് കഷണം പുറത്തെടുത്തു. അത് മാഡം ഹോപ്പിന്റെ വെട്ടിയെടുത്ത ചിത്രമായിരുന്നു.

“ഇതു വെറുതെയല്ല ഞാൻ കൈവശം വെച്ചിരിക്കുന്നത്. ഇത് പോലീസുകാരനും തിരിച്ചറിഞ്ഞുകഴിഞ്ഞതാണ്.”

അവർ ആകെ തളർന്ന് കസേരയിലേക്ക് ഒടിഞ്ഞുവീണു.

"വരൂ, ഹിൽഡാ! ഇനിയും വെച്ചുതാമസിപ്പിച്ചുകൂടാ. ആ കത്ത് നിങ്ങളുടെ കൈവശം തന്നെയാണ്. കാര്യങ്ങളെല്ലാം നമുക്ക് പറഞ്ഞു തീർക്കാം. നിങ്ങളെ ഉപദ്രവിക്കണമെന്ന് എനിക്ക് തെല്ലും മോഹമില്ല. നഷ്ടപ്പെട്ട കത്ത് നിങ്ങളുടെ ഭർത്താവിനെ ഏല്പിക്കുന്നതോടെ എന്റെ കടമ അവസാനിക്കും. എല്ലാം തുറന്നു പറയൂ. ദയവുചെയ്ത് എന്നോട് സഹകരിക്കൂ."

മാഡം ഹോപ്പിന്റെ ധൈര്യം അസാധാരണംതന്നെ. ഇതൊക്കെ കേട്ടിട്ടും അവർക്ക് ഒരു കൂസലുമുണ്ടായില്ല.

"ഹോംസ് ഞാൻ വീണ്ടും പറയുന്നു, നിങ്ങൾ എന്തൊക്കെയോ പുലമ്പുകയാണ്. ഒരർത്ഥവുമില്ലാത്ത കുറെ കാര്യങ്ങൾ."

ഹോംസ് കസേരയിൽനിന്ന് എഴുന്നേറ്റു.

"ക്ഷമിക്കണം, മാഡം. ഞാൻ എന്റെ പരമാവധി ശ്രമിച്ചുകഴിഞ്ഞു. എനിക്ക് നിങ്ങളോട് സഹതാപമേയുള്ളൂ."

അദ്ദേഹംതന്നെ ബെല്ലടിച്ചു.

വേലക്കാരനോട് അദ്ദേഹം ചോദിച്ചു-

"മിസ്റ്റർ ട്രെലാവ്നി ഹോപ്പ് സ്ഥലത്തുണ്ടോ?"

"അദ്ദേഹം ഒരു മണിക്കുമുമ്പേ എത്തും."

"ശരി, ഇനിയും കാൽമണിക്കൂർ സമയമുണ്ടല്ലൊ. ഞാൻ കാത്തിരിക്കാം." ഹോംസ് പറഞ്ഞു.

വേലക്കാരൻ പോയതും മാഡം ഹിൽഡ ഹോംസിന്റെ കാൽക്കൽ വീണ് ദയനീയമായി കണ്ണീരോടെ ഹോംസിന്റെ മുഖത്തുനോക്കി.

"മി. ഹോംസ്, ദയവുചെയ്ത് എന്നോട് ക്ഷമിക്കൂ."

അവർ വാവിട്ടു കരഞ്ഞു കേണപേക്ഷിച്ചു.

"ദൈവത്തെയോർത്ത് അങ്ങ് ഒന്നും പറയരുതേ. അദ്ദേഹത്തിന്റെ ജീവിതത്തിൽ ചെറിയ കളങ്കംപോലും ഞാൻ വരുത്തിയിട്ടില്ല. ഇതെങ്ങാനും അറിഞ്ഞാൽ അദ്ദേഹം ഹൃദയംപൊട്ടി മരിക്കും."

ഹോംസ് അവരെ പതുക്കെ പിടിച്ച് എഴുന്നേല്പിച്ചു.

"ഇപ്പോഴെങ്കിലും മാഡം കാര്യങ്ങൾ ശരിയായി മനസ്സിലാക്കിയല്ലോ. ഇനി ഒട്ടും സമയം കളയാനില്ല. ആ കത്തെവിടെ?"

അവർ മുറിയുടെ അറ്റത്തുള്ള എഴുത്തുമേശയുടെ അടുത്തേക്ക് നീങ്ങി. അതുതുറന്ന് നീല കവർ പുറത്തെടുത്തു.

"ഇതാ, ഹോംസ്! ഈ നശിച്ച കവർ ഞാൻ ഒരിക്കലും കണ്ടില്ലായിരുന്നെങ്കിൽ!"

ഹോംസ് ആകെ അക്ഷമനായി പറഞ്ഞു.

"ഓ... ഇതെങ്ങനെയാണ് തിരിച്ചേല്പിക്കുക? എന്തെങ്കിലുമൊരു വഴി ആരെങ്കിലും പറഞ്ഞുതരൂ. ആ തപ്പാൽപെട്ടി എവിടെ?"

"അതിപ്പോഴും ബെഡ്റൂമിൽതന്നെയുണ്ട്."

"ഓ, എന്തൊരു നിമിത്തം! വേഗം, അത് ഉടനെ കൊണ്ടുവരൂ."

അവർ അകത്തേക്ക് ഓടിപ്പോയി ചുവന്നുപരന്ന തപ്പാൽപെട്ടിയുമായി വന്നു.

"നിങ്ങളെങ്ങനെയാണ് ഇതു തുറക്കുന്നത്? നിങ്ങളുടെ കൈവശം ഇതിന്റെ ഡ്യൂപ്ലിക്കേറ്റ് ചാവിയുണ്ടോ? എങ്കിൽ വേഗം തുറക്കൂ!"

മാഡം ഹിൽഡ് ബ്ലൗസിനിടയിൽനിന്നും ചാവിയെടുത്ത് പെട്ടി തുറന്നു. അതിനുള്ളിൽ നിറയെ കടലാസുകളായിരുന്നു. ഏറ്റവും അടി യിൽനിന്ന് കുറെ കടലാസുകൾ പുറത്തെടുത്ത് ഒരു കടലാസിന്റെ രണ്ടേ ടുകൾക്കിടയിൽ നീലക്കവർ തിരുകിവെച്ച് പെട്ടിയടച്ചു. അത് പൂട്ടി ഭദ്രമായി ബെഡ്റൂമിൽതന്നെ കൊണ്ടുവെയ്ക്കാൻ ഹോംസ് പറഞ്ഞു.

"ശരി. ഇനി നമുക്ക് അദ്ദേഹത്തിനായി കാത്തിരിക്കാം. ഇനിയും പത്തു മിനിട്ടു കൂടിയുണ്ട്. നിങ്ങൾക്കുവേണ്ടി കുറെ സാഹസങ്ങൾ എനിക്ക് കാണിക്കേണ്ടിവന്നു. അതിന് പ്രതിഫലമെന്നോണം ഈ അവിശുദ്ധ ബന്ധത്തിന്റെ യഥാർത്ഥ കാര്യങ്ങൾ എല്ലാം എന്നോടു പറയൂ."

"ഓ, മി. ഹോംസ്. ഞാനെല്ലാം തുറന്നുപറയാം. ഒരിക്കലും എനിക്ക് അദ്ദേഹത്തെ വേദനിപ്പിക്കാനാവില്ല, ഒരിക്കലും! എനിക്കു തോന്നിയിട്ടുണ്ട്, ലോകത്തിൽ എന്നേക്കാൾ കൂടുതലായി സ്വന്തം ഭർത്താവിനെ സ്നേഹി ക്കുന്ന ഒരു സ്ത്രീയും ഉണ്ടാവില്ലെന്ന്. എന്നിട്ടും, ഞാൻ ഇതു ചെയ്തെ ന്നറിഞ്ഞാൽ അദ്ദേഹം ഒരിക്കലും എനിക്ക് മാപ്പുതരില്ല. മി. ഹോംസ്, എന്നോട് ക്ഷമിക്കണേ, എന്നെ രക്ഷിക്കണേ. ഇതറിഞ്ഞാൽ എന്റെ കുടുംബം മുഴുവൻ ഛിന്നഭിന്നമാവും."

"വേഗം, മാഡം, വേഗം പറയൂ. കാര്യം മാത്രം പറയൂ."

"ഓർമ്മവെച്ചകാലത്ത് അതായത് വിവാഹത്തിനു വളരെ മുമ്പ് എഴുതിയ ഒരു കത്താണ് ഈ വിനയെല്ലാം വരുത്തിവെച്ചത്. പ്രത്യേ കിച്ച് ഒരുദ്ദേശ്യവുമില്ലാതെ അന്നത്തെ മാനസികാവസ്ഥയിലെഴുതിയ ഒരു പ്രേമലേഖനം. അതെഴുതിയത് വളരെക്കാലം മുമ്പായതുകൊണ്ട് ഞാനത് അന്നേ മറന്നിരുന്നു. അങ്ങനെയിരിക്കെയാണ് ഒരു ലൂക്കാസ് ഈ കത്ത് അയാളുടെ കൈവശമുണ്ടെന്നും അത് എന്റെ ഭർത്താവിനെ കാണിക്കാൻ പോകുകയാണെന്നും പറയുന്നത്. ഞാൻ പെട്ടെന്ന് തളർന്നുപോയി. അങ്ങനെ ചെയ്യരുതെന്ന് അപേക്ഷിച്ചപ്പോൾ അതിനു പകരമായി ഈ നീല കവർ അയാൾക്കെത്തിച്ചുകൊടുക്കണമെന്നായി രുന്നു ആവശ്യം. ഓഫീസിലുള്ള ഏതോ ചാരൻ മുഖേന അറിഞ്ഞതാ വണം ഈ കവറിന്റെ വിവരം. എന്റെ ഭർത്താവിന് ഇതുകൊണ്ട് ഒന്നും

സംഭവിക്കാൻ പോകുന്നില്ലെന്നും അയാൾ ഉറപ്പിച്ചുപറഞ്ഞു. എന്റെ സ്ഥാനത്ത് താങ്കൾ ആയിരുന്നുവെങ്കിൽ എന്തു സംഭവിക്കുമായിരുന്നു, മി. ഹോംസ്?"

"ഞാൻ നിങ്ങളുടെ ഭർത്താവിനോട് എല്ലാം തുറന്നു പറയും."

"എനിക്കതു ചെയ്യാൻ കഴിഞ്ഞില്ല. ഒരുവശത്ത് എന്റെ കത്ത് പുറത്തു വന്നാലുള്ള ആപത്ത്, മറുവശത്ത് ഭർത്താവറിയാതെ രേഖകൾ പുറത്തു കൊടുക്കുന്നതിലെ ആപത്ത്. ചെകുത്താനും കടലിനുമിടയിലായിരുന്നു ഞാൻ. രാഷ്ട്രീയസ്ഥിതിഗതികളെക്കുറിച്ച് വലിയ പിടിപാടില്ലാത്തതു കൊണ്ട് ഞാനതു ചെയ്തുപോയി, മി. ഹോംസ്. ഞാൻ തപ്പാൽപെട്ടി യുടെ താക്കോലിന്റെ അടയാളം ലൂക്കാസിനെ ഏല്പിച്ചു. അയാൾ ഒരു ഡ്യൂപ്ലിക്കേറ്റ് ചാവി ഉണ്ടാക്കി എനിക്കു തന്നു. അതുപയോഗിച്ച് പെട്ടി തുറന്ന് ഞാൻ കവർ പുറത്തെടുത്തു. എന്നിട്ട് അതുമായി ഗൊഡോൾ ഫിൻ തെരുവിലെത്തി."

"എന്നിട്ടെന്തുണ്ടായി മാഡം?"

"നേരത്തെ പറഞ്ഞുറപ്പിച്ചപ്രകാരം ഞാൻ വാതിലിൽ മുട്ടി. അയാളെ പിന്തുടർന്ന് ഞാൻ വീട്ടിനകത്തെ മുറിയിലേക്ക് കടന്നു. തനിച്ചായതിൽ എനിക്ക് ഭയമുണ്ടായിരുന്നു. ഞാൻ വീട്ടിനകത്ത് കയറുന്ന സമയത്ത് പുറത്ത് ഒരു സ്ത്രീ നിന്നിരുന്നതായി ഞാൻ ഓർക്കുന്നു. ഞങ്ങളുടെ ഇടപാട് പെട്ടെന്നുതന്നെ അവസാനിച്ചു. അയാൾ മേശയിൽനിന്നും എന്റെ കത്ത് തന്നു. ഞാൻ നീലകവർ കൊടുത്തു. ഈ സമയത്ത് വാതിൽക്കൽ ഒരു ശബ്ദം കേട്ടു. ലൂക്കാസ് ഉടനെതന്നെ നിലത്തെ കാർപ്പെറ്റ് ഉയർത്തി അതിനടിയിലെവിടെയോ നീലകവർ ഒളിപ്പിച്ചുവെച്ചു.

പിന്നീട് നടന്നതെല്ലാം ഒരു ഭീകരസ്വപ്നംപോലെ ഇപ്പോഴും എനിക്കു തോന്നുന്നു. കറുത്തുതടിച്ച ഒരു സ്ത്രീ പരിഭ്രാന്തയായി അകത്തുകടന്നു. ഫ്രഞ്ചു ഭാഷയിൽ അവരെന്തൊക്കെയോ അലറുന്നുണ്ടായിരുന്നു. കസേര കളും മറ്റും എടുത്ത് എറിയുന്നുണ്ടായിരുന്നു. എന്റെ കാത്തുനില്പ് വെറുതെയായില്ല. ഒരു യുദ്ധംതന്നെ അവിടെ നടന്നു. അയാൾ കസേര യെടുത്ത് പൊക്കുന്നതും ആ സ്ത്രീ കൈയിൽ ഒരു കഠാരയുമായി അയാൾക്കുനേരെ നീട്ടുന്നതും കണ്ട് ഞാൻ ഭയന്നു. പെട്ടെന്നുതന്നെ അവിടെനിന്നും ഞാൻ മടങ്ങി. പിറ്റേദിവസത്തെ പത്രത്തിൽനിന്നാണ് കൊലപാതകത്തിന്റെ വാർത്ത ഞാനറിഞ്ഞത്. അന്നു രാത്രി പക്ഷേ, എന്റെ മനസ്സ് വളരെ ശാന്തമായിരുന്നു. ആ നശിച്ച കത്ത് തിരിച്ചുകിട്ടിയ തിലുള്ള ആഹ്ലാദമായിരുന്നു.

എന്നാൽ പിറ്റേന്നാണ് ഞാൻ അപകടങ്ങളിൽനിന്ന് മുക്തയായിട്ടി ല്ലെന്ന് മനസ്സിലാക്കുന്നത്. ഒരു ദുരന്തം ഒഴിവായപ്പോൾ മറ്റൊന്ന്! രേഖ നഷ്ടപ്പെട്ടതിലുള്ള എന്റെ ഭർത്താവിന്റെ ദുഃഖം ഞാനറിഞ്ഞു. അദ്ദേഹ ത്തിന്റെ കാൽക്കൽ വീണ് എല്ലാം തുറന്നുപറഞ്ഞ് മാപ്പിരക്കാൻ ഞാൻ

ആഗ്രഹിച്ചു. പക്ഷേ, അതു പറയുമ്പോൾ എന്റെ കത്തിന്റെ കാര്യവും പറയേണ്ടിവരുമല്ലോ എന്ന് ഓർത്ത് ഞാൻ വിഷമിച്ചു. ഈ പശ്ചാത്തലത്തിലാണ് ഞാൻ അങ്ങയുടെ മുറിയിൽ വന്നത്. ആ നിമിഷം മുതൽ രേഖയടങ്ങുന്ന ഈ നീലകവർ എങ്ങനെയെങ്കിലും തിരികെയെടുക്കണമെന്ന ആഗ്രഹമായിരുന്നു എന്റെ മനസ്സിൽ. അതിപ്പോഴും ലൂക്കോസിന്റെ വീട്ടിൽതന്നെയുണ്ടാവും. കാരണം ആ ഭ്രാന്തിയായ സ്ത്രീ വരുന്നതിനു മുമ്പായി ലൂക്കാസ് ആ കവർ ഒളിപ്പിച്ചുവെക്കുന്നത് ഞാനും കണ്ടതാണല്ലോ. എങ്ങനെയാണ് ആ വീട്ടിനകത്തു കയറുക? അതായിരുന്നു എന്റെ ചിന്ത. രണ്ടു ദിവസം സ്ഥിരമായി ഞാനവിടം ശ്രദ്ധിച്ചുകൊണ്ടിരുന്നു. വാതിൽ അടഞ്ഞുതന്നെ കിടന്നു. കഴിഞ്ഞ രാത്രിയിൽ വീണ്ടും ഞാൻ ഒരു ശ്രമം നടത്തി. എങ്ങനെ വീട്ടിനകത്തു കയറിയെന്നും മറ്റും താങ്കൾക്ക് അറിവുള്ളതാണല്ലോ. ആ കവർ കൊണ്ടുവന്ന ഉടനെതന്നെ അത് നശിപ്പിക്കാൻ ഒരുങ്ങിയതായിരുന്നു ഞാൻ. അദ്ദേഹത്തെ അത് തിരിച്ചേൽപ്പിക്കാനുള്ള ശക്തി എനിക്കില്ല. ദൈവമേ, അദ്ദേഹം എത്തിയെന്നു തോന്നുന്നു!"

ഒരു നിമിഷത്തിനകം സെക്രട്ടറി മി. ഹോപ്പ് മുറിയിലെത്തി.

"എന്തെങ്കിലും വിവരം കിട്ടിയോ, മി. ഹോംസ്?"

"പ്രതീക്ഷയ്ക്ക് വകയുണ്ട്, മി. ഹോപ്പ്."

ട്രെലാവ്നി ഹോപ്പിന്റെ മുഖം പ്രകാശമുള്ളതായി.

"ദൈവത്തിനു നന്ദി! പ്രധാനമന്ത്രി ഇന്ന് എന്റൊപ്പം വിരുന്നിനു വരുന്നുണ്ട്. ഞാൻ അദ്ദേഹത്തോട് ഈ കാര്യം പറയട്ടെ. ഉരുക്കുപോലത്തെ മനസ്സാണെങ്കിലും ഈ കാര്യത്തിൽ അയാളെത്ര തളർന്നുവെന്നോ. നല്ലപോലെ ഉറങ്ങിയിട്ടുതന്നെ നാളുകളായെന്ന് അദ്ദേഹം പറയുകയായിരുന്നു. 'ജേക്കബ് - പ്രധാനമന്ത്രി വന്നുവെന്ന് തോന്നുന്നു. ദയവുചെയ്ത് അദ്ദേഹത്തെ മുകളിലേക്ക് - സൽക്കാരമുറിയിലേക്ക് - ആനയിക്കൂ."

"ഞങ്ങളെല്ലാം രാഷ്ട്രീയകാര്യങ്ങൾ ചർച്ചചെയ്യാൻ പോകുകയാണ്. അഞ്ചുമിനിട്ടിനകം ഞങ്ങൾ ലഞ്ച്റൂമിലെത്താം." ഭാര്യയോട് മി. ഹോപ്പ് പറഞ്ഞു.

പ്രധാനമന്ത്രി തികഞ്ഞ സംയമനത്തോടെ ഹോംസിനെ നേരിട്ടു. അദ്ദേഹത്തിന്റെ മുഖത്തും അപ്രതീക്ഷിതമായി ഹോംസിനെ കണ്ടതുകൊണ്ടുള്ള ആകാംക്ഷയുണ്ടായിരുന്നു.

"മി. ഹോംസ് താങ്കൾക്ക് പുതിയതായി എന്തൊക്കെയോ പറയാനുണ്ടെന്നു തോന്നുന്നു."

"എല്ലാം ആശങ്കൾക്ക് വിപരീതമാണ്, സർ. എന്നാലും അപകടസൂചനകൾ ഒന്നുംതന്നെയില്ല. എന്റെ അന്വേഷണം ഏതാണ്ട് അവസാനിച്ചുകഴിഞ്ഞിരിക്കുന്നു."

“പക്ഷേ, അതുകൊണ്ടായില്ലല്ലോ മി. ഹോംസ്. നമുക്ക് അനന്തമായി ഈ അഗ്നിപർവ്വതവുമായി കഴിയാനൊക്കുമോ, ഹോംസ്? എന്തെങ്കിലും അറിഞ്ഞല്ലേ പറ്റൂ?”

“ആ രേഖ കിട്ടുമെന്ന പ്രതീക്ഷ ഞാൻ കൈവിട്ടിട്ടില്ല, സർ. അതു കൊണ്ടാണല്ലോ ഞാനിവിടെ എത്തിയതുതന്നെ. എത്രകണ്ട് ആലോചി ക്കുമ്പോഴും എനിക്കൊരു തീരുമാനത്തിലേ എത്താൻ കഴിയുന്നുള്ളൂ - ആ രേഖ ഈ വീട് വിട്ട് പോകാനിടയില്ല.”

“മി, ഹോംസ്!”

“അഥവാ ഇത് പോയിരുന്നുവെങ്കിൽ ഇതിനകം അത് പത്രവാർത്ത യായേനെ!”

“പക്ഷേ, ആരെങ്കിലും അത് എടുത്ത് വീട്ടിൽതന്നെ സൂക്ഷി ക്കുമോ?”

“അത് ആരെങ്കിലും എടുത്തുകാണുമെന്ന് ഞാൻ പറഞ്ഞില്ലല്ലോ.”

“പിന്നെ എങ്ങനെ അത് തപ്പാൽപെട്ടിയിൽനിന്നും പുറത്തു പോയി?”

“അതാണ് ഞാൻ പറയുന്നത്. ആ കവർ തപ്പാൽപെട്ടിയിൽനിന്നും പുറത്തേ പോയിട്ടില്ലെന്ന്.”

“മി. ഹോംസ്, തമാശയ്ക്കുള്ള സമയമല്ല ഇത്. രേഖ തപ്പാൽപെട്ടി യിൽ ഇല്ലെന്ന് ഞാൻ ഉറപ്പുപറഞ്ഞതല്ലേ?”

“ചൊവ്വാഴ്ച രാവിലെ അതു കാണാതായതുമുതൽ എപ്പോഴെങ്കിലും തപ്പാൽപെട്ടി പരിശോധിക്കുകയുണ്ടായോ?”

“ഇല്ല. അതിന്റെ ആവശ്യമുണ്ടായിരുന്നില്ല.”

“ഒരുപക്ഷേ, തിരക്കിനിടയിൽ അത് ശ്രദ്ധിക്കാതെ കിടന്നുപോയതാ ണെങ്കിലോ?”

“അസാധ്യം, മി. ഹോംസ്!”

“എന്തോ എനിക്കത്ര ഉറപ്പുവരുന്നില്ല. അതിനകത്ത് ഇനിയും കട ലാസുകൾ ഉണ്ടല്ലോ. എല്ലാംകൂടി കൂട്ടിക്കുഴഞ്ഞതാണെങ്കിലോ. എന്റെ അനുഭവങ്ങൾ അങ്ങനെയും പഠിപ്പിച്ചിട്ടുണ്ട്.”

“അത് ഏറ്റവും മുകളിലായിരുന്നു വെച്ചത്.”

“ആരെങ്കിലും ആ പെട്ടി അനക്കുകയോ മറ്റോ ചെയ്തിട്ടുണ്ടാവാം.”

“അങ്ങനെയൊന്നും വരാൻ ഒരു വഴിയും കാണുന്നില്ല. കടലാസു കൾ ഓരോന്നായി മുഴുവനെടുത്ത് പരിശോധിച്ചതാണ്.”

പ്രധാനമന്ത്രിതന്നെ ഇടപെട്ടു- “നമുക്ക് ഇങ്ങനെ വാദിക്കാനെന്തിരി ക്കുന്നു? നമുക്ക് തപ്പാൽപെട്ടി വീണ്ടുമൊന്ന് പരിശോധിക്കാം.”

സെക്രട്ടറി ബെല്ലടിച്ചു.

“ജേക്കബ്ബ്, എന്റെ തപ്പാൽപെട്ടി കൊണ്ടുവരൂ. ഇത് വെറും നേരം കളയലാണ്. എന്നാലും താങ്കളെ സമാധാനിപ്പിക്കാൻ നമുക്കു നോക്കാം.”

ജേക്കബ്ബ് പെട്ടിയുമായി വന്നു.

“താങ്ക്യൂ ജേക്കബ്ബ്! ഈ പെട്ടിയുടെ താക്കോൽ ഞാനെപ്പോഴും എന്റെ വാച്ചിന്റെ ചങ്ങലയിലാണ് സൂക്ഷിക്കുന്നത്. ഇതാ കടലാസുകൾ - നോക്കൂ - മെറോപ്രഭുവിന്റെ കത്ത്, ചാൾസ്ഹാർഡിയുടെ റിപ്പോർട്ട്, സെൻഗ്രേഡിൽനിന്നുള്ള മെമ്മോറാണ്ടം, റസ്കോബർമൻ ധാന്യ ഇട പാടിന്റെ കത്ത്, മാഡ്രിഡിൽനിന്നുള്ള കത്തുകൾ, ഫ്ളവേഴ്സ് പ്രഭുവിന്റെ കുറിപ്പ്... ദൈവമേ! എന്താണിത് - ബെർലിങ്ങ്പ്രഭു... രേഖ!”

പ്രധാനമന്ത്രി ഉടനെ നീലകവർ സെക്രട്ടറിയുടെ കൈയിൽനിന്നും തട്ടിയെടുത്തു.

“ഇതുതന്നെ! നീലകവറിലുള്ള കത്ത്! ഒരു കോട്ടവും സംഭവിച്ചിട്ടില്ല.”

“നന്ദി സർ. മി. ഹോംസ് എന്തൊക്കെയാണ് സംഭവിക്കുന്നത്. ഇതെങ്ങനെ സംഭവിച്ചു?”

ഹോപ്പ് സന്തോഷംകൊണ്ട് തുള്ളിച്ചാടുകയാണ്.

“ഹോംസ് നിങ്ങളൊരു മാന്ത്രികൻതന്നെ! എങ്ങനെ താങ്കൾക്കിതു മനസ്സിലായി?”

“ഇത് മറ്റെവിടെയും ഇല്ലെന്ന് എനിക്കുറപ്പായിരുന്നു.”

“എനിക്കെന്റെ കണ്ണുകളെതന്നെ വിശ്വസിക്കാനാവുന്നില്ല. എവിടെ ഹിൽഡാ, ഹിൽഡാ - എല്ലാം ശുഭമാണെന്ന് അവളെ അറിയിക്കാൻ എനിക്കു തിടുക്കമായി.”

പ്രധാനമന്ത്രി ഒളികണ്ണോടെ ചിരിച്ചുകൊണ്ട് ഹോംസിനെ നോക്കി-

“ഹോംസ്, സത്യംപറയൂ. കാണുന്നതെല്ലാം വിശ്വസിച്ചല്ലെ പറ്റൂ! എങ്ങനെ ഈ രേഖ പെട്ടിയിൽ വന്നു?”

“ഞങ്ങൾക്കും അന്തർദ്ദേശീയരഹസ്യങ്ങളുണ്ട് സർ.” ഇത്രയും പറഞ്ഞുകൊണ്ട് ഹോംസ് തൊപ്പിയുമെടുത്ത് നടന്നു.

■